எங்கள் ஐயா
பெருமாள்முருகன் பற்றி மாணவர்கள்

எங்கள் ஐயா
பெருமாள்முருகன் பற்றி மாணவர்கள்

எழுத்துலகில் பெருமாள்முருகன் (பி. 1966) என்று அறியப்படும் பெ. முருகன், அரசு கல்லூரித் தமிழ்ப் பேராசிரியர் பணியில் இருபது ஆண்டுகள் பணி அனுபவம் கொண்டவர். அவரிடம் பயின்ற மாணவர்கள் ஆயிரத்திற்கும் மேற்பட்டவர்கள். அவர்களில் சிலர் தமது அனுபவத்தைப் பகிர்ந்துகொள்ளும் கட்டுரைகளைக் கொண்ட நூல் இது. தனிநபர் ஆளுமையை மையப்படுத்திய கட்டுரைகள் எனினும் அதைக் கடந்து ஆசிரியர் மாணவர் உறவின் பல பரிமாணங்களை எடுத்துக்காட்டுவனவாக இவை அமைந்துள்ளன. 'கட்டுரையாளர்கள் இன்று ஆசிரியர்களாகவும் ஆய்வாளர்களாகவும் படைப்பாளிகளாகவும் மின்னிப் பிரகாசிக்கிற நம்பிக்கை நட்சத்திரங்கள். ஆனால் மாணவப் பருவத்தில் கடினமான பாதைகளில் பயணம் செய்து வந்தவர்கள். நடந்துவந்த பாதைகளை அவர்கள் மறக்கவுமில்லை; மறைக்கவுமில்லை' என அணிந்துரையில் பேராசிரியர் ச. மாடசாமி கூறுகிறார்.

பதிப்பாசிரியர்கள்: பெ. முத்துசாமி (1975), ஆ. சின்னதுரை (1978), ரெ. மகேந்திரன் (1982), ப. குமரேசன் (1986).

நால்வரும் அரசுப் பணியில் உள்ளனர். முதல் இருவரும் சேலம், ஆத்தூர் பகுதியைச் சேர்ந்தவர்கள். பின்னிருவரும் நாமக்கல் பகுதியைச் சேர்ந்தவர்கள். தமிழ் இலக்கியம் பயின்றவர்கள். நவீன இலக்கிய வாசிப்பிலும் தொகுப்பு, பதிப்பு ஆகிய பணிகளிலும் மெய்ப்புப் பார்த்தலிலும் ஈடுபாடும் பயிற்சியும் கொண்டவர்கள். கட்டுரைகளைத் தொகுத்துச் செம்மைப்படுத்தி இந்நூலைப் பதிப்பு என்னும் நிலைக்கு உயர்த்தியுள்ளது இவர்களின் உழைப்பு.

எங்கள் ஐயா

பெருமாள்முருகன் பற்றி மாணவர்கள்

பதிப்பாசிரியர்கள்

பெ. முத்துசாமி
ஆ. சின்னதுரை
ரெ. மகேந்திரன்
ப. குமரேசன்

காலச்சுவடு பதிப்பகம்

அன்பார்ந்த வாசகருக்கு,

வணக்கம்.

காலச்சுவடு நூலை வாங்கியமைக்கு நன்றி.

நூலின் உள்ளடக்கம், உருவாக்கம், அட்டைப்படம் இன்ன பிற அம்சங்கள் பற்றிய உங்கள் கருத்துகளையும் ஆலோசனைகளையும் காலச்சுவடு வரவேற்கிறது. தகவல், எழுத்து, வாக்கியப் பிழைகள் தென்பட்டால் கட்டாயம் தெரிவித்து உதவுங்கள். நூல் தயாரிப்பில் கடும் குறைபாடு இருப்பின் மாற்றுப் பிரதி உங்களுக்குக் கிடைக்கக் காலச்சுவடு ஏற்பாடு செய்யும்.

மின்னஞ்சல்: publisher@kalachuvadu.com

காலச்சுவடு நாகர்கோவில் தலைமையகத்துக்கும் கடிதம் அனுப்பலாம்.

தங்கள்
எஸ்.ஆர். சுந்தரம் (கண்ணன்)
பதிப்பாளர் – நிர்வாக இயக்குநர்

எங்கள் ஐயா பெருமாள்முருகன் பற்றி மாணவர்கள் ❖ கட்டுரைகள் ❖ பதிப்பாசிரியர்கள்: பெ. முத்துசாமி, ஆ. சின்னதுரை, ரெ. மகேந்திரன், ப. குமரேசன் ❖ © கட்டுரையாசிரியர்களுக்கு ❖ முதல் பதிப்பு: ஏப்ரல் 2016, நான்காம் (குறும்) பதிப்பு: டிசம்பர் 2022 ❖ வெளியீடு: காலச்சுவடு பப்ளிகேஷன்ஸ் (பி) லிட்., 669 கே.பி. சாலை, நாகர்கோவில் 629001

enkaL ayyaa ❖ Essays on PerumalMurugan by his Students ❖ Edited by: P. Muthusami, A. Chinnadurai, R. Mahendiran, P. Kumaresan ❖ © Authors ❖ Language: Tamil ❖ First Edition: April 2016, Fourth (Short) Edition: December 2022 ❖ Size: Demy 1 x 8 ❖ Paper: 18.6 kg maplitho ❖ Pages: 360

Published by Kalachuvadu Publications Pvt. Ltd., 669, K.P. Road, Nagercoil 629 001, India ❖ Phone: 91-4652-278525 ❖ e-mail: publications @kalachuvadu.com ❖ Printed at Clicto Print, Jaleel Towers, 42 KB Dasan Road, Teynampet Chennai 600018

ISBN: 978-93-5244-032-0

12/2022/S.No. 708, kcp 4045, 18.6 (4) uss

காணிக்கை
தமிழுக்கு

பொருளடக்கம்

அணிந்துரை: காணாதிருந்த அருவி   13
    ச. மாடசாமி

பதிப்புரை: தடம் காட்டும் சுட்டுவிரல்   25

1. இலக்கின்றி எய்யப்படும் அம்பு   31
    அய். அம்பேத்கார்

2. எனக்கான அடையாளம்   41
    த. அர்ச்சுனன்

3. முதுகில் தட்டும் கை   49
    பொ. அருள்

4. எனக்குத் தெரியாத நான்   57
    நா. அருள்முருகன்

5. காதி செருப்பும் துணிப்பையும்   66
    ந. இரஞ்சன்

6. அன்று போட்ட அடித்தளம்   72
    மா. இராமன்

7. கண்ணன் வாழ்க கௌரி வாழ்க   77
    பி. இராஜேஸ்கண்ணன்

8. எல்லையற்ற கற்பித்தல்   88
    த. இலட்சுமன்

9. பல தருணங்கள்   94
    வெ. உமா மகேஸ்வரி

10. பிச்சாண்டி பெற்ற பெருவாழ்வு   97
    பி. எழிலரசி

11. 'நான் கடவுள் அல்ல' து. கலைச்செல்வன்	105
12. பயன் கருதாப் பழுமரம் ந. கவிதா	112
13. 'இவரும் என் மாணவர்தான்' க. காமராசன்	117
14. அன்பும் திட்டும் பெ. குணசேகரன்	123
15. அதையெல்லாம் கடந்தவர் ப. குமரேசன்	129
16. தொலைதூரத்து உளிகள் க. கைலாஷ்	136
17. என்றும் ஆசான் செ. கோபி	142
18. நிழலோரம் ஒதுங்கியவன் இரா. சக்திவேல்	149
19. கற்றதும் பெற்றதும் சி. சந்திரன்	156
20. 'தைரியமான பொண்ணு' த. சாவித்திரி	166
21. ஒற்றையடிப் பாதைப் பயணம் கை. சிவக்குமார்	175
22. உடன் வரும் நிலா ஆ. சின்னதுரை	184
23. சொல்லேருழவர் கு. சீனிவாசன்	195
24. உயர்வினும் உயர்வானது பெ. சுரேஷ்	199
25. நெருங்கியும் நெருங்காமலும் நா.பொ. செந்தில்குமார்	217
26. மூர்த்தியோ சிறிது வை. தர்மலிங்கம்	223
27. முதல் மாணவர் மு. நடராஜன்	233

28. த(டு)டமாற்றம் ப. நல்லுசாமி	240
29. நெறியாளரும் ஆய்வாளரும் சு. பலராமன்	248
30. வெற்றி என்னும் வளம் பெ. பாலசுப்பிரமணியன்	256
31. 'ஐயா புராடக்ட்' த. பாலன்	262
32. முன்னோடும் பிள்ளை இரா. பிரபாகர்	265
33. கடந்துவந்த நாட்கள் செ. மகாலிங்கம்	272
34. தங்கப் பதக்கம் ரெ. மகேந்திரன்	278
35. எல்லாமும் ஆனாய் இரா. மணிகண்டன்	284
36. அம்மையப்பன் பெ. முத்துசாமி	295
37. பின்னேர் வரிசை ஆ. முத்தையன்	306
38. ஆசிரியர் எவ்வாறு ஜெயிக்கிறார்? ராணிதிலக்	311
39. இப்படி ஒரு குடும்பம் வீ. ராஜீவ்காந்தி	315
40. கேட்டதைச் செய்தேன் இரா. வெங்கடாசலம்	330
41. நானும் என் ஆசிரியரும் இரா. வெங்கடேசன்	336
42. நற்றாமரைக் கயம் அ. ஜெயக்குமார்	341
கட்டுரையாளர்கள்	351
ஆசிரியர் குறிப்பு	357

அணிந்துரை

காணாதிருந்த அருவி

பெருமாள்முருகன் என்ற எழுத்தாளரின் தீட்சண்யம் நாமறிந்ததுதான். எழுத்து தீட்சண்யம் பெறுவது உண்மையின் உறவால் என்பதும் உண்மை சுடும் என்பதும்கூட நாமறிந்ததுதான். கிராமங்களில் மக்களைத் திரட்டிக் கதைகளை வாசிப்பதும் விவாதிப்பதும் அறிவொளிக் காலத்தில் தொடங்கிய ஒரு பழக்கம். ஆரம்பத்தில் நாட்டுப்புறக் கதைகளை வாசித்துக்கொண்டிருந்த நாங்கள், எழுத்தாளர் தமிழ்ச்செல்வன் யோசனையின்படி தற்காலத் தமிழ் எழுத்தாளர்களின் கதைகளை எளிமைப்படுத்தி வாசிக்கத் தொடங்கினோம்.

அறிவொளியின் பிற்பகுதியில் – தொடர் அறிவொளிக் காலத்தில் – எங்கள் வாசிப்பில் பெருமாள்முருகன் கதைகள் இணைந்தன. அவரது கதைகளில் சுரக்கும் அன்பும் தகிக்கும் வாழ்க்கை வெப்பமும் விரைந்தோடி மக்களை நெருங்கக் கண்டேன். தங்கள் சொந்த அனுபவங்கள் கிளர்ந்தெழ, நனைந்த கண்களுடன் அவர்கள் பேசி விவாதித்ததை அவர்களோடு அமர்ந்து கவனித்தவன் நான். எழுத்தாளராக ஒரு பிரமிப்பை உண்டாக்கியவர் அவர். அது முன்பே தெரியும். ஆனால் அவர் ஓர் எடுத்துக்காட்டான ஆசிரியர் என்பதை இப்போதுதான் அறிந்தேன். இப்போது பிரமிப்பு இரு மடங்கானது.

'எங்கள் ஐயா' வாசிக்கையில் உண்டான புதுப் பரவசம் ஒரு பக்கம்; நான் விடைபெற்று வெளியேறி வந்து ஆண்டு பலவான வகுப்பறையின் பழைய

ஞாபகங்களின் தாக்கம் மற்றொரு பக்கம். நின்று நின்று வாசித்தேன். 'எங்கள் ஐயா' என்ன வகையான நூல்? ஆசிரியப் பயிற்சி பெறும் மாணவர்களுக்கு மிக அவசியமான பாடப் புத்தகம் இது. 'உளவியலைச் செயல்முறை வடிவில் காட்டியவர் எங்கள் ஐயா' (த. அர்ச்சுனன்) என்று அவருடைய மாணவர்கள் சொல்வது மிகச் சரி. ஆசிரியர் மாணவர் உறவின் விசாலங்களை அறியவும் நுணுக்கங்களைக் கற்றுக்கொள்ளவும் வடிவமைக்கப்பட்ட ஒரு வகைச் சிற்ப நூலும்கூட இது. அதுவும் எப்படிப்பட்ட வடிவில்? விழுங்கக் கடினமான தியரிகளின் வடிவிலா? இல்லை. அரைத்த விழுதாக அனுபவங்களின் வடிவில் கிடைக்கிறது. சாறு எடுத்துக் குடிப்பதில் என்ன சங்கடம்?

தமிழ் பயின்ற மாணவர்கள் உருவாக்கிய நூல் இது. 'தமிழ்க் கல்வி' மீது படிந்து கிடக்கும் பரிகாசத்துக்குச் சவால் விட்டுப் பிறந்த நூல். தமிழ் – மேடைக் கொண்டாட்ட மொழியாகவும் அரசியல் ஆர்ப்பாட்ட மொழியாகவும் செல்லம் கொஞ்சப்பட்டதே தவிர உருப்படியான மாற்றம் எதுவும் நிகழ்ந்துவிடவில்லை. கல்வி மொழியாகத் தமிழுக்குள்ள மரியாதை எப்போதும் கவலை அளிக்கிறது. கட்டுரையாளர்கள் வெளிப்படுத்தும் ஆதங்கங்களே இதற்குச் சாட்சி.

'காலத்தின் விதி எனத் தமிழ் எடுத்தேன்' என்கிறார் கை. சிவக்குமார். 'எதற்கும் ஆகாத பாடம் தமிழ் இலக்கியம் எடுத்திருந்தேன்' என்கிறார் இரா. பிரபாகர். பத்தாம் வகுப்பு படித்தவர் தன்னைப் பார்த்துத் 'தமிழா?' என ஏளனமாகக் கேட்டதைப் பகிர்ந்துகொள்கிறார் செ. மகாலிங்கம். 'மேல்நிலை வகுப்பில் குறைந்த மதிப்பெண் எடுத்தவர்களுக்கு ஏற்ற படிப்பு; கல்லூரியில் எந்தப் படிப்பும் கிடைக்காதபட்சத்தில் பி.ஏ. தமிழ் கிடைக்கும்' என்பது ராஜேஸ்கண்ணன் முன்வைக்கும் கல்வி உலக யதார்த்தம்.

மிதிபட்டு இறுகிக் கிடக்கும் இந்த யதார்த்தத்தைக் கீறிப் பிளந்துதான் 'எங்கள் ஐயா' என்ற பூ பூத்திருக்கிறது. நானறிய இத்தகைய சாதனையை வேறு துறை மாணவர்கள் நிகழ்த்தவில்லை. நூலை வாசித்ததும் முதலில் 'ஐயா'வைப் பற்றிப் பேசுவதா, ஐயாவின் மாணவர்களைப் பற்றிப் பேசுவதா, என்று யோசித்தேன். மாணவர்களைக் கடக்காமல் ஆசிரியரிடம் போக முடியுமா? கட்டுரையாளர்கள் – இன்று ஆசிரியர்களாகவும் ஆய்வாளர்களாகவும் படைப்பாளிகளாகவும் மின்னிப் பிரகாசிக்கிற நம்பிக்கை நட்சத்திரங்கள். ஆனால் மாணவப் பருவத்தில் கடினமான பாதைகளில் பயணம் செய்து வந்தவர்கள். நடந்து வந்த பாதைகளை அவர்கள் மறக்கவுமில்லை; மறைக்கவுமில்லை.

தார்ச்சாலை வேலை, கட்டட வேலை (அய். அம்பேத்கார்); பெட்ரோல் பங்க் வேலை (த. அர்ச்சுனன்); மளிகைக் கடை வேலை (பெ. பாலசுப்பிரமணியன்); மும்பையில் தமிழும் இந்தியும் பேசிக் காய்கறி வியாபாரம் (பொ. அருள்); பெயிண்டிங் வேலை (மா. இராமன்); பாட்டி வீட்டில் மாடு மேய்த்தது (நா.பொ. செந்தில் குமார்); விசைத்தறி வேலை (த. பாலன்); கர்நாடகம் போய்க் கல்லுடைத்தது முதல் பல வேலைகள் (வீ. ராஜீவ்காந்தி); எஸ்.டி.டி பூத் வேலை (இரா. வெங்கடேசன்); கம்ப்யூட்டர் ஆபரேட்டர் வேலை என நம்பிப் போன இடத்தில் தண்ணீர்த் தொட்டிகளைக் கழுவித் துடைத்த வேலை (செ. கோபி) எனப் படிக்கவரும் முன்னரும் படித்துக்கொண்டிருந்த காலத்திலும் அவர்கள் பார்த்த வேலைகள் மலைப்பைத் தருவதோடு கட்டுரைகளுக்குக் கனத்தைத் தருகின்றன.

குடும்பச் சூழல் கல்விக்கு எதிராக இருக்கிறது. ‘தந்தை இல்லாத குடும்பச் சூழ்நிலை; வேலை செய்துதான் படிக்க வேண்டிய நிலை’ (து. கலைச்செல்வன்) என்றபோதும் தடைகளைத் தகர்த்து அவர்கள் எழுவது ஒரு சரித்திரம்தான். ஒவ்வொருவருக்கும் சொல்ல ஒரு சரித்திரம் இருக்கிறது. ‘அப்பா உளிகளுக்கு முனை தட்டும்போது துருத்தி ஊதுவது எனது பணி; உளியில் இருந்து பறக்கும் தீப்பிழம்புகள் போல் என் கல்லூரிக் கனவும் கனன்றுகொண்டிருந்தது’ என்று ராஜீவ்காந்தி எழுதும்போது சரித்திரப் பாடத்தின் பக்கங்களைப் புரட்டிய உணர்வுதான் எனக்கு. தம்பட்டத்தின் சிறு சத்தமும் அவர்கள் கட்டுரைகளில் கேட்கவில்லை. ‘நான் கிணற்றுத் தவளையாகத்தான் இருந்தேன்’ என்று தன்னடக்கத்துடன் எழுதும் வை. தர்மலிங்கம், ‘கிணற்றுத் தவளைகள் வெளியே வருவதே மாற்றம்தான்’ என அடுத்த வரியில் சிலிர்ப்பை ஏற்படுத்துகிறார்.

தன்னடக்கம் மட்டுமல்ல; தங்களைப் பற்றியும் தங்கள் குடும்பப் பின்னணிகள் பற்றியும் வெளிப்படையாகவும் சுய விமர்சனத்துடனும் அவர்கள் அலசுகிறார்கள். அவர்களின் உரையாடல்களில் பதுக்கிவைக்கும் இரகசியமும் இல்லை; தலைதூக்கும் சம்பிரதாயமும் இல்லை. ‘ஐயா’ என்ற மேடை அவர்களை மனந்திறந்து பேசவைக்கிறது. பேச்சு சிறப்பதற்கு மேடை எவ்வளவு முக்கியமானது என்பது இப்போது புரிகிறது. ஆறு போட்டிகளில் வெற்றி பெற்றிருந்தும் மேடையேறிப் பரிசு வாங்க முடியாது போன தடை (த. சாவித்திரி) குறித்தும், திராவிடர் கழகப் பின்னணி இருந்தபோதும் குடும்பத்தில் பெண்கள் குறித்த புரிதலில் முன்னேற்றமற்ற தன்மை (பி. எழிலரசி) இருந்தது பற்றியும் அவர்கள் வெளிப்படையாய்ப் பேசுகிறார்கள்.

முற்போக்குப் பாதையைத் தேர்ந்தெடுத்தவர்கள் சந்தித்தாக வேண்டிய தனிமையையும் ஐயாவின் மாணவர்கள் சிலர் எதிர்கொள்கிறார்கள். மாணவர்கள் செருப்பணிந்து வகுப்பறைக்குள் வரக்கூடாது எனப் புனிதம் காக்கும் ஆசிரியர்களை நோக்கி 'வகுப்பறை புனிதமான இடமாக இருந்தால் ஆசிரியர்களும்தானே செருப்பை வெளியே கழட்டி விடணும்' என்று இளம் ஆசிரியர் செ. கோபி கேள்வி எழுப்புவது நியாயத்தின் பக்கம் தன்னந்தனி யாக நிற்போர் பலருக்கு ஆறுதலான விசயம்.

மனந்திறந்த பேச்சுகள் சில திகைப்பையும் உண்டுபண்ணு கின்றன. குழந்தையின்மைப் பிரச்சினையால் மனைவியும் தானும் மரித்துவிடலாமா எனத் தவித்த பொழுதையும் (மு. நடராசன்), உயிர் பிழைத்துச் சுகம் பெற மேற்கொண்ட மருத்துவப் போராட்டத்தை யும் (இரா. பிரபாகர்) சொல்லும் வார்த்தைகள் ஒரு கணம் உலுக்கி விட்டன.

தங்களின் வெற்றி தோல்வி குறித்து இவர்கள் பதியும் விதமும் வித்தியாசம்தான். வெற்றியை மிருதுவான வார்த்தைகளிலும் தோல்வியை மூடி மறைக்காமலும் இவர்கள் பேசுகிறார்கள். எம்.பில். படிப்பில் தங்கப் பதக்கம் வாங்கியவர் ஒன்பதாம் வகுப்புவரை தன் ரேங்க் கார்டில் சிவப்பு அடிக்கோடுகளே இருக்கும் எனத் தன் பள்ளிப் பருவச் செயல்பாட்டைக் கிளறிப் பார்ப்பதும் (ரெ. மகேந்திரன்), இன்று நூல்கள் படைத்து ஆய்வுலகில் தடம் பதித்த பேராசிரியர் தன்னிடம் ஆர்வமும் மீறல் குணமும் இருந்தபோதும் படிப்பில் சுணக்கமும் இருந்தது என்று தன்னை மதிப்பிடுவதும் (பி. எழிலரசி), தீவிரமான இயக்க ஈடுபாடு கொண்டிருந்தவர் எல்லாரையும் இணைப்பதற்குப் பதிலாகத் தான் எல்லாருக்கும் எரிச்சலூட்டிக்கொண்டிருந்ததாகச் சுயவிமர்சனத்தை முன்வைப்பதும் (க. காமராசன்), மாணவனாக இருந்தபோது ஆசிரியர்களின் சாதியைக் கண்டுபிடிக்கும் முயற்சியில் இறங்கி மனித அன்பைப் புறந்தள்ளிவிட்டேன் என ஒருவர் வருத்தம் தெரிவிப்பதும் (இரா. சக்திவேல்), இன்று முதுகலைத் தமிழாசிரியராக விளங்குபவர் 'சுமாராகப் படிக்கும் மாணவனை விடக் கீழ்நிலையில் இருந்தேன்' என்று தன் பள்ளி வாழ்வை நினைவு கூர்வதும் (ப. குமரேசன்) ஒருவிதத்தில் சத்திய சோதனையின் வடிவங்கள்தானே!

மிகுந்த புரிதலுடன் இவர்கள் எழுதும் விதம் இன்னொரு வகை வியப்பு. நூலகங்களையே பாடசாலைகளாகக் கொண்டு படித்துயர்ந்த அருள்முருகன் "விசாலமான தளத்தில் சிந்திக்கவும் வாசிக்கவும் முறைசாராக் கல்வி கொடுத்த சுதந்திரம்தான் ஆய்வுக்கான எனது வழிகாட்டி" என்றெழுதுகையில் இதை வாசிக்கக் கல்வியாளர்

இவான் இலிச் (Deschooling Society) இல்லையே என்று நினைத்தேன். இலக்கிய மன்ற, கல்லூரி மன்றப் பொறுப்புகளில் கிடைக்கும் வெற்றிகூட வரம்புக்குள் மேய மாட்டுக்குக் கட்டப்பட்ட கயிறு போன்றது (த. சாவித்திரி) என்று கறாராக மதிப்பிட்டுப் பேசும் பெண்ணியப் பார்வையும் இவர்களுக்கு இருக்கிறது. ஒற்றைவரிப் புதுக்கவிதையாக ஜொலிக்கிறது 'தியரி வேறு; புராஜெக்ட் வேறு' (ரெ. மகேந்திரன்) என்ற உண்மை. 'முதுகில் தட்டும் கை' (பொ. அருள்), 'எனக்குத் தெரியாத நான்' (அருள்முருகன்), 'தொலைதூரத்து உளிகள்' (க. கைலாஷ்), 'உடன்வரும் நிலா' (ஆ. சின்னதுரை) போன்ற கட்டுரைத் தலைப்புகளிலும் கவிதை மின்னுகிறது. ஐயாவைப் பற்றிய புரிதலிலும் இத்தகைய கவிதைகள் தென்படுகின்றன. 'என்னில் இருந்து வெளியேறி ஐயாவைப் பார்த்தேன்' (பெ. சுரேஷ்) என்ற வரியின் ஆழத்தில் திளைத்தேன்.

மன இறுக்கம் தளர்ந்து புதிய வாசிப்பும் புதிய பார்வையும் உண்டான பிறகுதான் ஐயாவின் உரையாடல்களை எதிர்கொள்ள முடிந்தது என்கிறார் சு. பலராமன். ஐயாவின் எதிர்பார்ப்பில்லாத ஆசிரிய அன்பை விளங்கிக்கொள்ளக் கொஞ்ச காலம் பிடித்ததை உணர்கிறார் க. காமராசன். புரிதல் ஏற்பட்ட பிறகு விட்டு விலகலின்றித் தொடர்கிறது அன்பு. அந்த அன்பை வைரம் ஊன்றிய வார்த்தைகளில் பேசுகிறது அ. ஜெயக்குமாரின் கட்டுரை. 'ஐயா ஒரு நற்றாமரைக் குளம். அக்குளத்தில் நீரற்றதும் செல்லும் பறவை போல நாங்கள் இருக்க மாட்டோம். கொட்டிக் கிழங்கு, நெய்தல் கிழங்கு போல என்றும் ஒட்டியே இருப்போம்.'

சலித்துப்போய் வாசலில் உட்கார்ந்திருக்கும் வாழ்க்கை புதிய தருணங்களுக்காகக் காத்திருக்கிறது. சில வாசிப்புகளில், சில வாய்ப்புகளில், சில சந்திப்புகளில் புதிய தருணங்கள் கிட்டுகின்றன. ஐயாவின் சந்திப்பு மாணவர்களுக்குப் புதிய தருணங்களை – முதல் தருணங்களை வழங்குகின்றன. முதன் முதலாக ஆசிரியர் வீட்டுக்குள் மாணவர்கள் இயல்பாக நுழைய முடிந்தது, சந்திக்க வந்த தன்னைப் பார்த்து 'உட்காருப்பா' என்று ஆசிரியர் சொல்ல அதை வாழ்வில் முதல் முறையாகக் கேட்பது (ந. இரஞ்சன்), முதன்முதலாக மேடையேறிப் பேச வாய்ப்பு பெற்றது (மா. இராமன்) என முதல் தருணங்கள் இப்போது அபூர்வமானவையாக இல்லை; அடிக்கடி கிட்டுகின்றன. 'இலக்கிய மன்றச் செயலராக முதன்முதலில் ஒரு பெண் தேர்ந்தெடுக்கப்பட்டது வரலாறு; அந்த வரலாற்றில் என் பெயர் இடம்பெறக் காரணம் ஐயா' என்கிறார் வெ. உமாமகேஸ்வரி. வாழ்வில் முதன்முறையாக ஐயாவிடம்தான் 'தைரியமான பொண்ணு' என்ற பாராட்டு மொழியைப் பெற்றதாகச் சொல்கிறார் த. சாவித்திரி.

‘எனக்குத் தெரிந்து மணவர்களுக்கு விருந்து கொடுத்த முதல் ஆசிரியர் இவர்’ என்கிறார் நா.பொ. செந்தில்குமார். விருந்தின் ருசியும்கூட முதல் தருணம்தான். ‘என் வாழ்வில் அத்தகைய ருசியான ஒரு மணத்தக்காளிக் குழம்பை நான் சாப்பிட்டது கிடையாது’ என்கிறார் கு. சீனிவாசன். கேட்குந் திறனில் இருந்த குறைபாடு காரணமாகக் கடைசி பெஞ்சில் யாராவது ஒரு மாணவனின் மறைவில் உட்கார்ந்து பழக்கப்பட்ட இரா. பிரபாகர் முதன் முதலாக ஐயாவால் ஈர்க்கப்பட்டு முன்வரிசையில் வந்தமர்ந்ததும் ஓர் அற்புதமான முதல் தருணம்தான். உண்மையில் இவை சின்னச்சின்ன விசயங்கள்தான். ஆசிரியர் – மாணவர் உறவில் வழிந்து கிடக்கும் கறுப்பு மையைக் கண்டவர்கள் ஏன் சிறுசிறு தருணங்களிலும் மாணவர் மனம் துள்ளுகிறது எனப் புரிந்துகொள்ள முடியும்; ‘மாணவரின் தோள்மேல் கை போட்டு வருவார்’ எனப் பூரிக்கும் (அம்பேத்கார்) மாணவர் உணர்வுகளையும் புரிந்துகொள்ள முடியும்.

ஓய்வு பெற்ற கல்லூரி ஆசிரியராகிய எனக்கும் இவர் முதல் ஆசிரியராகவே தெரிகிறார். ‘உங்களுக்குக் கல்யாணம் ஆயிடுச்சா? எத்தனை குழந்தைகள்?’ என்று மாணவன் வகுப்பறையில் இடக்காகக் கேள்வி எழுப்ப அனுமதித்த முதல் ஆசிரியர்; ‘கல்யாணம் ஆயிடுச்சு. ஒரு பொண்ணு. மூணு வயசு. ஒரு பையன். ஆறுமாதக் குழந்தை’ என்று பொறுமையாகப் பதில் சொன்ன முதல் ஆசிரியர்.

ஆசிரியர் – மாணவர் உறவுக்கான சூழல் கல்லூரிக்குக் கல்லூரி வேறுபடுகிறது. சில தனியார் கல்லூரிகளில் கண்டிப்பு, ஒழுக்கம் என்ற பெயர்களில் நிலவும் நெருக்கடி நிலை காரணமாக ஒழுங்கு நடவடிக்கைகளிலிருந்து மாணவர்களைப் பாதுகாப்பதே பெரும் பாடாக இருக்கும். மாணவர்கள் ஆசிரியரின் வீடு தேடி வருவதே ‘டி.சி. கொடுத்துட்டாங்க சார்!’ என்ற தகவலைச் சொல்வதற்காகத்தான் இருக்கும். இவர் பணியாற்றிய அரசு கல்லூரிகளின் நிலை என்ன? மாணவர்கள் எப்படிப்பட்டவர்கள்? மாணவர்கள் பெரும்பாலும் சாதிய வேறுபாடுகள் நாசூக்கும் நாகரிகமும் இன்றி வெளிப்பட்டு நிற்கும் கிராமப் பகுதிகளிலிருந்து வருபவர்கள். அவர்களில் சிலர் ‘புழங்காத சாதி’ என்ற மனிதத்தன்மையற்ற சொல்வழக்கையும் (பெ. முத்துசாமி), பிறர் வீடுகளுக்குள் நுழைகையில் கைகால் அலம்பிச் செல்லும் (ப. நல்லுச்சாமி) அவமதிப்பான நடைமுறையை யும் சந்தித்து வந்தவர்கள்.

கல்லூரியின் நிலை என்ன? ஆசிரியர் பற்றாக்குறை; தினம் ஒரு மணி இரண்டு மணி நேரம் மட்டுமே வகுப்பு நடக்கும் (ராஜேஸ் கண்ணன்); கல்லூரி பெரும்பாலும் வெள்ளிக்கிழமைகளில்

ஸ்டிரைக்காக இருக்கும் (து. கலைச்செல்வன்); மாணவர்கள் பெரும்பாலும் பின்தங்கிய குடும்பங்களிலிருந்து வருபவர்கள்; பகுதி நேரமாக வேலை செய்து தங்கள் தேவைகளைப் பூர்த்தி செய்பவர்கள்; சரியான வருகைப் பதிவு இருக்காது; வகுப்புக்குத் தாமதமாக வருவர் (மு. நடராசன். சற்றுக் கரடுமுரடான வகுப்பறைதான். ஒழுங்கு படுத்தப்பட்ட வகுப்பறைகளில் சௌகர்யமான சொற்பொழிவு நிகழ்த்துவதையே பெரும்பாலான ஆசிரியர்கள் விரும்புவார்கள். ஆனால் இவரது விருப்பம் வேறு. 'இப்படிப்பட்ட மாணவர்களை அரவணைத்துக் கைதூக்கி விடுவதுதான் நல்ல ஆசிரியருடைய வேலை' (மு. நடராசன்) என்ற கருத்தில் திட்டவட்டமாக இருக்கிறார்.

அடிப்படை விசயங்களையும் கிராமப்புற மாணவர்கள் அறிந்திருப்பதில்லை. அவர்கள் மத்தியில் இவர் ஒரு புகழ் பெற்ற எழுத்தாளர். ஆகவே இடைவெளி விழுவது இயல்பு. ஆனால் நெருக்கம்தான் கூடியது. புதிரான ஆச்சரியம் இது. மாணவர்களிடம் அதற்கான விடை இருக்கிறது. 'தன் எழுத்து குறித்து ஓயாமல் பேசித் தன் மாணவர்களை அவர் துன்புறுத்தவில்லை' (அருள்முருகன்); 'படைப்பாளுமை மிக்க மனிதராக அவர் எப்பொழுதும் மாணவர் களாகிய எங்களிடம் செருக்கு கொண்டதில்லை' (ந. கவிதா); 'திணிப்பில்லாமல் தர்க்கரீதியாகச் சுயசிந்தனையைக் கிளர்த்தும் ஆளுமையாக அணுகியது அவரது குரல்' (சு. பலராமன்); 'ஐயா, மேதமையை மட்டும் கொண்டாடுபவர் அல்ல; எளிய மனங்களின் இயல்புகளையும்தான்' (ந. கவிதா).

நெருக்கத்தின் இரகசியம் இப்போது புரிகிறது. தன் கனத்தை மாணவர் தலையில் ஏற்றாத ஆசிரியர் இவர். எளிய திறமைகள் மீதும் நம்பிக்கை வைத்தவர். வெளியில் கிடைத்த மாலைகளின் கனத்தோடு வகுப்பறைக்குள் நுழையும் ஒவ்வோர் ஆசிரியருக்கும் இது பாடம். அதே நேரம் விவரம் குறைந்த மாணவர்கள் என்ற நினைப்பில் தயாரிப்பில்லாமல் சமாளிக்கலாம் என்ற கர்வத்துடன் அவர் வகுப்பறைக்குள் நுழைந்ததுமில்லை. 'அன்றைய பாடத்திற்கான முன்தயாரிப்புகளின்றி ஒரு நாளும் அவர் வந்ததில்லை' (இரா. மணிகண்டன்) என்கிறார்கள் மாணவர்கள்.

கல்விக் கூடங்களில் பார்த்திருக்கிறேன். கற்பித்தலில் கெட்டிக்காரராக இருப்பவர் மாணவரோடு நெருக்கம் தவிர்த்து இருக்கிறார். நெருக்கமாய் இருப்பவருக்கோ வகுப்பறைச் செயல்பாடுகளில் குறிப்பிட்டுச் சொல்லும்படியான ஈடுபாடு இல்லை. இது பொதுவிதி அல்ல. அவ்வப்போது கண்ணில் படும் முரண்பாடு. மாணவரின் உரிமைக்காகக் குரல் எழுப்பும் தொழிற்சங்க ஆசிரிய நண்பர்கள் பலர் வகுப்பறையை மாற்றமின்றி மந்த கதியில் கொண்டுபோவதைத் தோழமையுடன் பல சந்தர்ப்பங்களில் சுட்டிக்

காட்டியிருக்கிறேன். கற்பித்தலில் புதிய முயற்சிகள் இணைவதும் கூடவே மாணவரோடு நெருக்கம் உண்டாவதும் அபூர்வமாக இருக்கிறது. 'எப்போதும் ஒரு புதிய கண்டுபிடிப்பை நோக்கித் தன் பயணத்தை மேற்கொள்ளும் ஐயா' (கை. சிவக்குமார்) இந்த விசயத்தில் ஆசிரியர்களுக்கு ஒரு வழிகாட்டியாக இருக்கிறார். 'வழிகாட்டி மரம்' என்று மாணவர்கள் (ஆ. முத்தையா) அவரைக் கொண்டாடுவதில் அர்த்தம் இருக்கிறது.

காட்டில் புதைத்த கனதனமாக இருக்கிறது மாணவர்களின் ஆற்றல். எவ்வித அங்கீகாரமும் பெறாத கிராமப்புற மாணவர்கள் பலரைக் கவனித்திருக்கிறேன். வெளியே முரட்டுத் தோற்றமும் அடங்காத சுபாவமும் கொண்டவர்கள் போலத் தெரிவார்கள். உள்ளுக்குள் கூசி ஒடுங்கும் தாழ்வு மனப்பான்மையோடு இருப்பார்கள். சிறியதொரு வாய்ப்பு கொடுத்து அவர்களை வெளிப்படுத்தியதும் குழந்தைகளாகி நம் கைகளில் வந்து விழுவார்கள். இதற்காகப் பெரிய முயற்சிகள், சாமர்த்தியங்கள் தேவையில்லை. புதிய பார்வை வேண்டும்; கொஞ்சம் அக்கறை வேண்டும். 'ஆசிரியர்கள் போகிறபோக்கில் செய்கிற ஒரு செயல் ஒரு மாணவரின் வாழ்க்கையையே மாற்றிவிடும்' என்ற ஆழமான உண்மையைப் போகிறபோக்கில் சொல்லிவிடும் பதிப்புரையை மிக ரசித்தேன். கட்டுரைகளின் சாராம்சத்தைப் பதிப்புரை நயம்படப் பேசுகிறது. இருப்பினும் குருகுலக் கல்வி, நவீனக் கல்வி குறித்த பதிப்புரையின் புரிதலோடு மட்டும் என்னால் உடன்பட முடியவில்லை.

நிற்க. இந்த ஆசிரியர் தன் மாணவருக்காக உருவாக்கிய வாய்ப்புகளை இப்போது எண்ணிப் பார்க்கிறேன். கூடு, தூவல், கழனி, இலக்கிய ஆய்வு மேடை, புதன் வட்டக் கருத்தரங்கு, ஆய்வரங்கம், பயிலரங்கம், போட்டித் தேர்வுக்கான பயிற்சி – எனப் புதிதுபுதிதாய் யோசனைகளும் செயல்பாடுகளும் முகிழ்த்தவண்ணம் இருக்கின்றன. முயற்சிகள் ஒரு கட்டத்திலும் தடுமாறி நிற்கவில்லை. மாணவர்களைக் கூட்டிக்கொண்டு தொடர்ந்து நடக்கிறார் இவர். வாய்ப்பை உருவாக்குவது மட்டுமா? குழாயைத் திறந்ததும் கொட்டுகிற தண்ணீரா இவர்கள் திறமைகள்? எத்தனை அடைப்புகள்? அடைப்பை எடுக்க வேண்டும். தயக்கத்தைக் களைய வேண்டும். 'கொண்டு' என்பதைக் 'கெண்டு' என்று எழுதுகிறவரைப் பார்த்துப் புத்தக விமர்சனம் எழுதத் தூண்டுகிறார் (ப. குமரேசன்). சிறு பொறியைக் கண்டாலும் ஜோதியைக் கண்டவர் போல் கொண்டாடுகிறார். 'மாணவர்களை எப்போதும் வைக்க வேண்டிய இடத்திற்கு மேலாகத் தூக்கி வைப்பார். அதற்குச் சிறு காரணம் போதும்' என்கிறார் த. லட்சுமன். 'வினா விடை மட்டுமே எழுதப் பழகியிருந்த எங்களைப் படைப்பாற்றல் நோக்கி மடை

திருப்பியவர் ஐயா' என வெங்கடேசன் கொள்ளும் பெருமிதம் இதயப்பூர்வமானது.

கல்வியும் உறவும் வகுப்பறையோடு முடிந்துவிடவில்லை. அண்ணன்மார்சாமி கதை, ரதி மன்மதன் கதை போன்ற தெருக் கூத்து நிகழ்ச்சிகளுக்கு மாணவர்களை அழைத்துச் செல்வது எனக் கல்விப் பயணம் தொடர்கிறது. கல்வராயன் மலையும் மேகமலை அருவியும்கூடப் புதிய வகுப்பறைகளாகின்றன. வார்த்தை நடுங்கும் குளிரில் குத்துமரங்களாய்ப் பாசியேறிய மயிர்க்கற்றைகள் (அருள்முருகன்) என்று உற்சாகம் பொங்கும் கவிதைகளும் பயணத்தில் ஊற்றெடுக்கின்றன. பாடத்திட்டம், தேர்வு – இவை தாண்டி மெய்ப்புத் திருத்தல், படியெடுத்தல், பொருளடைவு தயாரித்தல் போன்ற நூல் உருவாக்கப் பணிகளிலும் மாணவர்கள் பயிற்சி பெறுகிறார்கள். 'எல்லையற்ற கற்பித்தலுக்குச் சான்றானவர்' (த. லட்சுமன்) என்ற பாராட்டில் மிகையில்லை. கற்பித்தல் புதுப்புது வழிகளில் நடந்தாலும் தலையீடு இல்லாமல் நடக்கிறது. உறவு, கல்வி இரண்டிலும் இந்தச் சுதந்திரம் இருக்கிறது. தனது சாயலில் தன் மாணவர்களை உருவாக்குவது அவர் நோக்கமில்லை (அருள்முருகன்). 'ஏறுவெயில்' நாவலை எதிர்மறையாக விமர்சனம் எழுதிய மாணவரோடு (ப. நல்லுசாமி) தாராளமாய் நட்பு தொடர்கிறது. 'அவரது "மாப்புக் குடுக்கோணுஞ் சாமீ" கதை ஒருசாராருக்கு எதிரானது' என்று அவரோடு முரண்பட்டு விவாதிக்க முடிகிறது (ஆ. சின்னதுரை).

முன்முடிவுகளோடு வாசிப்பதையும் நிராகரிப்பதற்காகவே வாசிப்பதையும் மட்டும் அவர் ஒப்புக்கொள்வதில்லை. 'உனக்குள்ள பார்வையை வைத்துக்கொண்டு நாவலை வாசிக்கக் கூடாது. மனத்தைத் திறந்துவைத்து வாசித்தால்தான் நாவலின் பார்வை பிடிபடும்' என்று வாசிப்பை வழிநடத்துகிறார் (சு. பலராமன்). 'அவர் கற்பித்தது நாம் எதிர்கொள்ள இருக்கும் சிக்கலான வாழ்வை, எப்பொழுதும் நமக்குள் வாழும் ஒரு படைப்பாளியைச் சாகடிக்காமல் வாழவைக்கும் வாய்ப்பை' (ராணிதிலக்) என்பது மாணவர் ஆசிரியர்க்குத் தந்த கவித்துவமான சான்றிதழ்.

கல்வி வளாகங்களில் பேச்சுக்குப் பஞ்சமில்லை. எந்த நேரமும் பேச்சுதான். ஆசிரியரும் மாணவரும் இரு கலாச்சாரங்களாக உறவைத் தொடர்ந்து வருகிறார்கள். அந்த இரு கலாச்சாரங்களுக்கிடையே மனந்திறந்த உரையாடல்கள் எவ்வளவு நடைபெறுகின்றன? தங்களின் மனத் தடுமாற்றங்களை, குடும்பப் பிரச்சினைகளை மாணவர்க்கு எத்தனை ஆசிரியர்களிடம் பேச முடிகிறது? தங்கள் காதலைப் பற்றி மாணவர்களால் ஆசிரியர்களிடம் பேசமுடிகிறதா? பேச்சில் உருவாகும் இடைவெளிகளைப் புரிந்துவைத்திருக்கும்

படைப்பாளி இவர். தானே வலியச் சென்று மாணவர்களிடம் உரையாடலைத் தொடங்குகிறார். வந்தால் பேசுவோம், கேட்டால் சொல்லுவோம் என்ற அகம்பாவ இலக்கணங்களை உடைத்து ஆசிரியர் மாணவர் உறவுக்குப் புது யாப்பு படைத்தவர் இவர். வகுப்புக்கு வந்த முதல் நாளே மாணவரைத் துறைக்கு வரச்சொல்லி 'ஆங்கிலத்தில் ஏன் தோல்வி?' என்று கனிவாய் விசாரிப்பது முதல் (பெ. முத்துசாமி), மளிகைக் கடையில் வேலை பார்த்த மாணவரை அழைத்து முதுகலையில் சேரத் தூண்டுவது வரை (பெ. பாலசுப்பிரமணியன்) ஒவ்வோர் உரையாடலும் மாணவரைப் புதுப் பாதைக்கு அழைத்துப் போகிறது.

எப்போதும் படியிறங்கிப் பேசுவதற்கு அவர் தயங்குவதில்லை. ஆங்கிலப் பாடத்தில் தோற்று அழுத மாணவரிடம் (இரா. மணிகண்டன்) 'நான்கூட அரியர் வச்சுப் பாஸ் பண்ணியிருக்கன்டா' என்று ஆறுதல் கூறுகிறார். ஆசிரியர் என்ற பிரமிப்பைத் தானே உடைத்து எளிய ரூபம் எடுத்து மாணவரை அரவணைக்கிறார். மாணவரின் மிகச் சிறிய அறையில் அவரோடு சேர்ந்து தங்குகிறார். உறக்கத்தில் ஆசிரியர் மீது கைகால் பட்டுவிடுமோ என ஒடுங்கும் மாணவரிடம் 'இயல்பாப் படுப்பா! கைகால் பட்டா ஒண்ணும் ஆயிடாது' என்று கூறி மாணவரின் பதற்றத்தைத் தணிக்கிறார் (ஆ. சின்னதுரை). சிறிய விசயங்களில் இது பெரிய பண்பாடு.

வகுப்பறைகள் குறுகிச் சிறுத்துப்போகையில் இவரது வகுப்பறை வீடு வரை விரிந்து பெருகுகிறது. மாணவர்கள் தயக்கமின்றி வந்தடையும் கூடு அது. வந்தவர்கள் அங்கேயே உண்கிறார்கள். தங்குகிறார்கள். மிக முக்கியமாகக் கற்கிறார்கள். வகுப்பறை வீடு ஆவதும் வீடு வகுப்பறை ஆவதும் மகத்தான மாற்றங்கள். வீட்டுக்குள் நுழைந்ததும் மாணவர்கள் தவறாமல் பார்க்கும் காட்சி – எங்கெங்கும் நிறைந்து வழியும் புத்தகங்கள்! 'வீடு முழுவதும் புத்தகங்கள் ஆக்கிரமித்திருந்தன. சுவர்கள் ஆங்காங்கேதான் புலப்பட்டன' என்கிறார் இரா. வெங்கடேசன். 'நம்ம இடத்தைத் தக்க வைக்கணும்னா நம்மை நாம் புதுப்பிச்சுக்கிட்டே இருக்கணும் என்று ஆசிரியர் சொல்வார்' (க. கைலாஷ்). அந்த வார்த்தைகளின் செயல்வடிவமாக இவர் வீடு இருந்தது. இதன் தாக்கம் என்ன? மாணவர்களிடம் வாசிக்கும் பழக்கமும் உருவானது. நூல்களை வாங்கிச் சேமிக்கும் பழக்கமும் உருவானது. 'சிறிய நூலகம் வைக்கும் அளவுக்குக் கிட்டத்தட்ட ஒரு லட்சம் ரூபாய்க்கு மேல் புத்தகங்களை வாங்கிக் குவித்திருக்கிறேன்' (இரா. வெங்கடாசலம்) என்று புளகாங்கிதம் கொள்கிறார் மாணவர். இது லேசான வெற்றியா?

நூலகங்கள் மட்டுமா? ஆசிரியர் வீட்டுக்குப் போய் ஏராளமான சிற்றிதழ்களைப் பார்த்த தாக்கத்தில் *ஈர நிலம்* என்ற சிற்றிதழைத் தொடங்குகிறார் பெ. குணசேகரன். அமைப்புகளும் உருவாகின்றன. 'கூடு' பார்த்துப் புதுவையில் 'திண்ணை' என்ற அமைப்பையும் மைசூரில் 'கற்பி' என்ற அமைப்பையும் உருவாக்குகிறார் ராஜீவ்காந்தி. தாக்கம் வெவ்வேறு வடிவில் வருகிறது. 'மாணவர்கள் மத்தியில் அவர் எப்படி இருப்பாரோ அதேபோல என்னைச் சுற்றிலும் மாணவர் கூட்டம் இருப்பதைப் பார்க்கிறேன்' என்கிறார் ரஞ்சன். தாக்கம் கனவுகளாகவும் மாணவர் மனங்களில் முளைத்துக் கிடக்கின்றன. 'நானும் ஐயாவைப் போல் பிறந்த மண்ணுக்குப் பெருமை சேர்க்கும் விதமாக வட ஆர்க்காடு மாவட்ட வட்டார வழக்குச் சொல்லகராதி ஒன்றைத் தொகுத்து அவர் கைகளால் வெளியிட வேண்டும்' என்பது கு. சீனிவாசனின் கனவு.

புத்தகங்கள் நிறைந்த அவர் வீட்டில் அகங்காரத்தின் தடம் மட்டும் சுத்தமாகக் கிடையாது. புத்தகம் எழுதிப் புகழ் பெற்ற தங்கள் ஆசிரியரை மாணவர்கள் அடிக்கடி சமையல்கூடத்தில் பார்க்கிறார்கள். துணைவியாரோடு சேர்ந்து சமைத்து அவரே மாணவர்களுக்குப் பரிமாறுகிறார். மாணவர் தட்டில் இருக்கும் உணவை உரிமையோடு எடுத்து உண்கிறார். எந்த இடத்தில் எல்லாம் இடைவெளிக்கு வாய்ப்பு என்று பார்த்துப்பார்த்து அந்த இடத்தை நிரப்புகிறார். நண்பனாக, சகோதரனாக எந்த வடிவிலும் பொருந்திப் போகக்கூடிய உறவு அவருடையது என்கிறார்கள் மாணவர்கள்.

இவரைப் பொறுத்த அளவில் கற்பித்தலும் ஒருவழிப் பாதை அல்ல; உறவும் ஒருவழிப் பாதை அல்ல. மாணவர்கள் மட்டும் அவர் வீடு வருவதில்லை. அவரும் மாணவர் வீடு தேடிப் போகிறார். படிப்பு நிறுத்தப்படும் மாணவர் வீடு என்றால் நிச்சயம் போய்க் கதவைத் தட்டுவார். ஒரு காலத்தில் கிறிஸ்தவப் பள்ளிகளில் இருந்து அருட்சகோதரியர் இப்படி வீடுவீடாக வருவார்கள். படிப்பு நிறுத்தப்பட்டு வீட்டில் பூட்டப்பட்ட பெண்குழந்தைகளை மீட்டுப் போவார்கள். அந்தத் தொண்டுள்ளத்தின் மிச்சம் என்றுதான் இவரைச் சொல்வேன்.

பிடி நழுவித் தவித்த நேரங்களில் எல்லாம் மாணவர்கள் தங்கள் ஐயாவைத் தேடுகிறார்களே! எத்தனை நெகிழ்ச்சியான விசயம் இது? ஓர் ஆசிரியர்க்கு இதை விடப் பெருமை வேறெது? மறுகூட்டலில் தேர்ச்சி மதிப்பெண் பெறுவதில் நேர்ந்த தாமதத்தால் மேல்படிப்பைக் கோட்டைவிட்டு நின்ற மாணவர்க்குத் (ரஞ்சன்) தஞ்சைப் பல்கலைக்கழகத்தில் அகராதியியலில் இடம் பெற்றுத்

எங்கள் ஐயா

தந்த உதவியையும் மகளின் மருத்துவச் செலவுக்காக இரவு நேரத்தில் ரூபாய் பத்தாயிரம் கேட்க, முப்பதாயிரத்தைக் கொண்டு வந்து தந்த பெருந்தன்மையையும் (சி. சந்திரன்) எப்படித்தான் பாராட்டுவது?

வகுப்பறைக்கு வெளியே நடந்த பயணங்களின்போது 'பாதை வசதி பெற்ற அருவிகள் பிரபல்யம் அடைய அதைவிடப் பெரிய அருவிகள் பாதையில்லாத காரணத்தால் ஒளிந்துகொண்டிருப்பதை' (சி. சந்திரன்) ஐயா மூலம் அறிகிறார்கள் மாணவர்கள். எழுத்தாளர் பெருமாள்முருகன் என்ற அருவி ஏற்கெனவே நாங்கள் அறிந்ததுதான். நாங்கள் விரும்பி நீராடிய அருவி அது. ஆசிரியர் பெருமாள்முருகன் என்ற அருவி இதுவரை நாங்கள் காணாதிருந்த அருவி. 'எங்கள் ஐயா' போட்ட பாதையால் நாங்கள் காணமுடிந்த அருவி. 'எங்கள் ஐயா'வுக்கு நன்றி.

நினைத்துப் பார்க்கிறேன். பெருமாள்முருகனில் ஊற்றெடுத்து அங்கங்கே சிறுசிறு பாறை இடுக்குகளில் வழிந்துகொண்டிருக்கும் மாணவ அருவிகள் இன்னும் எத்தனை எத்தனையோ? அவர்களையும் பார்க்க வேண்டும். அதற்கும் பாதை வேண்டும். 'எங்கள் ஐயா'வின் இரண்டாம் பாகத்துக்காகக் காத்திருக்கிறேன்.

பெங்களூர்   ச. மாடசாமி
12.3.2016

பதிப்புரை

தடம் காட்டும் சுட்டுவிரல்

'எங்கள் ஐயா' என்னும் தலைப்பை இந்நூலுக்கு வைத்திருக்கிறோம். மாணவர்களாகிய எங்களுக்குள் பேசும்போது 'ஐயா' என்று குறிப்பிட்டால் அது அவரையே குறிக்கும். ஆகவே 'ஐயா' என்னும் சொல் இல்லாமல் தலைப்பை எங்களால் யோசிக்கவே முடியவில்லை. முன்பின் எந்தச் சொல் வந்தாலும் பரவாயில்லை, ஐயா என்னும் சொல் கட்டாயம் இடம்பெற வேண்டும் என முடிவு செய்தோம். அவருடனான நெருக்கத்தைக் குறிக்கும்வகையில் 'எங்கள்' சேர்ந்திருக்கிறது. மாணவர்களின் விருப்பத்தை வெளிப்படுத்தும் தலைப்பு; தனிப்பட்ட ஓர் ஆசிரியரைப் பற்றிய மாணவர்களின் மனப் பதிவுகளாகக் கட்டுரைகள். இவற்றைப் பொதுவெளியில் வைப்பதற்குக் காரணம் அவரைப் பற்றியும் ஆசிரியராக அவரது செயல்பாடுகள் குறித்தும் சமூகத்திற்குத் தெரியப்படுத்த வேண்டும் என்பதுதான். அதே சமயம் இக்கட்டுரைகள் வழியாக ஆசிரியர் – மாணவர் உறவு பற்றிச் சில புரிதல்களை உருவாக்க முடியும் எனவும் விவாதங்களை முன்னெடுக்க இயலும் எனவும் நம்புகிறோம்.

ஆசிரியர் பற்றி மாணவர்கள் எழுதிய கட்டுரைகள் அங்கொன்றும் இங்கொன்றுமாக வந்துள்ளன. அத்தகைய கட்டுரைகளும் பெரும்பாலும் ஆசிரியர் நினைவு மலர், ஆண்டு மலர் ஆகியவற்றில் மட்டுமே இடம்பெற்றுள்ளன. ஆசிரியரைப் பற்றி அவருடைய மாணவர்கள் பலரும் எழுதிய கட்டுரைகள் அடங்கிய தொகுப்பு ஒன்று தமிழில் இருப்பதாகத் தெரியவில்லை. அவ்வகையில் இத்தொகுப்பு முதல் முயற்சி என்றே தோன்றுகிறது. கற்பித்தலுக்கு நவீனத்

தொழில் நுட்பங்கள் பெருகிவிட்ட இக்காலத்திலும் நம் சமூகத்தில் ஆசிரியரின் இடம் இன்னும் காலியாகிவிடவில்லை. சாதிய ஏற்றத் தாழ்வுகள் புரையோடியிருக்கும் சமூகம் இது. வறுமை பெரும் வலிமை கொண்டு இயங்கும் சமூகம் இது. பெரும்பான்மையான அடித்தட்டு மக்களுக்கு உயர்கல்வி வாய்ப்புகள் குறைவாகவே கிட்டும் சமூகம் இது. உரியவையும் உரியவர்க்குப் போய்ச் சேர்ந்துவிடாமல் தடுக்க விழிப்போடிருக்கும் சமூகம் இது. ஆண்டாண்டு காலமாக உடல் உழைப்பில் உழன்றோருக்கு அறிவுத்துறைக்குள் நுழையப் பெரும் தயக்கத்தை நிலைப்படுத்தியிருக்கும் சமூகம் இது. ஆகவே முகம் தெரியாத வழிப்போக்கனுக்குத் தடம் காட்ட நீளும் சுட்டுவிரல்களுக்கான அவசியம் இங்கு மிக அதிகம். அப்படியான ஒரு விரலை அடையாளம் காட்டும் முயற்சியே இத்தொகுப்பு.

ஆசிரியர்கள் மாணவர்களை மதிப்பீடு செய்து மதிப்பெண்களும் நற்சான்றுகளும் வழங்கும் வழக்கம் உள்ளது. ஆசிரியர்களை மாணவர்கள் மதிப்பீடு செய்யும் வழக்கம் உள்ளதா? அவர்களுடைய நற்குணங்களை, செயல்பாடுகளை மதிப்பீடு செய்ய ஏதேனும் வாய்ப்பு உள்ளதா? ஆசிரியர்கள் மாணவர்களைக் கேள்வி கேட்கலாம். மாணவர்கள் ஆசிரியர்களைக் கேள்வி கேட்கலாமா? இதில் உள்ள கேள்வி என்பது அதிகாரத்தைக் கைப்பற்றுதல் அல்ல. அது திறந்த, பொதுவான அறிவு சார்ந்தது. அத்தகைய சூழலை இச்சமூகத்தில் எதிர்பார்க்க முடியுமா? அவ்வகையில் பொதுப்போக்கிலிருந்து மாறுபட்டு விளங்கும் ஓர் ஆசிரியரைப் பற்றிய அனுபவச் சித்திரம் நமக்குத் தேவைப்படுகிறது.

இக்கட்டுரைகள் பல கேள்விகளை எழுப்பும்; விடைகளையும் வழங்கும். ஐயா எப்படிப்பட்ட ஆசிரியர்? நவீனத் தன்மைகளும் குருகுல இயல்புகளும் இணைந்த ஆசிரிய வடிவம் அவர். குருகுலக் கல்வி என்பது முற்றிலும் வெறுக்கக்கூடியது அல்ல எனினும் தற்போது முழுமையாகப் பின்பற்றக்கூடிய முறையும் அல்ல. மனனம் என்பது குருகுலக் கல்வி எனின் சிந்தித்தல் என்பது நவீனக் கல்வி என்று எடுத்துக்கொள்ள முடியுமா? சிந்தித்தல் என்பது தொடர்ந்து இருந்துவருவது. கல்வி என்பது அதைத் தூண்டுவது. அவ்வளவே. குருகுலக் கல்வி அம்சங்களில் ஒன்று ஒரு மாணவனைத் தனித்த அடையாளமாக மாற்றும் சக்தி. நவீனக் கல்வி அதற்கு வாய்ப்பற்று இருக்கிறது. நமது கல்விக்கூடங்கள் குருகுலக் கல்வி, நவீனக் கல்வி இரண்டையும் பின்பற்றவில்லை. அது ஒரு பொத்தாம்பொதுவான, எதற்கும் உதவாத கல்வியையே வளர்க்கிறது. ஐயாவின் ஆசிரியச் செயல்பாடு குருகுலக் கல்வியில் தேவையான சில அம்சங்களை எடுத்துக்கொண்டும் நவீனக் கல்வியின் வெறுமையை நீக்கியும் செய்துள்ள பரிசோதனை முயற்சி என்று சொல்லலாம். இது திட்டமிட்டு அவரால் கைக்கொள்ளப்பட்டதல்ல. அவருடைய

இயல்பும் புரிதலும் இணைந்து இயல்பாக உருவாகிய செயல்பாடு. அவ்வளவுதான். இது எத்தகைய வெற்றியைப் பெற்றுள்ளது, இதில் எத்தகைய குறைபாடுகள் உள்ளன எனக் கல்வியாளர்களும் சமூக ஆர்வலர்களும் ஆராய வேண்டும்.

அவரிடம் கல்வி பயின்ற சிலரின் கட்டுரைகளே இதில் இடம்பெற்றுள்ளன. கட்டுரை எழுதாத எத்தனையோ பேருக்கு எழுதியவர்களை விடவும் அவர் பெரும் ஆதர்சமாக இருக்கக்கூடும். சில கட்டுரைகள் பொருண்மை நேர்த்தி இல்லாமல் அவர் மீது கொண்ட அன்பின் வெளிப்பாட்டை மட்டுமே அடிப்படையாகக் கொண்டிருந்தன. அவற்றில் கூறியிருப்பவை அனைத்தும் அவர்களின் உள்ளார்ந்த அன்புக் கிடக்கை. புகழ்ந்துரை இம்மியளவும் இல்லை என்பதை நாங்கள் அறிந்திருக்கிறோம். சொல்லவந்த செய்தியைச் செம்மையாக அவர்களால் வெளிப்படுத்த இயலாமல் போயிருக்கலாம். அதுமாதிரியான கட்டுரைகளைத் தவிர்த்திருக் கிறோம். ஆனால் அவர்கள் மனத்தில் இருக்கும் ஐயாவின் பிம்பத்தை ஒருபோதும் சிதறடிக்க முடியாது. 'வெள்ளைக் காலர்' பணியின்றிப் பிற தொழில் சார்ந்த மாணவர்கள் பலர் தம்மால் அவருடனான அனுபவத்தைக் கட்டுரையாக எழுதக் கைவரவில்லையே என வருத்தப்பட்டனர். 'எங்கிருந்தாலும் அவர் நல்லாருக்கட்டும்' எனப் புலம்பிச் சென்றவர்கள் அனேகம்.

எழுத்துத் திறனும் அணுகச் சாத்தியமும் கொண்டவர்களை உடனடியாக அடையாளம் கண்டு பெற்றவை இவை. எழுதிய பெரும்பாலானவர்கள் கல்விப்புலம் சார்ந்து இயங்கக்கூடிய ஆசிரியர்கள். ஏனையோர் பிற துறைகளில் பணியாற்றுவோர். சிலர் முனைவர் ப[illegible] ஆய்வாளர்கள். ஒவ்வொருவரின் கட்டுரையும் ஒவ்வொரு வ[illegible] ஒரே மாதிரியான தன்மை கொண்ட கட்டுரைகள் அவ்வளவாக [illegible] இல்லை. ஓர் ஆசிரியரைப் பற்றி வெவ்வேறு விதமாக அமைய வேண்டும் என்று எந்தத் திட்டமும் இல்லாமலே இவ்விதம் அமைந்திருக்கிறது. 'உங்களுக்கு என்ன தோன்றுகிறதோ அதை எழுதுங்கள்' என்று சொல்லிப் பெறப்பட்டவை.

வகுப்பறைகள் வழியே அவரைக் கண்டு அதன் வழியே முன்னேறிய மாணவர்கள், வகுப்பறைகளைத் தாண்டி அவரின் அன்பான அணுகுமுறையால் அவரைக் கைக்கொண்டு வெற்றி பெற்ற மாணவர்கள், அன்போடும் உரிமையோடும் பழகிய மாணவர்கள், யாரையும் கவரும் எளிமையான தோற்றத்தாலும் எவ்வித அதிகாரமும் அற்ற செயல்களாலும் ஈர்க்கப்பட்ட மாணவர்கள், அவரது தட்டிக்கொடுத்தலால் எழுத்தாற்றல் பெற்ற மாணவர்கள் எனப் பலரின் பங்களிப்புகள் இதில் அடங்கும். எழுத்தாளர் என்னும் பிம்பத்தை அறியாமல் பின்னாளில் அறிந்துகொண்டு அசந்துபோன

மாணவர்களே இதில் அதிகம். காரணம் நமது கல்விமுறை அத்தகையதாக இருக்கிறது. அவருடனான பழக்கத்தின்வழி நவீன இலக்கிய இதழ்கள், எழுத்தாளர்கள், எழுத்துக்கள் என அறிந்துகொண்டவர்கள் அதிகம். ஏனெனில் பெரும்பாலானவர்கள் எவ்வித வசதி வாய்ப்புமற்று வழிகாட்டுதலுமற்றுக் கல்லூரிக்கு வருகின்ற முதல் தலைமுறை மாணவர்கள். அவர்கள் எதையும் மிகையாகச் சொல்லவில்லை. அவர்கள் சொல்லியிருப்பவை அனைத்தும் பாசாங்கற்ற உண்மைகள்.

பெண்களின் கட்டுரைகள் குறைவு. அவர் பணியாற்றியவை ஆத்தூர், நாமக்கல் ஆகிய ஊர்களில் உள்ள கல்லூரிகள். இரண்டுமே அறிஞர் அண்ணா அரசு கலைக் கல்லூரி என்னும் பெயர் கொண்டவை. ஆண்கள் கல்லூரியாக இருந்து இருபாலர் கல்லூரியாக மாறியவை. முப்பத்துமூன்று விழுக்காடு இடஒதுக்கீடு பெண்களுக்கு அங்கே உண்டு. ஐயா கல்லூரிப் பணிக்கு வந்து சேர்ந்த ஆண்டு *1996*. அதற்கு ஓரிரு ஆண்டுகள் முன்னர்தான் இருபாலர் கல்லூரி என்னும் மாற்றம் நேர்ந்தது. ஆகவே பெண்கள் முப்பத்துமூன்று விழுக்காடு அளவுக்குக்கூட வரவில்லை. மேலும் மாணவியர் ஆசிரியருடன் பழகுவதற்கான வெளி மிகக் குறுகியது. பெரும்பாலும் வகுப்பறை தாண்டி அது நிகழ்வதில்லை. அவ்வெளியைச் சற்றே விரிவாக்கிக்கொள்ள முன்வந்த மாணவியருக்கு அவரது வழிகாட்டுதல் கிடைத்திருக்கிறது. சில கட்டுரைகளே எனினும் பெண்கள் பற்றிய ஐயாவின் பார்வையைத் துலக்குபவை அவை. பெண் என்னும் பொதுத்தன்மையிலிருந்து தம்மை விடுவித்துக்கொண்டு போராடவும் வாழவும் முன்நின்று செயலாற்றிய விதத்தை அப்பெண்கள் பகரும்போது ஆசிரியர் மீதான அபிப்பிராயம் அளப்பரியதாக விரிகிறது.

ஆசிரியர்கள் மிகச் சாதாரணமாகப் போகிறபோக்கில் செய்கிற ஒரு செயல் ஒரு மாணவனின் வாழ்க்கையை மாற்றிவிடும். அதைத் தாண்டி இன்றைய ஆசிரியர்கள் பெரிய தியாகம் ஒன்றையும் செய்யத் தேவையில்லை. அதை உணர்வதில்தான் ஆசிரியரின் வெற்றி ஒளிந்திருக்கிறது. ஆசிரியர்கள் கற்றுக்கொடுப்பவர்கள், மாணவர்கள் கற்றுக்கொள்பவர்கள் என்பதைத் தாண்டி மாணவர்களிடமும் கற்றுக் கொள்ள ஏதேனும் சில விஷயங்கள் இருக்கத்தான் செய்கின்றன. அத்தகைய தருணங்களைக் கண்டுகொள்ள ஆசிரியர்களுக்கு நேரமும் மனமும் இருப்பதில்லை. மாணவனின் குரலுக்குச் செவி சாய்க்கும் மனநிலையோடு நவீனக் கல்வி அமைய வேண்டிய விதம் குறித்தான பார்வையை இக்கட்டுரைகள் வழங்குகின்றன.

ஆசிரியரின் அன்பான பேச்சும் ஆரோக்கியமான செயலும் மாணவர்களை ஈர்த்த விதம் குறித்த பதிவுகளும் இருக்கின்றன.

கல்வி என்பது வெறும் வகுப்பறைக்கு உரியது மட்டுமன்று. அது வெளியிலும் தேடக்கூடியது என்று உணர்த்தும் கட்டுரைகளும் உள்ளன. வகுப்பறையைத் தாண்டி வேலைவாய்ப்பு, குடும்பம், திறன் வளர்த்தல், சமூக அக்கறை போன்ற பலவிதமான முயற்சிகளில் ஈடுபட்டு வெற்றி கண்டுள்ளதற்கு அடையாளங்களாகவும் இக்கட்டுரைகள் இருக்கின்றன. வாழ்க்கையில் அன்பும் ஆதரவும் உள்ள அதே நேரத்தில் கல்வியில், ஆராய்ச்சியில் சமரசம் கொள்ளாமல் ஆய்வை முடிக்க அடியெடுத்துக் கொடுத்த தருணங் களை நினைவுகூரும் கட்டுரைகளும் உள்ளன. 'தண்டிக்கத் தேவை யில்லை; தட்டிக்கொடுத்தால் போதும்' மாணவர்கள் அவர்களாகவே வளர்ந்துகொள்வார்கள் என்பதைத்தான் இக்கட்டுரைகள் ஆழமாக உரைக்கின்றன. இக்கட்டுரைகளை வாசிக்க நேர்கையில் ஒவ்வொருவரிடமும் ஒவ்வொருவிதமான அணுகுமுறையைக் கையாண்ட முயற்சி வெளிப்படுகிறது. ஆசிரியர் என்னும் பொதுப் பிம்பம் உடைந்துபோகிறது. ஆசிரியனாக, நண்பனாக, சகோதரனாக, அப்பாவாக, அம்மாவாக என்று அன்பின் வடிவங்கள் எத்தனையோ அத்தனை வடிவத்திலும் அவர் பொருந்திப்போகும் ஆச்சரியம் கட்டுரைகளின் மையமாக இழையோடுகிறது.

குருவாக அவரும் குருகுலம் போல அவருடைய வீடும் அமைந்திருந்தாலும் அங்கு எவ்விதக் குருகுலத் தன்மையும் இல்லாமல் நவீனக் கல்வியை நயம்பட உரைத்த தருணங்களையே இக்கட்டுரைகள் நெகிழ்வுறப் பேசுகின்றன. பெரும்பாலும் தன் சாதி மாணவர்களை அடையாளம் கண்டு அவர்களிடம் மட்டுமே நெருக்கம் காட்டுவதும் அவர்களை முன்னேற்றுவதில் மட்டுமே கவனம் செலுத்துவதும் இன்றைய சூழல். ஐயா உயர்சாதி சூத்திரக் குடியில் பிறந்திருந்தாலும் சாதியப் பற்றை முற்றிலும் துடைத்தெறிந்தவர். சாதிக் கட்டுமானத்தின் மீது எந்தப் பிடிமானமும் அவருக்கு இருந்ததில்லை. இத்தொகுப்பில் உள்ள கட்டுரைகளை எழுதியவர்கள் அனைவரும் ஒரே சாதியைச் சார்ந்தவர்கள் அல்ல என்பதே இதற்குச் சாட்சி. ஐயாவின் வீடு குருகுலம் தான். அக்குருகுலத்தில் சாதிக்கு இடமிருந்ததில்லை. சாதிக்கத் துடிப்பவர்களுக்கான இடமாகவே அது இருந்தது. சாதியற்ற நவீன குருகுலமாகத் திகழ்ந்தது அவர் வீடு. கூடற்ற பறவைகள் திக்கு நோக்கிப் பறக்க ஆசுவாசம் தந்தது அவர் வீடு. அறிவுத் தளத்தில் மேலெழுந்து பறக்க நினைக்கும் குஞ்சுகளை அடைகாத்தது அவர் வீடு. இக்கட்டுரைகள் உணர்த்தும் முக்கியப் பதிவு இது.

கல்வி என்பது வெறும் கருவியன்று, அது சமூகத்தைக் காக்கும் ஆயுதம் என்பதையும் உணர்த்துவதாக அவருடைய செயல்கள் அமைந்து, மாணவர்களின் முன்னுதாரணமாக மாறிய சம்பவங்களை எடுத்துக்காட்டும் கட்டுரைகளும் உள்ளன.

சமூகத்தின் மீதான அக்கறை, கல்வியின் மீதான பற்று, மாணவர்கள் மீதான அன்பு முதலியன அவரை இன்னும் ஒரு படி மேலே உயர்த்துகின்றன. பல்வேறு நிலைகளில் கஷ்டப்பட்டு முன்னேறத் துடிக்கும் மாணவர்களை அடையாளம் கண்டு அவர்களுக்குரிய தனித் திறன்களை வளர்க்கும் விதமாக ஊக்கமூட்டிச் சமூகத்தில் பொறுப்புள்ளவர்களாக மாற்றிய பங்கு அவருடையது. வெறுமனே கல்வி என்பதைத் தாண்டி அவர் காட்டிய உலகம் அவரவரின் வாழ்க்கையையும் உயர்த்தியுள்ளது. அதையே இக்கட்டுரைகளில் பதிவு செய்துள்ளனர். ஐயாவின் மாணவர்கள் ஒருவரும் நச்சு விதை ஆகவில்லை, அனைவரும் நல்விதைகளாக உருமாறிய முறைப்பாட்டில் அவர் வகிக்கும் பங்கை இவை விதந்தோதுகின்றன.

உணர்ச்சிகரமாகவே எதையும் அணுகுகிறோம், அறிவுப்பூர்வமாக அணுகும் பார்வை நமக்கு வர வேண்டும் என்று சொல்வார் அவர். நம் செயல்பாட்டில் சுயநலம் இருக்கலாம், தப்பில்லை. சுயநலத்தில் எவ்வளவு குறைவாக முடியுமோ அவ்வளவேனும் பொதுநலத்தைச் சேர்த்துக்கொள்ள முயல்வது சிறந்தது என்பதும் அவர் கூற்று. அவர் கூற்றுக்களுக்கு ஏற்ற வகையிலான செயல்பாடாகவும் இது அவருடைய பொன்விழா ஆண்டு என்பதாலும் இந்நூலையேனும் உருவாக்குகிறோம் என்று கேட்டபோது தயக்கத்துடன் அனுமதி கொடுத்தார். அவருடன் எப்போதும் நாங்கள் இருக்கிறோம் என்பதை வெளிப்படுத்தவும், அவர் 'அற்ப' ஆசிரியர் அல்ல, அற்புத ஆசிரியர் என்பதை உணர்த்தவும் இப்படித்தான் வாய்ப்புக் கிடைத்திருக்கிறது.

கட்டுரையாளர்களுக்கும் இத்தொகுப்பை ஆழ்ந்து வாசித்துப் பல கோணங்களில் அணுகி அணிந்துரை வழங்கிய மதிப்பிற்குரிய பேராசிரியர் ச. மாடசாமி அவர்களுக்கும், நூலை வெளியிடும் காலச்சுவடு பதிப்பகத்தாருக்கும், வெளியீட்டிற்குத் துணைநின்ற அனைவருக்கும், மெய்ப்புப் பார்த்து உதவிய இரா. மணிகண்டனுக்கும் நன்றிகள்.

பெ. முத்துசாமி
ஆ. சின்னதுரை
ரெ. மகேந்திரன்
ப. குமரேசன்

1

இலக்கின்றி எய்யப்படும் அம்பு

அய். அம்பேத்கார்

மேல்நிலைப் பள்ளி வகுப்பை முடித்து ஐந்து ஆண்டு கழித்துக் கிழிந்த நிலையில் இருந்த மாற்றுச் சான்றிதழை மாற்றுவதற்காக ஆத்தூர் அறிஞர் அண்ணா அரசு கலைக் கல்லூரியில் இளங்கலைத் தமிழ் இலக்கியத்தில் சேர்ந்தவன் நான். இன்று அதே கல்லூரியில் தமிழ் உதவிப் பேராசிரியராக அரசுப் பணியில் மனநிறைவோடு பணியாற்றுகின்றேன். எப்படி நிகழ்ந்தது இம்முன்னேற்றம்? 1991 ஏப்ரலில் பன்னிரண்டாம் வகுப்புத் தேர்ச்சியடைந்தும் கல்லூரியில் சேர்வதற்குப் பணமும் மேற்படிப்புக்கு நெறிப்படுத்தச் சரியான ஆளும் இல்லாததால் உடனடியாகப் படிக்க இயலவில்லை. வறுமை என் குடும்பத்தோடு உரிமை கொண்டாடியதும் அதைப் போக்க அன்றாடம் வேலைக்குச் செல்ல வேண்டிய நிலையும் மற்றும் ஒரு காரணம். விவசாயத்தின் பல வேலைகள் தொடங்கித் தார்ச்சாலை வேலை, சென்னையில் கட்டட வேலை, அரசு ஆட்டுப் பண்ணையில் ஆடு மேய்க்கும் பணி என்று பல பணிகளைச் செய்து இனிப் படிக்கப் போவதில்லை என்ற நிலையில் இருந்தேன். அப்போது தமிழக விழியிழந்தோர் சங்கத்தில் பகுதி நேரப் பணிக்கான நேர்முகத்தேர்வில் வெற்றி பெற்று அகமதாபாத்தில் முப்பத்தைந்து நாட்கள் பயிற்சி பெறும் வாய்ப்புக் கிடைத்தது.

வீட்டில் முடங்கியிருக்கும் கிராமப்புறப் பார்வை யற்றோருக்கு நடைப்பயிற்சி உள்ளிட்ட அவரவர்

அன்றாடப் பணிகளைப் பிறர் துணையின்றி அவர்களாகவே செய்துகொள்ளப் பயிற்சி அளிப்பது எங்களுக்கான பணி. அதனால் பார்வையற்றவர்களின் முழு நிலையை உணர்வதற்காக எங்களுக்குத் (சேலம் மாவட்டத்தில் இருபத்திரண்டு நபர்களுக்கு) தினமும் கண்ணைக் கட்டிப் பயிற்சியளித்தார்கள். அப்பயிற்சி மையத்தில் இருந்த கண், காது, கை, கால், மனம் என்று பலநிலை மாற்றுத் திறனாளிகளின் உழைப்பைக் கண்டு மெய்சிலிர்த்தேன். அங்குப் பெற்ற பயிற்சி வாழ்க்கையின்மீது பிடிப்பு ஏற்படக் காரணமாயிருந்தது. அவர்கள் கொடுத்த ஊதியம் கல்லூரியில் சேர்வதற்கான ஊக்கத்தைக் கொடுத்தது.

பகுதிநேரப் பயிற்சியில் என்னோடு கலந்துகொண்டு அதே நேரத்தில் கல்லூரியில் படித்துகொண்டிருந்த நண்பன் பொன். வெங்கடாசலம் நான் கல்லூரியில் சேர்வதற்காக விண்ணப்பம் வாங்கி வந்து பூர்த்தி செய்து அனுப்பி வைத்தான். கல்லூரியில் சேர்க்கைக்காக நடைபெற்ற மூன்று கலந்தாய்விலும் அழைப்புக் கடிதம் எனக்கு வரவில்லை. தேர்ச்சியடைந்து ஐந்து ஆண்டுகள் எந்தப் படிப்பையும் படிக்காததால் படிப்பதற்கான வாய்ப்பு மறுக்கப்பட்ட காரணத்தை நண்பன் மூலம் கேட்டறிந்தபோது மனம் வலித்தது. படிக்க முடியவில்லையே என்பதற்காக அல்ல. நண்பன் மூலம் கல்லூரிக் கதையாடல்களைக் கேட்ட நான் அச் சூழலை அனுபவிக்க முடியாமல் போகிறதே என்று வருந்தினேன்.

கடைசி முயற்சியாக நண்பன் உதவியுடன் தமிழ்த்துறைத் தலைவரைச் சென்று பார்த்தேன். தமிழ்த்துறைத் தலைவராக இருந்த உலக. சுப்ரமணியன் அவர்கள் தமிழ்ப் பாடத்தில் என்ன மதிப்பெண் என்று கேட்டார். 132 என்று சொன்னேன். ‘சரி வா’ என்று என்னை முதல்வர் அறைக்கு அழைத்துச் சென்றார். அவர்கள் இருவரும் என் சேர்க்கை தொடர்பாகப் பேசினர். அப்போது முதல்வர் ‘வயது முதிர்ந்த மாணவனைக் கல்லூரியில் சேர்த்தால் மாணவர் போராட்டத்திற்குக் காரணமாவான்’ என்று கூறினார். ‘அப்படி எந்தச் செயலிலும் ஈடுபடாதவாறு இம்மாணவனுக்கு நான் பொறுப்பேற்கிறேன்’ என்று கூறிக் கல்லூரியில் சேர்வதற்குக் காரணமாக இருந்தார் துறைத்தலைவர்.

இலக்கின்றி எய்யப்படும் அம்பாய் இளங்கலைத் தமிழ் இலக்கிய முதலாமாண்டு வகுப்பறைக்குச் சென்றேன். அப்பொழுது தமிழ்த்துறையில் நிரந்தர ஆசிரியராகத் துறைத்தலைவர் உலக. சுப்ரமணியன் அவர்களும் கௌரவ விரிவுரையாளராக இருவரும் பணியாற்றினர். சில மாதங்களில் அரசால் புதிதாகப் பணியமர்த்தப்பட்ட நிரந்தர விரிவுரையாளர்களாக மூவர் தமிழ்த்துறைக்கு வந்தனர். புதிதாக வந்த ஆசிரியர்களில் ஐயா

வேறுபட்டுத் தோன்றினார். பிற ஆசிரியர்களைக் காட்டிலும் எங்களிடம் நெருங்கிப் பழகி எங்களைப் பற்றி அறிந்துகொண்டார். எங்கள் நண்பர்களைப் பற்றி நாங்கள் அறிந்திருக்காத பல தகவல்கள், குடும்பப் பின்னணி ஆகியவற்றை அவர் அறிந்து வைத்திருந்தார். நாங்கள் அவரோடு நெருங்கிப் பழக விரும்பும் மனவுணர்வினைத் தரும் எளிமையான தோற்றம் கொண்டிருந்தார். அவரோடு பழகுவதற்கு எந்தவொரு காரணமும் எங்களுக்குத் தடையாக இருந்ததில்லை.

பேராசிரியர் மாடசாமி எழுதிய 'எனக்குரிய இடம் எங்கே' என்ற நூலில் சிறந்த பேராசிரியர் எப்படி இருக்க வேண்டும் என்பதைப் பற்றிக் கூறுவார். தாம் வகுப்பு நடத்துகையில் போதும்போதும் என்று சொல்லியோ வேறு வகையில் இடையூறோ மாணவர்கள் செய்யவில்லை என்று கூறிவிட்டுப் பல ஆண்டுகள் பணியின்போது ஒருநாள்கூடச் சோர்வுதரும் விதமாக நான் நடத்தியிருக்க மாட்டேனா, கட்டாயம் நடத்தியிருப்பேன், ஆனால் மாணவர்களுக்கு என்மீது இருந்த பயம் எந்தவிதமான இடையூறும் செய்யாமல் தடுத்திருக்கிறது என்பார். பேராசிரியர் மாடசாமி அவர்கள் வகுப்பில் மாணவர்கள் எப்படியெல்லாம் நடந்திருந்தால் நன்றாக இருந்திருக்கும் என்றாரோ அப்படியெல்லாம் நாங்கள் ஐயா வகுப்பில் நடந்திருக்கிறோம். அவர் வகுப்பு நடத்தும்போது 'நடத்தியது போதும், வேறு ஏதாவது பொதுவாகப் பேசுங்கள்' என்று தடுத்திருக்கிறோம். 'நாங்கள் அனைவரும் அருகில் இருக்கும் முருகன் கோயிலுக்குப் போகிறோம்; நீங்கள் வகுப்பிற்கு வரவேண்டாம்' என்று கூறிவிட்டுக் கோயிலுக்குச் சென்றுள்ளோம். கல்லூரியில் இருந்து பேருந்து நிறுத்தத்திற்கு நடந்துவரப் பதினைந்து நிமிடம் ஆகும். கல்லூரி முடிந்து மாலைவேளையில் அவரோடும் மற்ற ஆசிரியர்களோடும் ஒன்றாகவே நடந்து சென்று அரட்டை அடித்துள்ளோம்.

கல்லூரியை விட்டு வெளியில் செல்லும் போதெல்லாம் நண்பர்களைப் போலவே தோள் மேல் கைபோட்டு இயல்பாகப் பேசி வருவார். தான் ஒரு பேராசிரியர் என்ற ஆதிக்க உணர்வு கொஞ்சமும் இன்றி உரையாடுவார். அவர் எழுத்தாளர் என்பதை ஓராண்டு முடியும் தருவாயில்தான் தெரிந்துகொண்டோம். தெரிந்த பின்னர் 'ஐயா நீங்கள் எழுத்தாளர் என்பதைச் சொல்லவே இல்லையே' என்று கேட்டோம். அதற்கு அவர் 'உங்களுக்கு நான் ஆசிரியர். அவ்வளவுதான்' என்றார். தான் ஒரு எழுத்தாளர் என்று அவர் ஒருபொழுதும் எங்களிடம் வெளிப்படுத்தியதே இல்லை. ஆனால் செயல்பாட்டில் காட்டினார். கல்லூரியில்

இலக்கிய மன்றம் தொடங்கியது, கலை இலக்கியப் போட்டிகள் நடத்தியது, மாணவர்கள் மனமறிந்து அவர்களைப் படிக்கத் தூண்டியது என அவருக்கான தனித்தன்மையோடு செயல்பட ஆரம்பித்தார்.

ஐயாவின் வருகை என் வாழ்வில் எல்லா வளங்களையும் தரும் என்பதை அவருடன் பழகிய அப்பொழுது நான் அறிந்திருக்கவில்லை. பாடப்புத்தகம் அல்லாத பிற நூல்களை (பாமாவின் 'சங்கதி' தொடங்கி) நான் முதல்முதலாகப் படிக்கக் காரணமாக இருந்த பெருமைக்கு உரியவர். படித்த நூல்களின் செய்திகளைக் கேட்பார். அதனால் படிக்காமல் புத்தகத்தைத் திருப்பித் தர முடியாது. இப்படியாகப் படிக்கும் பழக்கம் வந்தது. இதனால் கல்லூரிப் பாடத்தையும் நன்கு படிக்க முடிந்தது. மூன்றாமாண்டு முடிவில் முதல் வகுப்பில் தேர்ச்சி பெற்றேன். இருபது பேர் கொண்ட வகுப்பில் பதினேழு பேர் தேர்ச்சியடைந்தோம். ஐயா, க.காசிமாரியப்பன், மா.வெங்கடேசன் ஆகிய ஆசிரியர்கள் எங்களுக்கு விருந்து கொடுத்தனர். விருந்து என்றால் உணவகத்திற்கு அழைத்துச் சென்று அல்ல, அவர்கள் தங்கியிருந்த அறையில் அவர்களாகவே கறி சமைத்து எங்கள் அனைவருக்கும் உணவு படைத்தனர். வாழைப்பழம், வெற்றிலை பாக்கு, இனிப்பு என்று சிறப்பான விருந்து கொடுத்தனர். நாங்கள் உண்டு மகிழ்ந்த பின்னர் அவர்கள் உண்டனர்.

தேர்ச்சியடைந்த நாங்கள் குமாரபாளையத்திற்குக் கல்வியியல் கல்லூரியில் சேர்வதற்கு நுழைவுத் தேர்வெழுத ஆறு பேர் சென்றோம். தேர்வுக்கு முதல்நாளே திருச்செங்கோட்டில் இருந்த ஐயாவின் வீட்டிற்குச் சென்று தங்கினோம். பேருந்து நிலையத்திற்கே வந்து எங்களை அழைத்துச் சென்றார். எந்த ஆசிரியர் வீட்டிற்கும் அதற்கு முன்பாக நான் சென்றதே இல்லை. பேராசிரியர் இல்லம் பெரிதாக இருக்கும் என்றெண்ணிய எனக்கு ஏமாற்றமே காத்திருந்தது. மிகச் சிறிய ஓட்டு வீடு. மூன்று அறைகளும் முற்றமும் கொண்டதாக இருந்தது. அவர் வீட்டில் இருந்த புத்தகங்களைப் பார்த்து வியந்தேன். புத்தகங்களுக்கென்று தனியான அறை எதுவும் இல்லை. அவர்களின் படுக்கையறையே படிக்கும் அறையாக, புத்தகங்களுக்கான அறையாக இருந்தது. வகுப்பில் கேட்டறிந்த பல புத்தகங்களை அவர் வீட்டில் எடுத்துப் பார்த்து மகிழ்ந்தேன். நாமும் படித்து நல்ல வேலைக்குச் சென்று இதுபோன்ற ஒரு நூலகத்தை உருவாக்க வேண்டும் என்ற எண்ணம் தோன்ற அது காரணமாக இருந்தது.

அன்று மாலை திருச்செங்கோடு மலைக்கு அழைத்துச் சென்றார். போகும்போது படி வழியாகப் போனோம்.

அப்பொழுது திருச்செங்கோடு சிறுகதைத் தொகுப்பில் உள்ள அந்த மலை தொடர்பான கதையில் இடம்பெறும் இடங்களை எங்களுக்குக் காட்டினார். அதில் மறக்க முடியாதது, வறடிகல் இருந்த இடத்திற்குச் சென்றது. அவ்விடத்திற்குச் செல்லும்போது காற்றடித்துக் காலெல்லாம் வேர்த்து வழுக்கி விழுந்து விடுவோமோ என்ற பயத்தை ஏற்படுத்தியது. அவ்வுணர்வைத் தன் படைப்பில் அப்படியே பதிவு செய்திருந்ததை உணர முடிந்தது. ஒளியும் இருளும் கலந்த அந்த மாலை வேளை எங்கள் ஆசிரியரோடு பாறையில் அமர்ந்து உரையாடினோம். அந்த நினைவு இன்றும் இனிக்கும் நினைவாகவே இருக்கிறது.

அடுத்தநாள் மதியம் எங்களுக்குத் தேர்வு. காலையில் ஐயா வீட்டில் விருந்து. கோழிக்கறிக் குழம்பும் மல்லிகைப்பூ மாதிரி இருந்த இட்லியும் பரிமாறினார்கள். நான் பதினான்கு இட்லி சாப்பிட்டேன். அந்த விருந்து தந்த சுவை என்னை வெண்பா பாட வைத்தது.

குண்டான இட்டிலியும் கோழிக் குழம்புமநான்
என்றும் நினைத்திருக்கும் இன்பச் சுவையே
அமிழ்தாய் இருக்குமோ அன்பாய்ப் படைத்த
எழிலரசி இல்ல விருந்து.

ஐயா யாப்பருங்கலக்காரிகையைச் சிறப்பாக நடத்தி எங்கள் வகுப்பில் இருந்த அனைவரையும் வெண்பா எழுத வைத்திருந்தார்.

இளங்கலைத் தமிழ் இலக்கியத்தில் தேர்ச்சியடைந்த நான் முதுகலைத் தமிழ் இலக்கியத்தைச் சென்னையில் சேர்ந்து படிக்க வேண்டும் என்று நினைத்துக்கொண்டிருந்தேன். அப்பொழுது எதிர்பாராத விதமாக என் தாய் விபத்தில் அடிபட்டு இறந்து விட்டார். எங்கள் வீட்டிற்கு ஐயா உள்ளிட்ட ஆசிரியர்கள் வந்திருந்தனர். என் தந்தைக்கும் எங்களுக்கும் ஆறுதல் கூறினர். குடும்ப வறுமையை நேரில் கண்ட ஐயா என் தந்தையிடம் ‘நல்லாப் படிக்கிற பையன். படிக்க வைக்காம விட்டுடாதிங்க. படிப்புக்கான செலவை நாங்கள் பார்த்துக் கொள்கிறோம்’ என்றார். எங்கள் உறவினர்கள் பலர் நல்ல அரசு வேலையில் இருந்தும் யாரும் இப்படிப்பட்ட ஆறுதல் வார்த்தை சொன்னதே இல்லை. இப்படியாகத் தடைபட இருந்த என் படிப்பு தடை படாமல் தொடர்வதற்கு உதவினார். நான் முதுகலை படிப்பதற் கான விண்ணப்பத்தை வாங்கி நண்பர்கள் மூலமாக விண்ணப்பிக்க வைத்தார். அதோடு ‘உங்கள் நண்பர்கள் தேசியக் கல்லூரியில் சேர்கிறார்கள், நீங்களும் அங்கே சேர்ந்து படியுங்கள்’ என்று கூறினார். அப்படியே செய்தேன். பல நண்பர்களின் உதவியால்

அங்கே முதுகலைப் படிப்போடு பல்கலைக்கழக மானியக் குழு நடத்தும் விரிவுரையாளர் தகுதித் தேர்விலும் தேர்ச்சி பெற்றேன். என்னைப் போன்றே என் நண்பர்கள் ஆறு பேர் தேர்ச்சியடைந்தனர்.

நாங்கள் படித்த அறிஞர் அண்ணா அரசு கலைக் கல்லூரியில் ஒரு கௌரவ விரிவுரையாளர் பணியிடம் காலியாக இருந்தது. நண்பர்கள் அனைவரும் விண்ணப்பிக்க இருந்தோம். அப்பொழுது தமிழ்த்துறைத் தலைவராக இருந்த ஐயா, 'அம்பேத்கார் மட்டும் விண்ணப்பிக்கட்டும், அவருக்கு அப்பணியைத் தரலாம் என இருக்கிறேன்' என்று சொன்னார். நண்பர்களும் சரியென்று விண்ணப்பிக்கவில்லை. நேர்முகத் தேர்விற்குச் சென்றேன். அன்று எங்களுக்கு முன்பாகப் படித்த வேறொரு நண்பர் வந்திருந்தார். அதனால் இருவரையும் வகுப்பெடுக்கச் சொன்னார். இருவரும் வகுப்பெடுத்தோம். இருவரிடமும் இருந்த குறைகளை எடுத்துக் காட்டினார். ஆனால் பணி வாய்ப்பை எனக்கே தந்தார்.

என் அன்னை இறந்தபொழுது அக்காவிற்கு மட்டும் திருமணம் நடந்திருந்தது. மற்ற நான்கு பேரும் படித்துக் கொண்டிருந்தோம். இரண்டு பால்மாடு மட்டும் இருந்தது. சாப்பாட்டுக்கே மிகவும் துன்பப்பட்டோம். சனி, ஞாயிறு விடுமுறையில் தங்கைகள் வேலைக்குச் சென்று குடும்பச் செலவிற்கு உதவினர். முதுகலை படித்த இரண்டாண்டுகள் அவர்கள் உழைப்பையும் நான் உறிஞ்சினேன். உழைக்க வேண்டிய நான் எதுவும் செய்ய இயலாமல் மனம் துன்புற்றிருந்தேன். இந்தக் குடும்பம் எப்படிப் பிழைக்கப்போகிறது என்று உறவினர்களும் ஊராரும் எண்ணினர். அப்படிப்பட்ட சூழ்நிலையில் ஐயா எனக்குப் பணி வாய்ப்பைத் தந்தார். அவ்வாய்ப்பு இறக்கும் தருவாயில் இருந்த என் குடும்பத்திற்கு உயிர் கொடுத்தது போன்றிருந்தது.

அரசு கல்லூரிகளில் கௌரவ விரிவுரையாளர்களுக்கு அப்பொழுது ஐந்து மாதம் மட்டும் ஊதியம் கொடுத்தனர். அதனால் அடுத்த ஆண்டு சேலத்தில் தனியார் கல்லூரி ஒன்றிற்கு நேர்முகத் தேர்விற்குச் சென்றேன். அங்கு எழுத்துத் தேர்வு, வகுப்பெடுத்தல் என்று பல கட்டங்களில் தகுதியை உறுதி செய்து ஒருநபரைத் தேர்வு செய்தனர். அந்தத் தேர்வில் நான் தேர்வு செய்யப்பட்டேன். அப்பணி கிடைப்பதற்கு, முன்பு அரசு கல்லூரியில் பணியாற்றிய அனுபவமும் பாடம் நடத்தும்போது நான் எடுத்துக்காட்டிய 'வான்குருவியின் கூடு' என்று தொடங்கும் ஔவையாரின் தனிப்பாடலும் காரணமாக அமைந்தன.

பதினான்கு ஆண்டு கல்லூரி ஆசிரியர் பணியில் ஒவ்வொரு ஆண்டும் முதலாம் ஆண்டு வகுப்பு மாணவர்களுக்கு முதல் நாள் வகுப்பிற்குச் செல்லும்போது அவர்களுக்குத் தன்னம்பிக்கை ஊட்டவும் காழ்ப்புணர்ச்சி இன்றி நடந்துகொள்ளவும் நான் நடத்தும் பாடல் ஔவையாரின் 'வான்குருவியின்கூடு' எனத் தொடங்கும் தனிப்பாடல்தான். இந்தப் பாடலை நான் நடத்துவதற்கும் மிகப் பெரிய பின்புலம் உண்டு.

வான்குருவி யின்கூடு வல்லரக்குத் தொல்கறையான்
தேன்சிலம்பி யாவர்க்கும் செய்யரிதால் – யாம்பெரிதும்
வல்லோமே என்று வலிமைசொல வேண்டாம்காண்
எல்லார்க்கும் ஒவ்வொன் றெளிது.

இப்பாடலின் சுருக்கமான பொருள்: 'தூக்கணாங்குருவியின் கூடும் உறுதியான அரக்கும் பழமையான கறையான் புற்றும் தேன்கூடும் சிலந்தியின் வலையும் நம்மில் யாவருக்கும் செய்வதற்கு அரிதானதாகும். அதனால் யாம் பெரிதும் வல்லமை உடையோம் என்று எவரும் தற்பெருமை கொள்ளவேண்டாம். மண்ணில் பிறந்த ஒவ்வொருவருக்கும் ஒவ்வொன்று எளிதானது என்று அறிவீர்களாக' என்பதாகும். இப்பாடலை வகுப்பறையில் ஐயாதான் சொன்னார். ஔவையார் குறித்த அறிமுகம் கூறி அப்பெயரில் பலர் இருக்கிறார்கள், அவர்களில் தனிப்பாடல்கள் இயற்றிய ஔவையாரும் ஒருவர் என்றார். இப்பாடலைச் சொல்லிப் பொருள் விளக்கியபோது ஔவையார் மேல் ஏற்பட்ட மதிப்பைவிட எங்கள் மனதில் பதியும்படி எடுத்துரைத்த ஐயா மேல் அளவு கடந்த மதிப்பு ஏற்பட்டது. உயிர்ப்போடு மனதில் பதிந்த பாடல் அது.

முதலாமாண்டு சேர்ந்த புதிதில் ஐயா வகுப்பில் பாடம் நடத்தும்போது அது தொடர்பான கேள்விகளைக் கேட்பார். அதற்கான பதிலைச் சொல்லும் மாணவராக நண்பர் ஜெயக் குமார் இருப்பார். 'எப்படி ஜெயக்குமார், ஐயா கேக்கற எல்லாக் கேள்விக்கும் பதில் சொல்ற' என்று கேட்கும்போது ஒரு சின்னச் சிரிப்பு மட்டும் வெளிப்படும். அவர் அருகில் நெருக்கமாக அமர்ந்திருக்கும் நான் ஒருசில கேள்விகளுக்குக் கூடப் பதில் சொன்னதில்லை. அதனால் என்னுள் எழுந்த தாழ்வு மனப்பான்மையைப் போக்க முடியவில்லை. நாமெல்லாம் படிக்கவே லாயக்கில்லையோ என்ற என் எண்ணத்தை உடைத்துச் சுக்குநூறாக்கிப் படிப்பில் கவனம் செலுத்த வைத்த பாடல் அது. யாரும் செய்ய முடியாத அரிய செயலைச் சிறுஉயிரிகள் செய்யும்போது நம்மால் படிக்க முடியாதா என்ன என்று இப்பாடல் தந்த ஊக்கம் நன்கு படிக்கத் தூண்டியது. படிப்பறிவு

இல்லாக் குடும்பப் பின்னணியில் வந்த முதல் பட்டதாரியான நான் மூன்றாம் ஆண்டு முடிவில் வகுப்பில் முதல் மதிப்பெண் பெற்றேன்.

இதே பாடல் இன்னொரு சூழலில் எனக்கு வேலை கிடைப்பதற்கும் உதவியாக இருந்தது. தனியார் கல்லூரியில் வேலைக்காக நண்பர்களுடன் சென்றேன். அங்கு முதலில் எழுத்துத் தேர்வு. பின்னர் வகுப்பில் பாடம் நடத்த வேண்டும். இரண்டிலும் யார் அதிக மதிப்பெண் பெறுகிறார்களோ அவர்கள் தாளாளரிடம் நேர்முகத் தேர்விற்கு அழைத்துச் செல்லப்படுவர். அவர் எல்லோரிடமும் முதலில் 'தட்டச்சுத் தெரியுமா?' எனக் கேட்பார். தெரியும் என்றால் அடுத்து ஒரு சில கேள்விகள் கேட்பார். நாங்கள் சொல்லும் பதில் பிடித்திருந்தால் வேலையை உறுதிசெய்து ஆணை வழங்குவார். இது கல்லூரியின் வழக்கம்.

இந்தச் சூழலில் நான் எழுத்துத் தேர்வு எழுதும்போதே அங்குத் தேர்வை நடத்திய அதே கல்லூரி விரிவுரையாளர்களுக்கு என்மீது கோபம் ஏற்படும்படி நடந்துகொள்ள நேர்ந்தது. ஐம்பதுக்கும் மேற்பட்டோர் தேர்வெழுதியதால் இரண்டு வகுப்பறையில் எழுத்துத் தேர்வு நடந்தது. அதில் முதலில் வினாத்தாள் பெற்றவர்கள் நானும் என் நண்பர் ஜெயக்குமாரும். அனைவருக்கும் வினாத்தாள் கொடுத்து முடித்துவிட்டு அவர் வருவதற்குள் நாங்கள் தேர்வை எழுதி முடித்துவிட்டோம். காரணம் வினாக்கள் தமிழ் இலக்கிய வரலாற்றில் இருந்து எடுக்கப்பட்டிருந்தன. இளங்கலையில் மூன்றாண்டுகள் நடைபெற்ற வினாடி வினாப் போட்டிக்காகத் தமிழ் இலக்கிய வரலாற்றை நன்கு படித்திருந்தோம். தேர்வை முடித்துவிட்ட நானும் நண்பரும் வெளியே போகலாமா என்று கேட்கும்போது அவர்கள் பார்த்துவிட்டனர். 'தேர்வெழுத விருப்பம் இல்லனா, உடனே வெளியே போங்க' என்று கோபமாகச் சொன்னார்கள். நாங்கள் தேர்வெழுதி முடித்துவிட்டோம் என்று சொல்லி விடைத்தாளை ஒப்படைத்துவிட்டு வெளியேறினோம். இதை அவர்கள் கொஞ்சமும் எதிர்பார்க்கவில்லை. இதன் தாக்கம் நான் வகுப்பெடுக்கும்போது வெளிப்பட்டது.

சிறப்பான மதிய உணவிற்குப் பின் வகுப்பெடுக்கும் அறையில் நானும் நண்பர்களும் பேசுவதற்கு வசதியாகக் கடைசி இருக்கையில் போய் அமர்ந்தோம். வகுப்பெடுப்பதற்கு முன் ஒவ்வொருவரும் ஐந்து அல்லது பத்து நிமிடத்திற்குள் உங்கள் கருத்துக்களைக் கூறுங்கள் என்று சொல்லி முதலில் வகுப்பெடுக்க என்னை அழைத்தார்கள். மற்றவர்கள் வகுப்பெடுப்பதைப் பார்த்துவிட்டு எந்தப் பாடலை நடத்தலாம் என முடிவெடுக்க இருந்த எனக்கு

அதிர்ச்சியாக இருந்தது. நம் மீதிருந்த கோபத்தால் முதலில் அழைக்கிறார்களோ என்றெண்ணியவாறே வகுப்பெடுக்கச் சென்றேன். என்னைப் பற்றி அறிமுகம் செய்துகொண்டு பாடம் எடுக்கத் தொடங்கும்போதே ‘எந்த வினா வேண்டுமானாலும் கேளுங்கள், தெரிந்தால் பதில் சொல்கிறேன், தெரியாததற்கு நீங்கள் பதில் சொல்லுங்கள்’ என்று கூறினேன். அது அவர் களுக்கு மேலும் கோபத்தை அதிகப்படுத்தியிருக்கும். சங்க இலக்கியம் குறித்த சிறிய அறிமுகத்தைச் சொல்லிக்கொண்டே வகுப்பெடுப்பதற்கான பாடலைத் தேர்வு செய்தேன். ‘சுடர்த்தொடீஇ கேளாய்’ என்று தொடங்கும் பாடல் அது. பாடம் நடத்தத் தொடங்கியதில் இருந்து பல வினாக்கள் வந்தவண்ணம் இருந்தன. தெரிந்தவற்றுக்குப் பதில் சொல்லி அப்போதைக்கு நினைவிற்கு வராததற்கு நீங்களே சொல்லுங்கள் என்று கேட்டு அவர்கள் பதில் கூறும்போது சரியான பதில் என்று அவர்களிடம் கூறி மீண்டும் பாடம் நடத்தினேன்.

இப்படியாக அடாவடியாக வகுப்பெடுத்துக் கொண்டிருந்த என்னை நிலைகுலையச் செய்யவேண்டும் என்பதற்காக என்மீது கோபம்கொண்ட அக்கல்லூரிப் பேராசிரியர் ஒருவர் எழுந்து நாட்டுப்புறப் பாடல் ஒன்றைக் கூறி ‘இதைப் போன்ற பாடல் ஒன்றைக் கூற முடியுமா?’ என்று கேட்டார். என் தந்தை சொன்ன பாடல் எனக்குத் தெரிந்திருந்தும் அப்போது அதைச் சொல்லாமல் ‘வான்குருவியின்கூடு’ என்ற பாடலைச் சொல்லி என்னை நிலைகுலையச் செய்ய நினைத்த அவரை அமர வைத்தேன். இந்தப் பாடல் எங்களைத் தேர்வு செய்ய வந்த பேராசிரியருக்குப் பிடித்துப்போனது. நான் வகுப்பெடுத்து முடிக்க நாற்பத்தைந்து நிமிடத்திற்கு மேல் ஆனது. வகுப்பு முடியும் வரை யாரும் இதுபோல் தனிப்பாடலில் இருந்து உதாரணப் பாடல் சொல்லவும் இல்லை.

பின்னர் நேர்முகத்தேர்விற்குச் சென்றோம். அங்கே தாளாளர் நேர்முகத் தேர்வாளராக வந்த பேராசிரியரைப் பார்த்து ‘இதுவரை நடந்த தேர்வு, வகுப்பெடுத்தல் எல்லாவற்றையும் விட்டுவிடுங்கள், இன்று வந்தவர்களில் யாரைத் தேர்வு செய்யலாம்’ என்று கேட்டார். அப்பேராசிரியர் என்னைக் கை காட்டினார். எனக்கு வேலை கிடைத்தது. வான்குருவியின் கூடு கொடுத்த வேலை.

அரசுப் பணிக்கான அறிவிப்பு செய்தித்தாள்களில் வந்த வுடன் எங்களுக்கு அலைபேசியில் அழைத்துச் செய்தியைச் சொல்லும் முதல் நபராக ஐயா இருந்தார். அவர் வீட்டிற்குச் சென்று விண்ணப்பத்தைப் பூர்த்தி செய்து கையொப்பம் பெற்று அனுப்பி வைத்தேன். தனியார் கல்லூரியில் எட்டாண்டு

பணியனுபவம், நேர்முகத் தேர்வில் பெற்ற மதிப்பெண் ஆகியவற்றின் அடிப்படையில் எனக்கு அரசுப் பணி கிடைத்தது. அதுவும் இளங்கலை பயின்ற அதே கல்லூரியில் பணியமர்த்தப் பட்டேன். நான் தேர்வான செய்தியை முதலில் எங்கள் ஐயாவிற்கே சொன்னேன். அகம் மகிழ்ந்து பாராட்டுக்களைத் தெரிவித்தார். அவருடைய மாணவர்களாகிய நாங்கள் நல்ல வேலைக்குச் செல்லும்வரை எங்களுக்காகச் சிந்தித்தார், சிந்தித்துக் கொண்டிருக்கிறார்.

எழிலரசி அம்மாவைப் பற்றிச் சொல்லவில்லை என்றால் இக்கட்டுரை நிறைவடையாது. நான் அதிகமாக அலைபேசியில் ஐயாவிடம்தான் பேசுவேன். வீட்டிற்குச் செல்லும்போதுதான் அம்மாவோடு உரையாடுவதற்கான வாய்ப்பு. என்னைப் பார்த்த வுடன் 'வாங்க அம்பேத்கார்' என்று அழைக்கும் அழைப்பில் இறந்த என் தாய் உயிருடன் வந்து அழைப்பதாக என் மனம் மகிழும். அருகிருந்து உணவு படைக்கும்போதும் உரையாடும் போதும் மனம் நெகிழும்.

நான் அளவற்ற அன்பு செலுத்தும் ஆசிரியர் என்பதால் அவர் படைப்புகளை விமர்சிக்காமல் இருந்ததில்லை. விமர்சிக்கிறேன் என்பதற்காக என்மீது வெறுப்பைக் காட்டியதும் இல்லை. இளங்கலை வகுப்புகள் தொடங்கி இன்றுவரை எங்களுக்கான கருத்துச் சுதந்திரத்தை ஒருபோதும் மறுத்தவரில்லை அவர். பெற்றெடுத்து வளர்த்தது என்னவோ என் தந்தையாக இருக்கலாம். ஆனால் நான் அரசுப் பணி பெறுவதற்கும் என் இல்வாழ்க்கை மகிழ்ச்சியாக இருப்பதற்கும் என்னை நெறிப் படுத்திய தந்தையாகிய ஐயா அவர்களே காரணம்.

○

2

எனக்கான அடையாளம்
த. அர்ச்சுனன்

பன்னிரண்டாம் வகுப்பிற்குப் பின் 'நம்மால படிக்க முடியாது', 'நமக்குப் படிப்பும் வராது' என்று எண்ணி இரண்டு ஆண்டுகள் பெட்ரோல் பங்கில் பணிபுரிந்தேன். என் அம்மாவின் தொந்தரவு தாங்க முடியாமல் கல்லூரியில் சேர்ந்தேன். என்ன படிப்பது, எப்படிப் படிப்பது என்பது தெரியாமல் திரிந்த ஒருவன் இப்பொழுது அரசுப் பள்ளியில் ஆசிரியராக உள்ளேன். பள்ளியில் உடன்பயின்றவர்கள் என்னைப் பார்த்து, 'நீ வாத்தியாரா?' என்று வியப்போடும் 'நீயெல்லாம் வாத்தியாரா?' என்று ஏளனத்தோடும் கேட்பதுண்டு. ஆனால் கல்லூரி யில் உடன்பயின்றவர்கள் 'உன்னால மட்டும் எப்படிடா முடியுது' என்று கேட்பார்கள். இந்த இரண்டு வினாக்களும் தோன்றுவதற்கான காரணம் வெவ்வேறானவை. இந்த மாற்றம் என்னால் ஏற்பட்டதல்ல, என் ஆசிரியரால் ஏற்பட்டது.

நாமக்கல் அறிஞர் அண்ணா அரசு கலைக் கல்லூரி என்பது தொடக்கத்தில் நான் அறிந்த பெயர். ஆனால் அது கண்டோராலும் கேட்டோராலும் 'கரட்டுக் கல்லூரி' என்றே அழைக்கப்பட்டது. கவிஞர்களின் இயற்பெயர் மறைந்து பட்டப்பெயர் நிலைத்துவிடுவது போல எம் கல்லூரியின் பெயர் மட்டுமல்ல, அதன் அடையாளமும் வேறு மாதிரி யாகத்தான் இருந்தது. சேர்க்கையின்போது எந்த ஆசிரியரைப் பற்றியுமான பதிவும் என்னிடத்தில் இல்லை. தமிழ்த்துறைக்குள் மூன்று பேர் இருந்தனர்,

அவ்வளவுதான் தெரியும். ஒருவர் எம் துறைத்தலைவர் என்பதாலும் ஒரு பேராசிரியை எம் வகுப்புப் பொறுப்பாசிரியர் என்பதாலும் அவர்களைப் பற்றி முதலாமாண்டு மாணவர்கள் அனைவரும் அறிவர். மற்றொருவரின் பெயர் எனக்குத் தெரியாது. அவரது முன்னெழுத்து மட்டும் தெரியும், அதுவும் கால அட்டவணையின் வாயிலாக. அவர் 'சஞ்சீவி பர்வதத்தின் சாரல்' என்ற பாரதிதாசனின் குறுங்காப்பியத்தைக் கற்பித்து வந்தார். அவர் எப்படியெல்லாம் அந்தப் பாடத்தை நடத்தினார் தெரியுமா? என்ற வியப்போடெல்லாம் சொல்லிவிட முடியாது. ஏனெனில் அவர் நடத்தியதை உள்வாங்கும் நிலையில் நானில்லை. *TVS 50*, முகத்தில் தாடி, இறக்கமான சட்டை, தொளதொள பேண்ட். இவைதான் அவருக்கான அடையாளங்களாக எம்மிடத்து இருந்தன.

முதல் பருவத்தில் நான்கு நாட்கள் மட்டும் வந்திருந்தார். தொடர்ச்சியாக வகுப்பிற்கு வராதுபோன காரணம் ஒரு விபத்தில் சிக்கி அவரின் கை உடைந்துவிட்டதுதான். அந்த விபத்தை ஏற்படுத்தியது வேறு யாருமல்ல, எம் விடுதி மாணவர்கள் சோறிட்டு வளர்த்து வந்த நாய்கள். ஆசிரியருக்கு விபத்து நேர்ந்து வகுப்பிற்கு வராது போனால் பொதுவாக மாணவர்கள் அடையும் அதே மகிழ்ச்சியை நானும் அடைந்திருந்தேன். ஆனால் எங்களின் மூத்த மாணவர்கள் 'ஐயாவுக்குக் கை உடைஞ்சி போச்சாம்டா' என்று துடிதுடித்துப் போனார்கள். அவர்களைப் பார்த்து நாங்கள் 'என்னடா இவனுக ஐயா ஐயான்னு ஓவரா நடிக்கிறானுக' என்று பேசினோம்.

இரண்டாம் பருவத்தில் அவர் எங்களுக்கு வரவில்லை. ஆனால் வராமலேயே அவர் மீதான மதிப்பும் மரியாதையும் அதிகமானது. ஒருவரைப் பற்றித் தெரியாமல் எப்படி மதிப்பும் மரியதையும் வரும்? எங்களுக்கு வரக் காரணம் இரண்டாம் பருவத்திலிருந்த 'தலித் இலக்கியம்' என்ற பாடமாகும். அப் பாடத்தின் ஒரு அலகு 'தலித் சிறுகதைகள்.' இந்த அலகிற்கான பாடநூல் 'தலித் பற்றிய கொங்குச் சிறுகதைகள்.' தொகுப்பாசிரியர் என ஐயாவின் பெயர் இடம்பெற்றிருந்தது. அப்பொழுதுகூடத் தெரியாது அவர்தான் இந்த ஐயா என்று. ஒரு வாரம் கழித்து மாணவர்கள் பேசிக்கொண்டிருக்கையில் இதை அறிந்தேன். அந்நொடியில் உண்டான வியப்பும் சிலிர்ப்பும் மரியாதையும் இதுவரையிலும் குறைந்ததே இல்லை. ஏனெனில் அதுவரை பல பாடங்களையும் அதை எழுதிய ஆசிரியர்களின் வரலாறுகளையும் நூல்களில் படித்திருக்கிறேன். ஆனால் இங்கு நூலை எழுதிய ஆசிரியர் நான் படிக்கும் கல்லூரியிலேயே எனக்குப் பாடம்

கற்பித்துக் கொண்டிருக்கிறார் என்றால் வியப்பு ஏற்படாமல் இருக்குமா?

நான் அவரைப் பற்றி ஓரளவு தெரிந்துகொண்டு கற்கத் தொடங்கியது இரண்டாமாண்டில்தான். உள்ளார்ந்த கற்றலோடு நான் அவரின் கற்பித்தலில் மூழ்கிப்போன நிமிடங்கள் காளமேகப் புலவரின் சிலேடைப் பாடல்களில் தொடங்கியது. காளமேகத்தின் அனைத்துச் சிலேடைப் பாடல்களும் எனக்கு மனனம். அதற்குக் காரணம் அவரின் கற்பித்தல் முறை. அவர் வெறுமனே பாடப்பகுதியினை மட்டும் நடத்தியது கிடையாது.

ஏமிரா வோரி யென்பாள்
எந்துண்டி வஸ்தி யென்பாள்
தாமிராச் சொன்ன தெல்லாம்
தலைகடைத் தெரிந்த தில்லை
போமிராச் சூழும் சோலைப்
பொருகொண்டைத் திம்மி கையில்
நாமிராப் பட்ட பாடு
நமன்கையில் பாடு

தானே.

காளமேகத்தின் இப்பாடலில் சிலேடை ஏதும் இல்லை. இதை எங்களுக்குக் கற்பிக்க வேண்டிய அவசியமும் இல்லை. ஆனாலும் கற்பிப்பார். அதற்குக் காரணம் நாங்கள் பாடத்தை ஒட்டியான பிற தகவல்களையும் அறிந்திருக்க வேண்டுமென்று எண்ணுவார். பாடத்தை மட்டும் படித்து நாற்பதும் அதற்கு மேற்பட்ட மதிப்பெண்களையும் பெற்றுத் தேர்ச்சி பெற்ற ஒருவன் போட்டியில் கலந்துகொள்ளும் தகுதியைப் பெறுகிறான். பாடம் தொடர்பான பிற கருத்துக்களையும் அறிபவனே போட்டியில் கலந்துகொள்வதோடு மட்டுமல்லாமல் வெற்றி பெறும் தகுதியை அடைகிறான். போட்டியில் கலந்துகொள்வதோடு மட்டுமல்லாமல் வெற்றி பெறும் தகுதியையும் உருவாக்கினார் ஐயா.

ஔவையாரின் தனிப்பாடல்கள் நடத்தும்போதுதான் ஔவை ஒருவரல்ல, அவளும் கிழவியல்ல என்ற தகவல்களை அறிந்தேன். 'வான்குருவியின்கூடு வல்லரக்குத் தொல்கறையான்' என்ற ஔவையின் ஒரே ஒரு பாடலை மட்டும் ஒரு பாடவேளை முழுதும் நடத்தினார். கல்லூரியில் ஒரு பாடலை ஒரு பாடவேளை நடத்துதல் என்பது சாதாரண விஷயமல்ல. அப்படி நடத்தினால் பாடப்பகுதியை நிறைவு செய்ய இயலாது. ஆனால் அந்தப் பாடலை மட்டும் ஏன் அப்படி நடத்த வேண்டும்? அதற்கும் காரணம் உண்டு. அது ஒருவரின் கர்வத்தை ஒழித்துத் தன்னம்பிக்கையை வளர்க்கும் பாடல். ஒவ்வொருவருக்கும்

ஏதோவொரு செயல் எளிதானதாக இருக்கும். இந்தப் பாடல் என்னை ஔவையாரின் தனிப்பாடல்கள் அனைத்தையும் மனப்பாடம் செய்ய வைத்தது. தனிப்பாடல் மூலம் அவர் எங்களின் தலைவராகிப் போனார். அதன்பின் அவர் கற்பித்தலே சிறந்ததாக உணர்ந்தேன். பிரியாணியை ருசித்த ஒருவன் பழஞ் சோற்றை ருசிப்பானா? அதைப் போல ஆனேன்.

பாடல்களைச் சுவையாக நடத்துவார் என்று மட்டுமே நினைத்திருந்தேன். மூன்றாமாண்டில் தெரிந்தது அவரின் இலக்கணப் புலமை. மூன்றாமாண்டிற்கான இலக்கணம் யாப்பு. ‘யாப்பருங்கலக் காரிகை’ என்ற சொல்லுக்கு இரண்டு நாள் விளக்கம் கொடுத்தவர் எங்கள் ஐயாவாகத்தான் இருக்கமுடியும். அவர் கற்பித்தலில் நான் யாப்பை ஐம்பது விழுக்காடு கற்றேன் என்றால் அதன்மூலம் கம்பராமாயணத்தை அறிந்தது ஐம்பது விழுக்காடு ஆகும். ஆம், யாப்பின் அவையடக்கமே கம்பனிடத்துத் தான் தொடங்கியது.

ஓசை பெற்றுயர் பாற்கடல் உற்றொரு
பூசை முற்றவும் நக்குபு புக்கென
ஆசை பற்றி அறையலுற் றேனிக்
காசில் கொற்றத் திராமன் கதையரோ

என்ற பாடலில்தான் தொடங்கினார். அதுவரை அவையடக்கம் என்பதை நான் அறிந்திருக்கவில்லை. யாப்பு நடத்தும்போது இவர் ஏன் நமக்கு எழுத்து, சொல், பொருள் எடுக்காமல் போனார் என்ற ஏக்கம் தோன்றியது. ஒருவேளை இலக்கணம் மட்டுமே எடுத்திருந்தால் ‘எங்க ஐயா இலக்கணம் மட்டும்தான் பயங்கரமா எடுப்பாரு’ என்று தனித்து நோக்கியிருக்கக் கூடும். தனிப்பாடல், இலக்கணம், கவிதை, கட்டுரை என்று அனைத்தும் கலந்து எடுத்ததால்தான் அவர் கதாநாயகனாக மனதில் குடிகொண்டார் போலும்.

உற்றக லாமுன்
செற்றக் குரங்கைப்
பற்றுமின் என்றான்
முற்றும் முனிந்தான்.

தெள்ளிய மாருதி சென்றான்
கள்ள அரக்கர் கண்டால்
எள்ளுவர் பற்றுவர் என்னா
ஒள்ளெரி யோனும் ஒளித்தான்.

மேற்கண்டவை கம்பராமாயணப் பாடல்கள். முதல் பாடல் குறளடிக்கான உதாரணச் செய்யுள். அடி முழுவதும் இரண்டு சீர்களால் அமைந்தால் அது குறளடி என்று மட்டும் கூறியிருந்தால் அது நினைவிலிருந்து நீங்கியிருக்கக் கூடும். ஆனால் அவர்

அவ்வாறு கூற மாட்டார். முதலில் பாட்டின் பொருள், பாடல் உருவான சூழல், அதிலுள்ள ஓசை நயம் முதலியவற்றையும் கூறிப் பின் அதன் வடிவத்தைக் கூறுவார். 'தெள்ளிய மாருதி' பாடலில் தற்குறிப்பேற்ற அணிநயம் அமைந்துள்ளது என்பதையும் தற்குறிப்பேற்ற அணி என்பது குறித்தும் நான் அப்போதுதான் அறிந்துகொண்டேன். இதுபோன்ற கற்பித்தலை நான் அவரிடம் கற்ற காலங்களில் மட்டும்தான் பெற்றேன்.

இளநிலைக் கல்வியியல் படிக்கும்போது கல்லூரியில் முதல் மதிப்பெண் நான்தான். உளவியல் ஆசிரியர் எங்களுக்கு எப்பொழுதாவது ஒருமுறை வந்து செல்வார். அப்படியிருக்கையில் நான் எப்படி முதல் மதிப்பெண் பெற்றிருக்க முடியும்? அதை நான் ஐயாவிடமே செய்முறை வாயிலாகக் கற்றுக்கொண்டு விட்டேன். உளவியல் கோட்பாடுகள் ஒவ்வொன்றையும் படிக்கும் போது ஐயா மாணவர்களிடம் நடந்துகொள்ளும் அணுகு முறையே ஞாபகம் வரும். மாணவன் என்றாலே ஆசிரியரைத் திட்டுவதுதான் வழக்கம். என் சக வகுப்பு மாணவர்கள் அனைத்து ஆசிரியர்களையும் திட்டியும் அவர்களின் பெயர்களைச் சொல்லிக் கிண்டலடிப்பதையும் பார்த்திருக்கிறேன். ஆனால் இவரை மட்டும் திட்டியோ ஒருமையால் கூறியோ கேட்டதில்லை.

போக்கிரித்தனம் செய்யும் மாணவன்கூட இவரைப் பார்த்ததும் பம்முவதைப் பார்த்திருக்கிறேன். அதற்கு இவரின் பல நடவடிக்கைகள் காரணம். இவர் மாணவர்களிடத்துச் சாதாரணமாக உதிர்த்துச் செல்லும் ஒரு புன்னகை. எந்த மாணவனையும் 'வாடா போடா' என்று கூறக் கேட்டதேயில்லை. எம் வகுப்பில் ஒரு சம்பவம் நடந்தது. ஐயாவின் மனைவி பேராசிரியர் எழிலரசி அம்மாவுக்கும் என் வகுப்பு மாணவன் ஒருவனுக்கும் இடையே பெரிய வாக்குவாதம் நடந்து அவர் கோபம் கொண்டு வகுப்பை விட்டு வெளியேறி விட்டார். இந்தச் சம்பவம் ஐயாவுக்கும் தெரியும். ஆனால் அவர் அம் மாணவனை அழைத்து எதுவும் விசாரிக்கவில்லை. பிற கணவராக இருந்திருந்தால் கட்டாயம் விசாரணையும் மன்னிப்புக் கோர வைத்தலும் நடந்திருக்கும். ஆனால் இவர் எப்பொழுதும் போல இயல்பாகவே இருந்தார். அங்கு அவர் ஆசிரியராக மட்டுமே இருந்தார்.

ஒரு மாணவனின் கற்றல் மேம்பட ஊக்கப்படுத்துதல் மிகவும் தேவை என்பதை அவர்தான் உணர்த்தினார். பருவத் தேர்வுகளைத் தவிரப் பிற தேர்வுகள் எங்களுக்கு யாரும் வைத்தது இல்லை. ஐயாதான் முதன்முதலாய் வாரத் தேர்வினை வைத்தவர். வாராவாரம் யாப்பில் தேர்வு நடக்கும். முதல் மதிப்பெண் எடுக்கும்

மாணவனுக்கு அவரின் கையொப்பமிட்டுப் புத்தகம் வழங்குவார். அதற்காகப் படித்ததைப் போன்று நான் வேறு எந்தத் தேர்வுக் காகவும் படித்ததில்லை. ஏனென்றால் முதல் மதிப்பெண் எடுக்க வேண்டும், அவரிடம் புத்தகம் பெறுவதோடு நற்பெயரையும் பெறவேண்டும் என்பதற்காக. அதுபோன்று அதிகமுறை (பதின்மூன்று) புத்தகத்தைப் பெற்றவன் நானாவேன். ஆனால் நான் பருவத்தேர்வில் முதல் மதிப்பெண் பெறவில்லை. அதற்காக வருந்தவில்லை. அவர் நடத்திய பாடத்தை நான் நன்றாகக் கற்றேன் என்பதை வாரத் தேர்வுகளின் மூலம் நிரூபித்து விட்டேன். அது போதும். பரிசுப் பொருட்களைப் பாதுகாப்பாய்ச் சேகரிக்கும் பழக்கம் எனக்கு இருந்ததில்லை. ஆனால் யாப்பில் பரிசாகப் பெற்ற புத்தகங்களையும் விடைத்தாள்களையும் பத்திரமாக வைத்திருக்கிறேன். இவற்றையெல்லாம் நோக்கும்போது இவர் எனக்கு உளவியலைச் செய்முறை வடிவில் காட்டியவராகவே தோன்றுகிறார்.

கடைசிப் பருவத்தில் தண்டியலங்காரத்தை விடுத்து 'நடைமுறைப் பயன்பாட்டுத் தமிழ்' என்னும் பாடத்தை அவர் கற்பிக்கத் தேர்ந்தெடுத்த காரணம் முதலில் விளங்கவில்லை. கற்பிக்கத் தொடங்கியபோதுதான் புரிந்தது. விண்ணப்பம் எழுதுதல் ஒரு சாதாரண விஷயம், ஆறாம் வகுப்பிலிருந்து எழுதுகிறோம், இது தெரியாதா? என்று எண்ணினேன். அவர் முதலில் நடத்தவில்லை, எங்களை விண்ணப்பம் ஒன்றை எழுதச் சொன்னார். அதை வாங்கிக்கொண்டு பின்புதான் ஆரம்பித்தார். அனுப்புநர், அனுப்புதல், அனுப்புனர் என்று மூன்று விதமாக எழுதியிருந்தோம். எது சரியென்று வினா எழுப்பினார். அவரவர் எழுதியதைச் சரி என்று கூறினர். எவரிடத்தும் சரியான பதிலில்லை. ஐயாவைப் பொறுத்தவரை ஒரு வினாவிற்குச் சரி அல்லது தவறு என்று விடை கூறினால் போதாது. ஏன் சரி? ஏன் தவறு? எனக் கேட்பார். காரணத்தைக் கூறியாக வேண்டும். காரணம் கூறினால் மட்டுமே நாம் சொல்லும் கருத்தைப் பிறர் ஏற்றுக்கொள்வர் என்று கூறுவார். காரணம் சொன்னார். 'அனுப்புதல்' செயலைக் குறிக்கும். அனுப்பு என்ற வினையடியாகப் பிறந்த பெயர் அனுப்புநர். இதில் பெயரிடை நிலையாக 'ந்' வருகிறது. பெயரிடைநிலையாக 'ன்' வராது. ஆகவே அனுப்புனர் தவறு. அனுப்புநர் என்பதே சரி. இதைப் போல இயக்குநர், ஓட்டுநர், நடத்துநர் என்பனவே சரி. இதை மட்டும் ஒரு வகுப்பு நடத்தினார்.

அதோடு நின்றிருந்தால்கூடப் பரவாயில்லை. அதில் பயன் படுத்தும் காற்புள்ளி, அரைப்புள்ளி, முக்காற்புள்ளி முதலிய

நிறுத்தற் குறிகள் எதற்காக என்ற வினாவை எழுப்பி அவற்றிற்கும் விளக்கம் தந்தார். அப்பொழுதுதான் தெரிந்தது, ஆசிரியன் என்பவன் இவ்வளவு விளக்கங்களைக் கொடுக்க வேண்டுமென்று. ஆசிரியனான பிறகு நான் எந்த வகுப்பிற்குச் சென்றாலும் முதலில் நடத்தும் பாடம் விண்ணப்பம் எழுதுதல்தான். இதை யாரும் சரியாக அறிந்திருக்கவில்லை என்பதால் மட்டுமல்ல, இதை நடத்தும்போது மாணவர்கள் என்னைப் பார்த்து 'இவர் அறிவாளி' என்று எண்ணக் கூடும் என்பதாலும் அதைக் கொண்டு நான் என்னை நிலைநிறுத்திக்கொள்ள வேண்டும் என்பதாலும்தான்.

ஒரு மாணவன் ஆசிரியர் கற்பித்தவற்றை அவ்வாறே கற்கும்போது கால் பங்கும் பிற மாணவர்களோடு சேர்ந்து உரையாடும்போது கால்பங்கும் பிறருக்கு விளக்கியுரைக்கும்போது அரைப்பங்குமாகக் கல்வி கற்று முழுமையடைகிறான் என்று பவணந்தி முனிவர் நன்னூலில் கூறியுள்ளார். ஆனால் நான் அதை ஏற்றுக்கொள்ளவில்லை. நான் முழுமையும் ஐயாவிடத்தில்தான் கற்றுக்கொண்டேன். அவரிடத்தில் கற்றுக் கொண்டவற்றை வைத்தே இப்பொழுதும் என் பிழைப்பை நடத்திக்கொண்டிருக்கிறேன். நான் ஐயாவிடம் கற்றுக்கொண்ட சில தகவல்களை என் தோழமையிடமோ மாணவர்களிடமோ கூறும்போது அவர்கள் என்னை அறிஞன் ஒருவனைப் பார்ப்பது போல் ஏறிட்டுப் பார்ப்பதுண்டு. எனக்கு உள்ளுக்குள் நெருடலாக இருக்கும். ஏனென்றால் அவர்களின் அந்த வியப்பான பார்வைக்கு உரியவன் நானல்ல. என் ஐயாதான்.

என் மாணவன் ஒருவன் நல்ல மதிப்பெண் எடுப்பதற்கு நான்தான் காரணம் என்றால் அதைக் கட்டாயம் ஏற்றுக்கொள்ள மாட்டேன். ஒருவரின் வெற்றி அவரின் கடின உழைப்பால் அமைவதேயன்றிப் பிறவற்றால் அன்று. ஆனால் என்னுடைய வெற்றியைப் பொறுத்தவரை அப்படி அல்ல. நான் இந்நிலையை அடையக் காரணம் ஐயாவைத் தவிர வேறொருவருமல்ல என்பதே நிதர்சனம். வரலாற்றைக் கி.மு., கி.பி. என்று பிரிப்பதைப் போல என் வாழ்வை மு.மு., மு.பி. என்று பிரித்துத்தான் நான் பார்க்கிறேன். ஏனென்றால் அவர்தான் எனக்கான அடையாளத்தை உருவாக்கியவர்.

அவரிடம் பயின்றபோது பெற்ற வளர்ச்சியைப் பின் ஒருபோதும் பெறவில்லை. 'நிழலின் அருமை வெயிலிற்போய்த் தெரியும்' என்ற ஔவையாரின் வரி எந்நாளும் நினைவுக்கு வருகிறது. அவரைப் பார்க்கும்போதோ பேசும்போதோ வாய்

உளறுகிறது, தடுமாற்றம் தோன்றுகிறது. அதற்குக் காரணம் என்ன என்பதை அறிய அவர் நடத்திய பாடலையே உதாரணமாகக் கூறுகிறேன்.

> காணாமல் வேணதெல்லாம் கத்தலாம் கற்றோர்முன்
> கோணாமல் வாய்திறக்கக் கூடாதே – நாணாமல்
> பேச்சுப்பேச் சென்னும் பெரும்பூனை வந்தக்கால்
> கீச்சுக்கீச் சென்னும் கிளி.

என் பெற்றோரைவிட உயர்வாகக் கருதும் ஒருவர் என் ஐயாதான். ஏனெனில் நிணமும் சதையும் பிணைந்த தசைப் பிண்டமாகிய இந்த உடலை வழங்கியவர்கள் பெற்றோர். உயிருக்கு மதிப்புத் தருவது அறிவு. அந்த அறிவென்னும் உயிரை வழங்கியதால்தான் அவரைப் பெரிதும் நேசிக்கிறேன். நான் பெற்ற உயரிய பரிசு ஐயாவிடம் கற்றலாகும். நான் இழந்த உயரிய பரிசும் ஐயாவிடம் கற்றலாகும். ஒவ்வொரு கல்லூரியைக் கடக்கும்போதும் மீண்டும் நான் ஐயாவின் வகுப்பறையில் மாணவனாக அமர எண்ணுவேன்.

○

3

முதுகில் தட்டும் கை

பொ. அருள்

பள்ளி இறுதி வகுப்பு முடித்ததும் குடும்பச் சூழல் காரணமாக நான் மேற்படிப்பைத் தொடர முடியாத நிலையில் வேலைக்குச் செல்லலாம் என முடிவெடுத்தேன். என்ன வேலை செய்வதென்று புரியாமல் இருந்த எனக்கு மும்பைக்குச் செல்லக் கூடிய வாய்ப்பு அமைந்தது. எங்கள் பெரியம்மா மும்பையில் வசித்து வந்ததால் ஏதேனும் வேலை செய்து சம்பாதிக்கலாம் என்று எண்ணி மகிழ்ச்சி யோடு சென்றேன். அங்கே தமிழுடன் இந்தியும் பேசிக் காய்கறி வியாபாரத்தில் இரண்டாண்டுகளைக் கழித்தேன். கல்லூரியில் படித்துக்கொண்டிருந்த என் அண்ணனுக்கு இராணுவத்தில் வேலை கிடைத்த செய்தியை நான் அப்போது கேட்டதும் மகிழ்ச்சியில் திளைத்தேன். கல்லூரியில் படித்ததால் நம் அண்ண னுக்கு இராணுவத்தில் வேலை கிடைத்தது, அதுபோல் நாமும் ஏன் படிக்கக் கூடாது என்ற எண்ணம் எனக்குள் தோன்றியது.

இரண்டரை ஆண்டுகள் படிப்பைத் தொடராம லிருந்த நான் படிக்க வேண்டுமெனத் தீர்மானித்தேன். பெரும் குழப்பத்தோடு நாமக்கல் அறிஞர் அண்ணா அரசு கலைக் கல்லூரியின் தமிழ்த்துறையில் இளங்கலைப் படிப்பில் சேர்ந்தேன். நம்மால் படிக்க முடியுமா? என்றுதான் முதலில் பயந்திருந்தேன். ஆனால் சேர்ந்த பின் கல்லூரிக்குச் செல்வதற்கே பயம் ஏற்பட்டது. ஏனெனில் மூத்த மாணவர்களின் செயல்கள் அவ்வாறு இருந்தன. அவர்களின் கேலி

கிண்டலுக்குப் பயந்து, நிற்கும் பேருந்தில் ஏறுவதைத் தவிர்த்து விட்டு ஓடும் பேருந்தில் ஏறியதுதான் அதிகம். அந்தப் பயிற்சி பல நேரங்களில் இன்றும் பயன் தருகிறது. இருந்தாலும் அன்று அவர்களுடைய செயல்கள் என் மனதைப் பெருமளவில் பாதித்தன. கல்லூரியை விட்டு நின்றுவிடலாமா? மீண்டும் மும்பைக்குச் சென்றுவிடலாமா? என்றெல்லாம் பலவாறு யோசித்துக்கொண்டிருந்த போதுதான் ஐயாவின் வகுப்பும் மாணவர்களிடம் அவர் பேசிய விதமும் படிப்பு மீதான என் பார்வையை விசாலப்படுத்தின. அவருடைய அணுகுமுறை, கற்பித்த முறை ஆகியவை எனக்குக் கல்வியில் ஈர்ப்பை உண்டாக்கின. இனி மூன்றாண்டுகள் முடித்துவிட்டுத்தான் கல்லூரியை விட்டுச் செல்வதென முடிவெடுத்தேன்.

ஐயா எளிமையான தோற்றமுடையவர். அவர் வகுப்பில் நுழைந்ததும் மாணவர்களின் வருகையை முதலில் பதிவு செய்வார். பிற ஆசிரியர்கள் சுழல் எண்ணைச் சொல்லி அழைத்து வருகைப்பதிவு எடுப்பார்கள். வராத மாணவர்களைக் கண்டு கொள்வதில்லை. ஆனால் ஐயா நீண்ட நோட்டில் எழுதி வைத்திருக்கும் பெயர்களை வாசித்துத்தான் மாணவர்களின் வருகையைப் பதிவுசெய்வார். வராத மாணவர்களை ஏன் வரவில்லை என்று எங்களிடம் விசாரிப்பார். இது நாள்தோறும் அவருடைய வகுப்பில் நடைபெறும் நிகழ்வு. ஐயா மட்டும் ஏன் தனிநோட்டில் மாணவர்களின் பெயர்களை எழுதி வாசிக்க வேண்டுமெனப் பலநாள் சிந்தித்திருக்கிறேன். அதற்கான விடையை இன்று நான் உணர்கிறேன். ஆசிரியரானவர் தன்னுடைய மாணவர்களின் பெயர்களை நன்கு அறிந்திருத்தல் வேண்டும் என்பதை அவரிடம்தான் கற்றுக்கொண்டேன்.

வகுப்பு தொடங்குவது முதல் முடியும்வரை நின்றுகொண்டு தான் நடத்துவார். மூன்றாண்டுகளில் அவர் அமர்ந்து பாடம் நடத்தி நான் பார்த்ததில்லை. குறுந்தொகைப் பாடல்களில் பத்துப் பாடல்கள் எங்களுக்குப் பாடப்பகுதியாக இருந்தன. இன்று கேட்டாலும் பாடலுடன் விளக்கத்தையும் என்னால் சொல்ல முடியும். அவர் பாடலை மட்டும் நடத்திப் பொருள் கூறுபவர் அல்ல. முதலில் பாடலை இரண்டுமுறை வாசிப்பார். பின்பு எங்களில் யாராவது ஒருவரை எழுப்பி நீங்கள் வாசியுங்கள் என்பார். மாணவர்களில் ஒருவர் வாசித்ததும் மாணவிகளில் ஒருவரை ‘வாசிங்க’ என்பார். அவர்கள் வாசித்த பிறகுதான் பாடலுக்கான பொருள் சொல்வார். பொருள் சொல்லி முடித்த பிறகு மீண்டும் பாடலை வாசித்துக் காட்டுவார். பின்னர் இருவரை வாசிக்கச் சொல்வார். அப்போது அனைவரிடமும் பாடலுக்கான நூலோ நகலோ இருக்க வேண்டும். அல்லது

நோட்டில் எழுதியாவது வைத்திருக்க வேண்டும். இல்லையெனில் கோபப்படுவார். அதனால் நாங்கள் அவருடைய இயல்புக்கேற்ப நடந்துகொள்வோம்.

பத்துப் பாடல்களையும் எங்களை மனப்பாடம் செய்யச் சொல்லி அடுத்தடுத்த வகுப்புகளில் ஒப்பிக்கச் சொன்னார். நாங்களும் ஒப்பித்தோம். ஒவ்வொருவராகப் பாடலைச் சொல்லி அதற்கான பொருளையும் சொல்லச் சொன்னார். இது எனக்குச் சிரமமாக இருந்தது. பெண்கள் முன்பு சொல்லச் சொல்கிறாரே என்று நான் பலமுறை கோபப்பட்டதுண்டு. மாணவிகள் இருப்பதால் நான் பாடலைத் தவறில்லாமல் சொல்லிப் பொருள் கூறிவிடுவேன். சில மாணவர்கள் பொருள் சொல்லும்போது தடுமாறுவார்கள். அப்போது சிரித்துக்கொண்டே ‘சொல்லுங்க, அதுதான் சொல்லுங்க’ என்று ஊக்கப்படுத்துவார். அத்துடன் அவர் எங்களை விடவில்லை. பத்துப் பாடல்களையும் பார்க்காமல் அடுத்தமுறை எழுத வேண்டும் என்றார். எழுதினோம். எழுதிய பாடல்களை உடனே திருத்திக் கொடுத்து அதில் நேர்ந்துள்ள பிழைகளைச் சரிசெய்துகொள்ளுங்கள் என்று அறிவுறுத்தினார். கல்லூரி ஒன்றில் விரிவுரையாளர் பணிக்கான நேர்காணலில் என்னால் எளிதாக வெற்றி பெற முடிந்தமைக்கு அப்பயிற்சியே காரணம். இன்றும் என்னுடைய மாணவர்களிடம் ஐயாவின் வழியைத்தான் பின்பற்றி வருகிறேன்.

இலக்கணம் மீதும் ஆர்வத்தை ஏற்படுத்தியவர் ஐயா. அவர் யாப்பிலக்கணம் நடத்துவதைக் கண்டு வியந்துபோயிருக்கிறேன். கையில் எந்தக் குறிப்பும் இன்றிக் கரும்பலகையில் எழுத ஆரம்பித்துவிடுவார். எடுத்துக்காட்டுக்குரிய பாடல்களையும் பார்த்து எழுதுவதில்லை. யாப்பில் எந்தப் பகுதியை எடுக்கிறாரோ அந்தப் பகுதிக்கான செய்முறைப் பயிற்சியை வீட்டுப்பாடமாக எங்களுக்குக் கொடுத்துவிடுவார். சங்க இலக்கியப் பாடல் நடத்தும்போது அதற்கான பாடல்களை மாணவர்கள் கையில் வைத்திருப்பது போன்றே யாப்பிலக்கணம் நடத்தும்போதும் தனி நோட்டு ஒன்று வேண்டும் என்பார்.

யாப்பில் ‘அசை’ பகுதியை நடத்தும்போது திருக்குறளில் சில குறள்களை எடுத்துச் சீர் பிரித்து வாருங்கள் என்பார். அடுத்த நாள் சரியாகச் சீர் பிரித்திருக்கிறார்களா என்று அனைவருடைய நோட்டையும் வாங்கிப் பார்ப்பார். ஏதேனும் தவறு செய்திருந்தால் உடனே அதைத் தெளிவுபடுத்துவார். ஒருமுறை ‘ஐ’ என்னும் எழுத்தைப் பிரிப்பதில் நாங்கள் அனைவருமே தவறு செய்திருந்தோம். என் நோட்டில் தவறு என்று சுட்டிக்காட்டியிருந்தார். ‘நாங்கள் எல்லாருமே அப்படித்தானே

பிரித்திருக்கிறோம்' என்றேன். அதற்கு ஐயா 'ஒரு தவறை எல்லாரும் சேர்ந்து செய்தால் அது சரியாகிவிடுமா?' என்று கூறி அப்பகுதியை விளக்கினார். அனைவருக்கும் புரிந்திருந்தால் மட்டும்தான் அடுத்த பகுதிக்குச் செல்வார். இல்லையெனில் அதே பகுதியை மீண்டும் தொடர்வார். வெண்பா, ஆசிரியப்பா, கலிப்பா, வஞ்சிப்பா போன்றவற்றை நடத்தும்போது அந்தந்தப் பாவிற்குரிய எடுத்துக்காட்டுப் பாடல்களாக ஔவையார் பாடல்கள் போன்ற தனிப்பாடல் திரட்டுகளிலிருந்து சுவையான பலவற்றை எடுத்துச் சொல்வார். அனைத்துப் பாடல்களையும் மனப்பாடம் செய்யவும் வைத்துவிடுவார்.

இலக்கிய, இலக்கண வகுப்பாக இருந்தாலும் அவருடைய ஒவ்வொரு வகுப்பும் ஏதாவது ஒன்றைக் கற்றுக் கொடுத்துக் கொண்டே இருந்தது. அதனால் அவருடைய வகுப்பை நான் புறக்கணித்ததே இல்லை. அவர் கொடுக்கும் வேலையையும் சரியாகச் செய்துவிடுவேன். அப்பயிற்சியால் அவ்வாண்டுப் பருவத்தேர்வில் யாப்புத் தாளில் 82 மதிப்பெண் பெற்று வகுப்பில் முதல் இடத்தைப் பெற்றேன். இதை நான் ஐயாவிடம் கூறினேன். 'அப்படியா! பரவாயில்லையே!' என்று கூறிவிட்டு என்னைத் தட்டிக் கொடுத்துவிட்டுச் சென்றுவிட்டார். வெறும் சிரிப்போடு எதுவும் சொல்லாமல் போகிறாரே என்று நான் வருத்தப்பட்டேன். அடுத்த நாள் வகுப்பில் 'தமிழ் நடைக் கையேடு' என்னும் நூலை என்னைப் பாராட்டிப் பரிசாகக் கொடுத்தார். அந்நூலின் முதல் பக்கத்தைத் திறந்து பார்த்தேன். 'யாப்பு இலக்கணத் தாளில் முதல் மதிப்பெண் பெற்றதற்கு என்னுடைய வாழ்த்துக்கள்' என்று எழுதி அவருடைய கையொப்பம் இடம்பெற்றிருந்தது. பெரும் மகிழ்ச்சியுற்றேன். இன்றும் அந்நூலைப் பாதுகாத்துவருகிறேன். நான் மாணவர்களிடம் யாப்பு பற்றிப் பேசும்போதெல்லாம் ஐயாவின் நினைவுகள் என்னுள் வந்துசெல்கின்றன.

வகுப்பில் புதுமைப்பித்தன் சிறுகதைகள், ஜெயகாந்தன் நாவல்கள், புதுக்கவிதைகள் போன்ற பலவற்றை எங்களுக்கு அறிமுகப்படுத்தினார். கதைகளை எளிமையாக, சுவாரசியமாகச் சொல்வார். அதனால் எனக்கும் கதைகளை வாசிக்க வேண்டும் என்ற எண்ணம் தோன்றியது. நானும் நண்பர்களும் ஐயாவிடம் சென்று ஏதேனும் சிறுகதைத் தொகுப்பு எங்களுக்குக் கொடுங்கள் என்று கேட்டோம். அவரிடம் அப்போது என்ன புத்தகம் இருந்ததோ அதைக் கொடுத்து 'இதைப் படிங்க, இதைப் பற்றி உங்களுடைய கருத்துக்களைச் சொல்லுங்க' என்றார். பிற நண்பர்கள் எல்லாம் படித்துவிட்டு வந்து கருத்துக்களைச் சொன்னார்கள். அதைக் கேட்டு மிகுந்த மகிழ்ச்சியோடு

அவர்களைப் பாராட்டினார். நானும் படிப்பேன். ஆனால் அவரிடம் கருத்துக்களைப் பகிர்ந்துகொண்டதில்லை.

ஒருநாள் 'எது படித்தாலும் என் மனதில் நிற்கமாட்டேங்குது ஐயா. அது ஏன்' என்று கேட்டேன். அதற்கு அவர் 'பெண்களிடம் அதிகமாகப் பேசுவதை நிறுத்துங்கள். நீங்கள் படிப்பது மனதில் நிற்கும்' என்று சிரித்துக் கேலி செய்தார். எனக்கும் சிரிப்பு வந்தது. அவரிடம் ஏதேனும் கேள்வி கேட்கும்போதெல்லாம் அவர் கூறும் பதில்கள் மனதில் அப்படியே பதிந்துவிடும். சிறுகதை நூல்களை வாங்கிச் சென்ற மாணவர்கள் ஆர்வமாகப் படிப்பதைப் பார்த்துச் சிறுகதை எழுதும் பயிற்சிப் பட்டறை ஒன்றுக்கு வகுப்பிலேயே ஏற்பாடு செய்தார். அதில் சிறுகதை எழுதுவதற்குக் கதைக்கருவை எவ்வாறு தேர்வுசெய்வது, எப்படிப் பட்ட நிகழ்வைத் தேர்வுசெய்வது என்பதை விளக்கினார். பின்பு 'உங்கள் வாழ்க்கை அனுபவங்களில் மறக்க முடியாத நிகழ்வுகளை எழுதிக் கொடுங்கள்' என்றார். நாங்கள் அனைவரும் எழுதினோம். எழுதியவற்றை உடனே திருத்திக் கொடுத்தார்.

என்னுடைய நண்பன் ம.ப. ரமேஷ்குமார் எழுதியதுதான் சிறந்த அனுபவம் என்று பாராட்டினார். அவன் எழுதியது, 'நாங்கள் எட்டுப்பேர் மோகனூரில் விமரிசையாக நடைபெற்ற முப்பூசை விழாவிற்குச் சென்றோம். எப்படியாவது கோயிலில் அன்னதானம் போடுவார்கள் என்று நம்பியிருந்தோம். கோயிலும் காட்டுப் பகுதியில் இருந்தது. சாப்பிடுவதற்கு எந்தக் கடையுமில்லை. யாராவது எங்களைக் கூப்பிடுவார்கள் என்று எதிர்பார்த்துக் கொண்டிருந்தோம். ஏமாற்றம்தான் மிஞ்சியது. முப்பூசைக்குச் சென்றும் பசியோடு கல்லூரிக்குத் திரும்பினோம்.' இந்நிகழ்வு ஐயாவால் பாராட்டப்பெற்றது. நம் வாழ்க்கையில் எதிர்பாராத நிகழ்வுகள் நடக்கின்றபோது ஏற்படுகின்ற உணர்வுகள், எடுக்கின்ற முடிவுகளை நாம் குறித்துக்கொள்ளுதல் வேண்டும் என்பதை அன்று நடத்திய சிறுகதைப் பயிற்சிப் பட்டறை மூலம் நான் அறிந்துகொண்டேன்.

மாணவர்களின் தனித்திறன்களை வெளிக்கொணர்வதற்குக் கருத்தரங்கம் நடத்திக்கொண்டிருந்தார். புதன்கிழமை தோறும் நடைபெற்றதால் அதற்குப் புதன் வட்டக் கருத்தரங்கு என்று பெயரும் வைத்திருந்தார். வகுப்பில் பாடத்தை முடித்துவிட்டுப் புதன் வட்டக் கருத்தரங்கிற்கு நீங்கள் என்ன செய்கிறீர்கள் என்று கேட்டார். வகுப்பில் அனைவரும் அமைதியாக இருந்தோம். நாங்கள் எல்லாரும் கீழே குனிந்துகொண்டோம். அவர் மட்டும் பேசிக்கொண்டே இருந்தார். 'சொல்லுங்கப்பா ...

என்ன பண்றீங்க ... சொல்லுங்க ... சரி, சுற்றறிக்கை வரும். அப்போது உங்களுடைய பெயர்களைக் கொடுங்கள்' என்று சொல்லிவிட்டுப் போய்விட்டார். நாங்கள் எங்களுக்குள் முணுமுணுத்துக்கொண்டோம். 'இவருக்கு வேற வேலையே இல்லையா, ஏதாவது ஒண்ணு செஞ்சிக்கிட்டே இருக்கிறாரே' என்று பேசிக்கொண்டோம். புதன் வட்டக் கருத்தரங்கம் சார்ந்த வேலையை ஒவ்வொருவருக்கும் பகிர்ந்து கொடுத்தார். ஐயா எந்த வேலையைக் கொடுத்தாலும் ஏனென்று கேட்காமல் நாங்கள் செய்வோம். ஒருமுறை நீங்கள் எல்லாரும் கண்டிப்பாக ஏதாவது ஒன்றில் பங்கேற்க வேண்டும் என்று கட்டளையிட்டார். அதனால் நான் நன்றியுரையைத் தேர்வு செய்தேன்.

அதுதான் நான் மேடை ஏறிப் பேசிய முதல் அனுபவம். வழக்கம்போல் கருத்தரங்க முடிவில் நன்றியுரை நல்கப் பேராசிரியர் சு.துரை ஐயா என்னை அழைத்தார். நான் மேடையில் ஏறி நின்று அனைவரையும் ஒரு பார்வை பார்த்தேன். பயத்தில் எல்லாம் மறந்துபோனது. பாதிதான் சொல்லியிருப்பேன். பதற்றத்தில் 'அனைவருக்கும் நன்றி' என்று கூறிவிட்டுக் கீழே இறங்கிவிட்டேன். அனைவரும் கலைந்து சென்றனர். ஐயாவிடம் சென்றேன். 'பரவாயில்லைப்பா, அப்படியே பேசிப் பழகுங்க' என்று கூறித் தட்டிக்கொடுத்தார். அது எனக்கு உத்வேகத்தைக் கொடுத்தது. கருத்தரங்குகளில் நான் தேநீர் கொடுக்கும் வேலையைத் தொடர்ந்து செய்துவந்தேன். அப்போது அனைவரையும் பயமில்லாமல் பார்க்க நேர்ந்தது. மேடையில் அமர்ந்திருக்கும் சிறப்பு விருந்தினர்களுக்குத் தேநீர் கொடுத்ததால் பயம் நீங்கியது. நாளடைவில் புதன் வட்டக் கருத்தரங்குகளில் பிற துறை மாணவர்களும் பங்கேற்பாளர்களாகக் கலந்துகொண்டனர். இதனால் கூட்டம் அதிகரித்தது. சிறப்பாகப் பேசுபவர்களுக்குப் பரிசுகளும் உண்டு என்று ஐயா கூறினார்.

கவிதைக்கென மூன்று தலைப்புகளைக் கொடுத்தார். அதில் நான் எடுத்த தலைப்பு 'செல்லும் வழி இருட்டு.' நானும் கவிதை என்ற பெயரில் ஒன்றை எழுதித் தயார் செய்துவிட்டேன். கருத்தரங்கம் நடந்தது. நான் எழுதியிருந்தது காதல் கவிதை என்பதால் எனக்குள் பயம் அதிகரித்தது. இந்தக் கவிதையைக் கருத்தரங்க மேடையில் வாசிக்கத் துணிந்தது எப்படி? கருத்தரங்கில் முன்பு ஒருமுறை ஐயா அவரது காதல் கவிதையை வாசித்தார். ஐயாவே காதல் கவிதையை வாசிக்கும்போது நாம் ஏன் வாசிக்கக்கூடாது என்ற எண்ணம்தான் காரணம். இருந்தாலும் எப்படி வாசிக்கப்போகிறோம் என்ற பயத்தில் வழக்கம்போல் தேநீர் கொடுக்க ஆரம்பித்துவிட்டேன். பயம் கொஞ்சம் களையத் தொடங்கியது.

நான் தேநீர் கொடுத்துக்கொண்டிருக்கும்போதே என் பெயரைத் துரை ஐயா வாசித்தார். நான் தேநீர் கொடுக்க மேடைக்கு எப்படிப் பயமின்றிச் செல்வேனோ அப்படியே சென்றேன். எனக்கு முன்பு கவிதை வாசித்தவர்களுக்குத் துரை ஐயா நிபந்தனை விதித்திருந்தார். 'இனிக் கவிதை வாசிப்பவர்கள் ஒரு வரியை ஒருமுறை வாசித்தால் போதும். முக்கியமான வரிகளாக இருந்தால் இரண்டுமுறை வாசியுங்கள்.' நான் மேடையில் நின்று 'ஐயா, என்னுடைய கவிதையின் வரிகள் அனைத்துமே முக்கியமானவை. நான் என்ன செய்யட்டும்' என்றேன். அரங்கமே சிரிப்பொலியில் அதிர்ந்தது. அது எனக்குப் பயத்தை மேலும் போக்கியது.

> என் காதல்
> தாகத்திற்குத் தண்ணீர் தரவில்லை
> கண்ணீர்தான் தந்தது . . .
> காலம் பல புரண்டபோதுதான் தெரிந்தது
> எனக்கு முன் விழுந்தோர் பலரென்று

என்று 'செல்லும் வழி இருட்டு' தலைப்பிலான கவிதையை வாசித்ததும் அரங்கத்தில் ஒலித்த கைத்தட்டலால் எனக்கு மகிழ்ச்சியாக இருந்தது. கவிதையில் எனக்கு முதல் பரிசு கிடைக்கும் என்று நம்பினேன். என் நம்பிக்கை வீண்போகவில்லை. கூட்டம் முடிந்தவுடன் ஐயாவிடம் சென்றேன். 'பரவாயில்லையே, காதல் கவிதை எழுதி முதல் பரிசு வாங்கிட்டீங்க' என்று முகமலர்ச்சியுடன் என்னைத் தட்டிக்கொடுத்தார்.

அடுத்த கருத்தரங்குகளில் நாம் எது வேண்டுமானாலும் எழுதலாம் என்று எண்ணி மீண்டும் காதல் கவிதை ஒன்று எழுதினேன். அதை வாசிப்பதற்கு முன்பு கவிதையின் சூழலைச் சொல்லிவிட்டு வாசித்தேன். அப்போது பரிசு கிடைக்கவில்லை. ஐயாவைப் பார்த்தேன். 'நடுவர்களில் நான்தான் உங்களுக்கு மதிப்பெண் குறைவாகப் போட்டேன். கவிதைக்கு நீங்கள் விளக்கம் சொல்லக் கூடாது' என்றார். விளக்கம் சொல்வது கவிதையின் பொருள் சாத்தியத்தைக் குறுக்கிவிடும் என்பதையும் கவிதை ஒவ்வொருவருக்கும் ஒவ்வொரு வகையான பொருள் தரக்கூடியது என்பதையும் அன்று ஐயாவிடம் கற்றுக்கொண்டேன். பின்பு நடந்த கருத்தரங்குகளில் எங்களைக் கேட்காமலேயே என் பெயரையும் நண்பர்கள் விமல், கலைச்செல்வன், செல்வம் போன்றவர்களின் பெயர்களையும் ஐயாவே எழுதிக்கொள்வார். அந்த அளவுக்கு எங்கள்மீது நம்பிக்கை வைத்திருந்தார். நாங்களும் அதற்குத் தகுந்தாற்போல் நடந்துகொண்டோம்.

தொடர்ந்து கருத்தரங்கு, விழாக்களில் நான் பங்குபெற்றேன். பாடல் போட்டிகளில் அனைவரும் திரைப்படப் பாடல்களைப்

பாடினார்கள். நான் ஒப்பாரிப் பாடலைத் தேர்வுசெய்து முதல் பரிசு பெற்றேன். நிகழ்வு ஒன்றுக்கு என்னையும் கலைச்செல்வனையும் அழைத்து நீங்கள் நாடகம் ஒன்று ஏற்பாடு செய்யுங்கள் என்றார். நாங்கள் என்ன செய்வதென யோசித்துக்கொண்டிருந்தோம். அந்த நிகழ்வுக்கு நாமக்கல் கவிஞர் இராமலிங்கம்பிள்ளை கல்லூரியிலிருந்து மாணவிகள் கலந்து கொள்கிறார்கள் என்ற தகவலும் வந்தது. இருப்பினும் மனம் தளராமல் நாங்கள் இருவரும் ஸ்கிரிப்ட் தயார் செய்தோம். பயிற்சி எடுத்து நன்றாக நடித்தோம். அனைவராலும் பாராட்டப் பெற்றோம். அன்றிலிருந்து மகளிர் கல்லூரி மாணவிகளிடம் நட்பை வளர்த்துக்கொண்டேன்.

கருத்தரங்கில் நீங்கள் நடனமாட வேண்டும் என்று கேட்டுக் கொண்டார். சினிமா பாடலைத் தவிர, மற்ற பாடலுக்கு ஆடலாம் என்ற நிபந்தனையும் விதித்தார். என்னுடன் படித்த வெங்கடேஷ்வரன் முறையாகப் பயிற்சி எடுத்துத் தேவராட்டம் ஆடுபவன். அவன் எங்களுக்குப் பயிற்சி கொடுத்தான். அவனுடன் சேர்ந்து அரங்கில் நாங்கள் ஆடினோம். நீங்கள் அனைவரும் நன்றாக ஆடினீர்கள் என்று எங்களை ஐயா பாராட்டினார். மேலும் அதே விழாவில் கவிதை, பாடல், நாடகம், ஆடல் என்று பலவற்றில் கலந்துகொண்டு சிறப்பாகத் தன் பணியைச் செய்த பொ.அருள் அவர்களுக்குச் சிறப்புப் பரிசு என்று அறிவித்தனர். நான் மகிழ்ச்சியில் திளைத்தேன். எனக்குள் இருந்த திறன்களை வெளிப்படுத்த புதன் வட்டக் கருத்தரங்கம் களமாக விளங்கியது.

மூன்றாண்டுகளில் ஒவ்வொரு நிகழ்வின் வெற்றி தோல்வி களிலும் ஐயா என்னைத் தட்டிக்கொடுத்தது அடுத்த கட்டத்திற்கு நகர்த்திச் சென்றது. தமிழ்த்துறையிலிருந்து இன்று நான் கல்வியியல் துறையில் பணியாற்றிக் கொண்டிருக்கிறேன். முதுகில் தட்டும் ஐயாவின் கை ஏற்றிய உயரம் இது.

4

எனக்குத் தெரியாத நான்

நா. அருள்முருகன்

எப்படி அம்மா அப்பாக்களைத் தேர்வு செய்யும் சுதந்திரம் பிள்ளைகளுக்கு இல்லையோ அப்படியே முறையான கல்வித் திட்டத்தில் ஆசிரியரைத் தேர்ந்தெடுக்கும் சுதந்திரம் மாணவர் களுக்கு இல்லை. அம்மா அப்பாவிற்கு அடுத்துப் பிள்ளைகளுடன் நெருக்கமாக இருப்பவர்கள் ஆசிரியர்கள்தான். அதனாலேயே நம் பேச்சில் பெற்றவர்களின் குறைநிறைகள் உரிமையோடு வெளிப்படுவது போலச் சொல்லித் தந்த ஆசிரியர் களின் சிறு அசைவும் ஒளிவுமறைவு இல்லாமல் வெளிப்பட்டுவிடுகிறது; சில வேளைகளில் வலி யோடும் பெருமையோடும் வியப்போடும் அசை போடப்படுகிறது.

பள்ளிக் கல்விக்கு அடுத்த பட்டப் படிப்பு, பட்ட மேற்படிப்பு உட்பட என் உயர்கல்வி முழுக்க அஞ்சல்வழியிலேயே அமைந்தது. நூலகங்களே எனது பாடசாலைகள் ஆயின. அதனால் உயர்கல்வியைக் கல்லூரியில் நேரடியாகக் கற்க முடியவில்லையே என்னும் ஏக்கம் எனக்குள் இருந்தது. அந்த ஏக்கம் எவ்வளவு சிறுபிள்ளைத்தனமானது என்பதை உணர வைத்தவர் ஐயா. எனக்கு அவரின் வீட்டு மொட்டைமாடியே கல்லூரியானது.

விசாலமான தளத்தில் சிந்திக்கவும் வாசிக்கவும் முறைசாராக் கல்வி கொடுத்த சுதந்திரம்தான் ஆய்வுக்கான எனது வழிகாட்டி ஆசிரியரை நானே தேர்வு செய்துகொள்ள வாய்ப்பளித்தது.

எருமப்பட்டி அரசு மேல்நிலைப் பள்ளியில் நான் தமிழாசிரியராகப் பணியாற்றிக் கொண்டிருந்தபோது ஆய்வுப் படிப்பை மேற்கொள்ள நினைத்தேன். வரகூரில் தமிழாசிரியராகப் பணியாற்றிக் கொண்டிருக்கும் சந்திரன்தான் என்னை அவரிடம் கூட்டிக்கொண்டு போனார். சந்திப்பதற்கு முன்பே அவரது கட்டுரைகள், சில கவிதைகள் என வாசித்திருந்தேன். அவரைப் பற்றிச் சந்திரன் சொல்லியிருந்த சித்திரத்தால் அவரிடம் போய்ச் சேர்கிறவரை உள்ளுக்குள் பதற்றம் இருக்கவே செய்தது. நான் நேரடியாக முனைவர் பட்ட ஆய்வு செய்ய விரும்பினேன். நேரடியாக முனைவர் பட்டத்திற்கு ஆய்வு செய்வதைவிட ஆய்வியல் நிறைஞர் பட்டம் முடித்தபின் செய்தால்தான் ஆய்வுப் பார்வை கைவரும் என்று சொன்னார். அப்படியே ஆகட்டும் என்று கொஞ்சம் தயக்கத்தோடுதான் ஒப்புக்கொண்டேன்.

ஆய்வுக்கான தலைப்பை அவர் கொடுக்கவில்லை; என்னிடமே கேட்டார். வழக்கமான தலைப்புகளைவிட யாரும் செய்யாத தலைப்புகளில் ஆய்வு செய்தால் பல்கலைக்கழக அளவில் ஆசிரியராகப் பணியாற்ற வாய்ப்புக் கிடைக்கும் என்னும் நப்பாசையில் எனது ஆய்வுத் தலைப்புகளை நானே கடினமாக்கிக் கொண்டேன். தத்துவ அடிப்படையிலும் இலக்கண அடிப்படையிலும் ஆய்வுகள் மேற்கொள்ள முடிவு செய்தேன். ஆனால் வேலைதான் நினைத்ததுபோல் வாய்க்கவில்லை என்பது வேறு விஷயம். ஐஞ்சிறு காப்பியங்களுள் ஒன்றாக மட்டுமே தமிழ் மாணவ உலகத்தால் அறியப்பட்டிருந்தது நீலகேசி. தத்துவ அடிப்படையிலான அந்நூலில் ஆய்வியல் நிறைஞர் பட்டத்திற்காக ஆய்வு செய்வதாகச் சொன்னதும் மறுப்புத் தெரிவிக்காமல் முதலில் அதைப் படித்துக்கொண்டு வரச்சொன்னார். அவர் கொடுத்த நாட்களுக்கு முன்னதாகவே சென்று படித்தவற்றைச் சொன்னதும் ஒரு சில கேள்விகளைக் கேட்டார். அவருக்குள் ஏற்பட்ட நிறைவு பார்வையில் தெரிந்தது. அந்த நூலிலேயே ஆய்வு செய்ய அனுமதி கொடுத்தார்.

முனைவர் பட்டத்திற்கு நான் இலக்கணப்புலத்தைத் தேர்வு செய்தபோதும் நேமிநாதத்தின் இலக்கண உருவாக்கம் குறித்து ஆய்வுத் தலைப்பைத் தேர்வு செய்தபோதும் எந்தத் தடையும் விதிக்கவில்லை. இவ்வளவு சின்ன நூலில் என்ன செய்யப் போகிறாய் என்று கேலி பேசவில்லை. மற்றவரைப் போலத் தானே தலைப்புகளைக் கொடுத்து என் சுயத்தைக் கேள்விக்கு உள்ளாக்க வில்லை. என் விருப்பம் எதுவோ அதையே நிறைவேற்றித் தந்தார். தன் மாணவனின் பலத்தை யானை பலம் ஆக்கினார். போட்டித் தேர்வுகளில் ஒருமதிப்பெண் வினாவிற்கு உரியதாக ஒதுக்கீடு செய்யப்படும் நூலில் உடன் பயில்வோர் வியக்கும்படியாக

58 எனக்குத் தெரியாத நான்

என் ஆய்வைத் தொடங்கினேன். முதன் முதலாக அவரிடம் ஆய்வுப் பக்கங்களைக் கையால் எழுதாமல் நேரடித் தட்டச்சு முறையில் திருத்தம் செய்யக் கொடுத்தது நான்தான் என்று நினைக்கிறேன். வேறு யாரேனுமாக இருந்திருந்தால் கையால்தான் எழுத வேண்டும் என அடம்பிடித்திருப்பர். நான் ஆய்வை முடித்திருப்பேனா என்பது சந்தேகமே.

ஐயாவிடம் அத்தகைய மூட நம்பிக்கை எதுவும் இல்லை. தொழில்நுட்ப மாற்றங்களை உள்வாங்கிக்கொண்டார்; அதைப் பின்பற்றவும் செய்தார். எனது பணி உயர்வால் நான் குழித்துறையில் (மார்த்தாண்டம்) பணியாற்ற வேண்டிய சூழல் நேர்ந்தது. பேராசிரியத்தனம் எதுவும் இன்றி நடைமுறை எதார்த்தத்தைப் புரிந்துகொண்டு என்னைச் சக மனிதனாகப் பாவித்தார். நேரில் வரச்சொல்லி நோகடிக்காமல் நான் மின்னஞ்சலில் அனுப்பிய பக்கங்களையும் சரிபார்த்து அனுப்பினார். அவர் தந்த ஊக்கம் சோர்வு நேர்ந்தபோதெல்லாம் முன்தொடர வைத்தது; ஆய்வை நிறைவு செய்யவும் உற்சாகம் தந்தது. எனது ஆய்வேட்டைத் தகுதி வாய்ந்த பேராசிரியர்கள் மதிப்பீடு செய்ய வேண்டும் என்பது அவரது எண்ணம். அதனால் பேராசிரியர் பஞ்சாங்கத்திற்கு அனுப்பினார். பேராசிரியர் பா. மதிவாணன் அவர்களை வாய்மொழித் தேர்வாளராக அழைத்திருந்தார். என்மீது அவர் கொண்டிருக்கும் நம்பிக்கையின் வெளிப்பாடு அது. எனது பணிக்கான போட்டித் தேர்வில் தேர்வு பெற்ற பத்தொன்பது பேரில் இன்று நான் முதல் முனைவராக இருப்பதற்கு அவரே காரணம்.

அவருக்கு எண்ணிக்கை ஒரு பொருட்டே அல்ல. அதனால் அவரிடம் ஆய்வு செய்ய இடம் கிடைப்பது கடினம். ஆய்வு மாணவர்களைத் தேர்வு செய்வதில் கொஞ்சம் கறாராகவே இருப்பார். காலத்தை நீட்டித்தாலும் ஆய்வாளரிடம் குறைந்தபட்சக் கற்றலாவது நிகழ வேண்டும். அதுவரை விடமாட்டார். நான்கைந்து ஆய்வேடுகளைப் பிய்த்துப் போட்டுப் புதிய ஆய்வேடு தயாரிக்கும் கலையில் அவருக்கு உடன்பாடில்லை. பெருமைக்காகவும் பெயரின் முன்னொட்டு பின்னொட்டுகளுக்காகவும் பட்டம் பெற ஆசைப்படுவோரை நளினமாகப் பேசித் தவிர்த்துவிடுவார். அவர்கள் வேறு யாரிடமோ சேர்ந்து டாக்டர் பட்டம் வாங்கிப் பேராசிரியராக வேலையையும் வாங்கி அவருக்கு முன்னால் வந்து நிற்பார்கள். வாழ்த்துக்கள் சொல்வார்.

வழக்கமான சிலர் ஆராய்ச்சிப் படிப்பை மேற்கொள்ள வரும் மாணவர்களை வாழ்க்கை வசதிகளைப் பெருக்கிக்கொள்ளும் வாயிலாகவும் தங்கள் போதாமைகளை நிறைவு செய்துகொள்ளும்

இடம் நிரப்பிகளாகவும் பயன்படுத்திக்கொள்வது வாடிக்கை. எத்தனை ஆராய்ச்சி மாணவர்களை உற்பத்தி செய்திருக்கிறோம் என எண்ணிக்கை சார்ந்து புளகாங்கிதம் அடைவது, அதை வைத்துப் பல்கலைக்கழக அளவில் பதவிகளைப் பெறுவது அல்லது செயல்திட்டங்களுக்குப் பணம் பெற்றுக் கல்விக் கோமான் ஆவது என்கிற சராசரியானவராக இல்லை அவர். தவிர, தன் எழுத்து குறித்து ஓயாமல் பேசித் தன் மாணவர்களைத் துன்புறுத்தியதில்லை. தன் கருத்துக்களை எந்த மாணவனிடமும் திணித்ததில்லை. தான் எழுதிய நூல்களை வாங்கச் சொல்லி, விற்பனை செய்து தரச் சொல்லி ஒருபோதும் தன் மாணவர்களைச் சுரண்டியதில்லை.

ஆய்வாளர்களின் முன்னேற்றத்திற்காகத் தன்னால் முடிந்தவற்றைச் செய்தவர் அவர். தன் மாணவர்களை வயது வித்தியாசம் பார்க்காமல் தோழமை உணர்வோடு நடத்துவார். எந்த மாணவனுக்கு எது வரும், எது வராது என்பதை உணர்ந்தவர். அவர் தனது சாயலில் தன் மாணவர்களை உருவாக்கவில்லை. அவரவர் சாயலில் அவர்கள் ஆரோக்கியமாய் வளர உரிய வழிகாட்டுதல்கள் அவரிடமிருந்து கிடைத்தன. தன் மாணவர்களின் உடல்நலம், குடும்ப உறவுகள், வேலைவாய்ப்பு சார்ந்த சிக்கல்கள் எனப் பலவும் அவரால் தீர்வுகாணப்பட்டன. ஹோமியோபதி மருத்துவம் அவர் மூலமே எங்களுக்கு அறிமுகமானது. அவரது வீட்டிற்குச் சென்றால் அனைவரும் சமம். இருப்பதைப் பகிர்ந்து உண்ணலாம். வெந்நீர் தேவைப்பட்டால் வைத்துக் குடிக்கலாம். தேநீர் வேண்டுமானால் நாமே வைத்துக்கொள்ளலாம்.

அவரோடு சென்ற மலைப் பயணங்கள் மறக்க முடியாதவை. ஒருமுறை கல்வராயன் மலைப் பகுதிக்குப் பயணம் சென்றோம். அங்கு ஒரு மலையகப் பள்ளியில் தங்கி மாணவர்களுக்கு மொழிப்பயிற்சி வகுப்பு எடுத்தார். ஒரு குடிசைக் கடையில் அதிகாலை வறக் காப்பி குடித்துக் குளிரைப் போக்கினோம். அங்கிருந்து ஊர் திரும்பும்போது வேறொரு வழியில் வந்தோம். இடையில் அரசு பழப் பண்ணை ஒன்றைப் பார்த்தோம். அங்கே ஓரிடத்தில் உட்கார்ந்து பேசிக்கொண்டிருந்தோம். ஆளுக்கொரு வார்த்தை சொல்வது எனவும் அதைக் கவிதை ஆக்குவது எனவும் முடிவாயிற்று. சுற்றி உட்கார்ந்து சொல்லத் தொடங்கினர். அவற்றை நான் எழுதத் தொடங்கினேன். பின்பு அவற்றை முன்னும் பின்னுமாக மாற்றி அந்தப் பண்ணையில் இருந்த ஒட்டுமாஞ்செடி போல ஒட்டுச் சேர்த்துக் கவிதை என்று கட்டிக் கொடுத்தேன். அவர் உட்பட அனைவரும் பாராட்டினர். அது முதல்நாள் நாங்கள் நீராடிய மேக அருவி

என்னும் காட்டருவியை அனைவருக்கும் நினைவூட்டுவதாய் இருந்தது.

வழியும் தேநீருக்குப் பின்னால்
கொதிக்கும் சுண்ணாம்புக் காளவாய்
வார்த்தை நடுங்கும் குளிரில்
குத்துமரங்களாய்ப் பாசியேறிய மயிர்க்கற்றைகள்
சாரல் முறுக்கிய கயிறு
மெழுகுவத்திப் பாறையாக
மலையரக்கனின் மத்தக நீர்
குடைந்தாட விரையும்
உலகளாவிய ஷாம்பூ நுரைகளில்
முயங்கும் கழுதைகள்
எக்காலத்தின முனகல் தாண்டிக்
கசியும் பனிமௌனம்
இருட்டுக் காகிதத்தில் எவ்வளவோ
இருந்தாலும்
சொல்லில் முடியாது வெளி

இப்போது கவிதை எதுவும் எழுதுவதில்லை. 2007வாக்கிலேயே முன்னாள் கவிஞன் ஆகிவிட்டேன். இருந்தாலும் அந்தப் பயண நினைவு வரும்போதெல்லாம் அந்தக் காட்டருவியும் கவிதையும் நினைவில் கொட்டும். பொருந்தாதவற்றைப் பொருத்திக் காட்டி இசையை உண்டாக்குவது சக்தி என்னும் பாரதியின் வரிகள் உயிர்பெறும்.

பின்பொரு முறை ஜவ்வாது மலைப் பயணம். சுரேஷ் என்பவர் ஜவ்வாது மலைப் பகுதியில் உள்ள ஜம்னாமரத்தூரில் இருந்து வந்து நாமக்கல் கல்லூரியில் அவரிடம் படித்து வந்தார். அவரது ஊருக்குப் பயணம் போவது என்று முடிவாயிற்று. சிலர் சேலத்தில் வந்து இணைந்துகொண்டனர். மாணவர் பட்டாளத்தின் கதைப்புகளால் நிரம்பி வழிந்தது பேருந்து. அவ்வப்போது மாணவர்களைப் பேச வைத்து அவர்களின் உலகத்துக்கு எங்களை அழைத்துப் போனார். எங்களின் இளம் வயது திரும்பி வந்ததுபோல் இருந்தது. மாலை ஐந்து மணி வாக்கில் ஜம்னாமரத்தூர் வந்து சேர்ந்தோம். அங்கிருந்து இன்னும் மேலே செல்ல வேண்டும். எங்களை அழைத்துச் செல்ல இருசக்கர வாகனங்களை ஏற்பாடு செய்திருந்தார் சுரேஷ். நானும் சந்திரனும் சென்ற வண்டி கொஞ்ச தூரத்திலேயே வழியில் நின்றுபோனது. அனைவரும் முன்னால் சென்றுவிட்டனர். குலுக்கியும் குடைந்தும் என்னென்னவோ செய்தும் எங்கள் வண்டி கிளம்புவதாய் இல்லை. அருகில் ஒரு முருகன் கோயில் இருந்தது. வழியில் இருந்த கல்லில் உட்கார்ந்து பேச்சைத் தொடர்ந்தோம். இருட்டுக் கவியத் தொடங்கியும் அருகிலிருந்த

மலைமுருகனுக்கு இரக்கம் பிறக்கவில்லை. சுரேஷ் முயற்சியால் வேறொரு வண்டி வந்தது. மேலே போகப் போக பயம் தொற்றிக் கொண்டது. இருட்டில் ஏதேதோ வழியில் கூட்டிக்கொண்டு போனார். மழை வேறு பெய்திருந்ததால் வழியெங்கும் சேறும் சகதியுமாய் வீடு சென்று சேர்ந்தோம். திரும்பி வரும்போதுதான் அந்த வழி எவ்வளவு ஆபத்தானது என்பதை உணர முடிந்தது.

அடுத்த நாள் ஒரு காட்டருவியைப் பார்க்கக் கிளம்பினோம். விடியற்காலையில் சென்றதால் களைப்புத் தெரியவில்லை. பாறைமேல் மல்லாந்து விரிவானம் பார்த்தும் அருவியில் முங்கியும் சில்லிடும் தண்ணீரில் உடலத்தைக் கரைத்தும் பரவசம் அடைந்தோம். பாறைக் குழிகளும் அவற்றில் புறப்படும் புதுப்புது அருவிகளும் எண்ணற்ற குற்றாலங்களை உருவாக்கின. இந்தப் பகுதி சுற்றுலாத்தலம் ஆக்கப்படாமல் விட்டு வைக்கப்பட்டுள்ளதை நினைத்து மகிழ்ந்தோம்.

அதன்பின் ஒருமுறை நாமக்கல்லில் இருந்து மோகனூர் செல்லும் வழியில் உள்ள சருவு மலைக்கு நான், அவர், அவரது மகன் இளம்பரிதி, கிருஷ்ணன் நால்வரும் சென்றோம். இம்மலை சர்வ மலை எனவும் சருகு மலை எனவும் அழைக்கப்படுகிறது. புரட்டாசி சனிக்கிழமை இந்த மலைக்குச் செல்வது சிறப்பு என்பர். மலையில் படிக்கட்டுகள் சொல்லிக்கொள்ளும்படியாக இல்லை. மழைநீர் வழியும் பாதை போலப் பல இடங்களில் ஒற்றையடிப் பாதை நீளும். சில இடங்களில் செங்குத்தாக ஏற வேண்டி இருக்கும். தொடர்ந்து நடந்தோம். இன்னும் சற்று நடந்தால் உச்சியை அடைந்து விடலாம். காலையில் இருந்து செங்குத்தாக ஏறியதால் வெறும் வயிற்றுக்குள் பாறாங்கல் உருண்டதுபோல் தோன்றியது. வாந்தி வந்துவிடும் போலவும் மயக்கம் வரும்போலவும் இருந்தது. அருகில் இருந்த புல்தரையில் மல்லாக்கப் படுத்துக்கொண்டேன். சவாசனம் செய்தேன்.

கொஞ்ச தூரம் சென்றிருந்த அவர் திரும்பி வந்தார். என்ன செய்கிறது என்று கேட்டார். ஒன்றும் இல்லை என்று சமாளித்தேன். முகத்தைக் கழுவும்படி தண்ணீர் கொடுத்தார். செங்குத்தாக ஏறுவதாலும் வியர்வையால் உடலில் இருந்து நீர் வெளியேறி விடுவதாலும் மலையின் மேலே செல்லச் செல்லக் காற்று குறையும் என்பதாலும் இவ்வாறு மூச்சிரைக்கும். படுத்தவாறே நன்கு மூச்சை இழுத்து விடுமாறு கூறினார். ஆசுவாசப்படுத்திய பின் மெதுவாக மேலே ஏறுமாறு கூறினார். அவ்வாறே செய்தேன். பின்பு உச்சியை அடைந்து சாமி கும்பிட்டோம். இறங்கும்போது எளிதாக இருந்தது. அவரது வீட்டிற்கு வந்து சாமி கும்பிட்டுப் படையல் சாப்பிட்ட பின்தான் களைப்புத் தீர்ந்தது.

புகழ்பெற்ற மலைப்பகுதிகளை, சுற்றுலாத்தலங்களை அவர் தனது பயணங்களுக்குத் தேர்ந்தெடுக்கவில்லை. அவரோடு சென்ற இடங்கள் கவனிப்பாரற்றுக் கிடந்தாலும் பேரனுபவம் தரும் இடங்களாக இருந்தன. அவரும் எங்களுடன் கைகோத்துப் பகிர்தலுக்குரிய களமாகக் கொண்டார்; பாடமும் பக்குவமும் பெற வழிசெய்தார். அலுக்காத பயணங்களின் நாத்துணையராகத் தலைக்கனம் இல்லாத சொற்சுவைஞராக எங்களுக்கு அவர் வாய்த்தார். எனது அகங்காரம் – தன்முனைப்பு எல்லாம் இருந்த இடம் தெரியாமல் கரைந்து போன காலம் அது.

தமிழைப் படித்ததால் தெருவில் நிற்கிறேன் என்று அவரது மாணவர்கள் யாரும் சொல்லிவிட முடியாது. பல பதிப்பகங் களில் பலருக்கு வேலை வாய்ப்பு அவரால் கிடைத்தது. நாங்கள் நடத்திய போட்டித் தேர்வுப் பயிற்சி வகுப்புகளில் சேர்ந்து தனது மாணவர்கள் வேலைவாய்ப்புப் பெற்றபோது மிகுந்த மகிழ்ச்சி அடைந்தார். ஒருவருக்கு ஒருவர் உதவியாய் இருப்பது என்பது அவரிடமிருந்து கற்றுக்கொண்ட மனிதப் பண்புகளுள் ஒன்று. இளமை என்பது அங்கீகாரத்திற்காக ஏங்கும். யார் தன்னை அங்கீகரிக்கிறார்களோ அவர்களைச் சிக்கெனப் பிடித்துக்கொள்ளும். இளம் மாணவர்களுக்கு அவர் கொடுத்த உற்சாகம் காணக் கிடைக்காத பெரும் வரம். அவரது மாணவர்களின் படிப்பைக் கூர்மைப்படுத்த கூடு என்னும் அமைப்பு உருவானது. அவர் வீட்டு மொட்டை மாடியில் பாய் விரித்துத் தொடங்கிய கூட்டரங்கம் படிப்படியாக நாற்காலிக்கு உயர்ந்தது. தேநீரில் தொடங்கிய விவாதம் காலப்போக்கில் இரவு உணவாகி நிறைந்தது.

ஒவ்வொரு மாதமும் ஒருவர் ஒருங்கிணைப்பாளராகத் தலைமை ஏற்றுக் கூட்டத்தை நடத்த வேண்டும். ஒருவர் நன்றி சொல்வார். முந்தைய மாதத்தில் பதிவு செய்துகொண்ட மாணவர்கள் தங்கள் வாசிப்பை நிகழ்த்துவார்கள். பின்பு கேள்வி நேரம். கேள்வி கேட்கவே அனுமதிக்காத வகுப்பறை வன்முறையில் கட்டுண்டு கிடந்த மாணவர்களுக்குச் சொல்லவா வேண்டும்? கேள்விக் கணைகள் வாசிப்பாளரைத் துளைத்து எடுத்துவிடும். எதிரில் உள்ளவர்களையும் பேச அனுமதிக்கிற பண்பும் சகிப்புத் தன்மையும் இதனால் வளர்ந்தது. சக ஆய்வு மாணவர்கள் கட்டுரைகள், படைப்புகள் வாசிக்கும்போது என் நாவில் இருக்கும் சனி நக்கீரன் அவதாரம் எடுக்க, உரையாளர்கள் மனசுக்குள் சிவன் அவதாரம் எடுப்பார்கள். கடைசியில் அவர்தான் காப்பாற்றுவார். தமிழகத்தின் பல முக்கியமான இலக்கிய ஆளுமைகளைப் பக்கத்தில் அமர்ந்து பார்க்கிற,

பயமில்லாமல் கேள்வி கேட்கிற வாய்ப்புக் கிடைத்தது அவரால். குறும்படங்கள் பல திரையிடப்பட்டு விவாதிக்கப்பட்டன. எழுத்துக்கள் விமர்சிக்கப்பட்டன. இப்படிக் கூடு அமைப்பின் தோற்றம் வளர்ச்சி குறித்துத் தனியாக ஒரு வரலாறே எழுதலாம்.

எதையும் நுட்பமாகப் பார்க்கும் குணத்தால் என்னைக் கூடு ஆய்வுச் சந்திப்பின் சட்டாம்பிள்ளைகளில் ஒருவனாக வளையவரச் செய்தார். எங்களுடன் பயின்ற ஆய்வு மாணவர்களுக்கு அவர் முன்னின்று நடத்தும் கருத்தரங்கங்கள் தொடர்பாகவும் பயிற்சிப் பட்டறைகளின் வடிவம் தொடர்பாகவும் ஆலோசனை செய்யும் வேளையில் என்னையும் ஒருவனாக முன்னிலைப்படுத்தினார். ஒரு நிகழ்வை எவ்வாறு தொடங்குவது, ஒருங்கிணைப்பது, முடிப்பது என்பதை அங்கிருந்து அறிந்துகொண்டேன். இலக்கற்றுப் பேசிக்கொண்டிருந்த நான் ஒரு நிகழ்வில் எவ்வாறு பேச்சைத் தொடங்குவது, தேவைக்கு ஏற்ப நீட்டிப்பது, நேரத்திற்கேற்பச் சுருக்குவது, முடிந்தவரை பேசாமல் இருந்து விடுவது என்பன குறித்து அவரது கூட்டங்களில் பார்வையாளனாய் இருந்து கற்றுக்கொண்டேன்.

எழுத்தாளர் பொ. வேல்சாமியுடன் அவர் இருக்கும்போது நேரம் போவதே தெரியாது. உலக இலக்கியங்கள் முதல் உள்ளூர் இலக்கியங்கள்வரை தெரிந்துகொள்ளும் வாய்ப்பு அவரால் கிடைத்தது. பல ஆளுமைகளின் எதிர்முகங்கள் குறித்த சுவாரஸ்ய மான தகவல்கள் அதிர்ச்சி அளிப்பவையாக இருக்கும். எனக்குள் இருக்கும் உருவகங்கள் உடைபடும் தருணங்கள் அவை.

மொழிபெயர்ப்பு நுட்பங்களை நான் அறிந்திருந்ததால் தியடோர் பாஸ்கரனின் கானுறை வேங்கை, நஞ்சுண்டன் மொழி பெயர்த்த அக்கா(கன்னடச் சிறுகதைகள்), ஓரிரு மலையாளச் சிறுகதைகள் மற்றும் நாவல் மொழிபெயர்ப்பு, எட்வர்டு செயித் குறித்த கட்டுரைத் தொகுப்பு, அவர் தொகுத்த அண்ணாவின் சிறுகதைகள்(தீட்டுத்துணி), பர்மா குறித்த ஒரு பதிவு உட்பட இன்னும் சில நூல்களுக்குப் பிழை திருத்துநராகச் செயல்பட எனக்கு வாய்ப்பு அளித்தார்.

எல்லாப் புத்தகங்களையும் எல்லாரும் வாங்கிவிட முடியாது. அவை தேவையும் இல்லை. அதனால் யாருக்கு எவை தேவை என்பதை உணர்ந்து நூல்கள் வாங்க வேண்டும் என்பார். புத்தகங்களைத் தேர்வு செய்வதும் தேர்ந்து படிப்பதும் எவ்வளவு முக்கியமானது என்பதையும் புத்தகங்களைப் பார்ப்பது, புரட்டுவது, படிப்பது, வாசிப்பது ஆகியவற்றுக்கு இடையே உள்ள வேறுபாட்டையும் அவரால் உணர்ந்தேன்.

என் கட்டுரைகள் ஒளியும் வாசகத் தன்மையும் பெற்றிருப்பதற்கு அவரது வழிகாட்டுதல்களே காரணம். கட்டுரைகளில் தவிர்க்க முடியாமல் சில சொல்லாடல்கள் என்னையும் அறியாமல் கைநழுவும். அப்போது எந்தத் தளத்தில் யாருக்காக எழுதப்படுகிறது என்பதற்கு ஏற்ப எழுத்தின் போக்கு அமையவேண்டும் என்பார். எனக்குள் இடறிக்கொண்டிருந்த பழைய புலமை நடையைத் தூர்வாரிக் கவிதைக்கும் கட்டுரைக்குமான வேறுபாட்டை உணரச் செய்தார்.

நான் உயர்பணிக்கு வந்தவுடன் அதுவரை தொலைந்து போயிருந்த பலர் தங்கள் தொடர்பைப் புதுப்பிக்க முனைந்தார்கள். நான் அவர்கள் போக்கிற்கு இணக்கமானவன் இல்லை என்று தெரிந்தபின் விலகினார்கள். ஆனால் அவர் எந்தச் சிபாரிசுக்காகவும் என்னிடம் பேசியதில்லை. தன் மாணவன் தானே என்று என்னிடம் எந்தச் சலுகையும் எதிர்பார்த்தது இல்லை. என் பணியில் இருக்கும் மந்தண அந்தரங்கங்கள் குறித்துத் தெரிந்துகொள்ள விரும்பும் சபலம்கூட அவருக்கு ஏற்பட்டதில்லை. நான் எப்படி இயங்குகிறேன் என்பது குறித்து அவருக்குச் செல்லும் செவிவழிச் செய்திகள் மூலம் என் பொறுப்புகளை, சுமைகளை அவர் அறிவார்.

சுயமரியாதை, செயல்நேர்மை, அறஎளிமை வியாபித்திருக்கும் மனசில் ஏற்படும் காயங்களை அவ்வளவு லேசில் யாரும் மருந்து போட்டு ஆற்றிவிட முடியாது. மனசுக்குப் பிடிக்காத தீர்ப்பை எழுதிவிட்டுப் பேனாவை உடைத்து விடும் நீதிபதியைப் போலக் கையற்று நிற்கிறது காலம். கணினியில் வலை விரித்துக் கம்பீரமாய் உலவும் என் தாய்மொழியும் என்னைப் போலப் பண்படாமலேயே இருந்திருக்கலாம். திகைப்பின் மறுகரையில் மோதி நிற்கிறது தோணி. அவரோடு உடனிருந்து பெற்ற அனுபவ விழுதுகள் தவிர நிகழும் உலகத்தின் மீளாக் கதியில் எனக்குத் தெரியாத என்னை யார் எனக்குப் புரிய வைப்பார்?

5

காதி செருப்பும் துணிப்பையும்
ந. இரஞ்சன்

பள்ளியிலும் சரி, கல்லூரியிலும் சரி மாணவர்களுக்கும் ஆசிரியர்களுக்கும் பெரிய இடைவெளி நிலவுகிறது. ஆனால் அந்த எண்ணத்தை முற்றிலும் மாற்றிப் போட்டது எங்கள் கல்லூரி. ஆசிரியரைக் கண்டாலே ஐந்தடி தள்ளிப் போகின்ற நிலையிலிருந்து மாறி ஐயாவைக் கண்டால் மட்டும் அருகில் போகத் தூண்டுகிறது என் மனம். இந்த எண்ணம் எனக்கு மட்டுமன்று, மாணவர்களுள் பெரும்பாலோர்க்கும் உண்டு. பயத்தினால் பள்ளி யில் ஆசிரியர்க்கு வணக்கம் சொன்ன நிலையி லிருந்து மாறி உரிமையுடன் அணுகும் சுதந்திரத்தை உண்டாக்கித் தந்தவர் அவர்.

கல்லூரியில் படிக்கும்போது வகுப்பில் அனைத்து ஆசிரியர்களும் பாடத்தை நன்றாகவே நடத்தினார்கள். ஆனால் அவருக்கு மட்டும் என்ன தனிச்சிறப்பு? அவர் மட்டும்தான் மாணவர்களைப் படித்து நடத்தியவர். அவர் எனக்கு நன்கு அறிமுக மானது ஆசிரியர் அறையில்தான். நான் கல்லூரியில் சேர்ந்து ஒரு மாதம் ஆகியிருக்கும். அவர் எங்கள் வகுப்பிற்கு வந்து 'நம் துறையில் இலக்கிய மேடை நடக்கவிருக்கிறது. அதற்கு மாணவர்களாகிய உங்களது படைப்புகளைக் கொண்டு வாருங்கள். அரங்கேற்றம் செய்யலாம்' என்றார். இரண்டு நாள் கழித்துத் தமிழ்த்துறைக்குச் சென்றேன். நிறைய மாணவர்களுக்குத் தமிழ்த்துறைத் தலைவர் அறை மட்டுமே தெரியும். மற்ற தமிழாசிரியர்கள் இருக்கும் அறை தெரியாது. நானும் அப்படித்தான். கண்டு

பிடித்துப் போய்விட்டேன். உள்ளே போகலாமா? போகும்போது யாரைப் பார்ப்பது? என்ன செய்வது? என்றெல்லாம் எண்ணம் ஓடியது. என்ன செய்ய வேண்டும் என்பதை மனதுக்குள் மனப்பாடம் செய்துகொண்டேன். துறையில் அவரை எட்டிப் பார்த்ததும் அனைத்தும் மாயமாகிவிட்டன.

'ஐயா வணக்கம்' என்றேன். துறையில் மற்ற ஆசிரியர்கள் இருந்தாலும் அவர் மட்டும் 'வாப்பா, என்னப்பா' என்றார். 'ஐயா, கவிதை எழுதிட்டு வந்திருக்கேங்கையா' என்றேன். 'சரி, உக்காருப்பா' என்றார். எனக்கு என்ன செய்வதென்று தெரியவில்லை. என்னுடைய அனுபவத்தில் ஓர் ஆசிரியர் மாணவராகிய என்னைப் பார்த்து 'உட்காருப்பா' என்றது அதுவே முதல் முறை. அவர் 'உட்காருப்பா' என்றதும் நான் தயங்கி 'இல்லைங்கையா' என்றேன். அவரைப் பார்க்கச் செல்லும்போதெல்லாம் அவர் சொல்வதைக் கேட்டு நடக்கும்படி சொல்வார். 'இல்லை என்றால், என்னைப் பார்க்க வர வேண்டாம்' என்பார். அன்றும் அதுதான் நடந்தது. என்னிடம் 'நீ என்னத்தானே பார்க்க வந்தப்பா' என்றார். 'ஆமாங்கையா.' 'அப்ப நான் சொல்றதக் கேட்கணும்' என்று சொல்லி அவர்முன் இருந்த இருக்கையைக் காட்டி உட்காரச் சொன்னார். மதிய உணவு இடைவேளையில் சென்றால் அவர் கொண்டுவந்த உணவில் ஒரு பகுதியைக் கொடுத்து உண்ணச் சொல்வார். பாடம் நடத்துவது என்பது ஆசிரியரின் கடமை. அதை அவர் சரியாகச் செய்தார். அதையும் தாண்டிச் சுயமரியாதையைக் கற்றுத் தந்த மனிதர். அவர் முதலில் உட்காரச் சொன்னபோது அவர் என்னைச் சோதிக்கிறாரா என்ற எண்ணம் ஓடியது. போகப் போக அதுதான் அவருடைய இயல்பென்று தெரிந்தது.

முதன் முதலாக நானும் ஒரு கவிஞனாக மேடையேறிய நிகழ்வு அது. நான் கவிதையை அரங்கேற்றிய பின் என்னுடைய வகுப்பிலும் தமிழ்த்துறையிலும் தனித்த அடையாளம் உடையவனாக அறியப்பட்டேன். நான் இன்று கல்லூரியில் கூச்சம், பயம் இல்லாமல் மாணவர்களிடம் பேசுவதற்கும் அவர்களுடன் நட்புணர்வோடும் சுயமரியதையோடும் பழகுவதற்கும் நான் பெற்ற மதிப்பெண் காரணம் கிடையாது. அவர் ஏற்படுத்திக் கொடுத்த களமும் அவருடைய நட்புறவும்தான் காரணம்.

ஒருமுறை திருச்செங்கோட்டிலுள்ள அவருடைய வீட்டிற்கு என்னை அழைத்துச் சென்றார். அங்குச் சில நாட்கள் தங்கி அவர் படைப்புகள் சிலவற்றைப் படியெடுக்கும் வேலை எனக்கு. நான் அப்போது நாமக்கல்லைத் தாண்டி எங்கும் சென்றதில்லை. ஒருமுறை திண்டுக்கல்லுக்குத் தனியாகப் போக வேண்டிய

சூழல் ஏற்பட்டது. அங்கு மக்கள் எப்படி இருப்பார்கள், என்ன மொழி பேசுவார்கள் என்று பலவிதமாக எண்ணியதுண்டு. ஐயாவுடன் செல்லும்போது நாமக்கல்லிலிருந்து தனியார் பேருந்தில் ஏறினால் படம் பார்த்துக்கொண்டோ பாட்டுக் கேட்டுக்கொண்டோ போகலாம் என்றிருந்தேன். ஆனால் அவரோ அரசுப் பேருந்தில் ஏறிக்கொண்டு ஒரு புத்தகத்தை எடுத்துப் படிக்க ஆரம்பித்துவிட்டார். 'என்னடா பண்றது' என்று நினைத்துக்கொண்டே வீடு போய்ச் சேர்ந்தோம். எளிமை யான இல்லத்தில் இனிமையாக வாழ்ந்து வந்தார். அவரே சமையல் செய்து கொடுத்தார். ஆசிரியர் மாணவர் என்ற நிலையைத் தாண்டி எவ்வளவு நெருக்கம், நட்பு. அதையெல்லாம் எக்காலத்துக்கும் மறக்கவே முடியாது.

கல்லூரியில் மாணவர்களின் தனித்திறமையை வளர்த்தெடுத் தவர் ஐயா. என் வகுப்புத் தோழன் கோபி. அவன் பதினைந்து தாள்களுக்கு மேல் தேர்ச்சி பெறாமலிருந்தான். ஒரு நிகழ்வில் மேடையில் அவனைப் பற்றி நல்ல விதமாகப் பாராட்டி ஐயா கூறினார். அந்த நிகழ்வு முடிந்தவுடன் அவன் என்னிடம் 'ரஞ்சா, ஐயா என்னைப் பற்றி உண்மையாச் சொன்னாராடா' என்று கேட்டான். 'ஆமாம். அவர் ஒன்மேல வச்சிருக்கிற நம்பிக்கையை நீதான் காப்பாத்தனும்டா. ஒழுங்கா நல்லாப் படிடா' என்றேன். அதன் பிறகு அவனுடைய வாழ்க்கை முற்றிலும் மாறிவிட்டது. அவன் ஒரு பாடத்தைத் தவிர மற்ற பாடங்கள் அனைத்திலும் தேர்ச்சி அடைந்தான். பிறகு அதிலும் தேர்ச்சி அடைந்து மேலும் படித்து இன்று அரசுப் பள்ளி ஆசிரியராக இருக்கிறான். அதற்கு அவரின் அன்பான தூண்டுதல்தான் காரணம்.

இளங்கலை மூன்றாமாண்டு இறுதிப் பருவத் தேர்வு முடிவுகள் வந்தபோது ஒரு பாடத்தில் நான் தேர்ச்சி பெறவில்லை. அந்தத் தாள் 'படைப்பிலக்கியம்.' பெரும் அதிர்ச்சி. அதில் தேர்ச்சி அடையாமல் இருக்க வாய்ப்பே இல்லை. அந்தத் தாளை ஐயா நடத்தினார். அவர் கொடுத்த பயிற்சியின் வழியாக வெண்பா எழுதவும் நான் கற்றிருந்தேன். சிறுகதை, கவிதைகள் எழுதி ஆய்வுமேடையில் வாசிக்கவும் செய்திருந்தேன். ஆசிரியர் இல்லாத போது வகுப்பில் மற்ற மாணவர்களுக்கு அந்தத் தாளை நான் பாடம் நடத்துவதும் உண்டு. ஆனால் அதில் என்னைத் தவிர எல்லாரும் தேர்ச்சி. பெரும்பாலான மாணவர்கள் ஆங்கிலத்தில் தேர்ச்சி பெறாத காரணத்தால் பட்டம் பெறும் வாய்ப்பை இழப்பர். ஆங்கிலத்தில் எல்லாம் தேர்ச்சி பெற்றுவிட்ட நான் படைப்பிலக்கியம் தாளில் தேர்ச்சியில்லை என்பதை எவ்விதம் செரிப்பது? பல்கலைக்கழக விடைத்தாள் திருத்தும் முறைகள், மதிப்பெண் பதியும் நடைமுறைகள் ஆகியவை பல சமயங்களில்

மாணவர்களுக்குப் பாதகமாக அமையும். அதனால் மாணவர்கள் அடையும் அவதி சொல்லி மாளாது.

வீட்டின் வறுமைச் சூழலில் படிப்பதற்கு அனுமதி கொடுத்ததே பெரிய விஷயம். நானே வேலைக்குப் போய்ச் சுயமாகச் சம்பாதித்துப் படித்துக்கொண்டிருந்தேன். அதற்கும் வேட்டு வந்துவிட்டது. என் நிலையைப் பார்த்து மிகவும் வருந்திய ஐயா 'நீங்கள் பெயிலாகியிருக்க வாய்ப்பில்லை. கூட்டலில் தவறாகி இருக்கலாம் அல்லது கணினியில் மதிப்பெண் பதியும் போது தவறாகி இருக்கலாம். அனேகமாக 83 என்பது 33 என்று பதிவு செய்யப்பட்டிருக்கக் கூடும். நீங்கள் 80க்கும் மேல் வாங்குவீர்கள் என்னும் நம்பிக்கை இருக்கிறது. ஆகவே மறுகூட்டலுக்கு விண்ணப்பியுங்கள்' என்றார். மறுகூட்டலுக்கு 500 ரூபாய் கட்டணம். 2004இல் 500 ரூபாய் என்பது பெருந்தொகை. அத்தொகையைச் சம்பாதிக்க எத்தனை நாட்கள் வியர்வைக் குருதியைச் சிந்தியிருப்பேன்? இந்தப் பிரச்சினை எதுவும் என் வீட்டிற்குத் தெரியாது. தெரிந்தால் படிப்பு அவ்வளவுதான்.

மறுகூட்டல் விண்ணப்பத்தை அலுவலகத்தில் ஒருவரிடம் கொடுத்தேன். அவர் 'பத்து நாள் கழித்து வாப்பா' என்றார். 'ஒரு தாளுக்கு மட்டும் இன்னும் முடிவு வரவில்லை' என்று சொல்லி வீட்டைச் சமாளித்துக் கொண்டிருந்தேன். சாப்பிடவே பிடிக்கவில்லை. பத்து நாள் எப்போது ஆகும் என்று காத்திருந்து அலுவலகம் சென்று அவரிடம் கேட்டேன். முடிவு வரவில்லை. நாளைக்கு வரலாம், வரலாம் என்று இரண்டு வாரம் தினமும் இடைவிடாமல் அலைந்தேன். மறுகூட்டலுக்கு விண்ணப்பித்த எல்லாருக்கும் முடிவு வந்துவிட்டது. எனக்கு மட்டும் வரவில்லை. என் தலைவிதி என்று நொந்துகொண்டேன்.

முதுகலைப் படிப்பிற்குரிய நுழைவுத் தேர்வும் சேர்க்கையும் எல்லாப் பல்கலைக்கழகங்களிலும் கல்லூரிகளிலும் முடிந்துவிட்ட நிலை. இனித் தேர்வு முடிவு வந்தால் என்ன, வராவிட்டால் என்ன. எப்படியும் ஓராண்டு வீண் என்பது உறுதியாயிற்று. மறுகூட்டலுக்கு விண்ணப்பித்து இத்தனை நாட்கள் ஆகியும் முடிவு வரவில்லை என ஒரு கடிதம் எழுதி முதல்வரிடம் கையொப்பம் பெற்றுக்கொண்டு பல்கலைக்கழகத்திற்கு நேரில் சென்று பார்க்கும்படி அந்த அலுவலகப் பணியாளர் சொன்னார். அதற்கு ஏற்பாடு செய்தேன். அப்போது அந்தப் பணியாளர் 'தம்பி ஒரு நிமிசம் இருப்பா. முதல்லயே ஒரு ரிசல்ட் வந்துச்சு. அதில எதும் உன்னோடது இருக்குதான்னு பாக்கலாம்' என்றார். அதைத் தேடி எடுத்து வந்து கொடுத்தார். அதில் எனது எண் இருந்தது. 33 மதிப்பெண் இப்போது 58 மதிப்பெண் ஆகியிருந்தது.

எங்கள் ஐயா
69

இருபது நாட்களுக்கு முன்னரே வந்த முடிவு. அவர் மறந்தாரா என் நேரமா என நொந்துகொண்டேன். என்ன செய்வதென்று தெரியவில்லை. ஏதோ என் கல்விப் பயணம் முடிந்துவிட்டதைப் போன்ற மனநிலை.

நடந்ததை எல்லாம் ஐயாவிடம் போய்ச் சொன்னேன். அவர் 'கண்டிப்பாக நீங்க 83 மார்க்தான். அதத் தப்பா 33ன்னு போட்டிருப்பாங்க. இப்ப 83ன்னு குடுத்தா பிரச்சினை ஆயிரும்னு கொறச்சு 58ன்னு போட்டிருக்காங்கப்பா. எப்படியோ வந்தது பரவால்ல' என்றார். பின் 'எல்லா எடத்துலயும் அட்மிஷன் முடிஞ்சிருச்சே. என்னப்பா செய்யறது? எதுக்கும் எனக்குத் தெரிஞ்ச எடங்கள்ல விசாரிச்சுப் பாத்துச் சொல்றேன்பா' என்று சொன்னார். நான் அழாத குறையாகக் கிளம்பினேன். இனி வேலைக்குத்தான் எங்காவது பார்த்துச் செல்ல வேண்டும் என்று யோசித்துக் குழம்பினேன். எனக்காக அவர் எங்கெல்லாம் விசாரித்தாரோ தெரியவில்லை. மறுநாள் என்னை அழைத்து, 'தஞ்சாவூர் தமிழ்ப் பல்கலைக்கழகத்தில் அகராதியியல்னு ஒரு துறை இருக்குதுப்பா. அதுவும் தமிழ்த்துறைதான். அங்க ஒரே ஒரு இடம் இருக்குதாம்பா. போய்ச் சேந்துக்க' என்றார். தஞ்சாவூர் எந்த மூலையில் இருக்கிறது என்றுகூட அதுவரை எனக்குத் தெரியாது. எனினும் படிக்க வேண்டும் என்னும் எண்ணத்தால் 'சரிங்கையா' என்றேன்.

'அகராதியியல் துறையில் பெ. மாதையன்னு ஒரு பேராசிரியர் இருக்கார். அவர் என் நண்பர். அவரிடம் பேசிவிட்டேன். நீ போய் அவரைப் பாத்தீனா எல்லாம் செய்து தந்து சேர்த்துக்கொள்வார்' என்று வழிகாட்டி அனுப்பி வைத்தார். படிப்பில் இருந்த ஆர்வத்தால் அடுத்த நாள் காலையிலேயே கிளம்பித் தூரதேசமாகிய தஞ்சாவூருக்குச் சென்றேன். தனியார் பேருந்து ஓட்டுநர் பல்கலைக்கழக வாயிலிலேயே இறக்கிவிட்டார். இறங்கியதும் பல்கலைக்கழகக் கட்டிடத்தைக் கண்டு மயங்கிப் போனேன். அவ்வளவு அழகான கட்டிடத்தை நான் கண்டதேயில்லை. முதன்மைக் கட்டிடம், மொழிப் புலம் என்று அந்த வனத்திற்குள் தேடியலைந்து களைத்துப் போனேன். கடைசியாக பெ. மாதையன் அவர்களின் அறையைக் கண்டுபிடித்தேன். அவரது அறைக்குள் போனேன். உடனே அவர் என்னை நாற்காலியில் உட்காரச் சொன்னார். 'என்னடா இது, ஆச்சரியமா இருக்குது. ஐயா சொல்லிவிட்டதால் உட்காரச் சொல்கிறாரா, இல்லை, ஐயாவுடன் தொடர்புடையவர்கள் எல்லாரும் சுயமரியாதைக்காரர்களா? பரவாயில்லை, ஐயா நல்ல இடத்திற்குத்தான் அனுப்பியிருக்கிறார்' என்று நினைத்துக்கொண்டேன். முதுகலை சேர்ந்தேன்.

தஞ்சையில் இரவு நேர உணவு விடுதி ஒன்றில் வேலைக்கும் சேர்த்துவிட்டார் ஐயா.

ஒருமுறை தமிழ்ப் பல்கலைக்கழகத்திற்கு ஐயா வந்திருந்த போது நாடகத்துறைத் தலைவராக இருந்த நவீன நாடகக்காரர் மு. ராமசாமி அவர்களிடம் என்னை அழைத்துச் சென்று அறிமுகப்படுத்தினார். 'ரஞ்சனுக்கு நடிப்பு நல்லா வரும். உங்க பட்டறையில் சேர்த்துக்கங்க' என்றார். அதன்பின் மு. ராமசாமி அவர்களுடன் தொடர்பு வலுப்பட்டது. அவரது நாடகங்களான 'கலிலியோ கலிலி', 'தோழர்கள்', 'எய்ட்ஸ்' முதலானவற்றில் நடிக்கும் வாய்ப்புக் கிடைத்தது. சே. இராமானுஜம், இரவீந்திரன் ஆகியோர் இயக்கத்தில் சில நாடகங்களிலும் நடித்தேன். 'அரங்கஸ்ரீ' என்னும் குழந்தை நாடகக் குழுவிலும் பங்கேற்றேன். ச. முருகபூபதி அவர்களின் 'மணல் மகுடி'யின் பல நாடகங்களில் நடிக்கும் வாய்ப்புகள் அமைந்தன. அவரது 'மிருக விதூஷகம்' நாடகத்தைப் பற்றி விமர்சனம் வெளியிட்ட *காலச்சுவடு* இதழின் அட்டையில் அந்நாடகக் காட்சிப் படம் ஒன்று பெரிய அளவில் இடம்பெற்றிருந்தது. அப்படத்தில் என்னைக் கண்ட ஐயா 'காலச்சுவடு அட்டையில் என் மாணவர் ஒருவர் இடம்பெற்றதை எனக்குக் கிடைத்த கௌரவமாக நினைக்கிறேன்' என்று சொல்லிப் பெரிதும் மகிழ்ந்தார்.

அவர் தமிழ்ப் பல்கலைக்கழகத்தை எனக்கு அறிமுகம் செய்யாமல் போயிருந்தால் என்னுடைய நிலை? மற்ற ஆசிரியர்களைப் போலப் பாடத்தை மட்டும் நடத்தியிருந்தால் என்னைப் போன்றவர்களின் நிலை என்னவாகியிருக்கும்? இப்போதும்கூட ஏதேனும் ஐயம் ஏற்பட்டால் உடனே அவரிடம்தான் கேட்டுத் தெளிவு பெறுவேன். என் வாழ்க்கை, பணி தொடர்பான செய்திகளையும் அவரிடமே பகிர்ந்துகொள்வேன். அந்த அளவிற்கு நட்போடு பழகியவர் அவர். அவரின் எளிமை எனக்குப் பிடித்தது. காதி செருப்பும் துணிப்பையும் அவர் அடையாளங்கள். அவர் கைகாட்டிய கல்லூரியில் இப்போது நான் உதவிப் பேராசிரியராக இருக்கிறேன். கல்லூரிக்கு அவரைப் போலவே துணிப்பையைத்தான் கொண்டு செல்கிறேன். அது என்னுடைய அடையாளமாகவே மாறிவிட்டது. அவரைப் போல நானும் வர வேண்டும் என்று நினைக்கிறேன். ஆனால் ஒருவகையில் மட்டும் இப்போது அவரைப் போலவே இருப்பதாகத் தோன்றுகிறது. அதாவது மாணவர்கள் மத்தியில் அவர் எப்படி இருப்பாரோ அதே போல என்னைச் சுற்றிலும் மாணவர் கூட்டம் இருப்பதை எண்ணி மகிழ்கிறேன். இந்த ஒரு நிறைவே போதும் எனக்கு.

எங்கள் ஐயா

6

அன்று போட்ட அடித்தளம்
மா. இராமன்

நான் 2001இல் பன்னிரண்டாம் வகுப்பு முடித்துக் குடும்பச் சூழல் காரணமாக இரண்டு வருடம் படிக்கவில்லை. 2003இல் இளங்கலை ஆங்கில இலக்கியம் சேர்ந்தேன். முதலாம் ஆண்டு படிக்கும் போது தனியாக அறை எடுத்துத் தங்கியிருந்தேன். ஒவ்வொரு மாதமும் ஆகும் செலவுக்கு என்னால் ஈடு கொடுக்க முடியவில்லை. அதனால் இரண்டாம் ஆண்டில் கல்லூரி விடுதியிலிருந்து என் வாழ்க்கை தொடங்கியது. விடுதி வளாகத்தில் குளிப்பதற்காக ஒரு பொதுத்தொட்டி இருக்கும். அந்தத் தொட்டியருகே தான் எல்லோரும் குளிப்போம். விடுதியில் தங்கி எம்.பில். பயின்றுகொண்டிருந்த பெ. முத்துசாமி அன்றைய குளியலின்போது என்னிடம் "நீங்கள் எந்த ஊர், என்ன படிக்கிறீங்க" என்று கேட்டார். தொடர்ந்து அவருடன் பழகவும் பேசவும் வாய்த்தது.

ஒருநாள் தமிழ்த்துறையில் இலக்கிய மன்றம் நடைபெறுவதாக முத்துசாமி கூறினார். நானும் ஒரு கதை எழுதினேன். அந்தக் கதையுடன் ஐயாவிடம் கூட்டிச் சென்று அறிமுகம் செய்து வைத்தார். அதைத் தொடர்ந்து இன்று வரையிலும் ஐயாவுடன் எனக்குத் தொடர்பு இருப்பதற்கு முக்கியக் காரணம் முத்துசாமிதான். எனது துறைத்தலைவர் செ. பாபு ராஜேந்திரன் அவர்களும் ஐயாவுடன் பழகுவதைப் பல்வேறு வகையில் ஊக்கப்படுத்தினார். தமிழ்த்துறையில் ஐயா பொறுப்பில் இலக்கிய மன்றம் நடக்கும். முதன் முறையாக என் வாழ்நாளில் மேடையேறிப் பேசியது அப்பொழுதுதான்.

பொதுவாகவே எனக்குக் கூச்ச சுபாவமும் அச்ச உணர்வும் உண்டு. நான்கு பேர் கூடியிருக்கும் இடத்தில் நின்றுகூடப் பேச மாட்டேன். அன்று சற்றுத் தயக்கத்துடன் கூடிய பய உணர்வோடு மேடை ஏறினேன். எனக்குக் கொடுக்கப்பட்ட தலைப்பு 'இலக்கியச் செறிவு நிறைந்தவை பழைய பாடல்களா? புதிய பாடல்களா?' என்பது. நான் புதிய பாடல்கள் என்ற அணியில் பேசினேன். நான்கைந்து பாடல்களின் வரிகளைப் பாடிவிட்டு விளக்கமளித்தேன். கைத்தட்டல். ஐயா என்னைக் கவனித்துக் கொண்டிருந்தார். கடைசியாக முடியும் தருவாயில் பேசிய ஐயா 'பிற துறையைச் சார்ந்த மாணவர்கள் தமிழ்மேல் இவ்வளவு ஆர்வம் கொண்டுள்ளனர் என்பதை நான் சற்றும் எதிர்பார்க்கவில்லை. சிறப்பாகச் செய்தனர்' என்று எங்களை ஊக்கப்படுத்தினார். அத்துடன் எங்கள் துறைத்தலைவரிடம் 'பையன் அருமையாகப் பேசினான்' என்று கூறினார். அதனால் என் மனதில் கூடுதலான தன்னம்பிக்கை பிறந்தது. இன்று நான் செய்யும் ஆசிரியர் பயிற்றுநர் தொழிலைச் சிறப்பாகச் செய்வதற்குக் காரணம் அன்று போட்ட அடித்தளம்தான்.

ஒவ்வொரு மாதமும் ஐயாவின் வீட்டில் கூடு கூட்டம் நடக்கும். அதில் எனக்கு ஒரு வாய்ப்பு கிடைத்தது. 'மார்க் வாங்கலாம் வாங்க' என்னும் தலைப்பில் ஆங்கிலப் பேராசிரியர் ப. இராம்கோபால் எழுதிய புத்தகத்தைப் பற்றிப் பேசினேன். உணர்ச்சிவசப்பட்டுக் கிட்டத்தட்ட இருபது நிமிடங்கள் எடுத்துக்கொண்டேன். நான் சொல்ல வந்ததை மிக விரிவாகக் கூறிவிட்டேன். இறுதியில் ஐயா உரையைப் பற்றிக் கூறினார். நேரம் அதிகமாக எடுத்துக்கொண்டாலும் பரவாயில்லை, போகப்போக மாற்றிக்கொள்ளலாம் என்றும் படைப்புகளைப் பற்றிச் சுருக்கமாகப் புரியும்படி பேச வேண்டும் என்றும் கூறினார். முதன் முதலில் நான் எழுதிய 'வருமானம்' என்னும் சிறுகதை முதலில் அரங்கேறியதும் கூடு கூட்டத்தில்தான்.

முதன்முதலில் நான் வீட்டிற்குச் சென்றபோது மற்றவர்களைப் போல மறைமுகமாக விசாரித்து அவர் என் சாதியை அறிந்து கொள்ள முயலவில்லை. அதுவே ஆசுவாசமாக இருந்தது. எளிமையாக ஒரு கயிற்றுக் கட்டிலில் உட்கார்ந்துகொண்டு நாங்கள் கேட்ட சிறுசிறு கேள்விகளுக்குப் புன்னகையோடு பதிலளித்த விதம் என்னை மிகவும் கவர்ந்தது. எப்பொழுதுமே 'சொல்லுங்க ராமன்' என்றுதான் பேச்சைத் தொடங்குவார். அதுவே நாளடைவில் 'சொல்லுப்பா' என்று வாஞ்சையோடு அழைக்கும்படியானது. எளிமையாக வாழ்தலை உணர்த்தியவர் ஐயா. அதனால்தான் அவர் மாணவர்களின் மனம் கவர்ந்த ஆசிரியர்.

ஒருமுறை சேலம் தமிழ்ச் சங்கத்தில் நடந்த காலச்சுவடு இலக்கிய நிகழ்வுக்கு ஐயா மாணவர்களை அழைத்துச் சென்றார். நானும் சென்றேன். அங்குக் குவளைக்கண்ணன், தேவிபாரதி உள்ளிட்ட பல எழுத்தாளர்களைச் சந்திக்க வாய்ப்புக் கிடைத்தது. என் தோள் மேல் கை போட்டுக்கொண்டு குவளைக்கண்ணன் 'என்ன படிக்கறீங்க' என்று அன்புடன் விசாரித்த விதம் எனக்கு நெகிழ்வைக் கொடுத்தது. இரண்டு நாட்களில் பல எழுத்தாளர்கள் பேசினர். இரவு ஐயாவுடன் அங்கேயே தங்கினோம். எழுத்தாளர் சுதேசமித்திரன் தம் கையெழுத்தில் எழுதிய சிலவற்றின் நகல்களை எனக்கு வழங்கினார். அதை இன்றும் பத்திரமாக வைத்துள்ளேன். அந்நிகழ்வு எனக்குப் பிரமிப்பையும் பெருமகிழ்ச்சியையும் கொடுத்தது.

மூன்றாம் ஆண்டு ஆங்கிலத்துறையில் ஆண்டுவிழா நடந்தது. எங்கள் துறைத்தலைவர் ஐயாவை விழாவுக்கு வருமாறு அழைத்தார். நானும் தனியாகச் சென்று அழைத்தேன். ஐயா விழாவுக்கு வருவார் என்று எதிர்பார்த்தேன். ஏதோ ஒரு சூழ்நிலை காரணமாகச் சேலம் பெரியார் பல்கலைக்கழகத்தில் வேலை இருப்பதாகக் கூறினார். அந்த விழாவில் நான் அரைகுறை ஆங்கிலம் பேசுவதால் வருகின்ற விளைவுகளை நகைச்சுவை யோடு நடித்துக் காட்டினேன். ஐயா இருந்திருந்தால் நிச்சயம் இரசித்திருப்பார். என் கல்லூரி வாழ்க்கையில் அந்த நிகழ்வுக்கு ஐயா வராதது ஏமாற்றமாக இருந்தது. ஐயாவுடன் என்னை எளிதாக இணைத்து இனங்காணக் காரணம் அவருடைய சிறுவயது அனுபவங்களும் என் அனுபவங்களும் பெரிதும் ஒத்திருந்தன. அவருடைய அம்மாவிடம் பேசிக்கொண்டிருக்கும் சந்தர்ப்பங்களில் ஐயாவின் சிறுவயது வாழ்வைப் பற்றிப் பலவற்றை நினைவுகூர்ந்து சொல்வார்.

எனக்குப் புத்தகம் படிக்கும் வழக்கம் அவரால்தான் ஏற்பட்டது. ஏனென்றால் அவருடைய வீட்டு நூலகத்தைப் பார்த்திருக்கிறேன். அப்போது நான் ஒன்று நினைத்தேன். ஆனால் அவரிடம் கேட்கவில்லை. 'இந்தப் புத்தகங்களைப் படிப்பதற்கு நேரம் இருக்கிறதா ஐயா?' நேரம் ஒதுக்கி வாசிக்கிறார் என்பதை அவர் பேச்சும் செயல்களும் எனக்கு உணர்த்தின. இத்தனை புத்தகங்களைப் படித்ததால்தான் இப்படி எல்லாம் இருக்க முடிகிறது என்று நினைத்தேன். அன்று முதல் புத்தகத்தின் மீது ஒரு தனிப்பிரியம் ஏற்பட்டது. பழைய புத்தகக் கடைகளில் புத்தகம் வாங்க ஆரம்பித்தேன். இப்போது சுமார் ஐந்நூறு புத்தகங்கள் வைத்துள்ளேன்.

நான் நாடகம் நடித்ததற்காக எனக்கு ஒரு புத்தகம் பரிசளித்தார்கள். அதை ஐயாவிடம் காட்டினேன். எனக்கு வாழ்த்துக்கள் கூறிவிட்டு அந்தப் புத்தகத்தின் முன்பகுதியில் 'முயற்சித் திருவினை யாக்கும்' என்று எழுதிக் கொடுத்தார். உழைப்பு ஒரு மனிதனை நிச்சயமாக உயர்த்தும். அந்த மந்திரத்தைச் சொல்லிக் கொடுத்தது எங்கள் ஐயாதான். ஒவ்வொரு பருவம் முடிந்ததும் கிட்டத்தட்ட பதினைந்து நாட்கள் விடுமுறை வரும். கல்லூரி திறந்து மூன்று நான்கு நாட்கள் நான் கல்லூரிக்கு வரமாட்டேன். கிட்டத்தட்ட இருபது நாட்கள் கட்டடங்களுக்குச் சுண்ணாம்பு அடிக்கச் சென்றுவிடுவேன். எனக்கு ஒரு நாள் கூலி ரூ. 43/- (2005ஆம் ஆண்டு). கல்லூரி திறந்ததும் ஐயா, பாபு சாரிடம் கேட்பாராம், 'ராமனை ஆளே காணோம்' என்று. அதற்கு பாபு சார் 'அவன் வேலைக்குச் சென்றுள்ளான், வருவதற்கு இரண்டு நாள் ஆகும். சொல்லிவிட்டுத்தான் சென்றான்' என்பாராம். பருவ விடுமுறை விடுவதற்கு முன்பே பாபு சாரிடம் நான் கூறிவிடுவேன், எனக்குச் சில நாள் விடுப்பு வேண்டுமென்று. தாராளமாக எடுத்துக்கொள் என்பார். நான் கல்லூரிக்கு வரவில்லையென்றால் அதைக் கவனித்து அக்கறையோடு கேட்கும் ஐயாவின் உள்ளம் என்னை ஈர்த்தது.

மூன்று ஆண்டுகள் முடித்துக் கல்லூரியை விட்டு வெளியே செல்லும்போது, நான் ஐயாவிடம் ஆட்டோகிராப் வாங்கினேன். அதில் அவர் எதுவும் எழுதவில்லை. ஒரு திருக்குறளைத் தவிர. அது 'முயற்சி திருவினை யாக்கும் முயற்றின்மை இன்மை புகுத்திவிடும்' என்று எழுதி உடன் முகவரி எழுதியிருந்தார். என் வீட்டுச் சூழ்நிலை, பின்னணி ஆகியவற்றை உணர்ந்து என்னை ஊக்கப்படுத்தி மேற்செலுத்த அவர் எழுதிய குறள் அது. அதை மனதில் ஊன்றிக்கொண்டே படித்தேன். சென்னைப் பல்கலைக்கழகத்தில் எம்.ஏ. படிக்கப் பேராசிரியர் அழகரசன் அவர்கள் வழியாக ஐயா எனக்கு ஏற்பாடு செய்தார். இறுதியில் என்னால் சேர இயலாத சூழ்நிலை. பின்னர் பி.எட். படித்தேன். ஆசிரியர் தேர்வு வாரியத் தேர்வு எழுதி வட்டார வள மையப் பயிற்றுநராக ஆனேன். ஒவ்வொரு சந்தர்ப்பத்திலும் ஐயாவிடம் தகவல் தெரிவிக்கவும் ஆலோசனை பெறவும் மறக்கவில்லை.

ஒரு வருடம் கழித்து எனக்குத் திருமணம் ஏற்பாடானது. ஐயாவுக்குத் தகவல் தெரிவித்தேன். திருமண அழைப்பிதழ் அச்சுக்குக் கொடுப்பதாகக் கூறினேன். அதில் உள்ளூர் அரசியல் வாதிகளை முன்னிலையிலும் வாழ்த்துரையிலும் போட வேண்டும் என எங்கள் உறவினர்கள் நினைத்தார்கள். நான்

முடியாது என்று சொல்லி மாற்றிவிட்டேன். ஏனென்றால் நான் இன்றுவரை சிறப்பாகச் செயல்பட்டுக் கொண்டிருப்பதற்குக் காரணம் அரசியல்வாதிகளின் உதவியோ ஊக்கமோ அல்ல. வாழ்வில் மிகப் பெரிய இலட்சியங்களை அடைய வேண்டும் என்று என்னை அக்கறையோடு கண்காணித்துக் கொண்டிருப்பவர்கள், ஈடு இணையற்ற ஆசிரியர்களாகிய ஐயாவும் பாபு சார் அவர்களும்தான். ஆகவே அவர்கள் பெயரையே என் அழைப்பிதழில் போட்டேன். அதனால் எனக்குத் திருப்தி. ஏதோ நன்றிக்கடனைச் செலுத்த முடிந்த மகிழ்ச்சி. ஐயாவின் அண்ணன் மகளுக்கு அதே நாளில் திருமணம் முடிவாகி இருந்ததால் அவரால் வர இயலவில்லை. என் திருமணத்தில் ஐயா இல்லை என்னும் குறை எனக்கு இன்னும் இருக்கிறது. என்றாலும் என்ன, ஐயா எங்கிருந்தாலும் மனப்பூர்வமாக எனக்கு ஆசி வழங்கியிருப்பார் எனத் திருப்திகொள்கிறேன்.

◯

7

'கண்ணன் வாழ்க கௌரி வாழ்க'

பி. இராஜேஸ்கண்ணன்

கல்வி தனியார்மயமாக்கப்பட்ட இன்றைய சூழலில் அரசு சார்ந்த கல்வி நிறுவனங்களின் விழுமங்கள் சிதைக்கப்பட்டுள்ளன. அரசு கல்வி நிறுவனங்கள் என்றாலே தரமற்றது, கட்டமைப்பு வசதிகளற்றது, சுகாதாரமற்றது போன்ற கருத்துக்கள் முன்வைக்கப்படுகின்றன. ஆனால் அரசு நிறுவனங்களில் பணிபுரியும் ஆசிரியர்கள் தரமற்றவர்கள் என்று யாரும் சொல்வதில்லை. அரசு கல்வி நிறுவனங்களில் ஆசிரியர் வேலைக்கு என்றைக்குமே போட்டிகள் மிகுந்திருக்கும். அப்பணிக்காகப் பல வருடங்கள் முயன்று தனது திறமை முழுவதையும் பயன்படுத்தி எப்படியாவது சாதித்துவிடுவர். ஆனால் பணியில் சேர்ந்தபின் அப்பணியின் உண்மையான நோக்கத்தை மறந்துவிட்டு அப்பணியை அடைந்ததே மிகப்பெரிய சமூக அந்தஸ்து என்று நினைத்து உறவினர்கள், நண்பர்கள், மாணவர்கள், அக்கம் பக்கத்தினர் என அனைத்துத் தரப்பினரிடமும் இருந்து அந்நியப்படுத்திக் கொள்பவர்களே இங்கு ஏராளம். இதில் பெரும்பாலர் மாணவர்களிடம் எவ்விதமான தொடர்பையும் வகுப்பறை தாண்டி ஏற்படுத்திக்கொள்வதில்லை.

மாணவர்களிடமிருந்து அந்நியப்படுத்திக் கொண்டு சர்வாதிகாரப் போக்கிலேயே மாணவர்களை அணுகுவர். தான் சொல்வதை ஏற்றுக்கொள்ள வேண்டும். எதிர்த்துப் பேசக்கூடாது. தனக்கு அடங்கி

நடக்க வேண்டும். நிறுவன வளாகத்தில் தனக்கு மதிப்பு அளிக்க வேண்டும் போன்ற நிலையிலேயே மாணவர்களை அணுகுவர். இப்போக்கிற்கு மாறாக மாணவர்களின் நடவடிக்கைகள் அமையும் வேளைகளில் அவர்களைத் தன் எதிரியாக நினைத்து அதன் மூலம் பல பிரச்சினைகளை உருவாக்கிக்கொண்டு மனநிறைவு இல்லாமல் மன உளைச்சல்களுக்கு இடையே கடமைக்குப் பணிக்காலத்தைக் கடத்துவர். அத்தகையோருக்கு மத்தியில் தன் பணியின் நோக்கம் மாணவர்களின் உயர்வுக்கானது என்று புரிந்துகொண்டு தன்னிடம் படிக்கும் காலம் மட்டுமல்லாமல் அதன் பிறகும் அவர்களுடன் தொடர்பு ஏற்படுத்திக்கொண்டு அவர்களின் வாழ்க்கை உயர்வுக்கு வழிகாட்டியாக உதவி புரிந்து மாணவர்களின் ஆசிரியராக விளங்குபவர் ஐயா.

புதிய பொருளாதாரக் கொள்கை நடைமுறைக்கு வந்து வேளாண்மை, வேளாண்மை சார்ந்த தொழில்கள், வாழ்க்கை முறைகள் சமூக அந்தஸ்து இழக்கத் தொடங்கிய தொண்ணூறு களின் மையப் பகுதியில் சிறு கிராமத்தில் வேளாண்மை செய்து வாழ்ந்த குடும்பப் பின்னணியில் வந்தவன் நான். பள்ளிப் படிப்பை அடுத்து என்ன படிக்க வேண்டும், எங்குப் படிக்க வேண்டும் என்று எந்தவிதமான திட்டமிடலுமின்றி எங்கள் ஊருக்கு அருகில் உள்ள ஆத்தூர் அரசு கல்லூரியில் பி.ஏ., தமிழ் இலக்கியம் சேர்ந்தேன். பள்ளிச் சூழல் உருவாக்கியிருந்த பயமே நான் இப்படிப்பைத் தேர்ந்தெடுக்கக் காரணமாக அமைந்தது. கல்லூரியில் வேறு எந்தப் படிப்பும் கிடைக்காத பட்சத்தில் பி.ஏ., தமிழ் கிடைக்கும். கல்லூரிப் படிப்பில் சுலபமானது. மேல்நிலை வகுப்பில் குறைந்த மதிப்பெண் எடுத்தவர்களுக்கு ஏற்ற படிப்பு போன்ற பொது மனப்பான்மைகள் அன்றைய சூழலில் நிலவியதுண்டு. ஆத்தூர் அரசு கல்லூரியில் ஆசிரியர்கள் பற்றாக்குறையால் ஒரு மணிநேரம் அல்லது அதிகப்படியாக இரண்டு மணி நேரம் மட்டுமே வகுப்புகள் நடைபெறும். ஆங்கிலப் பாட வகுப்பைப் பொருத்தவரையில் பருவத்திற்கு ஒரு வகுப்பு நடைபெற்றாலே ஆச்சரியமானது. முதலாமாண்டு முழுவதும் இதே நிலைதான். அண்ணாமலைப் பல்கலைக்கழகத்தில் தொலைதூரக் கல்விக்காகத் தயாரிக்கப்பட்ட நோட்ஸ்களை வாங்கித் தேர்வுக்கு முதல்நாள் மட்டும் படித்துத் தேர்வு எழுதுவோம். ஆங்கிலப் பாடத்தில் தேர்ச்சி பெறுவதற்கு அதுவும் பயன்படவில்லை.

எங்கள் கல்லூரியில் எந்த முதுகலைப் படிப்பும் அப்போது இல்லை. பி.ஏ.வுக்கு அப்புறம் என்ன படிக்க வேண்டும், எங்குக் கல்லூரிகள் உள்ளன, வேலைவாய்ப்புகள் என்ன என்பவை புரியாத புதிராகவே இருந்தன. யாரிடம் கேட்பது, யார்

சரியாக வழிகாட்டுவார்கள் என்று எதுவும் விளங்காத நிலை. முதலாமாண்டில் வகுப்பெடுத்த பேராசிரியர் ஒருவர் வகுப்பில் அடிக்கடி கூறுவார் 'படித்தால் நல்லது. படிக்காவிட்டால் அதைவிட நல்லது.' நானும் வீட்டில் இருந்தால் விவசாய வேலை வைப்பார்கள் என்று எல்லா வேலை நாட்களும் கல்லூரிக்குச் சென்று வந்தேன்.

இரண்டாமாண்டின் முதல் இரண்டு மாதங்களும் ஆசிரியர்கள் இன்றியே நாட்கள் கடந்தன. ஆகஸ்டு மாதவாக்கில் தமிழ்த்துறையில் புதிதாக மூன்று ஆசிரியர்கள் பணியில் சேர்ந்துள்ளனர், மூவருமே இளைஞர்கள் என்ற செய்தி தமிழ்த்துறை மாணவர்களால் பரபரப்பாகப் பேசப்பட்டது. துறைத்தலைவரும் இனிமேல் நான்கைந்து பாடவேளை வகுப்புகள் நடைபெறும் என்று பயமுறுத்தியிருந்தார். ஒரு வாரம் கழித்து ஒருநாள் இரண்டாம் பாடவேளையின்போது செங்கல்நிறச் சட்டை அணிந்து, பேராசிரியர் தோற்றம் என்று நாங்கள் கற்பனை செய்து வைத்திருந்ததற்கு மாறாக மிகவும் எளிமையாக எங்கள் வகுப்பிற்கு வந்தார் ஐயா. ஆசிரியர் மாணவர் அறிமுகப்படுத்தலுக்குப் பின்பு 'ஏதாவது வேலை இருந்தால் செய்யுங்கள், அடுத்த வகுப்பில் இருந்து பாடம் எடுக்கலாம்' என்று கூறிவிட்டு வகுப்பறையில் அங்குமிங்கும் உலாவிக்கொண்டிருந்தார். ஆசிரியர் அறிமுகப்படுத்தலில் தான் ஒரு எழுத்தாளர் என்று அறிமுகம் செய்துகொள்ளவில்லை அவர். ஒவ்வொரு மாணவரையும் 'என்ன படிக்கிறீர்கள்' என்று கேட்டறிந்து கொண்டே என்னருகிலும் வந்து நின்றார். நான் தண்டியலங்காரம் நூலில் இடம்பெற்ற காப்பிய இலக்கணம் கூறும் நூற்பாவைப் படித்துக்கொண்டிருந்தேன். 'இது நடத்தியாச்சா' என்று கேட்டார். இல்லை என்றேன். 'புரியுதா' என்றார். 'இல்லை, சும்மா மனப்பாடம் செய்கிறேன்' என்றேன். அதற்கு அவர் 'என்னால் இவ்வளவு பெரிய நூற்பாவை மனப்பாடம் செய்ய முடியாது' என்றார். எனக்கு ஆச்சரியமாக இருந்தது. பேராசிரியரால் முடியாத ஒரு செய்யுளை நான் மனப்பாடம் செய்கிறேன் என்ற நினைப்பு எனக்குள் எழுந்தது. அடுத்த நாளே அந்த நூற்பா முழுவதையும் மனப்பாடம் செய்துவிட்டேன். அதன் பிறகுதான் பாடங்கள் மீதும் தமிழ்த்துறையின் மீதும் எனக்கு ஈடுபாடு ஏற்பட்டது.

முதலாமாண்டில் நன்னூல் வகுப்புத் தேர்வு வைத்தபோது பயந்து காட்டில் இருந்த விவசாய வேலையைச் சாதகமாகப் பயன்படுத்திக்கொண்டு விடுப்பு எடுத்தவன் நான். மேலும் முதலாமாண்டில் எழுதிய வகுப்புத் தேர்வு விடைத்தாளில் இருந்த ஏராளமான பிழைகளுக்காகத் துறைக்கு அழைத்து ஆசிரியர்களால்

விசாரிக்கப்பட்டவன் நான். கல்லூரிப் பேராசிரியர்கள் பற்றியான என்னுடைய மனப் பிம்பங்களுக்கு மாறாக ஐயாவின் அனைத்துச் செயல்பாடுகளும் அமைந்திருந்ததால் அவர் மீது மிகுந்த பற்றுக் கொண்டேன். அனைத்து மாணவர்களிடமும் எளிமையாகப் பேசுதல், மாணவர்களை அச்சுறுத்தாமல் பாடம் நடத்துதல், வகுப்பறைக்கு வெளியேயும் மாணவர்களிடம் இயல்பாகப் பழகுதல், நகைச்சுவையும் கோமாளித்தனமும் இல்லாத துல்லிய மான விளக்கம், மாணவர்களின் படைப்பாற்றலைக் கண்டறிந்து பாராட்டி ஊக்குவிப்பது, நூல்களை அறிமுகப்படுத்தி நூலகம் செல்லும் வழக்கத்தை ஏற்படுத்துவது, ஆராய்ச்சிப் போக்கிலான பாடவிளக்கம் போன்ற செயல்களால் அனைத்து மாணவர்களும் விரும்பக்கூடியவரானார்.

எல்லாவற்றையும்விட முக்கியமானது கல்லூரிக்கு அருகி லேயே அவர் தங்கியிருந்த எளிய வீடு. அங்கு எப்பொழுது வேண்டுமானாலும் மாணவர்கள் பயம் இல்லாமல் செல்லலாம், இயல்பாகப் பேசலாம், விவாதிக்கலாம். இவை எல்லாம் நான் அதுவரை பார்த்த பேராசிரியர்களிடம் இல்லாதது. எங்கள் கல்லூரியில் அனைத்துத் துறைகளிலும் மன்றங்கள் உண்டு. ஐயா உள்ளிட்ட மூன்று பேராசிரியர்களின் வருகைக்குப் பின்னர்தான் தமிழ் இலக்கிய மன்றம் செயல்படும் மன்றமாக மாறியது. பிறரிடம் பேசுவதற்கே மிகுந்த கூச்ச சுபாவம் கொண்டிருந்த நான் இலக்கிய மன்ற நிகழ்ச்சிகளில் பங்கு பெற்று ஆண்டு நிறைவுப் பேச்சுப் போட்டியில் இரண்டாம் பரிசு பெற்றேன். என்னுள் இருந்த பேச்சுத் திறனை வெளிக்கொண்டு வந்தவர் ஐயா.

மூன்றாமாண்டில் படைப்பிலக்கியம் பாடம் எடுத்தார். அறிமுக வகுப்பில் நவீன இலக்கியங்களை எல்லாம் படைப்பிலக்கியத்திற்காக நிறைய வாசிக்க வேண்டும், நூலகம் செல்ல வேண்டும், தினமும் புதிய நூல்களைப் படிக்க வேண்டும் என்று ஆர்வமூட்டினார். யார் யாரிடம் என்ன திறமை உள்ளது என்பதைக் கண்டறிய அவரவர் கவிதை, சிறுகதை போன்ற வற்றைச் சுயமாக எழுதி வாருங்கள் என்றார். அன்றைய தினம் நான் வீட்டிற்கு வந்தவுடன் ஒரு சிறுகதையை எழுதி அடுத்த நாள் அதை அவரிடம் கொடுத்தேன். அதைப் படித்துவிட்டுக் கருத்துக் கூறுகிறேன் என்று வாங்கி வைத்துக்கொண்டார். கிரிக்கெட் விளையாட்டு உருவாக்கி வைத்திருந்த போலியான பெருமிதங்களும் விஜயகாந்த் திரைப்படங்கள் உருவாக்கி வைத்திருந்த தீவிரவாதிகள் ஒழிப்பு மனப்பான்மையிலும் கதை எழுதியிருந்தேன். இரண்டு நாட்கள் கழித்து 'என் சிறுகதையைப் படித்துவிட்டீர்களா?' என்று கேட்டேன். 'கதை, கதையாக

இருக்கிறது' என்று மட்டும் கூறி ஒரு சிரிப்புச் சிரித்தார். நவீனச் சிறுகதை எழுத்தாளர்களின் சிறுகதைகளை வாசித்துப் பாருங்கள் என்று கூறிவிட்டார்.

அதன்பின் நான் கல்லூரி நூலகத்தில் உள்ள சிறுகதை நூல்களை எடுத்துப் படிக்க ஆரம்பித்தேன். ஒருமுறை கல்லூரி நூலகத்தில் இருந்த புதுமைப்பித்தன் சிறுகதைத் தொகுதியைத் தேடியிருக்கிறார். அவருக்குக் கிடைக்கவில்லை. நூலகரிடம் விசாரித்தபோது அது என்னிடம் இருப்பது தெரியவந்தது. என்னிடம் அடுத்தநாள் கேட்டார். நான் அந்தப் புத்தகத்தை எடுத்துப் பதினைந்து நாட்களுக்கு மேல் வைத்திருந்தும் பத்துக்கும் குறைவான சிறுகதைகளையே படித்திருந்தேன். முழுவதும் படித்துவிட்டுக் கொண்டுவந்து தாருங்கள் என்றார். நான் நான்கு நாளில் அனைத்துக் கதைகளையும் வாசித்துவிட்டு அவரிடம் கொடுத்தேன். எல்லாக் கதைகளையும் படித்துவிட்டீர்களா? என்றார். படித்துவிட்டேன் என்றேன். பரவாயில்லையே என்றார். ஆனால் அன்றைய நிலையில் புதுமைப்பித்தன் கதைகள் எதுவும் புரியவில்லை. வெறுமனே வாசித்து மட்டுமே முடித்திருந்தேன். கல்லூரி நேரம் முடிந்து அவர் தங்கியிருந்த வீட்டிற்குச் செல்வேன். நவீன இலக்கியத்தை வாசித்தல், புரிந்துகொள்ளும் விதம் முதலியவற்றை அவரிடம் கற்றுக்கொண்டேன். ஏராளமான சிறுபத்திரிகைகளை வாசிக்கக் கொடுப்பார்.

ஒருமுறை படைப்பிலக்கியத்தில் மரபுக் கவிதை எழுதும் முறையை நடத்தினார். வெண்பா இலக்கணத்தை நடத்திவிட்டு அனைவரும் வீட்டில் திருக்குறளைச் சீர் பிரித்து எழுதி வாருங்கள் என்றார். வீட்டில் திருக்குறளைச் சீர் பிரித்து எழுதிப் பார்த்தேன். பாதி புரிந்தும் புரியாமலும் இருந்தது. அடுத்த நாள் வகுப்பறையில் சீர் பிரித்துப் பார்த்தீர்களா என்று கேட்டார். யாரும் பதிலளிக்கவில்லை. நான் மட்டும் நோட்டில் சீர்பிரித்துப் பார்த்ததைக் காட்டினேன். முழுவதும் தவறு இருப்பினும் நீங்கள் ஏதோ செய்து பார்த்துள்ளீர்கள் என்று பாராட்டினார். அதுவே வெண்பா கற்க வேண்டும் என்ற ஆர்வத்தை உண்டாக்கியது. பின்னர் ஒரே வாரத்தில் வெண்பா கற்று ஒரு வெண்பா எழுதி அவரிடம் காட்டினேன். 'வெண்பா புலி ஆயிட்டிங்களே' என்றார். அப்பொழுது என்னுள் எழுந்த மகிழ்ச்சிக்கு அளவே இல்லை. இவர்தான் எனக்கான ஆசிரியர் என்று முடிவு செய்துகொண்டேன்.

மாணவர்களின் படைப்பாற்றலை வளர்க்கக் கையெழுத்துப் பத்திரிகை தொடங்கும் திட்டத்தை அறிவித்தார். அப் பத்திரிகைக்குத் 'தூவல்' என்று பெயர் வைத்து ஆசிரியர் குழுவில்

என்னையும் நியமித்தார். முதல் இதழுக்கு அவரே தலையங்கம் எழுதியிருந்தார். மாணவர்களின் படைப்புகள் எல்லாம் அதில் சிறப்பாக இடம்பெற்றிருந்தன. அடுத்த இதழ் தயாராகித் தலையங்கம் எழுதும் வேலையை என்னிடம் கொடுத்தார். நான் முதல் இதழில் அவர் எழுதிய தலையங்கத்தை அப்படியே எழுதிக் கொடுத்தேன். பிறகுதான் தலையங்கத்தைப் பற்றிச் சொல்லி அது ஒவ்வொரு இதழிலும் புதிய பொருளில் அமைய வேண்டும் என்று விளக்கினார்.

மொழிப்பாடத்தின் அடிப்படைத் திறன்களான பேசுதல், எழுதுதல், படித்தல், படைப்பாற்றல் போன்ற திறன்களை எல்லாம் கல்லூரி அளவில்தான் ஐயாவின் வழிகாட்டுதல்களால் என்னால் பெற முடிந்தது. பி.ஏ. படிப்பின் இறுதி ஆண்டில் எதிர்நாட்கள் குறித்து ஒரு தெளிவு கிடைக்கப்பெற்றது. பி.ஏ.வுக்கு அப்புறம் என்ன படிக்க வேண்டும், வேலை வாய்ப்புக்கு என்ன செய்ய வேண்டும் என்ற தெளிவு கிடைத்தது. இலக்கிய மன்றக் கூட்டங்கள் எங்களுக்குத் தன்னம்பிக்கை அளித்திருந்தன. இலக்கிய மன்றக் கூட்டங்கள் தொடர்ச்சியாகச் சிறப்பாக நடைபெற்றதற்கு முக்கியக் காரணம் ஐயாவும் பேராசிரியர் கிருஷ்ணனும் ஆவர்.

பி.ஏ. படிப்பின் இறுதித் தேர்வு முடிவு வெளிவந்த நேரத்தில் எனக்கு ஏமாற்றமே கிடைத்தது. ஆங்கிலப் பாடத்தில் தோல்வி. மீண்டும் ஒரு வெறுமையான சூழ்நிலை. எனக்குள் இருந்த தாழ்வு மனப்பான்மை காரணமாக ஆறு மாதங்கள் ஐயாவைச் சந்திக்கவில்லை. பின்னர் அக்டோபரில் மறு தேர்வு எழுதி முடிவிற்காகக் காத்திருந்தேன். ஒருநாள் என் நண்பர்கள் ஜெயக்குமாரும் அம்பேத்காரும் எங்கள் வீட்டிற்கு வந்து தேர்வில் நான் தேர்ச்சியடைந்த செய்தியைக் கூறினர். அந்த மகிழ்ச்சியில் மீண்டும் நான் ஒரு மாலைப்பொழுதில் அவர் தங்கியிருந்த ஆத்தூர் அறைக்குச் சென்று பார்த்தேன். அங்குத் தங்கியிருந்த மற்ற ஆசிரியர்களிடமும் நான் தேர்ச்சியடைந்த மகிழ்ச்சியைப் பகிர்ந்துகொண்டேன். பின்னர் ஆசிரியரிடம் மேல்மாடிக்குச் சென்று தனியாகப் பேசிக்கொண்டிருந்தேன். முதுகலை படிக்க வேண்டும் என்ற என் ஆசையை அவரிடம் தெரிவித்தேன். அவர் முதுகலைப் படிப்பு எந்தெந்தக் கல்லூரிகளில் உள்ளது என்றும் எது சிறந்த கல்லூரி என்றும் கூறினார்.

எல்லாம் கூறிவிட்டு இறுதியாக ஒன்றைக் கூறினார். 'முதுகலை படிப்பது ஒன்றும் பெரிதல்ல. படிக்கும்போதே நெட், ஸ்லெட் போன்ற போட்டித் தேர்வுகளுக்குத் தயார் செய்ய

வேண்டும். வெறும் பாடப்பகுதி அறிவு மட்டும் போதாது. பாடப்பகுதி போக நிறைய வாசிக்க வேண்டும். முதலில் சிறுபத்திரிகைகள் வாசிக்கும் பழக்கத்தை உருவாக்கிக்கொள்ள வேண்டும்' என்றும் கூறினார். அவர் முதுகலை படிக்கும் காலத்தில் பாடப்பகுதி தவிர்த்துத் தினமும் நூறு பக்கங்கள் நாவல், சிறுகதை, திறனாய்வுக் கட்டுரைகள், சிறுபத்திரிகைகள் வாசிக்கும் பழக்கம் வைத்திருந்ததாகவும் கூறினார். ஆறுமாத காலம் படிப்பை மறந்து விவசாய வேலைகளில் ஈடுபட்டிருந்த எனக்கு அவருடனான அன்றைய சந்திப்பு திருப்புமுனையாக அமைந்தது.

திருச்சிராப்பள்ளியில் உள்ள தேசியக் கல்லூரியில் முதுகலைத் தமிழ் படிக்கும் வாய்ப்புக் கிடைத்தது. ஆத்தூர் பகுதிகளில் இருந்து ஐந்து மாணவர்கள் ஒன்றாகச் சென்று முதுகலையில் சேர்ந்தோம். விடுமுறை நாட்களில் ஊருக்கு வரும்போது வீட்டிற்குச் செல்வதற்கு முன் ஆத்தூரில் ஆசிரியர்கள் தங்கியிருந்த அறைக்குச் சென்று பார்த்துக் கல்லூரி அனுபவங்கள், பேராசிரியர்களின் செயல்பாடுகள், பாடச் சந்தேகங்கள் எனப் பலவற்றையும் பேசி மகிழ்ந்த பின்புதான் அவரவர் வீடுகளுக்குச் செல்வோம். ஒவ்வொரு முறை சந்திக்கும்போதும் என்ன படித்தீர்கள் என்றுதான் ஐயா ஆவலுடன் கேட்பார். அதற்காகவே நாங்கள் நிறைய நூல்களை வாசித்து வந்து ஒவ்வொரு முறையும் போட்டி போட்டுக்கொண்டு கூறுவோம்.

தேசியக் கல்லூரி எங்களுக்கு மிகுந்த வாய்ப்புகளை வழங்கியது. அங்கிருந்த பழமையான நூலகத்தின் நூலகர், நூல்களின் பட்டியலைத் தயாரிக்க தமிழ்த்துறை மாணவர்கள் தேவை என்று துறைத்தலைவரிடம் கூறினார். மற்ற மாணவர்கள் எல்லாம் அது ஏதோ தேவையற்ற வேலை எனக் கருதி மறுத்து விட்டனர். ஆனால் நாங்கள் ஐவரும் பாடவேளை போக மீதி நேரங்களில் நூலகத்திற்குச் சென்று நூல்களைப் பட்டியலிடும் வேலையில் நூலகருக்கு உதவி அவரின் நன்மதிப்பைப் பெற்றோம். தேசியக் கல்லூரியில் இருந்த நூல்களின் பெயர்களைப் பட்டியலிடும்போது தான் தமிழ் நூல்களின் பரப்பை அறிந்து கொள்ள முடிந்தது. ஐயா பி.ஏ. வகுப்புகளில் பாடப்பகுதிகளுக்கு உதாரணத்திற்குக் கூறிய நூல்கள் எல்லாம் எங்கள் கைகளில் தவழ்ந்தன. நூலகர் வரன்முறை இல்லாமல் அவர் பெயரிலேயே எங்களுக்கு நூல்களை வழங்கினார். போட்டி போட்டுக்கொண்டு நூல்களை வாசிக்கத் தொடங்கினோம்.

புதுமைப்பித்தன், மௌனி, கு.ப.ரா., கு. அழகிரிசாமி போன்றோரின் சிறுகதைகள், ஜெயகாந்தன், தி.ஜானகிராமன்

போன்றவர்களின் நாவல்களை விரும்பிப் படிக்கத் தொடங்கினோம். தி. ஜானகிராமனின் மோகமுள் நாவலைப் படித்த அடுத்தவாரம் நண்பர்கள் அனைவரும் தஞ்சைப் பயணம் மேற்கொண்டிருந்தோம். மோகமுள் நாவலின் கதைக் களமான தஞ்சைப் பகுதிக்குச் சென்றது நாவலுடன் பயணிப்பது போன்ற அனுபவத்தை ஏற்படுத்தியது.

ஆத்தூர் கல்லூரியில் ஆசிரியர்களிடம் இயல்பாகப் பழகும் வழக்கம் இருந்ததால் தேசியக் கல்லூரியிலும் ஆசிரியர்கள் அனைவரிடத்திலும் இயல்பாகப் பழகினோம். பிற மாணவர்கள் எங்களை வியப்பாகப் பார்த்தனர். அவர்கள் பேராசிரியர்களைப் பார்த்துப் பயந்த எண்ணத்திலேயே இருந்தனர். ஒவ்வொரு ஆசிரியரின் தனித்தன்மைகளைக் கூறிப் பயமுறுத்தினர். நாங்கள் பாகுபாடு இல்லாமல் அனைத்து ஆசிரியர்களுக்கும் வணக்கம் வைத்துவிட்டு வகுப்பிற்குச் செல்வோம். அதுவே அவர்கள் எதிர்பார்த்த மிகப் பெரிய மரியாதையாக இருந்தது. எங்களுக்கு முழுச் சுதந்திரம் அளித்தனர். விடுதியில் ஓய்வு நேரத்தில் நாவல்கள் படிப்பது, விவாதிப்பது என்று நாட்கள் நகர்ந்தன. இதன் காரணமாக இரண்டாமாண்டு தேர்வு முடிவிற்கு முன்னரே கல்லூரி ஆசிரியர் தகுதித் தேர்வை முதல்முறை எழுதியதிலேயே தேர்ச்சி பெற்றோம்.

முதுகலைப் படிப்பிற்குப் பின் ஓராண்டு எம்.பில். படிப்பையும் தேசியக் கல்லூரியிலேயே பயின்றேன். எம்.பில். படிப்பிற்கு ஆய்வுத் தலைப்புத் தேர்வு செய்து கொடுத்தவர் ஐயா. புதுமைப் பித்தன் சிறுகதைகளில் ஆய்வு மேற்கொள்ள வேண்டும் என்ற என் விருப்பத்தைத் தெரிவித்தபோது அதில் போதுமான ஆய்வுகள் வெளிவந்துவிட்டன எனக் கூறி வேறு தலைப்பை யோசிக்கலாம் என்றார். இறுதியாக உ.வே. சாமிநாதையர் பற்றி இன்னும் நிறைய ஆய்வுகள் மேற்கொள்ள வாய்ப்பு இருக்கிறது, அதில் ஆய்வு செய் என்றார். என் நெறியாளரும் அதற்கு ஒப்புதல் கொடுத்தார். உ.வே.சா.வின் உரைநடைகளில் எம்.பில். ஆய்வை முடித்தேன்.

முதுகலை படிக்கும்போதே கல்லூரி விரிவுரையாளர் தகுதித் தேர்வு தேர்ச்சி பெற்றிருந்ததால் நண்பர்கள் அனைவரும் எம்.பில். படிப்பிற்குப் பின் தனியார் கல்லூரிகளில் வேலை தேடி ஒவ்வொரு கல்லூரியில் விரிவுரையாளராகப் பணியில் சேர்ந்தனர். எனக்கு நாமக்கல் அருகில் உள்ள ஒரு தனியார் கல்லூரியில் விரிவுரையாளர் பணி கிடைத்தது. நான் ஆசிரியர் ஆனாலும் ஐயாவிடம் மாணவனாகவே தொடர்ந்தேன். கல்லூரியில் நன்னூல் நடத்தும் வாய்ப்பு எனக்குக் கிடைத்தது. நன்னூலில்

ஏற்பட்ட சந்தேகங்களை அடிக்கடி தொலைபேசியில் கேட்டுத் தெரிந்துகொண்டேன். இரண்டு மூன்று மாதத்திற்கு ஒருமுறை அவரின் வீட்டிற்குச் சென்று பார்த்தும் விளக்கம் கேட்டதுண்டு. அவரும் ஒவ்வொரு முறையும் ஆர்வத்துடனே வரவேற்று நேரம் ஒதுக்கி அனைத்துச் சந்தேகங்களையும் தீர்த்துவைப்பார். ஒவ்வொருமுறையும் அவருடனான சந்திப்பு பணியாற்ற மிகுந்த உந்துதலை அளிக்கும்.

நன்னூல் சொல்லதிகாரம் நடத்தும் பொழுது தொகைநிலைத் தொடர்களில் அன்மொழித்தொகையை மாணவர்களுக்கு எவ்வாறு புரியவைப்பது என்று எனக்குத் தெரியல்லை. மூன்று நான்கு உரைநூல்களைப் படித்துப் பார்த்தும் புரியவில்லை. எல்லாவற்றிலும் 'அல்லாத மொழி தொக்கி வருவது அன்மொழித்தொகை' என்றே உள்ளதை என்னால் விளங்கிக்கொள்ள முடியவில்லை. மாணவர்களுக்குப் புரியாமலே கூறிச் செல்வதற்கும் விருப்பமில்லை. கூடவே பயமும் எனக்குள் தொற்றிக்கொண்டது. நானும் தொகைநிலைத் தொடர்கள் நடத்துவதை இரண்டு வாரங்கள் தள்ளிக்கொண்டே போனேன். பலவாறு சிந்தித்தும் புரியவில்லை. அடுத்தநாள் அன்மொழித்தொகையை நடத்தியே ஆக வேண்டும், இல்லை என்றால் மாணவர்களே கேட்டுவிடுவார்கள். இரவு ஒன்பது மணிக்கு ஐயாவிடம் தொலைபேசியில் தொடர்புகொண்டு விளக்கம் கேட்டேன். அவர் மிக எளிமையாகத் தெளிய வைத்தார். மற்ற தொகைகள்தான் அன்மொழித்தொகையாகவும் அமையும் என்பதைக் கூறி 'அல்லாத மொழி' என்பது சொல்லுக்கு வெளியே இருக்கும் பொருள் என்றும் விளங்க வைத்தார். அடுத்த நாள் நான் மிக எளிமையாக மாணவர்களுக்குப் புரியவைத்தேன். நீண்ட நாட்களாக நடத்துவதற்குத் தயங்கிவந்த ஓர் இலக்கணப் பகுதி விளங்கியது மிகுந்த மகிழ்ச்சியை அளித்தது.

ஒவ்வொரு முறையும் அவரை நேரில் சந்திக்கும் போதும் பாடம் நடத்துவதில் ஏற்பட்ட சிக்கல்களுக்கு முதலில் தீர்வைக் கேட்டுக்கொள்வேன். பின்னர் நவீன இலக்கியங்கள் குறித்து அவர் தெரிவிக்கும் கருத்துக்களைக் கேட்பேன். சிறுபத்திரிகைச் சூழலில் அப்பொழுது விவாதிக்கப்படும் விசயங்கள் குறித்தும் தெரிவிப்பார். இவை எல்லாம் அடுத்த முறை சந்திக்கும்வரைக்கும் எனக்குத் தன்னம்பிக்கை அளிக்கும். கல்லூரிப் பணியில் முதல் பருவத் தேர்வின் முடிவுகளை மாணவர்களைவிட நான் மிகவும் எதிர்நோக்கியிருந்தேன். தேர்வு முடிவு வந்தவுடன் நன்னூல் பாடத்தில் மொத்தமுள்ள மாணவர்களில் 56 மாணவர்கள் தேர்ச்சி பெற்றிருந்தனர். இரு மாணவர்கள் 90 மதிப்பெண்களுக்கும் மேல் எடுத்திருந்தனர். சக விரிவுரையாளர்களும் கல்லூரி முதல்வரும்

பாராட்டினர். அன்று மாலை ஐயாவுக்குத் தொலைபேசியில் தொடர்புகொண்டு மகிழ்ச்சியைப் பகிர்ந்துகொண்டேன். ஆசிரியர் பணிக்குத் தகுதியான நபர்தான் நான் என்ற நம்பிக்கை பிறந்தது.

நான் பணியாற்றிய தனியார் கல்லூரியில் பி.எட். பாடப் பிரிவுக்கு அனுமதி வாங்கியிருந்தார்கள். முதலாமாண்டு மாணவர் சேர்க்கை குறைவாக இருந்ததால் நிர்வாகம் அங்குப் பணியாற்றும் ஆசிரியர்களுக்கு வாய்ப்பு வழங்கியது. நானும் அவ்வாய்ப்பைப் பயன்படுத்தி பி.எட். படிப்பில் சேர்ந்தேன். அப்படிப்பை முடித்ததோடு அக்கல்லூரியிலிருந்து வேறு ஒரு தனியார் கல்லூரியில் சேர்ந்தேன். மாணவர்கள் சேர்க்கைக்கு விரிவுரையாளர்களைப் பொறுப்பாக்கியது அக்கல்லூரி நிர்வாகம். இப்போக்கில் எனக்கு விருப்பமில்லை. பெரும்பாலும் எல்லாக் கல்லூரிகளும் இதே நிலைப்பாட்டைத்தான் எடுத்திருந்தன. இதனால் விரிவுரையாளர்களுக்கு நிர்ப்பந்தம் ஏற்பட்டது. தனியார் கல்லூரியில் வேலை பார்ப்பதை நிறுத்திவிடலாம் என்று எண்ணியிருந்தேன்.

2006ஆம் ஆண்டு உள்ளாட்சித் தேர்தல் அறிவிக்கப்பட்டிருந்த நேரம் அது. எங்கள் குடும்பத்தில் என் தாயார் ஏற்கனவே ஊராட்சி மன்றத் தலைவராக இருந்த காரணத்தால் என்னை இந்தமுறை தேர்தலில் போட்டியிட வைப்பதற்கான முயற்சிகள் நடந்தன. என் மனதிலும் ஆர்வம் ஏற்பட்டது. ஐயாவிடம் தொலைபேசியில் தொடர்புகொண்டு ஆலோசனை கேட்டேன். அவர் 'உங்கள் இயல்பிற்கு அரசியல் எல்லாம் சரியாக வராது, ஆசிரியர் பணிதான் பொருத்தமானது' என்று கூறினார். உறவினர்கள், பழக்கமுடையவர்கள் ஆர்வமூட்டலில் உணர்ச்சிப்பெருக்கில் அரசியல் பக்கம் செல்ல இருந்த என்னைத் தக்க ஆலோசனை கூறி நெறிப்படுத்தினார். என் இயல்பிற்கு எது சிறந்தது என்று கூறும் அளவிற்கு என்னைப் புரிந்துவைத்திருக்கிறார் என்பது எனக்குப் பெருமையாக இருந்தது.

என் திருமணத்திற்கு ஐயாவிற்கு அழைப்பு விடுத்திருந்தேன். அவரும் வருவதாக உறுதியளித்திருந்தார். ஆனால் அன்றைய தினம் வெளியூர் செல்ல வேண்டிய சூழல் ஏற்பட்டதால் அவரால் வர முடியவில்லை. அப்பொழுது நான் மாவட்ட ஆசிரியர் கல்வி மற்றும் பயிற்சி நிறுவனத்தில் பணியாற்றி வந்தேன். வே. வசந்திதேவியுடன் சுந்தர ராமசாமி உரையாடியதன் பதிவாகிய 'தமிழகத்தில் கல்வி' என்னும் நூலைத் திருமணப் பரிசாக அனுப்பி வைத்திருந்தார். அதில் என்னை வாழ்த்தி எழுதியிருந்த மண வாழ்த்துப்பா அவர் என்னை நேரில் வந்து

'கண்ணன் வாழ்க, கௌரி வாழ்க'

வாழ்த்தவில்லை என்ற எண்ணம் எழாமல் தவிர்க்கும் வகையில் சிறப்பாக அமைந்திருந்தது. அப்பாடல்:

நீர்வளம் சிறந்து நெல்வளம் பொலியும்
பேர்கொண்ட ஆத்தூர் போற்ற வாழும்
எந்தன் மாணவ இனிய முகமும்
சிந்தை கவரும் சிரிப்பும் கொண்டு
என்னுள் நிறைந்தே இருக்கும் கண்ணா
உன்னை வாழ்த்த உள்ளம் பொங்கும்
நேரில் வந்து நெஞ்சம் உவக்க
சீரிய வாழ்த்தைச் செப்ப வில்லை
எனினும் அன்பும் இதய வாழ்த்தும்
இனிய உனக்கே என்றும் உண்டு
மங்கை நல்லாள் மணமிகு கௌரி
அங்கை பற்றி இல்லறம் புகுந்திடும்
இந்த நாளில் இருக்கும் மகிழ்வு
எந்த நாளும் இருக்க வாழ்க
என்றும் வாழ்க இன்பம் பொங்க
மண்போல் வாழ்க மழைபோல் வாழ்க
கண்ணன் வாழ்க கௌரி வாழ்க.

இப்பாடலைப் படித்த உடனே மனப்பாடம் செய்துவிட்டேன். மனைவியிடமும் படித்துக் காட்டி மகிழ்ந்தேன். திரும்பத் திரும்பப் படித்துப் பார்த்து மகிழ்ந்தேன். மண வாழ்க்கையில் எனக்கும் என் மனைவிக்கும் சிறுசிறு மனப் பிணக்குகள் ஏற்படும்போது இந்த வாழ்த்துப் பாடலை மனதில் சொல்லிப் பார்ப்பேன். பிணக்குகள் இருக்கும் இடம் தெரியாமல் மறைந்துபோகும். விட்டுக் கொடுக்கும் மனப்பக்குவம் தோன்றும். அப்பாடலின் இறுதியில் இடம்பெற்ற 'கண்ணன் வாழ்க கௌரி வாழ்க' என்னும் அடி மந்திரமாக என் மனதில் ஐயா சொல்வது போலவே கேட்கும். ஆம், அறிமுக நாளில் இருந்து இன்றுவரை என் ஆசிரியர் என் வாழ்வின் அனைத்து நிலைகளிலும் இருந்து கொண்டே இருக்கிறார்.

○

4

எல்லையற்ற கற்பித்தல்

த. இலட்சுமன்

நான் தருமபுரி மாவட்டத்திலுள்ள மோளையனூர் கிராமத்தைச் சேர்ந்தவன். பள்ளியிலிருந்தே தமிழின் மீது சிறிது ஆர்வம் இருப்பினும் வழிகாட்டப் போதுமானவர்கள் இல்லை. பள்ளிப் படிப்பை முடித்தவுடன் பல கல்லூரிகளுக்கு இளங்கலைத் தமிழ்ப் பாடத்திற்கு மட்டுமே விண்ணப்பித்தேன். நாமக்கல் அறிஞர் அண்ணா அரசு கலைக் கல்லூரியிலிருந்துதான் முதலில் சேர்க்கைக்கான கடிதம் கிடைத்தது. அதுவும் காத்திருப்புப் பட்டியல். நேர்காணலில் தாடி வைத்திருந்த பேராசிரியர்தான் என் சான்றிதழ்களை வாங்கிச் சரிசெய்தார். அங்கு வந்த பெரும்பான்மையான மாணவர்கள் பன்னிரண்டாம் வகுப்பில் சிறப்புத் தமிழைப் பாடமாகப் படித்திருந்தவர்கள். பொதுத்தமிழில் குறைவான மதிப்பெண் பெற்றவர்கள். எனக்கு ஒரே வியப்பு. நான் தமிழில் 177 மதிப்பெண். அவர்களோ அதைவிட மிகக் குறைவுதான். ஆனால் அவர்கள் காத்திருப்புப் பட்டியலில் இல்லை. நான் மட்டும் காத்திருப்புப் பட்டியல். எப்படி என்று தெரியாமல் மௌனமானேன். ஆனால் என் வியப்பையும் மௌனத்தையும் சில மணித்துளிகளில் மறைத்து மகிழ வைத்தவர் தாடிக்காரரான ஐயாதான். அவருடைய பெயர் அப்போது தெரியவில்லை. அவர் என்னிடம் 'நல்ல மதிப்பெண் வாங்கி இருக்கீங்க, நல்லாப் படிங்க' என்றார்.

கல்லூரி தொடங்கி இரண்டு மூன்று வாரங்களுக்குப் பிறகுதான் அவருடன் பேசும் வாய்ப்புக் கிடைத்தது. ‘இக்கால இலக்கியமும் அயலகத் தமிழும்’ என்று ஒரு பாடம். அதை அவர்தான் எங்களுக்கு நடத்தினார். அதில் இக்கால இலக்கியங் களுக்குரிய நூல்களைப் பட்டியலிட்டு வாசிக்கும் பழக்கத்தை உருவாக்கினார். வெறுமனே பாடப் புத்தகங்களை மட்டுமே வைத்துக்கொண்டு மனப்பாடம் செய்து தேர்வு எழுதும் எனக்கு அது ஓர் ஆச்சரியமாகத்தான் இருந்தது. நாமே புத்தகங்களை வாங்கி வாசிக்க வேண்டுமாம். நூலகங்களுக்குச் சென்று நூல்களை வாசித்தேன். ஆனந்தாயி, ஓர்இரவு, வேலைக்காரி, சடங்கு, முட்டைவாசிகள், சஞ்சீவி பர்வதத்தின் சாரல் ஆகிய நூல்கள் இருந்தன. பள்ளியில் மனப்பாடச் செய்யுள்களை ஒரே மூச்சாக வாசித்து மனப்பாடம் செய்த எனக்கு ஒவ்வொரு நூலையும் முழுமையாக வாசித்தது புது அனுபவம்தான்.

நான் முதலாமாண்டு படித்துக்கொண்டிருந்தபோது கல்லூரி முடித்து வீட்டிற்கு வரும்வழியில் நாய் குறுக்கே வந்ததால் அவருக்குச் சிறு விபத்து நேர்ந்தது. எழ முடியாத அளவிற்குக் கை கால்களிலும் முகத்திலும் காயம். அவரை மருத்துவமனையில் சேர்த்திருந்தார்கள். இந்த விபத்து என் வீட்டிலோ எங்கள் ஊரிலோ யாருக்காவது நிகழ்ந்திருந்தால் என் அம்மாவோ மற்ற உறவினர்களோ அழுது பெரிய கூப்பாடே போட்டு ஊரைக் கூட்டியிருப்பார்கள். ஆனால் அம்மா எழிலரசி அவர்கள் அந்தச் சூழலை எதிர்கொண்ட முறை அவரது தைரியத்தைக் காட்டியது. ஒருவேளை நான் பார்க்காதபோது அழுதிருப்பார்களோ என்னவோ. வெற்றுக் கண்ணீர் சிந்தாமல் மருத்துவமனைக்கு வந்தார். அவருடன் நானும் சென்றேன். அங்கு இருந்த ஆசிரியர் ஒருவரிடம் கேட்டதற்கு ‘நல்லா இருக்கிறார்’ என்று அவர் இயல்பாகப் பதில் சொன்னார். அதன் பிறகே நிம்மதியானோம். எந்த விசயமாக இருந்தாலும் எதிர்கொள்ளக் கூடிய மன தைரியம் அம்மாவிடம் இருக்கிறது என்பதைத் தெரிந்துகொண்டேன்.

ஐயா உடல்நிலை சரியாவதற்கு ஒரு மாதத்திற்கு மேல் ஆயிற்று. அவர் கையில் எலும்பு முறிவு என்பதால் சில மாதங்களுக்கு வண்டி ஓட்டக் கூடாது என்று மருத்துவர் சொல்லிவிட்டார். ஆகவே அவரது டிவிஎஸ்50 வண்டியில் கல்லூரிக்கு ஐயாவை அழைத்துச் செல்ல வேண்டும் என்பதற்காக என்னை அழைத்தார். அதற்குமுன் நான் அவ்வண்டியை ஒரே ஒருமுறைதான் ஓட்டியிருக்கிறேன். அதை அவரிடம் சொல்லாமல் ஓட்டிவிடலாம் என்னும் துணிவில் ‘ஓட்டுவேன்’ என்று சொல்லிவிட்டேன். வெகுநாளுக்குப் பிறகு வண்டியை

எடுப்பதால் வேகமாக முறுக்கிவிட்டேன் போல. அது என் கைவசம் இல்லாமல் சிறிதுதூரம் அலைந்து ஓடியது. ஏற்கனவே விபத்தில் அடிபட்டவர். இப்போது என்னை நம்பி அனுப்ப அனைவரும் பயந்தனர். ‘பேருந்தில் சென்றுவிடுகிறேன்’ என்று ஐயா சொல்லிவிட்டார். அவருடன் நானும் பேருந்திலே கல்லூரி சென்றேன். ‘தெரியாததைத் தெரியாது என்றும் இவ்வளவுதான் தெரியும் என்றும் தெளிவாகச் சொல்லிவிடுவதில் என்ன உங்களுக்குப் பிரச்சினை? முன்கூட்டியே வேறு ஏற்பாடு செய்திருக்கலாம். இத்தனை பதற்றப்பட்டிருக்க வேண்டியதில்லை. முகத் தாட்சண்யத்திற்காகத் தெரியாத ஒன்றைத் தெரியும் என்று சொன்னால் அதனால் வரும் பிரச்சினைகளை நீங்களே அனுபவிக்க வேண்டிவரும்’ என்று அப்போது ஐயா சொன்னார்.

ஐயாவின் வீட்டிற்கு மாலை நேரங்களில் வாரத்தில் நான்கு ஐந்து நாட்கள் சென்றுவிடுவேன். ஏனெனில் அவர் 2005இல் கவிஞர் சுகுமாரனை நேர்காணல் எடுத்து அதை ஒலிப்பதிவு செய்து வைத்திருந்தார். நான் அதை ஒலிபெருக்கியில் கேட்டுச் சிறிது சிறிதாகப் படியெடுத்துக் கொடுக்க வேண்டும். அதுதான் அவர் எனக்குக் கொடுத்திருந்த வேலை. அதற்கு ஊதியமும் உண்டு. நான் ஓரளவு படியெடுத்ததும் அதை வாசித்தார். ஏராள மான சொற்பிழை, வாக்கியப் பிழைகள் இருந்தன. சாதாரணத் தகவல்களை ஊகித்து எழுதுவதிலும் தவறு செய்திருந்தேன். ‘ஆளப் பாத்தா அழகு வேலையப் பாத்தா எழவுன்னு ஒரு பழமொழி கேட்டிருக்கறயாப்பா? அப்படித்தான் இருக்குது உன் வேல. எழுத்து மட்டும்தான் நல்லா எழுதறப்பா... ஆனா அதில ஏராளமான பிழைகள் வருவதைக் கவனிக்க மாட்டீங்கறேயப்பா’ என்று கூறிப் பிழை திருத்தங்களையும் சொல்லித் தந்தார். அதன்பின் பிழையில்லாமல் எழுதுவதில் கவனம் கொள்ளத் தொடங்கினேன்.

சிலமாதங்களுக்குப் பிறகு சுகுமாரன் நேர்காணல் *காலச்சுவடு* இதழில் விரிவாக இடம்பெற்றிருந்தது. நேர்காணலின் இறுதியில் ‘படியெடுத்தல்: த. இலட்சுமன்’ என்று என் பெயரும் வந்தது. எனக்கு மட்டற்ற மகிழ்ச்சி. என்னை இவ்வளவு தூரம் உயர்த்தி யிருக்கிறாரே என்று மகிழ்ந்தேன். செய்த வேலைக்கு ஊதியம் கிடைப்பது ஒருபுறம் இருக்கட்டும். அதற்கான அங்கீகாரம் மிகப் பெரிய விஷயம். சிறிய வேலைக்கான அங்கீகாரத்தையும் தவறாமல் கொடுப்பதில் ஐயா கவனமாக இருப்பார்.

நான் எனக்கு விவரம் தெரிந்து பெற்றோருடன் எந்தச் சுற்றுலாத் தலத்திற்கும் சென்றதில்லை. முதன்முறையாக நான் சுற்றுலா சென்றேன், இரயிலில் பயணம் செய்தேன் என்றால்

அதற்கு முழுமுதற் காரணம் என் ஐயாதான். பல இடங்களுக்கு அவருடன் சென்றிருக்கிறேன். இரண்டு இடங்கள் முக்கியமானவை. ஓராண்டு புரட்டாசி மாதம் சனிக்கிழமை. நாமக்கல் புதன் சந்தைக்கு அருகிலுள்ள நைனாமலை பெருமாள் கோயிலுக்குத் தம்பி பரிதி, ஐயா, நான் மூவரும் வண்டியிலே சென்றோம். அது மிக உயரமான மலை. சிரமத்துடன் ஏறிச் சென்றோம். மேலே மூலஸ்தானம் வரை சென்று சாமி கும்பிட்டோம். ஐயா வெளியிலேயே இருந்து சாமி கும்பிட்டார். பெருங்கூட்டத்திற்குள் அடித்துப் பிடித்து இடித்துக்கொண்டு போய்ச் சாமியைப் பார்க்க வேண்டியதில்லை, இங்கிருந்தே கும்பிட்டாலும் அருள் தருவார் என்று சொல்லிவிட்டார். நாங்கள் பொரி, லட்டு, போண்டா, கரும்பு இவற்றையெல்லாம் சாப்பிட்டுக்கொண்டே மேலே இருந்து மலைகளை இரசித்தபடி கீழே இறங்கினோம். மேச்சேரி அருகில் உள்ள ஏர்வாடியில் மணல்வீடு ஹரிகிருஷ்ணன் அவர் ஊரில் கூத்துக் கலைஞர்களைக் கௌரவிக்கும் பொருட்டு ஆண்டுதோறும் கலைவிழா நடத்துகிறார். அங்கு ஓராண்டு ஐயாவுடன் பல மாணவர்கள் சென்றோம். விடிய விடிய அங்கு நிகழ்ந்த தெருக்கூத்தைப் பார்த்தோம். பல எழுத்தாளர்களைச் சந்தித்தோம். பாமர மக்களின் கலை என்று கருதப்படும் கூத்தின் நுட்பங்களையும் ஐயா அறிந்து வைத்திருந்ததும் அவற்றை எங்களுடன் பகிர்ந்துகொண்டதும் பேரனுபவமாக இருந்தது.

ஐயா நாமக்கல் அறிஞர் அண்ணா கல்லூரியில் செஞ் சிலுவை சங்கப் பொறுப்பாளராக இருந்து அக்கல்லூரியிலும் மற்றக் கல்லூரிகளிலும் நடைபெற்ற பேச்சு, பாட்டு, நாடகம், கட்டுரைப் போட்டிகளுக்குச் செல்ல வாய்ப்பு ஏற்படுத்திக் கொடுத்தார். ஒருமுறை தனியார் கல்லூரியில் நடந்த பாட்டுப் போட்டிக்குச் சென்றேன். அந்தச் சமயம் எங்கள் கல்லூரியில் ஆய்வு மாணவர்களுக்கான ஆய்வரங்கம் நடைபெற்றுக்கொண்டிருந் தது. நான் அக்கல்லூரியில் ‘நாடு சும்மா கெடந்தாலும் . . . கெடக்கும்’ என்னும் பாடலைப் பாடினேன். அப்பாடலுக்கு முதல் பரிசு கொடுத்தனர். அதை ஐயாவுக்குச் செல்பேசியில் தெரிவித்தேன். உடனே கல்லூரிக்கு வரும்படி சொன்னார். ஆய்வரங்கம் நடைபெற்ற அறைக்கே சென்றுவிட்டேன். ஐயா சும்மா இருக்கவில்லை. ‘நம் கல்லூரி சார்பாகப் பாட்டுப் போட்டியில் முதல் பரிசு பெற்ற இலட்சுமனைப் பாராட்டுவோம்’ என்று பாராட்டியதோடு ஆய்வரங்கிலும் மேடையேற்றி அப் பாடலையும் பாட வைத்துவிட்டார். மாணவர்களை எப்போதும் வைக்க வேண்டிய இடத்திற்கு மேலாகவும் தூக்கி வைப்பார். அதற்குச் சிறு காரணம் போதும். அப்போது ஐயா பெறும் உற்சாகம் அனைவரையும் தொற்றிக்கொள்ளும்.

அதற்காகக் குறைகளைக் கண்டுகொள்ளாமல் விடமாட்டார். நான் பேச்சுப் போட்டிகளில் கலந்துகொள்கிறேன் என்றால் ஐயா உடனே சொல்லிவிடுவார். 'லட்சுமன், உங்கள் பேச்சு சாதாரணப் பேச்சு போல இல்லப்பா... ஏதோ தோரணையோடு அடுக்குமொழியோடு பேசுறீங்க, உங்களுக்குச் சுத்தமா ழகரமே வரவில்லை, இப்படில்லாம் பேசினாச் சரியாப் பேச முடியாது, ஆமா ... சொல்றன் பாத்துக்க ... இயல்பான மொழிநடையில பேசணும்பா ...' என்று குறைகளைச் சுட்டிக்காட்டி வளரச் செய்தார்.

மூன்றாமாண்டு படித்துக்கொண்டிருக்கும்போது நடைமுறைப் பயன்பாட்டுத் தமிழ், படைப்பிலக்கியம் ஆகியவை பாடமாக இருந்தன. அவற்றின் அடிப்படையில் எனக்கு வெண்பா, ஆசிரியப்பா எழுதக் கற்றுத் தந்ததோடு சிறுகதை எழுதவும் கற்றுத் தந்தார். வகுப்பில் சிறுகதை எழுதும் போட்டி நடத்தினார். இரண்டாம் பரிசு பெற்றேன். மதிவண்ணனின் 'நெரிந்து' என்னும் கவிதை நூலைப் பரிசளித்தார். எதையும் கீழானது என்று குறைத்து மதிப்பிட மாட்டார். எதுவாக இருப்பினும் கற்றுக்கொள்ள வேண்டும் என்பார். அவர் வீட்டில் தங்கியிருக்கும்போது நானும் அவரும் ஒருநாள் தோசை சுட்டோம். எனக்குத் தோசை சுடத் தெரியாது. அவர் சுடுவதைப் பார்க்கச் சொன்னார். பின் நானும் சுட்டேன். நன்றாக வரவில்லை. அப்புறம் அவரே ஒருமுறைக்கு இரண்டுமுறை தோசை செய்வதைப் பார்க்கச் சொல்லித் தோசை சுடவும் கற்றுத் தந்தார்.

என் ஆய்வியல் நிறைஞர் ஆய்வேட்டை எழுத எனக்குப் பெரும் தூண்டுதலாய் இருந்தார். நான் ஆய்வை எவ்வாறு எழுத வேண்டும் என்பதற்கான ஆய்வு நுணுக்கங்களையும் கற்றுத் தந்தார். அதற்குக் கொஞ்சமும் குறைவில்லாமல் இன்னொன்றையும் கற்றுக் கொடுத்தார். கிராமத்தில் இருந்து வரும் மாணவர்களுக்கு உடைகளைப் பராமரிப்பது, கழிப்பறைகளைப் பயன்படுத்துவது ஆகியவை முறையாகத் தெரியாது. குடும்பத்தில் அவற்றைச் சொல்லித் தருவோர் யாருமில்லை. ஐயாவும் கிராமத்தில் இருந்து வந்தவர்தான். ஆகவே அவர் அனுபவம் மூலமாக அறிந்தவற்றை எங்களுக்கும் சொல்லித் தருவார். உள்ளாடைகளை எப்படித் துவைக்க வேண்டும், எவ்விதம் காய வைக்க வேண்டும், எவ்வளவு காலம் பயன்படுத்தலாம் என்பது குறித்த பல பாடங்களையும் எனக்குக் கற்றுத் தந்தார். 'வெளியில் தெரிபவற்றுக்குக் கொடுக்கும் முக்கியத்துவத்தை உள்ளே இருப்பவற்றுக்கு நாம் கொடுப்பதில்லை. ஆனால் உள்ளே இருப்பவையே முக்கியம்' என்பது அவர் வாக்கு.

முதுகலை ஆசிரியர் தேர்விற்காக ஐயா வீட்டிலே தங்கிப் படித்தேன். அப்போது மனனம் செய்த சில நூற்பாக்களை அவரிடம் சொன்னேன். திடீரென்று நான் சொன்ன நூற்பாவில் இருந்து 'சென்று தேய்ந்திறுதல்' என்பதற்கான பொருள் என்ன?' என்று கேட்டார். நான் சரியாகச் சொல்லவில்லை. அவரே விளக்கம் கொடுத்துவிட்டுக் 'குருட்டு மனப்பாடத்தால் பயனில்லை, எதைப் படித்தாலும் முழுமையாகப் பொருள் புரிந்து படிக்க வேண்டும். அதுதான் வாழ்க்கைக்குச் சிறந்த வழிகாட்டும்' என்றார்.

2013இல் நடந்த ஆசிரியர் தேர்வில் நான் சரியான மதிப்பெண் பெறாததால் மனம் உடைந்து அவரிடம் கவலையாகப் பேசினேன். 'நீ கவலைப்படுவது எனக்குப் பிடிக்கலைப்பா, உன்னைவிட வயதில் மூத்தவர்கள் நாற்பது, ஐம்பது வயதிலும் இன்னும் வேலை இல்லாமல் இருக்கிறார்கள். உன்னக்கென்னப்பா கவலை. இனியும் எத்தனையோ தேர்வுகள் இருக்கின்றன. ஒரு கதவு மூடிவிட்டால் என்ன? திறந்திருக்கும் கதவுகள் அனேகம். வரும் தேர்விற்கு நன்றாய்ப் படிப்பா ... ஒருமுறைக்கு இருமுறை படி' என்று ஆறுதல்படுத்தினார். அவர் சொன்ன சொற்களால் உத்வேகம் கொண்டு யுஜிசி இளநிலை ஆய்வாளர் தேர்வில் தேர்ச்சி பெற்றேன்.

ஓர் ஆசிரியர் இதைத்தான் கற்றுக்கொடுக்கலாம், இவ்வளவு தான் கற்றுக்கொடுக்கலாம் என்று எல்லை ஏதுமிருக்கிறதா? எல்லையற்ற கற்பித்தலுக்குச் சான்றானவர் ஐயா.

○

9

பல தருணங்கள்
வெ. உமா மகேஸ்வரி

1997இல் நான் கல்லூரியில் சேர்வதற்கு முன்பே இந்தியா டுடே இதழில் வெளியான 'கோடித்துணி' என்னும் சிறுகதையை வாசித்ததன் மூலமாக ஐயாவின் பெயர் எனக்குத் தெரிந்திருந்தது. ஆனால் நான் கல்லூரியில் சேர்ந்த பிறகு எங்களது ஐயாதான் அந்த எழுத்தாளர் என்பதைச் சில மாதங்களுக்குப் பிறகுதான் அறிந்தேன். தான் ஒரு எழுத்தாளன் என்று அவர் எங்களிடம் அறிமுகம் செய்துகொள்ளவில்லை. தன்னுடைய படைப்புகள் குறித்துத் தம்பட்டம் அடித்துக்கொள்ளவுமில்லை. அவரது ஏறுவெயில், நிழல்முற்றம், நிகழ்உறவு போன்ற நூல்களைக் கேட்டு வாங்கிப் படித்தேன். அவரைப் போலவே அவருடைய எழுத்துக்களும் மிக எளிமையானவை. அர்த்தம் நிரம்பியவையாக இருந்தன.

ஆசிரியராக அவர் ஒவ்வொரு மாணவரின் வாழ்விலும் தாக்கத்தை நிச்சயம் ஏற்படுத்தியிருப்பார். அரசு கல்லூரிப் பண்பாடாகத் தொன்றுதொட்டு இருந்துவரும் மாணவர்கள் மாணவியரைப் பார்த்துக் கிண்டல், கேலி செய்வது எங்கள் கல்லூரியிலும் இருந்தது. அவர்களை எதிர்த்துக் கேட்கத் துணிவில்லாத எங்கள் வகுப்பு மாணவியர் எல்லோரும் (ஐந்து பேர்தான்) ஒன்று கூடி முறையிட்ட நபர் ஐயாதான். வகுப்பில் மாணவர்கள் பின்வரிசையிலும் மாணவியர் முன்வரிசையிலும் அமர்ந்திருந்தோம். அதை மாற்றச் சொன்னார். மறுநாள் முதல் மாணவியரைப் பின்னால் அமர்ந்துகொள்ளச் சொன்னார். எங்கள் முதுகுக்குப் பின்னால்

கேலி பேசியவர்கள் திரும்பிப் பார்த்து எங்கள் முகத்திற்கு நேரே கிண்டல் செய்ய முடியாத நிலை ஏற்பட்டது. இதே சூழலை வேறு யாராவது கையாண்டிருந்தால் மாணவர்களைக் கூப்பிட்டுக் கண்டிக்கிறேன், அறிவுரை கூறுகிறேன் என்று ஏதாவது செய்து மாணவ – மாணவியரிடையே பகைமையை ஏற்படுத்தியிருப்பார்கள். இந்தச் செயல்பாட்டின் மூலம் ஒரு பிரச்சினையைச் சிக்கலில்லாமல் தீர்ப்பது எப்படி என்பதை எங்களுக்கு அழகாகக் கற்றுக்கொடுத்தார்.

நான் மூன்றாமாண்டு வந்தபோது தமிழ் இலக்கிய மாணவர் மன்றச் செயலர் பதவிக்குத் தேர்தல் அறிவிப்பு வெளியிடப்பட்டது. ஐயா என்னைத் தமிழ்த்துறைக்கு அழைத்ததாகத் தகவல் வந்தது. சென்று ஐயாவைப் பார்த்தபோது அவர் சொன்ன வார்த்தை என்னைச் சற்றே சங்கடத்தில் ஆழ்த்தியது. விரல்விட்டு எண்ணக்கூடிய அளவில் மட்டுமே பெண்கள் பயிலும் அரசு கலைக் கல்லூரியில் என்னை இலக்கிய மன்றத் தேர்தலில் போட்டியிட வேண்டும் என்றார். அச்சத்தோடு நான் ஐயாவின் பேச்சை ஏற்கத் தயங்கினேன். வீட்டில் அம்மாவிடம் கேட்டு வந்து சொல்வதாக அப்போதைக்குத் தப்பிக்க முயன்றேன். (வீட்டில் சென்று சொன்னதற்கு 'ஐயா சொன்னால் சரி' என்று சொன்ன தெல்லாம் தனிக்கதை.) ஆனால் அவர் விடுவதாக இல்லை. 'இதுவரை இந்தக் கல்லூரியில் ஒரு பெண் துறைச்செயலர் போட்டிக்குத் தேர்தலில் நின்றதில்லை. அந்த நிலையை மாற்றி நீங்கள் தேர்தலில் நின்று இனிவரும் பெண்களுக்கு முன்மாதிரியாக இருக்க வேண்டும்' என்றார். 'நீங்கள் மிகுந்த துணிச்சலான பெண், எல்லாப் போட்டிகளிலும் தானாக முன்வந்து கலந்துகொள்ளக் கூடியவர். எந்த இடத்திலும் யாரை யும் துணிச்சலாகச் சமாளிக்கக் கூடிய பெண். நீங்களே இப்படிப் பின்வாங்கினா எப்படிம்மா?' என்று கேட்டார். பெண் உரிமை, பெண் சுதந்திரம் எல்லாம் வெறும் பேச்சாக இல்லாமல் நடைமுறையிலும் இருக்க எனக்கு நம்பிக்கை கொடுத்தார். தேர்தலில் நான் வெற்றி பெற்றபோது என்னைவிடவும் அதிகம் மகிழ்ச்சியடைந்தவர் ஐயாதான். இலக்கிய மன்றச் செயலராக முதன்முதலில் ஒரு பெண் தேர்ந்தெடுக்கப்பட்டது வரலாறு. அந்த வரலாற்றில் என் பெயர் இடம்பெறக் காரணம் ஐயா.

தேர்தலில் வெற்றி பெற்றால் துறைச்செயலர் என்ற பதவி மட்டுமா? அடுக்கடுக்காக நிறையப் பிரச்சினைகள் என் சக வகுப்புத் தோழர்களால். ஆனால் அத்தனை பிரச்சினைகளையும் சமாளிக்க எனக்குக் கற்றுக்கொடுத்தவர் அவர்தான். சக மாணவர் களுடன் நட்போடும் சகோதரத்துவத்தோடும் பெண்கள் பழகுவதற்கு ஆரோக்கியமான சுதந்திரத்தைக் கொடுத்தவர் ஐயா. தொடக்கத்தில் எனக்கு எதிராகச் செயல்பட்ட சக

மாணவர்கள் இலக்கிய மன்ற நிறைவு விழாவை முன்னின்று முழுமனதுடன் செயல்பட்டு அவர்களே நல்ல முறையில் நடத்தினர் என்றால் அதற்குப் பின்னால் துறைத்தலைவராகிய ஐயாவின் அன்பான அணுகுமுறையே இருந்தது. இலக்கிய மன்ற நிகழ்ச்சி ஒன்றின்போது அதன் ஏற்பாட்டில் சுணக்கம் நேர்ந்ததென்று சக மாணவர் ஒருவரிடம் கடுமையாக நான் பேசியதைக் கண்டவர் என்னை அழைத்து 'நாம் யார் மீது வேண்டுமானாலும் கோபத்தைக் காட்டலாம். அதனால் எந்தப் பயனும் ஏற்படாது. நம் கோபம் யாரிடம் செல்லுபடியாகும்? அந்தக் கோபத்தின் விளைவாக ஏதேனும் ஒரு பயன் உண்டாகுமா? கோபப்படக் கூடிய சூழ்நிலைதானா? என்று பார்த்து மட்டுமே கோபப்பட வேண்டும். அப்படியான கோபம் நன்மை உண்டாக்கும். இல்லையென்றால் நாம் காட்டிய கோபம் வீணாகப் பயனற்றுப் போகும்' என்று கூறினார். கோபப்பட கூடாது என்று சொல்லியிருந்தால் எனக்குக் கோபம் வந்திருக்கும். ஆனால் அவர் கோபப்படு, ஆனால் அதற்கான சூழல் பார்த்துக் கோபப்படு என்று சொல்லிய சொல் என்னை மாற்றியது.

நான் முதுகலைத் தமிழ் இலக்கியம் திருச்சி தேசியக் கல்லூரி யில் பயில ஆசைப்பட்டபோது எனது அம்மாவிற்கு அதில் விருப்பமில்லை. அவ்வளவு தூரம் பெண்ணை அனுப்புவதா என்று தயங்கினார். நான் எப்படியாவது காரியம் சாதிக்க நினைத்தேன். ஐயா சொன்னால் அம்மா கேட்பார் என்று எனக்கு நன்றாகத் தெரியும். அதனால் அம்மாவைக் கூட்டிக்கொண்டு நேராக ஐயா குடியிருந்த வீட்டிற்குச் சென்றேன். என் அம்மா விடம் 'அம்மா, உமா மகேஸ்வரி நல்லாப் படிக்கக்கூடிய மாணவி. திறமையான பெண், திருச்சி ஒன்னும் தூரமில்லை. ஏற்கனவே நம்ம மாணவர்கள் நிறையப் பேர் அங்க படிக்கறாங்க, சேர்த்து விடுங்க' என்று ஐயா கூறினார். அதன் பிறகே என் அம்மா சம்மதித்தார். பின்னர் அவர் தனியே என்னிடம் 'இங்க பாருங்கம்மா, உங்க அம்மா உங்க மேல நிறைய நம்பிக்கை வெச்சிருக்காங்க. அத நீங்கதான் காப்பத்தணும்' என்று எனக்கு அறிவுரையும் வழங்கினார்.

எனது வாழ்க்கையில் இன்னொரு முக்கியத் தருணம். எனது திருமணம் குறித்த முடிவை எடுக்க நான் குழப்பமாக இருந்த சூழ்நிலையில் எனது தாயார் என்னிடம் 'வா ... நாம் நாமக்கல் சென்று ஐயாவைப் பார்த்துவிட்டு வருவோம். அவர் சொன்னால் தான் நீ கேட்பாய்' என்றார். அந்த அளவிற்கு நான் அவர் மீது மதிப்பு வைத்திருந்ததையும் அவர் சொன்னால்தான் கேட்பேன் என்பதையும் என் தாயார் உணர்ந்திருந்தார். இப்படிப் பல தருணங்கள்.

○

10

பிச்சாண்டி பெற்ற பெருவாழ்வு

பி. எழிலரசி

பெண்கள் படிப்பது என்பது திருமணம் ஆகும்வரையில்தான். அதன் பிறகு 'அவன் விருப்பப்பட்டாப் படிக்கட்டும். அவன் அனுப்புனா வேலைக்குப் போகட்டும். இல்லைன்னாக் குடும்பம் குழந்தையின்னு இருக்கட்டும்' என்று சொல்லிவிடுவார்கள். இதுதான் இன்றைக்கும் பொறியியல், மருத்துவம் படித்தாலும் பெண்களின் நிலை. பெரும்பாலான ஆண்கள் திருமணத்திற்குப் பிறகு பெண் படிப்பதையும் விரும்புவதில்லை, வேலைக்குச் செல்வதையும் விரும்புவதில்லை. எம்.இ. படித்த பெண்கூட பி.இ. படித்த ஆணுக்கு வாழ்க்கைப்பட்டுக் கணவன் சம்பாத்தியத்தில் வீட்டோடு வாழ்வதைப் பார்க்க முடிகிறது. ஆனால் நான் உயர்கல்வி கற்று வளர்ந்தது, முழுமையை நோக்கி நகர்ந்தது எல்லாம் நான் கற்ற இலக்கியப் பாடத்தாலும் என் கணவராலும்தான்.

ஏதோ படிக்க வேண்டும் என்று படித்து வந்தவள் நான். இத்தனைக்கும் எங்கள் குடும்பம் திராவிடர் கழகப் பின்னணி கொண்டது. ஆனாலும் பெண்களைக் குறித்த புரிதல் மிகவும் மோசமான தாகவே இருந்தது. 'கல்யாணம் ஆகற வரைக்கும் வீட்டுல சும்மா இருக்கறதுக்குக் காலேஜ் போய் வரட்டும்' என்று அந்தக் கல்வியாண்டில் மாணவர் சேர்க்கை முடிவடையும் கடைசிக் கட்டத்தில் இடமிருந்த இளங்கலைத் தமிழிலக்கியத்தில் சேர்ந்து

படிக்க அனுமதித்தனர். அதை முடித்ததும் அஞ்சல் வழியில் முதுகலை படிக்க அனுமதி கிடைத்தது. எனக்கு இவரைப் போல இலட்சிய வேட்கை ஒன்றும் இல்லை, இலக்கியம் படிக்க.

அதே நிலையில்தான் சென்னைப் பல்கலைக்கழகத்தில் ஆய்வு மாணவராகச் சேர்ந்தேன். என் அப்பாவோ நான் எம்.ஏ. படிக்கும்போதிருந்தே புலம்ப ஆரம்பித்துவிட்டார். படித்த மாப்பிள்ளையை எப்படித் தேடுவது என்று கவலை. அது நான் எம்.பில். சேர்ந்தபோது இன்னும் அதிகமாகிவிட்டது. எனக்கோ என் அக்காக்கள் திருமணம் செய்துகொண்டு சிரமப்படுவதைப் பார்த்துத் திருமணம் என்றாலே பயம்தான் மிஞ்சியது. படித்த மாப்பிள்ளையாக அப்போது எங்கள் குடும்பத்திற்கு வந்திருந்த ஒருவர்தான் மிகவும் பிற்போக்குவாதியாக இருந்தார். எம்.பில். படிக்கச் சென்னை வந்தபோது என்னிடம் சற்றே ஆர்வம் மட்டும் இருந்தது. அந்த ஆர்வத்தைத் தூண்டும்படி இவரின் அறிமுகம் கிடைத்தது. பல நூல்களைப் படிக்குமாறு கொடுத்தார். நானும் இவருக்காகத்தான் படித்தேன். கொங்கு வட்டார நாவல்கள் பலவும் அப்படிப் படித்தவைதான். கு.சின்னப்ப பாரதி, ஆர்.சண்முகசுந்தரம், சூரியகாந்தன், க.ரத்னம், சி.ஆர்.ரவீந்திரன் ஆகியோர் நாவல்கள் எல்லாம் படிக்கக் கிடைத்தன. அவற்றில் பயின்றுவரும் கொங்கு வட்டாரச் சொற்களை அடிக்கோடிட்டுக் குறித்து அவருக்குக் கொடுத்தது நினைவில் இருக்கிறது. அது புதுமையான அனுபவமாக இருந்தது. ஆர்.சண்முகசுந்தரத்தின் 'நாகம்மாள்' நாவலைப் படித்து ஏற்பட்ட மனத்துணுக்கு இப்போது நினைத்தாலும் ஏற்படும். இந்த நாவல்கள் கொங்கு நாட்டு மக்களையும் அவர்தம் வாழ்க்கை முறையையும் அறிந்துகொள்ள உதவின. அத்துடன் சில ஆண்டுகளுக்கு முன் கு. சின்னப்ப பாரதியின் நாவல்களில் என் மேற்பார்வையில் ஒருவர் முனைவர் பட்ட ஆய்வை மேற்கொண்டபோது எளிதாக முடித்துக் கொடுக்க இயன்றது. இப்படி ஆய்வுத் தரவுகள் ஏற்கனவே கொஞ்சமாவது பிடிபட்டிருப்பதுதான் நெறியாளராக இருக்க அருகதை ஆகும். எனவே நிர்ப்பந்தித்துப் படித்ததும்கூடச் சில பயனைத் தருவதாக அமைகின்றது.

நான் எம்.பில். முடித்தவுடன் பி.எட். படிக்க வேண்டும் என்று கூறி விண்ணப்பம்கூட வரவைத்துக் கொடுத்தார். என் அப்பாவுக்கோ நான் பி.எட். படிப்பதில் விருப்பம் இல்லை. அவருக்கு நான் கல்லூரி ஆசிரியர் ஆக வேண்டும் என்றே விருப்பம். ஆனாலும் இவரின் ஆலோசனையில் நான் பி.எட். படித்தேன். அது இன்றுவரைக்கும் பயனுள்ளதாகவே இருக்கிறது. என்னிடம் ஆர்வமும் மீறல் குணமும் இருந்தாலும் படிப்பில் சற்றே சுணக்கம் உண்டு. குறைவான புரிதல் திறனும் குறைந்த

கற்றல் தயாரிப்பும் பல போட்டித் தேர்வுகளில் தோல்வியையே தந்தன. இத்தனைக்கும் போட்டித் தேர்வுகளுக்கான தரவுகளையும் மூல நூல்களையும் இவர் சேகரித்துத் தருவார். இறுதியில் ஆசிரியர் தேர்வு வாரியத் தேர்வு ஒன்றில் தேர்ச்சி பெற்றுச் சுயநிதி நிறுவனப் பணியில் இருந்து விடுபட்டு அரசுப் பள்ளி ஆசிரியராக என் பணியைத் தொடர்ந்தேன்.

நான் பி.எட். படித்தபோது கற்றல், கற்பித்தல் குறித்துப் பல செய்முறைப் பதிவேடுகள் எழுதியிருக்கிறேன். என்றாலும் இவருடைய கற்பித்தல் முறையையே பல இடங்களிலும் பயன்படுத்துகிறேன். கற்பித்தல் உத்திகளை அவ்வப்போது அவரே எனக்கு நினைவுபடுத்துவார். இப்போதும் ஒவ்வொரு கல்வியாண்டு தொடக்கத்திலும் மொழிப்பாடம் கற்றல் குறித்த நான்கு திறன்கள் என்னென்ன என்று அவரிடம் கேட்டுத்தான் முதலாமாண்டு வகுப்பைத் தொடங்குவேன். அந்த அளவுக்கு என் நினைவாற்றலும் ஈடுபாடும்.

முனைவர் பட்டப் படிப்பை 1992இல் பதிவு செய்திருந்தாலும் 2004இல்தான் பட்டம் பெற முடிந்தது. உதவித்தொகை பெறவும் குடும்பம், குழந்தை என்று காரணம் காட்டி நான் தாமதம் செய்த போது பொறுமையாக நெறிப்படுத்தி எனது நெறியாளராகிய பேராசிரியர் வீ.அரசு அவர்கள் உதவினார். அடுத்து இவர் கால தாமதமான ஆண்டுகளில் முறையாகக் கட்டணம் செலுத்தியும் படிக்கவும் எழுதவும் உதவி செய்தார். என் தந்தை அவ்வப்போது என் முனைவர் படிப்பைப் பற்றி விசாரித்ததை நினைவுகூர்ந்து அவருடைய எதிர்பார்ப்புக்காகவாவது அதை முடிக்க வேண்டும் என்று சொல்லி உதவினார்.

ஆய்வு மாணவராக இருந்த காலத்தில் பல நூல்களைக் கொடுத்துப் படிக்கச் சொல்வதோடு விடமாட்டார். அவற்றைப் பற்றிக் கருத்துக்கள் கூற வேண்டும் என்று கேட்பார். அப்படிக் கேட்கும்போது வசமாக மாட்டிக்கொள்வேன். படிச்சீங்களா? எப்படி இருக்கு? உங்க கருத்து என்ன? இப்படி அவரது கேள்விகள் விரியும். ஒரு புத்தகத்தைப் படித்தால் இப்படி எல்லாம் யோசிக்க வேண்டுமோ என்று அப்போதுதான் தெரிந்துகொண்டேன். 'நல்லா இருக்குது' என்று மட்டும்தான் என்னிடமிருந்து பதில் வரும். இதுதானே வேண்டாம் என்கிறது, இப்படி ஒற்றை வார்த்தையில் சொன்னால் எப்படி, எது நல்லா இருந்துச்சி, ஏன் நல்லா இருக்குது – என மீண்டும் கேள்விகள் கிளம்பும். இவரோ என் மீதான அதீதக் காதலின் அக்கறையில் என்னைப் படிப்பிக்க முயல்கிறார். எனக்கோ புத்தகங்களை நினைத்தால் எல்லாம் வடிந்துவிடும். அதனால் இந்தத் தொல்லையே வேண்டாம்

என்று இருள் சூழ்ந்த பல்கலைக்கழக இணைவகத்தில் தூரத்தில் இவரைப் பார்த்துவிட்டாலே வேறு பக்கம் நழுவிவிடுவதும் உண்டு. ஆனால் கமலாதாஸ் கவிதைகள், ஹெப்சிபா ஜேசுதாசன் நாவல்கள், பல இலக்கிய வரலாற்று நூல்கள், பத்திரிகைகள், பெண்ணிய நூல்கள் உள்ளிட்ட பலவும் அப்போது அறிமுக மாயின.

எனக்கு எம்.பில்., பிஎச்.டி. ஆய்வைத் தொடர்ந்து பெண்ணியக் கருத்துக்கள் மீதும் பெண் கவிதைகள் மீதும் இருந்த ஆர்வத்தை வாழ்வின் யதார்த்தத்தோடு சேர்த்து உணர வழிகாட்டினார். திருமணத்திற்குப் பின் என்னால் எதிர்கொள்ள முடியாத பிரச்சினைகளைக் கவலையும் கண்ணீருமாக மட்டும் வெளிப்படுத்தாமல் கவிதைகளாக்கி என்னை மீளச் செய்தார். அது மட்டுமல்லாமல் சந்தோசத் தருணங்களையும் பேசத் தயங்கும் உணர்வுகளையும் கவிதையில் கொண்டு வரவும் தைரியம் வந்தது.

இவர் ஆத்தூர் கலைக் கல்லூரியில் பணியில் சேர்ந்த அடுத்த ஆண்டு நானும் சுயநிதிக் கல்லூரி ஒன்றில் பணிக்குச் சேர்ந்தேன். இவர் ஆத்தூரிலிருந்து வாரக் கடைசியில் வருவதை வழக்கமாகக் கொண்டார். அப்படி வரும்போது சனி ஞாயிறுகள் எங்களின் மேட்டுக்காடுகளில் உலாவியபடி பேசிக் கழியும். வகுப்பறைச் சூழல்கள், மாணவத் திறன்கள், இலக்கண இலக்கிய மேற்கோள்கள், கல்லூரிப் பிரச்சினைகள் இப்படி எல்லாவற்றையும் எங்கள் குழந்தைகளுடன் பாறைக் காட்டிலும் யானைக் காட்டிலும் ஏரிக்காட்டிலும் அலசுவோம். சில வாரங்கள் குழந்தைகளைப் பாறைகளில் விளையாட விட்டு விட்டுத் திருப்பாவை, கம்பராமாயணம் வகுப்புகளும் நடக்கும். இது வாரம் முழுவதும் தனியார் கல்லூரி வேலை, மாமியார், குழந்தைகள் எனக் காலில் சக்கரத்தோடு உழலும் அலுப்புக்கு மாற்றாக அமையும். ஆனாலும் கிராமத்தோடான அப்பெரும் அனுபவம் எங்களுக்கு இனி வாய்க்காது.

அப்போது மனதில் நின்றவைதான் கம்பராமாயணப் பாடல்கள் பலவும் ஆண்டாள் பாடல்களும். இலக்கியத்தின் உள்ளடக்கம் மட்டுமன்றி உணர்ந்தவற்றையும் சேர்த்துப் பேசுவது, கேட்கும் எனக்கு மிகவும் தூண்டுதலாக அமையும். பல நாட்கள் என்னுடைய வகுப்பெடுப்பதற்கான முன் தயாரிப்புகளை பாத்திரம் கழுவியபடியோ காய்கறி அரிந்தபடியே இவர் கூற நான் சமைத்தபடி கேட்டுக்கொள்வேன். அதனால்தான் நான் எடுக்கும் வகுப்புகள்கூடப் பரவாயில்லாமல் அமைந்தன. சமயப் பாடல்கள் ஆன்மிக உணர்வு மட்டுமல்ல, கவிதை நுட்பங்களும்

கொண்டவை எனப் பல கவிதைகளைப் பற்றிப் பேசுவார். அப்படி அவர் ரசித்துப் பாடும் குமரகுருபரரின் மீனாட்சியம்மை பிள்ளைத் தமிழ் பாடல்:

தொடுக்கும் கடவுட் பழம்பாடல்
    தொடையின் பயனே நறைபழுத்த
    துறைதீந் தமிழின் ஒழுகுநறுஞ்
    சுவையே அகந்தைக் கிழங்கைஅகழ்ந்து
எடுக்கும் தொழும்பர் உளக்கோயிற்
    கேற்றும் விளக்கே வளர்சிமைய
    இமையப் பொருப்பில் விளையாடும்
    இளமென் பிடியே எறிதரங்கம்
உடுக்கும் புவனம் கடந்துநின்ற
    ஒருவன் திருவுள்ளத் திலழ
    கொழுக எழுதிப் பார்த்திருக்கும்
    உயிரோ வியமே மதுகரம்வாய்
மடுக்கும் குழற்கா டேந்தும்இள
    வஞ்சிக் கொடியே வருகவே
    மலயத் துவசன் பெற்ற
    பெருவாழ்வே வருக வருகவே.

இப்பாடலை நானும் இளங்கலை வகுப்பில் படித்துள்ளேன். அதை மீண்டும் நினைவுகூர்ந்து அதன் கவித்துவத்தை ரசிக்க வைத்தது இவர்தான். பாடலைச் சந்தமெடுத்துப் பாடுவார். எனக்கு என்ன வகைப் பா என்றெல்லாம் தெரியாது. எது ஓர் அடி என்பதும்கூடத் தெரியாது. சற்றே பொருள் தெரியும். பாடல் குருட்டு மனப்பாடம். இவர் அந்தப் பாடலைச் சந்தமெடுத்துச் சொல்வதோடு அதன் யாப்பு, சொற்கட்டு, பொருள் ஆழம் இப்படி நீள்விளக்கம் சொல்வார். இந்தப் பாடல் பன்னிரு சீர் என்று சொல்லி ஓரடிக்கு நிறுத்தம் கொடுத்து நான்கடிகளையும் எதுகை கொண்டு அடையாளப்படுத்தி விட்டுப் பொருள் நயத்துக்கும் செல்வார். இவரென்ன ஓரடி என்று ஒரு பத்தி சொல்கிறாரே என்றிருக்கும். உச்சஸ்தாயியிலும் பாடுவார். பாடல் முடிவில் என்னைப் பார்த்துப் 'பிச்சாண்டி பெற்ற பெருவாழ்வே வருக வருகவே' என்று முடிப்பார். என் தந்தை பெயர் பிச்சாண்டி. அது முரண் நகையாக அமையும். என் மகனைக் காலையில் எழுப்பும் போதெல்லாம் வாஞ்சையுடன் ஒன்றி இவர் பாடும் கவிமணியின் பாடல் இப்போதும் அவனைக் காலையில் எழுப்ப நினைத்தால் நினைவுக்கு வரும்.

அப்பா எழுந்திரய்யா அரசே எழுந்திரய்யா
கொக்கக்கோ என்று கோழி கூவுது பார்
காகாகா என்று காகம் கரையுது பார்

இப்படிச் சந்தர்ப்பத்திற்கேற்பப் பாடல்கள் அவரிடமிருந்து மிகவும் இயல்பாக வந்து சேரும்.

அப்போது நான் வேலை பார்த்தது ஒரு தனியார் கல்லூரி. அந்நிறுவனத்தினர் புதிதாகப் பள்ளி ஒன்றைத் தொடங்கினர். கல்லூரியில் இருந்த என்னைப் பள்ளியில் வேலை பார்க்கும்படி நிர்ப்பந்தம் செய்தனர். பள்ளி நேரம் என் குழந்தைகளுக்கு இடைஞ்சலாக இருந்தது. அது குறித்து அந்நிறுவனத் தலைவ ரிடம் பேசியபோது 'எங்கள் நிறுவனத்தில் எங்கு வேலை செய்யச் சொன்னாலும் செய்ய வேண்டும். இல்லாவிட்டால் பணியி லிருந்து விலகிக்கொள்ளலாம்' என்றார். இவரிடம் அதைக் கூறி வருந்தியபோது கம்பரின் தனிப்பாடல் ஒன்றைக் கூறி ஆறுதல் படுத்தினார்.

மன்னவனும் நீயோ வளநாடும் நின்னதுவோ
உன்னை அறிந்தோ தமிழை ஓதினேன் – என்னை
விரைந்தேற்றுக் கொள்ளாத வேந்துண்டோ உண்டோ
குரங்கேற்றுக் கொள்ளாத கொம்பு.

இந்தப் பாடலைக் கூறி 'இதைச் சொல்லிவிட்டு வர வேண்டியதுதானே' என்றும் சொன்னார். எங்களின் பாறைக் காட்டோடு இந்தக் காட்சி என் மனதில் அப்படியே இருக்கிறது.

நாங்கள் பல விஷயங்களில் பொதுப்புத்தியில் இருந்து மாறுபட்ட சிந்தனையோடு வாழ்பவர்கள். ஆனால் பெரும் பான்மையோர் சராசரி வாழ்க்கை முறை, பழஞ்சிந்தனை கொண்டவர்களாகவே உள்ளனர். எங்கள் நடைமுறைகளை அவர்கள் தங்கள் கற்பிதங்களோடுதான் உணர்வார்கள். அது எங்களுக்குப் பல நேரங்களில் பிரச்சினையாகவே அமையும். இதனால் சராசரிப் புரிதலை எப்படிக் கருத்துரீதியாக அணுகுவது என்பதும் இவர் தரும் தொடர் பயிற்சிதான். இப்போது அது முழுமையாகவே கைவரப் பெற்றுள்ளது மகிழ்வைத் தருகிறது.

இவருக்கு 2010இல் தென்கொரியா செல்லும் வாய்ப்புக் கிடைத்தது. ஒரு மாதம் அங்கே தங்கிச் செயல்பட ஏற்பாடு. இவர் வெளிநாடு சென்ற மறுநாளே நண்பர் ஒருவர் என்னிடம் வந்து 'நான் வாடகைத் தாய் மூலம் குழந்தை பெறலாம் என்று முடிவெடுத்திருக்கிறேன். என் உறவினைரைக் கேட்க வேண்டும். அவர்கள் நிலையில் நீங்கள் இருந்து அவர்கள் என்ன சொல்வார்கள் என்று சொல்லுங்கள்' என்று கேட்டார். எனக்கோ பெரும் அதிர்ச்சி. அவரே நேரில் சென்று உறவினரிடம் கேட்க வேண்டியதுதானே. அல்லது ஒரு மருத்துவர், செவிலியரிடம் கேட்க வேண்டியதுதானே. ஏன் நம்மிடம் வந்து கேட்கிறார் என மன உளைச்சல். அவர் கேட்ட அந்தத் தொனியை இப்போது நினைத்தாலும் வருத்தமாகவே இருக்கிறது. நம்முடைய மாறுபட்ட வாழ்க்கை முறையும் பழகுவதில் சுதந்திரமும்தான்

அவரை இப்படி யோசிக்க வைத்துள்ளது என்று ஆதங்கம் ஏற்பட்டது. நேர்மறையாகப் பதில் சொன்னால் அடுத்து அவரின் அணுகுமுறை என்னவாக இருக்கும் என்று பயம். எல்லாம் சேர்ந்து இறுகிப் போய் 'இல்ல, இதெல்லாம் இந்தக் காலத்திலும் சாத்தியமில்ல' என்று சொல்லி அவரை அனுப்பிவிட்டுக் கதவைப் பூட்டினேன். நண்பர்களும் மாணவர்களும் வந்தபடி இருப்பார்கள் என்பதால் திறந்தே இருக்கும் எங்கள் வீட்டுக் கதவு. சில சமயம் இரவிலும்கூடப் பூட்ட மறந்துவிடுவதுண்டு. இந்தச் சம்பவத்தின்பின் என்னை அறியாமல் எப்போதும் கதவைப் பூட்டி வைக்கத் தொடங்கினேன். எல்லாவற்றுக்கும் கேட்பது போலவே இவரிடம் மின்னஞ்சலில் ஆலோசனை கேட்டேன். இவர் அனுப்பிய பதில் இன்றும் பல பிரச்சினைகளைத் தீர்க்க வல்லதாக இருக்கிறது.

எந்தப் பிரச்சினையையும் பொதுமைப்படுத்திக் கருத்து ரீதியாக அணுக வேண்டும். நம்மை நாமே அதனுடன் பொருத்திக்கொள்ளக் கூடாது. நம்மைக் குறிப்பிட்டே ஒருவர் பிரச்சினையாக்கினால்கூட நாம் அதிலிருந்து விடுபட்டு யோசிக்க வேண்டும் என்னும் பொருளில் அமைந்திருந்தது அந்தப் பதில். அந்த வகையில் குறுகிய வட்டத்துக்குள் குறுகிய புரிதலுடன் வாழ்பவர்களின் சிந்தனை மட்டம் எப்படியானது என்பதும் அதை எப்படிக் கடப்பது என்பதும் இவர் தந்த பாடமே.

என்னிடம் விதண்டாவாதமும் மீறலும் ஆரவாரமும் உண்டு என்றாலும் அவற்றையும் ஏற்றுப் 'போதாது' என்றே சொல்வார். என்னுடைய பயமும் தயக்கமும் இவருக்குத் தெரியும். என் மட்டத்துக்கு இறங்கிப் பலவற்றையும் புரிய வைத்தது எனக்குப் பெரும் பயனாக இருந்தது. சில நேரங்களில் நானே என்னை நினைத்துச் சரியா? தவறா? என்று தடுமாறுவது உண்டு. அப்போதெல்லாம் 'நீ சரியாகத்தான் இருக்கிறாய்' என்று கூறுவார். என்னை மாற்றிக்கொள்ள வேண்டும் என்று எப்போதும் நிர்ப்பந்தித்தது கிடையாது. என் போக்கில் சென்று மனிதர்களையும் புறச் சூழல்களையும் கற்கத் தூண்டினார். அதே சமயம் குடும்பம், நண்பர்கள், உறவினர்கள் என எல்லாத் தரப்பிலும் யாரையும் யாருக்காகவும் விட்டுக் கொடுக்காத சமநிலை இவரிடம் உண்டு. அது எனக்கு மிகுந்த ஆச்சரியத்தைத் தரும்.

பெண்களை சக ஜீவியாக உணரக் கூடிய அறிவுஜீவிச் சூழலில்கூடத் தனித்திருக்கும் பெண்ணின் அறைக் கதவு மிகமிக மிகமிக மென்மையாகத் தட்டப்படும். அது அதிகார ஆண்டைகளின் கதவொடிக்கும் கைகளைவிட வித்தியாசமானது

எங்கள் ஐயா

கிடையாது. இக் கேடுகெட்ட சுயநலச் சமுதாயத்தின் கோர முகத்தையும் வெளியில் வந்தால்தான் பார்க்க முடியும் என்பதையும் 'எப்போதும் உனக்கு நீதான்' என்பதையும் சிரமப்பட்டேனும் எனக்கு உணர வைத்துள்ளார்.

ஆக இப்படி என்னுடைய சராசரிப் போக்கினூடே எனக்குள் பிடிபடாத அடிப்படை இலக்கிய அறிவு மேம்படவும் வாசிப்புப் பயிற்சி ஏற்படவும் செய்ததோடு ஒரு பிரச்சினையை அணுகும் விதத்தையும் எனக்குள் கொண்டு வந்தவர் இவர். கல்வி என்பது நிறுவனம் சார்ந்துதான் அமைய வேண்டும் என்பதல்ல. எந்தச் சூழலிலும் கற்க வேண்டும் என்பதை எனக்கு உணர்த்தியவர். அந்த வகையில் நான் அவருக்கு மனைவி மட்டுமல்ல, மாணவியும்கூட. என் படிப்பு, என் பணி, என் வாழ்க்கை எல்லாவற்றினும் நான் கண்டடைந்த பெரும்பொருள் அவர்.

○

11

'நான் கடவுள் அல்ல'

து. கலைச்செல்வன்

"நான் வாங்கறங்கய்யா."

"இல்லப்பா நானே வாங்கறன்."

"இல்லய்யா நானே வாங்கறங்கய்யா."

"கூட்டப்பள்ளி ஒன்னு, குமரமங்கலம் ஒன்னு" என்று டிக்கட் வாங்கினேன். கல்லூரி சேர்ந்த ஓரிரு மாதங்கள் இருக்கும். அதுவரையில் அவர் கூட்டப்பள்ளிதான் என்று எனக்குத் தெரியாது. அவருக்கும் நான் குமரமங்கலம்தான் என்று தெரிந்திருக்க வாய்ப்பில்லை. எனக்குப் பாடம் நடத்த வரும் ஆசிரியர்களில் அவரும் ஒருவர். அவ்வளவே எனக்கு அவர் பரிச்சயம். இருவரும் பயணப்பட்டோம். அவர் என்னைப் பற்றிப் பொதுவாக விசாரித்தார். தினமும் அவர் எப்போது எந்தப் பேருந்தில் வருவார் போவார் என்று எனக்குத் தெரியாது. எப்போதாவதுதான் நான் அவரைப் பார்ப்பேன். ஆனால் தொடர்ச்சியாக ஒருவாரம் இருக்கும். கூட்டப்பள்ளிக்குப் போனார். அடுத்த நாள் நானே அவருக்கும் சேர்த்து டிக்கெட் வாங்குவதாகக் கூறினேன். அதற்கு அவர் சிறிதும் தயங்காமல் 'சரி, உனக்கு நீ எடுத்துக்க. எனக்கு நா எடுத்துக்கறன்' என்று கூறியதும் எனக்குச் சற்றுப் பயமாக இருந்தது.

என்னைப் பொருத்தவரை ஆசிரியர் என்றாலே கடுமையாக அடிப்பவர்களும் திட்டுபவர்களும்தான் அனேகம். அதனால் அவரிடம் நான் எதுவும்

பேசாமல் அவர் கூறியது போன்றே செய்தேன். அன்றைய பயணத்தில்தான் என்னைப் பற்றிய முழுவிவரமும் கேட்டு அறிந்துகொண்டார். எனக்கு முதலில் பயமாக இருந்தபோதும் பேசப்பேசப் பயம் போய்விட்டது. அதன் பிறகான நாட்களில் எப்போதெல்லாம் இருவரும் சேர்ந்து பயணம் செய்கிறோமோ அப்போதெல்லாம் அவர்தான் டிக்கெட் எடுப்பார். நானும் டிக்கெட் எடுக்கிறேன் என்று வாய் வார்த்தைக்குக்கூடக் கேட்ட தில்லை. தந்தை இல்லை, குடும்பச் சூழ்நிலை போன்றவற்றால் நான் வேலை செய்துதான் படிக்க வேண்டிய நிலை என்பதைத் தெரிந்ததாலோ என்னவோ அதன் பிறகான நாட்களில் என் மீதான அக்கறையும் அன்பும் தொடர்ந்தது.

கல்லூரி பெரும்பாலும் வெள்ளிக்கிழமைகளில் ஸ்டிரைக்காக இருக்கும். அதுபோன்ற நாட்களில் அவருக்குப் போன் செய்து கல்லூரிக்கு வரவா வேண்டாமா என்று கேட்பேன். நூல் வாங்க அல்லது சாப்பாட்டிற்கே வழியில்லாத சூழ்நிலைக்குக்கூட 100, 200 என்று அவரிடம் கேட்பேன். பேச்சுப் போட்டிகள் எங்காவது இருந்தால் என்னை அதற்கு அனுப்பி வைப்பார். இப்படி எல்லாம் ஒரு ஆசிரியர் இருக்க முடியுமா என்று நான் நினைத்துக்கூடப் பார்த்ததில்லை. அவரிடம் எதையும் மறைக்காமல் வெளிப்படையாகப் பேசுவேன். நண்பரிடம் பேசுவதைப் போல. நான் எம்.ஏ. மற்றும் எம்.பில். படிக்க முடியுமா? முடியாதா? என்ற நிலையில் இருந்தபோது எனக்கு வழிகாட்டியாக மட்டும் இல்லாமல் தேவைப்பட்டபோது பண உதவியும் வழங்கினார். இன்று வரையிலும்கூட நான் அவருக்கு ஆயிரக்கணக்கில் கொடுக்க வேண்டியிருக்கிறது. தந்தையின் பாசமோ அறிவுரையோ எனக்கு என்னவென்று தெரியாது. எப்படி என் தந்தை நடந்துகொள்வார், அவரின் பாசம் எப்படி இருக்கும் என்பதை நான் கனவிலும் அறியேன். ஒரு ஆண் என்னிடம் காட்டும் அன்பு. அதை ஆசிரியர் வடிவில் காண்கிற சந்தோசம். இந்த உதவிகளால் நான் அவரை ஒரு தெய்வமாகவே எண்ண ஆரம்பித்தேன்.

என்னையே அறியாமல் ஏதாவது தவறு செய்து ஐயா திட்டி விடுவாரோ என்ற பயத்திலேயே சற்று அவரிடம் இயல்பாய் இருக்க முடியாமல் போயிற்று. ஆனால் அவரோ எப்பொழுதும் இயல்பாய், யதார்த்தமான வாழ்க்கையை வாழ்கிறவர். எனக்குத் தெரிந்தவரையில் நாலுபேர் புகழ வேண்டும் என்பதற்காகப் போலியாக நடிக்கத் தெரியாதவர். ஒருமுறை ஐயாவுடன் அவர் வீட்டிற்குச் சென்றிருந்தேன். ஐயாவின் தாய் மட்டும்தான் இருந்தார். உணவருந்தி விட்டுக் கட்டிலில் உட்கார்ந்து பேசிக் கொண்டிருந்தோம். அப்போது அப்பகுதியில் வாழும் தலித்

பெண்கள் அவர் தாயிடம் "மாரியாயிக்குக் கூழு ஊத்தறந் தாயி. ஏதாவது கொடுங்க தாயி" என்று கேட்டுக்கொண்டிருந்தனர். அப்போது அதில் ஒரு பெண் ஐயா இருப்பதைப் பார்த்து, "சாமி அங்க இருக்குது பாரு. வாங்க" என்று கூறி எங்கள் பக்கம் அக்கூட்டத்தினரைத் திருப்பினார். தலித்துகளை மரியாதையோடு நடத்துவதையும் உதவுவதையும் அவர்களுக்காகப் பேசுவதையும் பலமுறை கண்டிருக்கிறேன். அதனால் ஐயா எப்படியும் ஒரு பெரிய தொகையினை அவர்களுக்குக் கொடுப்பார், வாங்கிய அவர்கள் ஆகா ஓகோவென்று பாராட்டுவார்கள். நானும் அவர்கூட இருப்பதால் அந்தப் புகழ் எனக்கும் வரும் அல்லவா? என்னையும் ஒரு பெரிய மனிதராகப் பார்ப்பார்கள் என்று என் மனது ஒருவிதப் பெருமையில் திளைத்தது. என் எதிர்பார்ப்பு முழுவதும் அவர் எவ்வளவு தருகிறார் என்பதை அறிவதிலே ஆர்வமாக இருந்தது.

ஐயாவிடம் வந்த அப்பெண்கள் கூட்டம் "சாமி மாரியாயிக்குக் கூழு ஊத்தறங்க சாமி" என்றது. அதற்கு அவர் "அதுக்கு" என்றார். எனக்கு என்னவோ போல இருந்தது அவரின் பதில். "என்ன சாமி புதுசாக் கேட்கறீங்க, வருசா வருசம் செய்யறது தான சாமி" என்று அக்கூட்டத்தில் ஒரு வயதான பெண் கூறினார். "சாமிக்கு எல்லாம் எதுவும் தர முடியாது. ஏதாவது உங்க பிள்ளைங்க படிப்புக்குத் தேவைன்னா சொல்லுங்க. எவ்வளவுனாலும் தரன்" என்று சொல்ல அவர்கள் விடாமல் கேட்டுக்கொண்டே இருந்தார்கள். நான் என்ன நடக்கிறது என்று புரியாமல் நடப்பதை வேடிக்கைப் பார்த்துக்கொண்டு இருந்தேன். "சாமிக்குன்னா காசு இல்ல. படிக்கறதுக்குன்னா கேளுங்க தரன். அவ்வளவுதான். எத்தனைமுறை கேட்டாலும்" என்று மீண்டும் ஐயா கூற, அவர்கள் அங்கிருந்து புலம்பியவாறு சென்றனர். எனக்கு நெற்றியில் ஏதோ கனம் ஏறியது போன்று இருந்தது. ஆனால் அவரோ எப்பொழுதும் போல் இயல்பாய் என்னிடம் பேச ஆரம்பித்தார்.

பலமுறை நான் ஐயா வீட்டில் தங்குவதற்கான வாய்ப்புக் கிட்டியது. தங்க வேண்டியிருந்தால் கைப்பேசியில் "ஒரு ரெண்டு நாள் வீட்டில தங்கணுமே" என்று என் பதிலுக்குக் காத்திருப்பார். ஒருபோதும் கட்டளையாக இருந்ததில்லை. ஐயா வரச் சொல்லு கிறார் என்றால் அதற்கு மறுபேச்சேது? அதேசமயம் ஏன்? எதற்கு? என்ற கேள்வியும் என்னிடம் இருக்காது. "சரிங்கய்யா" என்பேன். அந்தச் சமயத்தில் பக்கத்தில் இருக்கும் ஒரு தனியார் கல்லூரியில் வேலை பார்த்துக்கொண்டிருந்தேன். இந்த வேலையும் ஐயாவின் முயற்சியால்தான் கிட்டியது. பல இடங்களிலும் எனக்கு வேலை வாங்கித் தருவதற்காக முயன்றார். ஆனால் அதையெல்லாம்

எனக்குச் சரியாகப் பயன்படுத்தத் தெரியவில்லை. இறுதியில் குறைந்த சம்பளத்தில் இந்தக் கல்லூரியில் வேலை கிடைத்தது.

"ஐயா வீட்டிற்குப் போறேன் சார்" என்று நான் பெருமை யாகச் சொன்னால் அங்கிருப்பவர்கள் "அடிமையாப் போறன்னு சொல்லு" என்பார்கள். யாருக்கு அடிமையாக இருக்கிறோம் என்பதுதானே முக்கியம். கடவுளுக்கு அடிமையாய் இருப்பதிலே என்ன தவறு? அதில்தானே மனமகிழ்வு கிடைக்கிறது. கோயிலுக்குப் போவதற்கு என்ன மனவருத்தம்? அதனால் "சரிதான் சார், நான்தான் முதலடிமையா இருக்கனுன்னு நெனைக்கறன்" என்பேன். ஐயா வீட்டிற்குச் சென்றாலே ஒரு மனமகிழ்ச்சி வந்துவிடும். என் மனதிலுள்ள சின்னச் சின்னப் பிரச்சினையையும் துன்பத்தையும் அவரிடம் பகிர்ந்து கொள்வதால்கூட ஏற்பட்டிருக்கலாம். எல்லாவற்றிற்கும் ஏதாவது ஒரு பதில் வைத்திருப்பார் என்னை ஆச்சரியப்படுத்தும் விதமாக.

ஐயா குடும்பத்துடன் வெளியில் சென்றாலோ ஐயா மட்டும் வீட்டில் இருக்கும்போதோ என்னை அவர் வீட்டிற்கு அழைப்பார். என் பணி அவருக்கு வீட்டு வேலைகள் தொடர்பாக ஏதாவது உதவி செய்வது. என்னைப் பொருத்தமட்டில் அவருக்கும் எனக்கும் நன்றாகத் தெரியும், அறிவு சார்ந்த எந்தவொரு வேலையையும் நான் ஒழுங்காகச் செய்ய மாட்டேன் என்று. யார் யாருக்கு எந்தப் பணியைக் கொடுப்பது என்று அவருக்கு நன்றாகத் தெரியும். அறிவு சார்ந்த பணிகளை என் நண்பர்களுக்கு வழங்குவார். அறிவு சாராத பணியை எனக்கு வழங்குவார். அதைத்தான் நானும் விரும்பினேன். ஐயாவோடு இருப்பதற்கான வாய்ப்பு அவர்களுக்கெல்லாம் கிடைக்காமல் எனக்கு மட்டும் கிடைக்கும் சந்தோசத்தால். கு.ப.ரா. சிறுகதைகள் நூலில் எனக்கும் நன்றி சொல்லியிருக்கிறார். உண்மையில் நூலுக்காக நான் எவ்விதப் பணியையும் செய்யவில்லை. பிள்ளையார் போல் தாய் தந்தையரைச் சுற்றினால் என்ன, உலகத்தைச் சுற்றினால் என்ன என்பதைப் போல நான் ஐயாவிற்கு ஓரிரு நாட்கள் சமையல் வேலை புரிந்தே என் பெயரையும் அவர் நன்றியில் போடும்படி செய்து எனது நீண்ட நாள் பெருவிருப்பத்தை நிறைவேற்றிக்கொண்டேன்.

இன்னும் சொல்லப்போனால் அவர்கள் குடும்ப உறுப்பினர்களில் நானும் ஒருவன். எந்தப் பிரச்சினையானாலும் நான் இருக்கிறேன் என்று பேசாமல் இருப்பதோ என்னை வெளியனுப்பிவிட்டுப் பேசியதோ கிடையாது. என்னை அந்நியனாகப் பார்த்ததும் கிடையாது. ஐயா தன் பிள்ளைகளைக் கொஞ்சுவதைப் பார்க்க அவ்வளவு ஆனந்தமாக இருக்கும்.

அளவு கடந்த பாசம். அப்பா போன்றா நடந்து கொள்கிறார்? ஒரு நண்பனைப் போல, ஒரு சிறு குழந்தைக்குச் சொல்லித் தரும் தாய் போல அல்லவா இருக்கிறார். அதுவும் அவர்கள் அனைவரும் ஒன்றாக அமர்ந்து பேசிக்கொள்கிற அழகைப் பார்க்கும்போது சொல்வதற்கு வார்த்தை இல்லை. காதல் முதல் காமம்வரை தன் பிள்ளைகளிடம் அவ்வளவு இயல்பாய் வெளிப்படையாய் ஒரு தந்தையால் பேச முடியுமா? ஐயாவைத் தவிர வேறு யாராலும் முடியாது என்றுகூடச் சொல்லிவிடலாம்.

ஐயா வீட்டில் இருந்த நாட்களில் ஒருநாள் பலத்த மழை பெய்தது. அந்தச் சமயத்தில் ஐயாவின் மகன் வெளியில் சென்றிருந் தான். நீண்ட நேரமாகியது. மகனைக் காணவில்லை. ஐயா சற்றுப் பதற்றமும் அடைந்தார், தந்தைக்குரிய பாசத்தோடு. இதுநாள் வரை இதுபோல் எங்கேயும் சென்றதில்லை, சென்றாலும் சொல்லாமல் சென்றதில்லையே என்று சொல்லிக்கொண்டே தட்டச்சு செய்துகொண்டிருந்தார். நேரம் அதிகமாக அதிகமாகத் தன் வேலையில் அவரால் ஈடுபட முடியவில்லை. மழையும் சற்று ஓய்ந்தது. தன் நண்பர்கள் வீட்டிற்குச் சென்றிருப்பான் என்று நினைத்தவர் அவர்கள் வீட்டிற்கும் சென்று பார்த்துவிட்டு வந்தார். அங்கேயும் அவன் வரவில்லை என்று தெரிந்தது. மற்ற நண்பர்கள் வீட்டிற்குச் செல்லலாம் என்றால் வேறு யாருடைய வீடும் அவருக்குத் தெரியாது. அவர்களுடைய கைப்பேசி எண்ணும் அவருக்குத் தெரியாது. அது நாள்வரை தெரிந்துகொள்வதற்கான தேவை ஏற்படவில்லை. நேரம் அதிக மாகியதே தவிரப் பையன் வரவில்லை. இனிமேலும் பொறுமை யாகக் காத்துக்கொண்டு இருக்க முடியாது. ஐயாவும் நானும் ஆளுக்கொரு வாகனத்தை எடுத்துக்கொண்டு நாமக்கல் சென்று தேட ஆரம்பித்தோம். என்னைப் பரமத்தி வேலூர் சாலைப் பக்கம் தேடச் சொல்லி அவர் டவுன் பக்கம் தேடப் போனார். மழை இன்னும் சற்றுத் தூறிக் கொண்டுதான் இருந்தது. ஒவ்வொரு இடத்திலும் தேடினோம். எனக்குப் பையன் செயல் மிகுந்த எரிச்சலைத் தந்தது.

"பதினோராவது படிக்கிற பையன்... எங்க போறன், எதுக்குப் போறன்னு சொல்லாமகூடப் போயிருக்கான். அப்படியே போனவன் ஒரு போன்கூடவா செய்து, நான் இப்படி வேலையாய் வந்தன். வர இன்னும் கொஞ்சம் லேட்டாகும்னு எதாவது ஒரு காரணத்தச் சொல்லக்கூடாது" என்று எண்ணிக்கொண்டே தேடுதல் வேட்டையில் தொடர்ந்தேன். ஐயாவும் அடிக்கடி போன் செய்து கிடைத்துவிட்டானா என்று விசாரித்தார். ஐயா வின் பேச்சில் கலக்கமும் சோகமும் வெளிப்பட்டன. நான் மட்டும் அவனைப் பார்த்திருந்தால் அங்கேயே இரண்டு அடி

கொடுத்து இனிமேல் சொல்லாமல் செல்லக் கூடாது என்று சொல்லி வீட்டிற்கு அழைத்துச் சென்றிருப்பேன். அந்த அளவிற்கு அவன் மீது எனக்குக் கோபமாக இருந்தது. எப்படியும் ஐயா இருக்கும் கோபத்திற்குப் பையனின் செயலுக்குப் பயங்கரமாக அடிக்கத்தானே போகிறார். நானே அடித்துவிட்டால் அவரின் அடி சற்றுக் குறையுமல்லவா?

ஐயாவிடம் இருந்து அழைப்பு வந்தது. மகனை நண்பனின் தந்தை இப்பொழுதுதான் வீட்டில் கொண்டுவந்து விட்டுவிட்டுப் போனதாக அம்மா சொன்னதாகவும் என்னை வீட்டுக்கு வந்து விடும்படியும் கூறினார். ஐயா வீட்டிற்குச் செல்லும்முன் நான் சென்றுவிட வேண்டும் என்று எண்ணினேன். பையனுக்கு விழும் அடியினைச் சற்றாவது குறைக்கலாம் என்றெண்ணி. இருவரும் ஒரே நேரத்திலே வீட்டிற்குச் சென்று சேர்ந்தோம். "பாச்சு... பாச்சு..." என்றழைத்தபடி வீட்டிற்குள் நுழைந்தார். அம்மா ஏதோ பேசியிருப்பார் போல் தெரிந்தது. பையன் சற்றுக் கோபமாக இருந்தான். அவன் அருகில் சென்றவர் தலை ஈரமாக இருந்ததைப் பார்த்து ஒரு துண்டால் அவன் தலையைத் துவட்டிக்கொண்டே "பாச்சு சொல்லிட்டுப் போகலாமில்ல. உன்னையக் காணான்னு நாங்க எங்கெல்லாம் தேடுனம் தெரியுமா" என்று நடந்ததைப் பொறுமையாகச் சொல்லிக்கொண்டிருந்தார். எனக்குத் தூக்கிவாரிப் போட்டது. என்னுடைய மகனாக இருந்திருந்தாலும் அல்லது நான் இதுபோல் செய்திருந்தாலும் பேச்சுக்கு அங்கு இடமில்லை. அடிதான். ஆனால் ஐயா பையனைத் திட்டவில்லை, அடிக்கவில்லை. இது மட்டுமல்ல, இது போன்ற சந்தர்ப்பங்களிலும் அவர் பையனை அடித்ததே இல்லை. பையனிடமே நான் கேட்டிருக்கிறேன். அவனுக்கு விவரம் தெரிந்த நாள்முதல் தன்னை அடித்ததே இல்லை என்று கூறியிருக்கிறான். பிள்ளைகளை அடிக்காமலும் வளர்க்க முடியும் என்பதற்கு ஐயாதான் எடுத்துக்காட்டு. ஐயா போல் தன் பிள்ளைகளோடு பழகும் முறையும் வளர்க்கும் முறையும் கருத்துக்களைப் பரிமாறும் மனப்பக்குவமும் என்னைப் போன்றவர்களால் முடியுமா? என்றால் கேள்விக்கே இடமில் லாமல் முடியாது எனலாம்.

ஒவ்வொரு முறையும் முதுகலை ஆசிரியர் தேர்வு வருகிற போதெல்லாம் நான் கட்டாயம் தேர்ச்சி அடைந்துவிடுவேன் என்று என்பால் தீராத நம்பிக்கை வைத்திருந்தார். நான் படும் துன்பத்திலிருந்து விடுபட்டுவிடுவேன் என்று எண்ணியிருந்தார். ஆனால் நடந்ததோ அதற்கு நேர்மாறானது. ஒவ்வொரு முறையும் தேர்வு சமயத்தில் எனக்கு ஆலோசனைகள் கூறி அனுப்பி வைப்பார். தேர்வுக்கான பயிற்சி வகுப்பு வேறொரு ஆசிரியர்

110 'நான் கடவுள் அல்ல'

நடத்தியபோது அவரிடம் எனக்காகப் பேசி பணம் ஏதும் வாங்காமல் பயிற்சி பெற உதவினார். அவரின் செயல்பாடு என்னைப் போன்றோரிடம் சரியாக இல்லை. ஐயாவிடம் கூறித் தாங்களே எங்களுக்கு ஒரு பயிற்சி வகுப்பு நடத்த வேண்டும் என்று கேட்டுக்கொண்டோம். முதலில் யோசித்தவர் பின் தம் மாணவர்கள் தேர்ச்சி அடைய வேண்டும் என்பதற்காக மற்றவர்களையும் சேர்த்துக்கொண்டு நாமே பயிற்சி வகுப்புகள் நடத்தலாம் என்றும் அதனால் அவ்வாசிரியருக்குக்கூட எந்தவிதக் கஷ்டமோ நஷ்டமோ இருக்காது என்றும் கூறி ஒத்துக்கொண்டார். சில தேவைகளுக்காகப் பெரும்பாலோரிடம் குறைந்த பணமும் சில பேரிடம் பணம் வாங்காமலும் பயிற்சி வகுப்புகள் நடந்தன.

ஐயாவைப் பற்றி என் மனைவியிடம் பேசினால் உடனே அவள் "ஆமா கல்யாணத்துக்கே வரலயாம். என்னமோ பெருசாப் பேசற ஐயா ஐயான்னு" என்பாள். அவர் வராததுகூடப் பரவாயில்லை. என்னால் ஏற்றுக்கொள்ள முடிந்தது. ஆனால் "ஆத்தூருக்குப் பக்கத்தில கல்யாணமா? இங்கிருந்து போக ஒரு ரெண்டு ரெண்டர மணி நேரம் ஆகும். எப்படியும் நாலஞ்சு மணி நேரமாவது ஆகும். போயிட்டு வந்தா ஒருநாளே வீணாப் போயிடும். எப்படி வரது. பாக்கலாம்" என்ற காரணத்தைத்தான் இன்றுவரை ஏற்றுக்கொள்ள என்மனம் மறுக்கிறது. கல்வியால் அறிவார்ந்து அவரோடு பிணைந்திருந்தால் அவரின் பதில் எனக்கு எவ்விதத் தாக்கத்தையும் ஏற்படுத்தியிருக்காதோ என்னவோ. ஆனால் நானோ அவர்மேல் அன்பார்ந்த நிலையில் அல்லவா பிணைக்கப்பட்டிருக்கிறேன். அவர் கூறிய காரணம் எனக்கு ஞாபகத்திற்கு வரும்போதெல்லாம் "நான் கடவுள் அல்ல, நானும் ஒரு மனிதன்" என்று அவர் கூறிய மற்றொன்றும் அதைத் தொற்றிக்கொண்டு என் ஞாபகத்திற்கு வருகிறது.

12

பயன் கருதாப் பழுமரம்

ந. கவிதா

ஐயாவிடமிருந்து அழைப்பு வந்தது. "உங்களால் ஆய்வை முடிக்க முடியாது. இன்னொரு சந்தர்ப்பத்தில் பார்த்துக்கொள்ளலாம். உங்கள் இடத்தில் வேறு ஒரு மாணவர்க்குப் படிக்க வாய்ப்புக் கிடைக்கும்" என்றார். இதுதான் அவர் என்னிடம் பேசியவற்றில் மிகக் கண்டிப்பான வார்த்தைகள் என்று தோன்றுகிறது. எப்பொழுதும் அவர் என் காரணங்களை மறுத்ததில்லை. புரிந்துகொண்டிருக்கிறார். ஆனால் புரிதலிலும் காரணங்களை விளக்குவதிலும் ஆய்வு முடிந்துவிடப் போவதில்லையே. ஆய்வுக்காலம் முடிந்து போனது. நீண்ட தயக்கம், அவருடைய ஐந்தாண்டு காலத்தையும் ஆய்வை முடித்தால் போதுமென்று அவர் வழங்கிய சலுகைகளையும் வீணாக்கிவிட்ட குற்றவுணர்ச்சி, படித்த எதையும் எழுதித் தொகுக்க இயலா உடல்நிலை என எல்லாமும் சேர்ந்து படிப்புக் காலத்தின் முதல் அழுகையை எனக்கு வரவழைத்திருந்தன.

ஒரு மாணவியாக ஆசிரியரைப் பெருமிதங் கொள்ளச் செய்யாவிட்டாலும் பொறுமையிழக்கச் செய்திருக்கக் கூடாது என்று வருந்தினேன். எனக்கு நானே வெறுப்பை வளர்த்துக்கொண்டிருந்த நேரம். காலநீட்டிப்பின் வழியாக மீண்டும் ஆய்வைத் தொடர்ந்து முடிக்கும் வாய்ப்புக் கிடைத்தது. மாணவர்களிடம் அவர் கொண்டிருந்த அணுக்கம் அவருக்கே வாய்க்கப் பெற்ற எளிமையாலும்

அவர்களது எதிர்காலம் குறித்து அவர் வைத்திருந்த அக்கறையினாலும் அவர்களது வாழியல் சூழல்களைப் புரிந்துகொள்ளும் தன்மையினாலும் ஏற்பட்டது என்பதை என்னாலும் உணர முடிந்தது. நான் முனைவர் பட்ட மாணவியாகவே அவரிடம் சேர்ந்திருந்தேன். நண்பர் பாலுவும் நானும் காலச்சுவடில் பணியாற்றிக்கொண்டிருந்த சமயத்தில்தான் ஆய்வைத் தொடங்கினோம். முதல்முறையாக நாமக்கல்லுக்குச் சென்றிருந்தேன். அவர் வீட்டில் தங்கவும் உண்ணவும் எவ்விதத் தயக்கமும் ஏற்படாத வாறு பேச்சாலும் கவனிப்பாலும் வீடெங்கும் இயல்பினை நிறைத்திருந்தார்கள் ஐயாவும் எழிலரசியம்மாவும். வாழ்க்கைத் துணையின் பங்கேற்பு நமது இயல்புகளை எவ்வாறிருந்ததோ அவ்வாறே பராமரிப்பதில் பெருந்துணை செய்யுமென்பதை அவர்கள் குணத்தில் கண்டுகொள்ள முடிந்தது. மாணவர்கள் அவரிடம் மிகுந்த நேசமும் மரியாதையும் மறுத்துப் பேசாத அன்பும் கொண்டிருந்தார்கள். மாற்றுக் கருத்து இருப்பின் மாணவர்களின் மனம் வருந்தாத வார்த்தைகளால் சுட்டுவார். உரியதை அன்பால் உணர்த்துவார் குறுஞ்சிரிப்போடு.

அவரிடம் ஆய்வுக்கெனச் சேர்ந்த முதல் மாணவி நான் என்பதில் எனக்குப் பெருமை. மாணவிகளை அவர் ஆய்வாளர்களாகச் சேர்த்துக்கொள்ளாததற்கு அவரிடம் காரணங்கள் இருந்தன. இருப்பினும் என்மீது கொண்ட நம்பிக்கையால் அனுமதித்தார். ஆனால் அந்நம்பிக்கை உடையும்படியானது. தொடர்ந்த உடல்நலக் குறைவால் உரிய காலத்தில் என்னால் ஆய்வை முடிக்க இயலவில்லை. திரைப்படங்களின் உச்சகட்டக் காட்சியைப் போலக் காலநீட்டிப்பும் முடிவடைகிற கடைசி நாளன்று மதியம் ஒரு மணிக்கு ஆய்வேட்டைச் சமர்ப்பித்தேன்.

திருமணம் முடிவானது. அதை ஐயாவிடம் சொல்லத் தயங்கினேன். தனியாளாக இருக்கும்போதே ஆய்வை முடிக்க இயலாத எனக்குக் குடும்பப் பொறுப்பும் வந்துவிட்டால் என்ன செய்வேன், ஐயா என்ன நினைப்பார், இப்போது எனக்கு இது தேவையா என்றவாறு நம்பிக்கை தளர்ந்து குழம்பிய நிலையில் இருந்தேன். நிறையத் தயக்கங்களுக்குப் பிறகு அவரிடம் சொன்னேன். அவர் மிக மகிழ்ச்சியாக 'நல்ல விஷயம்' என்றார். ஆனால் நானோ ஒரு மாணவியை ஆய்வாளராக்கியதைத் தன் தவறாக நினைத்து மீண்டும் மாணவிகளை ஆய்வாளர்களாக எடுத்துக்கொள்ளக் கூடாது என்ற முடிவுக்கு வந்திருப்பாரோ, இப்படித் தவறான முன்மாதிரியாகிவிட்டேனே என்று பலவாறான எண்ணங்களில் மூழ்கினேன். திருமணத்தை அவர் எனக்குத் தடையாகக் கருத வில்லை. மாறாக உரிய வயதில் நடப்பதுதான் சிறந்தது என்று

நினைத்தார். குழந்தை குறித்தும் அவ்வாறான எண்ணமே கொண்டிருந்தார். 'ஒருவழியாக ஆய்வை முடித்துவிட்டீர்களே' என்று சொன்னபோது அவர் குரலில் நிறைவு தெரிந்தது. அப்போது எண்பது நாள் கருவாக மகள் நப்பின்னை இருந்தாள்.

அவர் மன அமைதியற்று இருந்த நேரம் அது. மாணவர்கள் உடன் இருந்தார்கள். ஆனால் என்னால் வீட்டில் இருந்தவாறு புலம்பிக்கொண்டிருந்ததைத் தவிர வேறெதுவும் இயலவில்லை. என்ன பேசுவது. விசாரிப்புகளால் மீண்டும் மீண்டும் வருத்த மடையச் செய்யாமலிருக்கலாம் என்று மௌனமாக இருந்தேன். அவருக்கு அப்படியான எதிர்பார்ப்புகள் இருந்ததில்லை என்பதைப் பின்னாட்களில் அவர் பேசியவற்றிலிருந்து உணர முடிந்தது. அந்தச் சமயத்தில்தான் ஆய்வை முடித்திருந்தேன். எந்த வருத்தத்தையும் அவருக்கு ஏற்பட்டிருந்த எந்தச் சிரமத்தையும் ஒரு துளிகூடக் காட்டிக்கொள்ளாது இருக்குமிடத்திலிருந்தே எல்லா உதவிகளையும் செய்து ஆய்வேட்டைச் சமர்ப்பிக்கும் ஏற்பாட்டைச் செய்தார்.

படைப்பாளுமை மிக்க மனிதராக அவர் எப்பொழுதும் மாணவர்களாகிய எங்களிடம் செருக்குக் கொண்டதில்லை. அவரது இலக்கியச் செயல்பாடுகளை நாங்கள் அறிந்தவர்களாக இருக்க வேண்டும் என்று விரும்பியவருமில்லை. இப்படி ஓர் ஆளுமையிடம் ஆய்வு செய்கிறோம், அவரால் குறை கூற முடியாதபடி சிறப்பாக நம் இயல்களை எழுத வேண்டும், ஓரளவு நான் எழுதுவேன் என்று அவர் என்மீது கொண்ட நம்பிக்கையைக் காப்பாற்ற வேண்டும் என்றெல்லாம் நினைத்திருந்தேன். ஆனால் கடைசி நேரத்தில் ஆய்வை முடித்து, எப்படியோ முடித்துவிட்டார் என்ற பெருமூச்சை விடும்படி செய்தது இன்றளவும் பெரும் சங்கடத்தோடே அவரை அணுகும்படி செய்துவிட்டது.

நம்மோடு வாழும் எளிய மனிதர்களின் வெளியாகவே அவரது படைப்புலக சஞ்சாரம் இருந்ததும் யதார்த்தங்களோடு அது இசைவுகொண்டதும்கூடப் பகட்டற்ற அவர் வாழ்க்கையின் அடிப்படையாயிருக்கக் கூடும். மிக எளிய மனிதராக, மாணவர்களின் நலனையும் அவர்கள் எதிர்காலத்தில் மதிப்பு மிக்கவர்களாக, இந்தச் சமூகத்தில் வாழத் தகுதியுள்ளவர்களாகத் தங்களை வளர்த்தெடுக்க வேண்டும் என்பதில் அக்கறை கொண்டவராகவும் இருக்கிறார். அதற்குத் தம்மால் இயன்ற யாவற்றையும் செய்கிறார். எனக்கும் அவ்வாறே. ஆய்வுக் காலம் பொருளாதார ரீதியாக மாணவர்களையும் அவர்களின் குடும்பத்தையும் சிரமப்படுத்தும் காலமாகிவிடக் கூடாதென்பதற்

காகப் பணிசெய்துகொண்டே ஆய்வில் ஈடுபடும் சுதந்திரத்தை ஆய்வாளர்களுக்கும் அளித்திருந்தார். உடல்நலமின்மையோடும் நான் பணியாற்றிக்கொண்டிருந்தேன். ஆய்வை முடிக்கவில்லை. வேலையைச் செய்ய முடியுமென்றால் ஏன் ஆய்வை முடிக்க முடியாது என அவர் என்னிடம் கேட்டதில்லை. எனக்குக் குடும்பப் பொறுப்பும் அதையொட்டிய பொருளாதாரத் தேவைகளும் இருந்ததை அவர் அறிந்திருந்தார்.

அவருடைய எழுத்துக்களை வாசித்திருந்தபோதும் அது குறித்து அவரிடம் உரையாடியதில்லை. பல்கலைக்கழகத்தில் முதுகலை படித்துக்கொண்டிருந்தபோது, கற்பனாவாத எழுத்துக்களின் மீது எனக்கிருந்த ஈர்ப்பைத் திருப்பி யதார்த்த வாழ்வின் மனித மனங்களை வாசிக்கத் தூண்டியவை அவரது ஏறுவெயிலும் கூளமாதாரியும்தான். இன்றுவரை அதை அவரிடம் பகிர்ந்துகொண்டதில்லை. தொடர்ந்து பத்திரிகைகளிலும் வலைத் தளத்திலும் அவருடைய எழுத்துக்களை வாசித்திருக்கிறேன். ஆனால் அதற்கும் இவருக்கும் என்ன தொடர்பு என்ற விசித்திர எண்ணம் எனக்குள் உறைந்து கிடந்ததைப் போன்றே இந்த ஏழு வருடங்களில் இருந்திருக்கிறேனா படிப்பையே ஒழுங்காகச் செய்ய முடியாதபோது உனக்கென்ன இந்த அதிகப் பிரசங்கித்தனம் என்று என்னை நானே கட்டுப்படுத்தியிருந்தேனா என்று இன்றளவும் புரியவில்லை.

ஐயா மாணவராக இருந்தபோது எழுதிய 'வெம்பல்' கதை குறித்து பதினைந்து பக்கங்களுக்கு அவருக்குக் கடிதம் எழுதியதை என் தந்தை என்னிடம் சொல்லியிருந்தார். 'உங்கள் தலைமுறையில் பாரபட்சமற்ற உரையாடல்களுக்குச் சாத்தியமில்லாமல் இருக்கிறது. குழு மனப்பான்மைகள் பெருகியிருக்கும் இந்த இலக்கியச் சூழலில் நாமும் ஒருவராகிவிடக் கூடாது' என்று எனக்குள் ஏதோ மனத் தீர்மானம் இருப்பதாய் நினைத்துக்கொண்டு பேசினார். 'என்றாவது உன் ஆசிரியரின் படைப்புகளைப் பற்றி அவரிடம் பேசியிருக்கிறாயா, ஒரு படைப்பாளிக்கு அதைவிட வேறு மகிழ்வளிக்கும் விஷயம் இருக்காது' என்றும் 'இந்தத் தலைமுறையிடம் காண்கிற ஒட்டுதலற்ற தன்மை'யைப் பற்றியும் பேசிக்கொண்டிருந்தார். இந்த வரிசையில் நானும் சேர்ந்துவிடக் கூடாது என்பது தந்தையின் அச்சம்.

ஆனால் எனக்கிருந்த மனத்தடைகள் வேறானவை. ஆய்வு சார்ந்த இயலாமைகளிலிருந்து பிறந்த தாழ்வுமனப்பான்மையில் நான் உழன்றுகொண்டிருந்தேன். அதோடு கவிதைகள், கட்டுரைகள் எழுதும் வழக்கத்தையும் கைவிட்டிருந்தேன். எதிலும்

எங்கள் ஐயா

ஆழங்கால் பட்ட பிறகே அத்தகுதியை நான் பெற முடியும் என்பதே என் எண்ணமாக இருந்தது. படித்ததைப் பற்றிச் சொல்ல, ஆகச் சிறந்த விமர்சகராக இருக்க வேண்டுமென்பதில்லை என்ற எளிய கருத்தும் எனக்குப் புரிந்திருக்கவில்லை. அவரோடு அறிவுசார் உரையாடல்கள் மட்டுமே சாத்தியம் என்று நினைத்துக் கடத்திய நாட்களின் வெறுமை புரிய இவ்வளவு காலம் ஆகிவிட்டது. ஐயா மேதமையை மட்டும் கொண்டாடுபவரல்ல, எளிய மனங்களின் இயல்புகளையும்தான்.

O

13

'இவரும் என் மாணவர்தான்'
க. காமராசன்

ஐயாவைப் பற்றிய நினைவுகளைக் கிளறும் போது பத்தாண்டுகளுக்கு முன் செல்கிறேன். அவரை எப்போது முதன்முதலில் சந்தித்தேன் என்று சரியாக நினைவில்லை. நான் இளங்கலைத் தமிழ் படித்துக்கொண்டிருந்த காலத்தில் தீவிரமாக இயக்க ஈடுபாடு கொண்டிருந்தேன். அதனால் நாமக்கல் கல்லூரிக்கு 'ஆள் பிடிக்க, சென்றுள்ளேன். அப்போதே ஐயாவைச் சந்தித்துள்ளேனா என்று தெரியவில்லை. ஒருவேளை சந்தித்து இருக்கலாம். ஏதோ ஒருமுறை நிதி வாங்கியதாக மங்கலான நினைவு. அப்புறம் 2005இல் சேலம் பெரியார் பல்கலைக்கழகத்தில் முதுகலைப் படிப்பு தொடங்கியது. அப்போதும் சிந்திப்பிலும் செயலிலும் நிதானம் கைகூடவில்லை. தீவிரம் காட்டி, எதிராளிகளை எரிச்சலூட்டி வெறுப்பைச் சம்பாதித்து வந்தேன். அக்காலத்தில் என் கருத்து நிலையுடன் உடன்படாதவரை எரிச்சல் ஊட்டுவது எப்படி என்னும் கலையைப் பயின்று வந்தேன். இதற்குப் பக்காவான முன் தயாரிப்புத் தேவை. அப்படியான முன்தயாரிப்போடுதான் சேலம் தமிழ்ச்சங்கத்தில் *தமிழ்ச்சங்கமும் காலச்சுவடும்* சேர்ந்து நடத்திய சமகாலத் தமிழ் இலக்கியம் பற்றிய கருத்தரங்கில் பங்குகொண்டேன். முன்பே திட்டமிட்டுத் தயாரித்து வைத்த கேள்விகளை எரிச்சலூட்டும் வகையில் எழுப்பினேன். எல்லோரின் கவனத்தையும் ஈர்த்தேன். அங்கிருந்த பலருக்கு உவப்பளிக்காதவனாக, எரிச்சல் ஏற்படுத்தக்

கூடியவனாக இருந்தேன். இதனால் எனக்குத் துக்கமொன்றும் இல்லை, மகிழ்ச்சிதான். அப்போது ஐயாவைப் பார்த்துப் பேசிய நினைவு உள்ளது. அவர் விசாரிப்பு அன்பு மிக்கதாக இருந்தது. ஊர், வீடு பற்றியெல்லாம் விசாரித்தார். அப்போதுதான் பொ. வேல்சாமியும் நேரடியாக எனக்கு அறிமுகம் ஆனார். அப்புறம் ஊருக்கு வரும் போதெல்லாம் நாமக்கல்லில் இருவரையும் சந்திப்பது வழக்கம்.

அக்காலத்தில் இயக்கத்தினுள்ளும் பல கேள்விகளை எழுப்பியதால் எனது தோழர்கள் நான் எதிர்க் கருத்துகளுக்கு இரையாகிவிடும் அபாயம் பற்றி எப்போதும் எச்சரித்துக் கொண்டிருந்தனர். குறிப்பாகப் பல்வேறு மனிதர்களுடன் நான் பழகுவது சீக்கிரம் என்னை மார்க்சியக் கருத்துநிலைக்கு விரோதி ஆக்கிவிடும் என்று சந்தேகித்தனர். அதனால் எப்போதும் எதிர்க் கருத்துநிலையாளருடன் பழகுவதில் எச்சரிக்கை கொண்டிருந்தேன். ஐயாவுடன் பேசுவதிலும் பழகுவதிலும் முதலில் அவ்வளவு ஈடுபாடு காட்டவில்லை. ஏனென்றால் நான் அதிதீவிர இடதுநிலை நின்று கொண்டிருந்தேன், அவரோ வலதுநிலையில் நிற்கும் *காலச்சுவ*டுடன். அப்புறம் அவர் நிறப்பிரிகையில் எழுதி இருப்பதைக் கண்டு ஆச்சரியப்பட்டேன். அவர் எழுத்துக்களில் அரிதாகச் சில இடங்களில் வரும் குறிப்புகளைக் கொண்டு ஏதோ இயக்கத்துக்காரர் போல என நினைத்தேன். வெகு சீக்கிரத்தில், ஒருமுறை அவரே தனக்கு மாணவர் பருவத்தில் டிஎன்ஓசி இயக்கத்தின் மீதிருந்த ஈடுபாட்டையும் மனஓசை ஆசிரியர் குழுவில் இருந்தது பற்றியும் மனஓசையே தனக்கு எழுதவும் விசயங்களை நோக்கவும் கற்றுத் தந்தது பற்றியும் சொன்னார். அப்புறம்தான் எங்கே நமக்கே தெரியாமல் வலது நிலைப்பாடுகள் மண்டையில் ஏறிவிடுமோ என்ற முன்னெச்சரிக்கை உணர்வும் அச்சமும் சற்றுக் குறைந்தது. என்னதான் இருந்தாலும் முன்னாள் இயக்கத்துக்காரர்தானே. எதையும் ஏற்றுக்கொள்ளக் கூடாது என்ற மனநிலையிலிருந்து கொஞ்சம் கொஞ்சமாக விலகி அவர் சொல்லும் விசயங்கள் பற்றி யோசித்துப் பார்க்க ஆரம்பித்தேன்.

அவர் பெரும்பாலும் இயக்கங்கள் பற்றியும் அதன் அரசியல் நிலைப்பாடுகள் பற்றியும் கருத்துரைத்தது இல்லை. சில வேளைகளில் இயக்கங்கள் ஏன் இப்படி இருக்கின்றன என்ற கேள்வியைப் போட்ட போதும் இயக்கங்களில் பங்கேற்கும் மனிதர்கள் பற்றியே பேசுவார்; இயக்கங்களுக்குள் நடக்கும் மயிர் பிளக்கும் கருத்துநிலை வாதங்களைப் பற்றிப் பேசவே மாட்டார். செயல்பட வேண்டிய இயக்கங்கள் திண்ணை வேதாந்தம் போல அரசியல் பேசிக்கொண்டிருப்பதையும் பல திறன்களோடு உள்நுழையும் மனிதர்களையும் வெற்று நம்பிக்கை

நிறைந்த அடையாளங்களாக மாற்றி விடுவதைப் பற்றியும் பேசுவார். எங்கே நானும் வெற்று நம்பிக்கைகள் நிரப்பப் பட்ட மனிதனாக, எதார்த்த வாழ்வில் ஈடுபாடு இல்லாத, வாழத் திறனற்ற மனிதனாக மாறி விடுவேனோ என்ற அச்சம் அக்காலத்தில் அவருக்கு இருந்ததை இன்று புரிந்துகொள்கிறேன்.

மெதுவாகவே அவர் என்மீது கொண்டிருந்த அக்கறைகளை என்னால் புரிந்துகொள்ள முடிந்தது. பல நேரங்களில், என் வாழ்க்கை குறித்த அவர் யோசனைகளை நான் செயல்படுத்த முடிந்ததில்லை. 'உம்' கொட்டித் தலையாட்டி விடுவேன். இருந்தாலும் என் ஆர்வங்களையும் திறன்களையும் எனக்கே அடையாளம் காட்ட முயன்றுள்ளார். எதிர்பார்ப்பில்லாத அவர் ஆசிரியத்துவ அன்பை விளங்கிக்கொள்ள நெடுநாள் எடுத்துக் கொண்டேன் என்பதே உண்மை. நான் படித்துக்கொண்டிருந்த காலத்தில் சேலம் பல்கலைக்கழகத்தில் நடந்த எல்லாக் கருத்தரங்கங்களுக்கும் ஐயா வந்துள்ளார். நானும் ஊரில் உள்ள காலத்தில் நடக்கும் கூடு கூட்டங்களில் கலந்துகொண்டுள்ளேன். அவருடைய மாணவர் பலரும் என் நண்பர்கள். இவற்றாலோ என்னவோ இளங்கலை முடித்த பின் முதுகலை படிக்கத் தொடங்கிய காலத்திலிருந்தே அவருடைய மாணவன் என்றே அடையாளம் காணப்பட்டேன்.

எப்படியாயினும் அக்காலத்தில் என்னைப் பற்றிய புகார்கள் ஐயாவிடம் வந்து சேர்ந்துவிடும். ஏதோ ஐயா சொன்னால் நான் ஏற்றுக் கொண்டுவிடுவேன் என்று எல்லோரும் நம்பினார்கள் போலும். யார் பேச்சையும் கேட்காது திரிந்த காலம். என் பேராசிரியர், என்னை உருப்படச் செய்தவர் பெ. மாதையன். அவருடைய வீட்டில், அவருடன் தங்கித்தான் முதுகலையையும் ஆய்வியல் நிறைஞர் பட்டத்தையும் நிறைவு செய்தேன். அவரிடம் சில மொக்கையான விசயங்களுக்காக எல்லாம் கோபித்துக் கொண்டு, ஊருக்கு வந்துவிடுவேன். ஐயாவிடமும் பொ. வேல்சாமி அவர்களிடமும் என் பேராசிரியர் கூப்பிட்டுச் சொல்வார்கள். அப்போதெல்லாம் ஐயா அறிவுரைகள் சொன்னாரா என்று நினைவில் இல்லை. ஆனால் வாழ்க்கை அனுபவங்களைப் பகிர்ந்துகொண்டார்.

ஆய்வியல் நிறைஞர் பட்டத்தை முடிக்கும்போது குருட்டுத் தனமான அரசியல் நம்பிக்கைகள் சிதையத் தொடங்கின; எல்லா உறவுகளிடமும் பகையையும் வெறுப்பையும் சம்பாதித்துக் கொண்டேன் என்று உள்ளம் பேதலித்தது. வாழ்க்கையே வெறுமையாகி விட்டது என உணர்ந்தேன். உயிரை மாய்த்துக் கொள்ளத் துணிந்தேன்; தூக்க மாத்திரைகள் துணையுடன்

எங்கள் ஐயா 119

முயன்றேன். நண்பர்கள் காத்தனர். பிழைத்து நின்றபோது உலகத்தையே பார்க்க வெட்கி நின்றேன். ஐயாவைப் பார்க்கச் சென்றேன். அப்போது அவரும் அவர் மாணவர்களும் கல்வராயன் மலைக்குச் சுற்றுலா கிளம்பிக்கொண்டிருந்தனர். என்னையும் அழைத்துக் கொண்டார். என் தற்கொலை எப்படித் தோற்றது என்று நையாண்டியாக விவரித்தார். பிறகு ஒன்றுமே கேட்கவில்லை. எனக்கு எந்த ஆறுதலும் சொல்லவில்லை.

நான் பிரச்சினைகளைக் கண்டு ஓடினேன். என் நம்பிக்கைகள் சிதைந்தபோது நானும் சிதைந்தேன். அப்போதெல்லாம் ஐயா எனக்கு அனுபவங்களைத்தான் சொன்னார். சின்னச் சின்ன பிரச்சினைகளுக்கெல்லாம் முகம் கொடுத்தாலே, அவை இல்லாமல் போய்விடும் என்று உணர்த்தினார். வெற்று அரசியல் நம்பிக்கைகள் அல்ல; மானுட நம்பிக்கைகள் வாழ்க்கை என்று காட்டினார். ஒவ்வொரு முறையும் ஏமாற்றத்தையும் இன்னல்களையும் சகித்து மனிதர்கள் வாழ்கிறார்கள். ஒரு மனிதனாக நிற்கும் என் உருவைச் செதுக்கியவர்களில் ஐயாவும் ஒருவர் என்று இப்போது நன்றியுடன் நினைவுகூர்கிறேன்.

சேலத்தில் படித்துக்கொண்டிருந்த காலத்தில் சென்னைப் புத்தகத் திருவிழாவிற்குச் சென்று கையில் உள்ள காசைக் கொண்டு கண்டதையும் வாரிக் கொண்டு வரும் பழக்கத்தைக் கொண்டிருந்தேன். அப்படி ஒருமுறை சென்னையிலிருந்து ஐயாவுடன் திரும்பினேன். தான் புத்தகம் வாங்கும் விதம் பற்றிப் பேசிக்கொண்டிருந்தார். தொடக்க காலத்தில் தானும் பலவிதமான புத்தகங்கள் வாங்கிக் குவித்ததாகவும் பிறகே தனக்கு ஆர்வமுள்ள, வேலை செய்ய விரும்புகிற துறை சம்பந்தப்பட்ட புத்தகங்களை மட்டுமே வாங்கும் பழக்கத்தை உருவாக்கிக்கொண்டதாகவும் சொன்னார். அந்தக் கதைகளைச் சுவாரசியமாகக் கேட்டேன். அப்போது எந்த யோசனையும் மனதில் எழவில்லை. ஊருக்கு வந்த பின்னர் மீண்டும் அந்தப் பேச்சு மனதில் ஓடியது. நானும் எனக்கு ஆர்வமுள்ள துறையைத் தேடினேன், இன்றும் தேடி வருகிறேன். திட்டவட்டமாகத் தேடிக் கண்டுபிடிக்க முடியவில்லை. ஆனால் இப்போது சில களங்களில் உழைக்கக் கற்றுக் கொண்டுவிட்டேன்.

புனைவுகளுக்காகவே ஐயா பேரும் புகழும் பெற்றவர். ஆனால் ஐயாவின் புனைவுகளுக்கான நல்ல வாசகன் அல்ல நான். ஏதோ படிப்பேன், அவ்வளவுதான். அவருடைய இல்-புனைவு எழுத்துக்கள் மீது எனக்குத் தனி ஈடுபாடு உண்டு. அதுவும் அவருடைய ஆய்வுக் கட்டுரைகள், ஆய்வுக் களங்கள்மீது கொள்ளைப் பிரியம் உண்டு. இது எப்படித் தோன்றியது

என்று தெரியவில்லை. அவருடைய சில ஆய்வு முடிவுகள் ஏற்க முடியவில்லையென்றாலும் சிக்கலை அணுகும் முறையும் தான் அடைந்த முடிவுகளை விளக்கும் எளிய தருக்க மொழியும் புனைவுமொழியைவிட ஈர்ப்பு உண்டாக்குபவை. நானும் இதே போன்ற ஒரு மொழியை வசம் செய்துகொள்ள வேண்டும் என்ற பேராசை உண்டு. ஆனால் இன்றுவரை முடியவில்லை.

உங்கள் நூலகம் இதழில் வேலை செய்த காலத்தில் ஐயா விடம் ஒரு நேர்காணல் செய்தேன். அது அவரது இல்-புனைவு எழுத்துக்கள் பற்றியது. நேர்காணலை எழுத்து வடிவத்தில் பார்த்தபோது இதழாசிரியருக்கு வருத்தம் விளைந்தது. 'அவர் கிட்டப் போய் இப்படி ஒரு நேர்காணலா' என்று சும்மா அங்கிருந்த ஒருவரும் உதிர்த்தார். ஆனால் ஐயா நேர்காணல் முழுநிறைவாக வந்துள்ளது என்று கூறினார். நேர்காணல் வெளியான பின் பலரும் நேர்காணல் சிறப்பாக வந்துள்ளது என்று கூறினர். ஐயாவிடம் நன்றாக எழுதியுள்ளாய், சிறப்பாக வேலை செய்துள்ளாய் என்று பேர் வாங்குவது எளிதான விசயம் இல்லை. முதுகலை படிக்கும் காலத்தில் முதன்முதலாக நூல் விமர்சனம் எழுதச் சொல்லி ஒரு நூலை என்னிடம் தந்தார். நானும் கடினமாக உழைத்துப் பலமுறை எழுதிப் பார்த்துப் பின்பு ஒரு வகையாக எழுதி முடித்துக்கொண்டு ஓடினேன். கட்டுரையை வாங்கிப் பார்த்துவிட்டு 'என்ன, எட்டாம் வகுப்புப் பிள்ளை வீட்டுப் பாடம் எழுதுவது போன்று எழுதியுள்ளாய்' என்று கேட்டார். எனக்கு என்ன சொல்வது என்று தெரியவில்லை.

அப்புறம் சில காலம் கழித்துச் செம்மொழி மாநாட்டை யொட்டித் தமிழ்ச் செம்மொழிக் கருத்தாக்கத்தை விமர்சித்து நண்பர்கள் நடத்தும் ஈரநிலத்தில் ஒரு கட்டுரை எழுதினேன். நேரில் சந்தித்தபோது 'நன்றாக உள்ளது, இதுபோல எழுது' என்று சொன்னார். இதை நான் எதிர்பார்க்கவே இல்லை. சில சின்னச் சின்ன முயற்சிகளைப் பாராட்டினார். முதன்முதலாகக் கூடு கூட்டத்திலும் பின்னர் சில கருத்தரங்குகளிலும் விமர்சன உரையை, ஆய்வு உரையை வழங்க வாய்ப்பு ஏற்படுத்தித் தந்தார். இப்படி அவரைச் சந்திப்பதற்கும் உரையாடுவதற்கும் பல சந்தர்ப்பங்கள் கிடைத்தன. எப்போதுமே நான் எழுதிய இதைப் படித்தாயா அதைப் படித்தாயா என்று கேட்டதில்லை. நலம் விசாரிப்பில் தொடங்கும் பேச்சு பல விசயங்கள் பற்றிய குசலங் களுக்குப் பின் முடியும். என்னை மாணவனாக அல்லாமல் சக மனிதனாகவே எப்போதும் நடத்தியுள்ளார் என்று உணர்கிறேன்.

ஆசிரியர் மீது மனக்குறைகளும் கசப்பும் இல்லாத மாணவர்களே உலகில் இல்லை என்பது என் துணிபு. ஐயா

மீது கசப்பு கொள்ளுமளவு ஒன்றும் இதுவரை நடக்கவில்லை. சில வேளைகளில் அவர் இப்படிச் செய்துவிட்டாரே என்ற மனக்குறை தோன்றுவதுண்டு. அப்புறம் கொஞ்ச காலம் கழித்து அவர் செய்தது சரிதான் என்று உணர்ந்துள்ளேன். சில மாணவர்கள் ஐயாவின் மீதுள்ள கசப்பை, மனக்குறைகளைச் சொல்லியுள்ளனர். வாத்தியாருடன் கசப்புக் கொண்டு சண்டை போடும் மாணவன் நல்ல மாணவனே. மனத்துக்குள் வைத்துக்கொண்டு புழுங்கிக் கொண்டுள்ள மாணவனே மிக மோசமானவன்.

பொதுவாகச் சில இலக்கியக் கூட்டங்களில் கலந்து கொள்ளும்போது, நீங்கள் அவர் மாணவர்தானே என்று கேள்வி எழுப்புவார்கள். நான் ஒன்றும் பதில் சொல்லியதில்லை. அவர் களின் முடிவுக்கு விட்டுவிடுவேன். உண்மையில் எப்படிப் பதில் சொல்வது என்று எனக்குத் தெரியவில்லை. 'ஆமாம், நான் அவரிடம் கல்லூரியில் படிக்கவில்லை. ஆயினும் அவர் மாணவர்தான்' என்று சொல்ல நினைப்பேன். இந்தப் பதில் அவர்களுக்குப் புரியாது அல்லது நிறைவளிக்காது அல்லது குழப்பும். அருகிருக்கும் என் நண்பர்கள் பலர் ஐயாவின் மாணவர்கள். நான் ஐயாவின் மாணவன் இல்லை என்று தெரியும். அதனால் பதில் சொல்லாமல் இருப்பதே நல்லது. எல்லாப் பிரச்சினைகளும் ஓய்ந்து நான் முனைவர் பட்டப் படிப்பை மேற்கொள்ளும் மாநிலக் கல்லூரிக்கே ஐயா வந்து சேர்ந்தார். ஐயாவும் நானும் கேண்டீனை நோக்கிச் சென்று கொண்டிருந்தோம். நெடுநெடுவென வளர்ந்த இளம் மனிதர் ஐயாவுடன் அளவளாவத் தொடங்கினார். என்னைச் சுட்டி 'இவர் உங்கள் மாணவர்தானே?' என்று கேட்டார். 'ஆமாம், இவரும் என் மாணவர்தான்' என்றார் ஐயா.

14

அன்பும் திட்டும்

பெ. குணசேகரன்

ஐயாவிடம் இந்தப் பதின்மூன்றாண்டுகளில் நான் நிறையக் கற்றுக்கொண்டுள்ளேன். ஐயாவிடம் அன்பாகவும் கற்றுக்கொண்டிருக்கிறேன், திட்டு வாங்கியும் சிலவற்றைக் கற்றுக்கொண்டிருக்கிறேன். எம்.பில். சேர்ந்து படித்துக்கொண்டிருந்த நேரம் அது. ஆய்வேடு திருத்திக்கொண்டிருந்தபோது பேச்சுவாக்கில் "ஏம்பா ஸ்லெட், நெட் எல்லாம் எழுதிப் பாஸ் பண்ணிட்டீங்களா?" என்று ஐயா கேட்டார். ஏதும் பேசாமல் மௌனமாக இருக்க "எழுதுங்கப்பா. அதெல்லாம் முடிச்சிருந்தாத்தான் கல்லூரி வேலைக்குப் போக வாய்ப்புக் கிடைக்கும்" என்றார். சரி என்றேன். அடுத்த முறை எப்படியாச்சும் முயற்சி எடுத்து எழுதிப் பாஸ் பண்ண எண்ணி விண்ணப்பிக்க நினைத்தேன். நண்பர்கள் பிரபாகர், நடராஜன், கலைச்செல்வன் ஆகியோரும் விண்ணப்பிப்பதாகச் சொன்னார்கள்.

ஏதாவது ஒரு வேலைக்கோ போட்டித் தேர்விற்கோ விண்ணப்பிக்கும்போது புகைப்படம் ஒட்டி அதன்மேல் அரசு அலுவலரின் சான்றொப்பம் பெற்று அனுப்பச் சொல்வதுண்டு. அப்படித்தான் யுஜிசி. நடத்தும் நெட் தேர்வுக்கான விண்ணப்பத்திலும் அரசு அலுவலரின் சான்றொப்பம் பெற்று அனுப்பச் சொல்லியிருந்தார்கள். நான்கு பேரும் விண்ணப்பிக்கலாம் என்றிருந்ததால் எல்லோரும் ஐயாவிடம் சான்றொப்பம் வாங்கிக்கொள்ளலாம் என்ற எண்ணம் இருந்தாலும் சற்றுப் பதற்றமாகவே

இருந்தது. மூன்று முறைக்குமேல் எழுதியும் தேர்ச்சி பெற முடியாததால் இதை எத்தனை முறை எழுதுவது என்று சலிப்பாகவும் இருந்தது. கடைசியில் அவசர அவசரமாக விண்ணப்பிக்க வேண்டியதாயிற்று. விண்ணப்பத்தில் பாஸ்போர்ட் சைஸ் போட்டோ ஒட்டச் சொல்லியிருந்தார்கள்.

ஸ்டுடியோவிற்கு ஓடினேன். 'மூன்று நிமிடத்தில் பாஸ்போர்ட் சைஸ் போட்டோ எடுத்துத் தரப்படும்.' ஸ்டூடியோவிற்குச் செல்லும் மாடிப் படியில் விளம்பரத் தட்டி. சுவரில் விதவிதமாக மாட்டியிருந்த படங்களையும் திரைச்சீலையையும் விளக்குகளையும் வேடிக்கை பார்த்துக்கொண்டிருந்தேன். அதற்குள் படம் பிடிப்பவர் வந்து ரெடியாகி வரச் சொன்னார். நன்றாகத் தலைசீவிப் பவுடர் போட்டுக்கொண்டேன். "சார் இந்த மாதிரி எடுத்துக்கிறீங்களா?" என்று ஸ்டூடியோக்காரர் கோட் போட்டு எடுத்துக்கொண்டவர்களின் போட்டோக்களைக் காட்டியபோது நாமும் கோட் போட்டு எடுத்துக்கொள்ள வேண்டுமென்று ஆசை வந்தது. சுவரில் மாட்டியிருந்தவர்களின் படங்கள் வேறு மேலும் என் ஆசையைத் தூண்டின. கோட் மாட்டிப் படம் எடுத்தும் கொண்டேன். எடுத்த போட்டோவைப் பார்த்தால் மனதுக்குள் அப்படியொரு மகிழ்ச்சி. சட்டைப் பையிலிருந்த போட்டோவை அடிக்கடி எடுத்துப் பார்த்துக்கொண்டேன்.

நான்கு பேரும் நெட் தேர்வுக்கான விண்ணப்பத்தை நிரப்பிப் போட்டோவை ஒட்டிவிட்டோம். இப்போது யார் போய் ஐயாவிடம் சான்றொப்பம் வாங்கி வருவது? கையொப்பம் பெறச் சென்றால் "இன்னுமாப்பா பாஸ் பண்ணலை"ன்னு கேட்டு மானத்தை வாங்கிவிடுவார் என்ற பயம் வேறு. என்ன செய்யலாம்? வேறு யாரிடமாவது கையொப்பம் வாங்கிக்கொள்ளலாமா? என்று யோசித்துக்கொண்டிருந்தபோதுதான், கலைச்செல்வன் "ஐயா வீட்டுக்கு நான் போயி எல்லா அப்ளிக்கேஷன்லயும் கையெழுத்து வாங்கிக்கிட்டு வந்திடறேன்" என்றான். நாங்களும் கலைச்செல்வனிடம் கொடுத்தனுப்பினோம்.

ஐயா ஒவ்வொருவருடைய விண்ணப்பத்திலும் சான்றொப்ப மிட்டு வந்துள்ளார். என்னுடைய விண்ணப்பத்தில் புகைப் படத்தின் மேல் பச்சை மையில் இரண்டுமுறை கையொப்ப மிட்டுள்ளார். ஆனால் அது துளியும் தெரியவில்லை. காரணம் நான் அந்தக் கருப்புக் கோட் போட்டு எடுத்துக்கொண்ட புகைப்படத்தை ஒட்டியிருந்ததுதான். கையொப்பம் வாங்கிவிட்டு விண்ணப்பத்தை என்னிடம் கலைச்செல்வன் தரும்போது "ஐயா ஒங்க அப்ளிக்கேஷன்ல போட்டோ மேல கையெழுத்துப் போட்டாரு. ஆனா கொஞ்சங்கூடத் தெரியல. அறிவு இருக்கான்னு

கேக்கச் சொன்னாரு” என்றான். ‘சான்றொப்பம் பெறுவதற்குப் புகைப்படம் எடுக்கும்போது வெளிர்நிறத்தில் சட்டை போட வேண்டும் என்றும் கோட் போட்டு எடுத்த படத்தைத் திருமணத்திற்குப் பெண் பார்க்கும்போது பயன்படுத்தச் சொல்’ என்றும் அவர் சொன்னதாகக் கூறினான் கலைச்செல்வன். அதைக் கேட்டதும்தான் என்ன தவறு செய்தேன் என்று புரிந்தது. சுருக்கென்று உறைத்தது. பிறகு மீதமிருந்த போட்டோக்களை எல்லாம் என்ன செய்வது என நினைத்துக்கொண்டிருந்தபோது திருமணத்திற்குப் பெண் தேடிய சமயம் வந்தது. ஜாதகத்துடன் இந்தப் போட்டோவைக் கொடுத்தேன். “கோட் போட்டு எடுத்த போட்டோவையே குடு, அப்பத்தான் மாப்பிள்ளையைப் பாக்கக் கெத்தா இருக்கும்” என்று சொல்லிச் சிரித்தார்கள் நண்பர்கள். ஒருபுறம் ஜாதகத்தையும் மறுபுறம் சுயவிவரத்தையும் தட்டச்சு செய்து இந்தப் போட்டோவையே ஒட்டிக் கொடுத்தேன்.

இதேபோல் இன்னொரு நிகழ்வு. என்னுடைய முனைவர் பட்ட ஆய்வு தொடர்பாகப் பல்கலைக்கழகத்திற்கு ஐயா பரிந்துரைத்துக் கடிதமொன்று அனுப்ப வேண்டியிருந்தது. ஏ4 தாளின் கடைசிவரை எழுதிக் கையொப்பத்திற்கு ஐயாவிடம் நீட்டினேன். “இப்ப நான் எங்க கையெழுத்துப் போடறதுன்னு சொல்லுங்க? கீழ சீல் வெச்சிக் கையெழுத்துப் போட எடம் விடனுமுன்னு ஒங்களுக்குத் தெரியாதா? போய் வேற ஒண்ணு எழுதிக்கிட்டு வாங்க” என்று திட்டினார். அப்புறம் வேறொரு தாளில் எழுதிக் கையொப்பம் பெற்றேன். கிராமப்புறங்களில் இருந்து வரக்கூடிய முதல் தலைமுறை மாணவர்களுக்கு இதுபோன்ற சின்னச் சின்ன விஷயங்களைகூட ஒருவர் கற்றுத் தர வேண்டியிருக்கிறது.

ஒருநாள் மாலையில் நான், பிரபாகர், நடராஜன் மூவரும் எங்களுடைய எம்.பில். ஆய்வுக்கான முதல் இயலை எழுதி ஐயாவிடம் காண்பிப்பதற்காகச் சென்றிருந்தோம். எழுத்துப்பிழை, ஒற்றுப்பிழை, வாக்கியப்பிழை, ஒருமை பன்மை மயக்கம் எனப் பிழைகளுக்குப் பஞ்சமில்லை. பிழைகளோடு இருந்ததால் என்ன சொல்வாரோ என்று பயம். முற்றுப்புள்ளி இல்லாமல் ஒரே வாக்கியம் ஒரு பத்தி அளவுக்குக்கூட நீளமாயிருந்தது. அனைவருக்கும் பதற்றம். எங்களில் ஒருவருடைய இயலை வாங்கி முதல் பத்தியைப் படித்தார். படித்ததும் “இவ்வளவு பிழையோட கொண்டாந்தா நான் எழுத்துப்பிழை, ஒற்றுப்பிழையப் பாக்கறதா? கருத்தப் பாக்கறதா? இந்த எழுத்துப்பிழையெல்லாம் நான் பாத்துக்கிட்டு இருக்க முடியாதுப்பா. ஒற்றுப்பிழை எழுத்துப்பிழை எல்லாம் இல்லாம நீங்களே மாத்தித் திருத்திக்கிட்டு அப்பறமா எங்கிட்டக் கொண்டாங்க” என்று கடுமையாகத் திட்டினார்.

முதுகலை படித்து முடித்துவிட்டோம், ஆனால் இன்னும் ஒரு வாக்கியம்கூடப் பிழையில்லாமல் எழுதத் தெரியவில்லையே என்று வருத்தமாயிருந்தது. கோபம் குறைந்ததும் "மொதல்ல சின்ன சின்ன வாக்கியமா எழுதிப் பழகுங்கப்பா. பிழை வராது. பக்கத்து வீட்ல யாராச்சும் ஸ்கூல் படிக்கிற பசங்க இருந்தா அவங்ககிட்ட இருக்கற புத்தகத்த வாங்கிப் படிங்க. ஆறாங் கிளாஸ்ல இருந்து இலக்கணத்தப் படிங்க, என்னடா எம்.பில். வந்துட்டம், இப்பப் போயி இதல்லாம் படிக்கச் சொல்றாருன்னு நெனைக்காதீங்க, வெக்கப்படாம வாங்கிப் படிங்க. அப்பத்தான் கத்துக்க முடியும்" என்றார். நாங்கள் மூன்று பேரும் எதுவும் பேசாமல் வாயடைத்து நின்றோம். தமிழ் நடைக் கையேடு தந்து படிக்கச் சொன்னார். நடைக் கையேட்டின் மூலமே சிறுசிறு விஷயங்களையும் கற்றுக்கொள்ளத் தொடங்கினோம். அப்போது தான் தெரிந்தது எங்களைப் போன்ற மாணவர்களுக்குக் கொடுப்பதற்காக நிறைய நடைக் கையேட்டுப் பிரதிகளை வாங்கிக் கைவசம் வைத்திருந்தார் என்பது. பிறகு கொஞ்சம் கொஞ்சமாகக் கற்றுக்கொண்டாலும் இப்போதும் ஏதாவது எழுதிக்கொண்டு திருத்தம் செய்யப்போனால் என்ன சொல்வாரோ என்றிருக்கும். படித்துப் பார்த்துவிட்டுச் சொல்லும்வரை திக்திக்கென்று இருக்கும்.

நான் நாமக்கல் கல்லூரியில் இளங்கலை மூன்றாமாண்டு படித்துக்கொண்டிருந்தபோது நடைபெற்ற நிகழ்வு இது. இதழியல் பாடத்திற்காக மாணவர்களைக் குழுவாகப் பிரித்துத் துறையிலுள்ள பேராசிரியர்களைப் பேட்டி எடுக்கச் சொல்லியிருந்தார் ஆசிரியர் ஒருவர். எனக்கும் நண்பன் பாலுவுக்கும் ஐயாவைப் பேட்டி எடுக்கும் வாய்ப்புக் கிடைத்தது. முதல்நாளே கேள்விகளைத் தயாரித்து வைத்திருந்தோம். பொதுவான சில கேள்விகளும் படைப்பு குறித்த சில கேள்விகளும் கேட்க எண்ணித் தயாரித்திருந் தோம். நாங்கள் கேட்ட கேள்விகளில் சில:

1. உங்களுக்குப் பிடித்த உணவு?

சோறுதான். அப்பறம் பாகற்காய், வெண்டைக்காய் விரும்பிச் சாப்பிடுவேன்.

2. உங்களுடைய பொழுதுபோக்கு?

படிக்கறது, எழுதுறதுதான்.

3. உங்கள் படைப்புகளில் அருந்ததியரைப் பற்றி எழுதி யுள்ளீர்களே? அது குறித்துச் சொல்லுங்கள்?

ஆதிக்க சாதியினர் தங்கள் பண்ணை அடிமைகளாக ஒடுக்கப்பட்ட சாதியினரை வைத்திருக்கிறார்கள். அதைத்தான் என் படைப்புகளில் பதிவு செய்திருக்கிறேன்.

4. உங்கள் படைப்புகளில் கெட்ட வார்த்தைகள் நிறையப் பயன்படுத்தியிருக்கிறீர்களே?

கெட்ட வார்த்தைன்னு எந்தச் சொல்லையும் சொல்ல முடியாது. சில சொற்களைக் கெட்ட வார்த்தைன்னு சமூகம் நமக்குக் கற்பிச்சிருக்கு. அவ்வளவுதான்.

படிக்கிறேனோ இல்லையோ எந்தத் தேர்வு வந்தாலும் விண்ணப்பித்துவிடுவேன். டிஎன்பிஎஸ்சி குரூப்2 தேர்விற்கு விண்ணப்பிக்கச் சான்றிதழ்களில் கையொப்பம் பெறச் சென்றிருந் தேன். "பரிட்சைக்குப் படிக்கிறீங்களா" என்றார். ஏதும் பேசாமல் இருந்ததைப் பார்த்துவிட்டுப் "படிக்காம சும்மா எதுக்குப்பா காசு செலவு பண்ணி அப்ளிகேஷன் போடறீங்க? போட்டித் தேர்வுக் கெல்லாம் ஒரு வருஷமாவது தீவிரமாப் படிச்சு எழுதுனாப் பலன் இருக்கும்" என்றார்.

ஒருமுறை புத்தகங்களை ஒழுங்குபடுத்தி அடுக்குவதற்காக என்னையும் மகேந்திரனையும் அழைத்திருந்தார். அன்றைக்கு ஐயா வீட்டிற்குச் சென்றது பல்வேறு சிற்றிதழ்களைப் பார்க்க வாய்ப்பாக அமைந்தது. விதவிதமான வடிவமைப்புகளில் இதழ்கள். வண்ண வண்ண அட்டைகளிலும் கோட்டோவியங்களிலும் காட்சி தந்தன. பழைய இதழ்களை நாங்கள் புரட்டிக்கொண்டிருந்தபோது ஆத்தூர் கல்லூரி மாணவர்கள் வெளியிட்டிருந்த கையெழுத்து இதழ் ஒன்றைப் பார்த்தோம். அழகான கையெழுத்தில் இதழ் முழுவதும் மாணவர்களின் படைப்புகளாக இருந்தன. மாணவர்களே முயற்சி செய்து கொண்டு வந்திருந்த இதழ் அது. நாமும் ஒரு இதழ் கொண்டு வந்தால் என்ன என்று ஆர்வம் தொற்றிக்கொள்ள, இதழ் தொடங்கும் யோசனையை ஐயாவிடம் சொன்னோம். எங்கள் ஆர்வத்தைப் பார்த்துத் தகுந்த ஆலோசனை சொல்லி இதழ் கொண்டுவர உத்வேகம் தந்தார். அதன் விளைவே ஈரநிலம் சிற்றிதழ். அதுவே பிறகு உழுநிலமாக வளர்ந்தது. ஒவ்வொரு முறை இதழ் வெளியிட்டுக் கொண்டுவந்து காண்பிக்கும்போது அடுத்த இதழைச் செழுமைப்படுத்துவதற்கான வழிமுறைகளைக் கூறுவார். அதுவே எங்களுக்குப் பல விஷயங்களைக் கற்றுக்கொள்ளும் வாய்ப்பாக அமைந்திருக்கிறது.

அன்பாக எனக்குக் கற்றுத் தந்த பல நிகழ்வுகளில் ஒன்று மெய்ப்புத் திருத்தம் பார்த்தல். பிழைகளைச் சுட்டிக்காட்டப் பயன்படுத்தும் குறியீடுகளையும் சந்திப் பிழை நீக்கும் வழிமுறை

களையும் எளிமையாகச் சொல்லிக்கொடுத்தார். அதற்குப் பிறகே நான் நூல்களை முழுமையாக வாசிக்கக் கற்றுக்கொண்டேன். பிழை திருத்தம் செய்ய ஓரளவிற்குத் தெரிந்துகொண்ட பிறகு நாகர்கோவில் காலச்சுவடு அலுவலகத்தில் மெய்ப்புத் திருத்தும் வேலையில் சேர்ந்தேன். ஒரு வார காலத்திற்குள் கண்ணில் சிறு வலி இருந்தது. அந்த நேரத்தில் "எப்பிடி நாகர்கோயில் வேலயெல்லாம் புடிச்சிருக்கா?" எனப் பதிப்பாளர் கண்ணன் கேட்க, நானும் "வேல புடிச்சிருக்கு, கண்ணுதான் வலிக்கிற மாதிரி தெரியுது" என்றேன். இதை உடனே ஐயாவிடம் கண்ணன் சொல்ல, ஐயா தொலைபேசியில் கூப்பிட்டார். "என்னப்பா புத்தகத்த ரொம்பப் பக்கத்துல வெச்சிப் பாக்கறீங்களா? கொஞ்சம் தள்ளி வெச்சி பாருப்பா, நாகர்கோயில்ல மீனெல்லாம் ரொம்பக் கொறஞ்ச வெலையில கெடைக்கும். வாங்கிச் சாப்பிடுங்க" என்றார். புத்தகத்தைச் சற்றுத் தள்ளி வைத்து மெய்ப்புப் பார்க்கத் தொடங்கினேன். மீன் சாப்பிடவும் கற்றுக்கொண்டேன். அப்புறம் கண் வலி பிரச்சினையே இல்லாமலிருந்தது.

என் நினைவில் நிற்கும் மற்றொரு நிகழ்வு. சிற்றிதழ் ஒன்றிற்கு அனுப்புவதற்காக எழுதியிருந்த கட்டுரை அது. நவீனக் கவிதைகளைப் பற்றிய கட்டுரை. ஐயாவிடம் காண்பித்துத் திருத்தம் செய்யலாமென்று சென்றிருந்தேன். கட்டுரையில் ஐயாவின் கவிதைகளை நிறைய மேற்கோள் காட்டி எழுதியிருந்தேன். அந்தப் பகுதிகளில் பெரும்பாலானவற்றை நீக்கிவிட்டு ஐயா சொன்னது இதுதான்:

'நம்மளப் பத்தி நாமளே சொல்லிக்கக் கூடாதுப்பா. மத்தவங்கதான் சொல்லணும்.'

○

15

அதையெல்லாம் கடந்தவர்

ப. குமரேசன்

சென்னையில் முதுகலை பயின்றபோது மற்ற மாணவர்களிடமிருந்து நான் சில நேரங்களில் (மட்டும்) என்னை உயர்வாக நினைத்ததுண்டு. காரணம் நவீன இலக்கியம் குறித்த அறிமுகமும் தொடர்ச்சியாகத் தமிழில் வந்துகொண்டிருக்கும் சிற்றிதழ் பற்றிய சிற்றறிவுமே. அந்தச் சமயத்தில் 'நான்' என்ற தன்னிலையை மறந்து புத்தகம் வாசிப்பதைப் பெருங்கொண்டாட்டமாக உணர்வேன். என்னுள் அத்தகைய விதையை விதைத்தவர் ஐயாதான்.

2007ஆம் ஆண்டு பிற்பாதியில் வாழ்வின் என் அடுத்த அடிவைப்பு என்ன என்ற கேள்வி என்னைக் காட்டிலும் என்னைச் சுற்றி இருப்பவர்களிடமிருந்து எழுந்து என்மீது தொடுக்கப்பட்டது. அட! வேற ஒன்னும் இல்லீங்க... நான் மூனு பேப்பர் அரியர் வெச்சிருந்தேன். மூனுமே இங்கிலீஸ். அவ்ளோ தான். வேற ஒன்னும் இல்லை. எப்படி மூன்றையும் முடிப்பது என்ற கேள்வி ஒருபுறம். மறுபுறம் நம்மால் முடியுமா என்ற கேள்வி. ஒருதாள் அரியர் வைத்தாலே பல வருடங்கள் வருகைதரும் மாணவர் போல வந்து தேர்வெழுதி, மீண்டும் வந்து தேர்வெழுதி என்னும் தொடர்கதை நீடிக்கும். நானோ மூன்று தாள் அல்லவா வைத்திருந்தேன். அதுதான் பெருங்குழப்பம்.

எல்லா ஆசிரியர்களையும் போல ஐயாவும் 'படிச்சுப் பேப்பரக் கிளியர் பண்ணு' என்று சொன்னார். சரி, வேலைக்குப் போகலாம் என்ற

எண்ணத்துடன் எதற்கோ ஐயாவுக்கு ஒருரூபாய் போனிலிருந்து பேசினேன். 'சரி. வீட்டிற்கு வாப்பா' என்றார். அன்று மாலையே ஐயாவின் வீட்டிற்குச் சென்றேன். அவரிடம் பேசிக்கொண் டிருக்கும்போது 'நீ வேலைக்குப் போயாகணுமா? உன்னோட வருமானத்த வீட்டுல எதிர்பார்க்கறாங்களா?' என்று கேட்டார். 'இல்லீங்கய்யா. எங்கண்ணன் வேலைல இருக்கறதால பணம் பிரச்சின இல்லீங்கய்யா' என்றேன். 'வேலக்கிப் போயிக் கையில காசப் பாத்துட்டா அப்பறம் படிக்கற எண்ணம் வராதுப்பா. உடனடியாக் கெடைக்கற காசுல மனசு போயிரும். படிப்போட தொடர்புலயே இருக்கணும். நீ வேலைக்கெல்லாம் போனால் இந்தப் பேப்பரக் கிளியர் பண்ணமாட்ட. வர செம்முல படிச்சுக் கிளியர் பண்ணப் பாரு' என்றார். 'அதுவரைக்கும் என்னங்கய்யா பண்றது?' என்றேன். 'அரியர் எழுதிப் பாஸ் பண்ண ஆகற ஆறு மாசத்த நெறையப் புத்தகம் படிக்கப் பயன்படுத்திக்கலாம். நாவல், சிறுகதை, கவிதைன்னும் வாசிப்பா. இப்படி ஒரு சந்தர்ப்பம் கெடச்சது நல்லதுக்குன்னு நெனச்சுக்க. நெறையப் புத்தகம் படிப்பா' என்றார். நானும் பூம்பூம் மாட்டைப் போலத் தலையை ஆட்டினேன். அவர் சில நூல்களைக் கொடுத்தனுப்பினார். அப்பொழுது பிடித்தது புத்தகம் படிக்கும் வியாதி. சுகமான இந்தப் பெருவியாதி என் மரணம்வரை தொடரும் போல.

அதே சமயத்தில் இரண்டு நிலுவைத் தாள்களுக்கு மறுமதிப்பீட்டிற்கு விண்ணப்பித்தேன். ஒருமாத இடைவெளியில் மறுமதிப்பீட்டிற்கான முடிவும் வந்தது. ஆச்சரியம் என்னவென்றால் இரண்டு தாள்களுமே தேர்ச்சி. எனக்கு அதிர்ச்சி. ஒருவேளை மூன்று தாள்களுக்குமே மறுமதிப்பீடு போட்டிருக்கலாமோ என்ற எண்ணம். நான் மேற்படிப்பைத் தொடர முடியும் என்ற எண்ணத்தைத் தந்த தருணம் அது.

ஐயாவிடம் வீராப்பாக வாங்கி வந்த புத்தகங்களை வீட்டில் வெட்டியாக இருக்கும்போது புரட்டினேன். அவர் கொடுத்த புத்தகங்களை வாசிக்கையில் முதலில் படுதர்மசங்கடமாகவும் போகப்போக இன்னும் படுதர்மசங்கடமாகவும் இருந்தது. அப்படியும் இப்படியுமாக வாசித்துவிட்டேன். அவர்மீது இருக்கும் பாசத்திலோ மதிப்பிலோ அல்ல. வாரம் முழுக்க வீட்டில் சும்மா இருந்ததால் வாசித்தேன். ஒரு வாரத்திற்குப் பின் ஐயாவின் வீட்டிற்குச் சென்றேன். பேச்சுவாக்கில் அவர் 'சரி, புத்தகம் எப்படியிருந்தது' என்றார். நான் மனத்திற்குள் 'இதையெல்லாம் இவர் படிச்சிருப்பாரோ? படுமோசமாக இருந்தது என்றா சொல்ல முடியும். பாவம் வயதானவர் வேற' என்று நினைத்துக்கொண்டேன். 'ம்ம்ம் . . . நல்லாயிருந்ததுங்க

ஐயா' என்று வார்த்தைகளை உதிர்த்தேன். என்னை விட்டாரா அவர்? 'அப்படியா, அந்த நாவலைப் பத்திச் சொல்லு' என்றார். நானும் ஏதோ சொல்லச் சொல்ல அத்தனையையும் அவருக்கே உண்டான அமைதியான முறையில் கேட்டுக்கொண்டிருந்தார்.

பின்பு அவர் நான் படித்த நாவலைப் பற்றியும் அதில் வரும் கதாபாத்திரங்கள், கதைக்கரு பற்றியும் விவரமாகப் பேசினார். என்னை ஆச்சரியத்தில் ஆழ்த்தியது அந்தப் பேச்சு. புத்தகத்தை எப்படி வாசிக்க வேண்டும், எப்படிப்பட்ட புத்தகத்தை வாசிக்க வேண்டும், இலக்கியம் படித்த மாணவனுக்கு இருக்கும் திறன், சமூகத்தைப் புரிந்துகொள்வதும் சக மனித உறவுகளை அறிவதும் கதைகளின் மூலம் முடியும் என விவரிப்பு தொடர்ந்தது. எந்தப் புத்தகத்தைப் படித்தாலும் குறிப்பெடுத்து எழுதி வைக்க வேண்டும் என்றார். இப்படி அவர் பேசியதும் நான் அவர் கொடுத்த நாவலை எப்படி வாசித்திருந்தேன் என்று புரிந்தது. அதுதான் நான் மாணவர் என்று உணர்ந்த தருணம். அதே சமயத்தில் அவரை ஆசிரியராக உணர்ந்த தருணமும் அதுவே. மூன்று வருடங்கள் எனக்கு மற்ற ஆசிரியரைப் போல அவரும் ஆசிரியர். அவ்வளவே. காரணம் பாடம் நடத்துவதில் அவ்வளவு சுவாரசியம் இருந்ததாக அவர் வகுப்பில் நான் உணர்ந்ததில்லை. ஒருவேளை அவர் நடத்தியிருக்கக் கூடும். என் ஈடுபாடும் கவனமும் அப்படி.

மேலும் அடுத்தமுறை வரும்போது படிக்கும் புத்தகத்தைப் பற்றி நான் என்ன நினைக்கிறேன் என்பதை எழுதிக்கொண்டு வரச் சொன்னார். 'என்னடா இவர் நம்மீது அடுத்த குண்டைப் போடுகிறாரே' என்ற எண்ணம். எனக்கு எழுதுவது என்றால் பெருவிருப்பு. உதாரணமாகக் 'கொண்டு' என்று எழுத வேண்டும் என்றால் 'கெண்டு' என்று எழுதுவேன். இல்லை 'கேண்டு' என்று எழுதுவேன். அதுவும் இல்லை என்றால் 'கோண்டு.' இப்படி இருக்கும் என்னை எழுதச் சொன்னால் எப்படி இருக்கும்? என்றாலும் நானும் படித்த புத்தகத்தைப் பற்றி எழுதத் தொடங்கினேன். ஒரு பத்தி எழுதுவேன், பின்பு அதை என் சிற்றறிவுக்கு உட்படுத்திச் சரிசெய்யப் பல மணிநேரம் ஆகும். அப்படியும் இப்படியுமாக எழுதினேன். அந்த நோட்டை அவரிடம் காட்டும்போது தொற்றிக்கொண்டது பயம். பேனாவால் பல இடங்களில் திருத்தினார். 'இன்னும் சரியா எழுதக்கூடத் தெரியலை' என அவர் திட்டக் கூடும் என்று நினைத்தேன். ஆனால் அவர் 'நல்லாத்தான் எழுதியிருக்கீங்க' என்றார். தவறுகளை இப்படித் தண்டனையில்லாமல் சொல்லிக் கொடுத்த ஆசிரியரை என்னவென்று சொல்ல.

ஆறு மாத இடைவெளியில் நான் வாசித்தவை முப்பத்தைந்துக்கும் மேற்பட்ட நாவல்கள், சிறுகதை நூல்கள். நன்றாக நினைவிருக்கின்றது, அன்று ஞாயிற்றுக்கிழமை. மாலை ஐந்து மணிக்கு அவரைச் சந்திப்பது என்பது முன்முடிவு. ஆனால் நாவலில் இன்னும் பல பக்கங்கள் உள்ளன. அவர் வீட்டுக்குச் செல்லும் வழியில் நடந்துகொண்டே 'ஒரு புளியமரத்தின் கதை'யைப் படித்தபடி சென்றேன். நேரம் வேறு ஆயிற்று. நாவலின் கடைசி ஈர்ப்பு என்னை விடவும் இல்லை. ஆனால் நோட்டில் எழுதவில்லையே என்ற பயம். 'அடப் போடா . . . சொல்லிக்கொள்ளலாம்' என்று தைரியம் கொண்டு அவரிடம் உண்மையைச் சொன்னேன். சிரித்துக்கொண்டே சொன்னார், 'தப்பில்லை. ஆனால் மறக்காமல் எழுத வேண்டும்.'

இப்படி அவர் அறிமுகப்படுத்திய எழுத்தாளர்கள் பலர். மாயூரம் வேதநாயகம் பிள்ளை, மாதவய்யா, பொன்னீலன், பிரபஞ்சன், சு.ரா., சோ. தர்மன், நாமக்கல் கவிஞர் என்று பட்டியல் நீண்டுகொண்டே இருக்கும். இது மட்டுமல்லாமல் சிற்றிதழ்கள்மீது ஆர்வத்தைக் கூட்டினார். அவர் வீட்டில் எப்போதும் சிற்றிதழ்கள் இருக்கும். அதை அப்படியே கொடுத்து 'முழுவதும் படித்து வா' என்று சொன்னது கிடையாது. ஆனால் குறிப்பிட்ட சில கட்டுரைகளை மட்டும் தேர்ந்தெடுத்துக் கொடுத்துப் படிக்கச் சொல்வார். எனது திறனை அறிந்து செய்த தேர்வு. ஒரு கட்டத்தில் நாவல், சிறுகதை படிப்பதை விடுத்துச் சிற்றிதழ்கள்மீது மிகுந்த ஆர்வம் எற்பட்டது. தொடர்ச்சியாக இன்றுவரை பல இதழ்களுக்கு ஆண்டுச் சந்தா உறுப்பினராக இருக்கிறேன். அத்தனையும் படித்து விடுவேனா என்பது வேறு.

பல சமயங்களில் அவரை நான் கிண்டல் செய்தது உண்டு. செய்துகொண்டுமிருக்கிறேன். உதாரணத்திற்குச் சென்னையில் நான், முத்துசாமி அண்ணன், பாலு அண்ணன், ஜெயக்குமார், ஐயா, லட்சுமன் ஆகியோருடன் அறையில் தங்கியிருக்கும்போது இரவில் பல மணிநேரம் விவாதம் நீடிக்கும். அதில் எந்தத் தயக்கமும் இல்லாமல் பல்வேறு விமர்சனங்களை அவர்மீது வைத்துள்ளேன். 'நீங்கள் எழுதுவது போல், உங்கள் செயல்பாடு இல்லை' என்று வெளிப்படையாகக் கூறியிருக்கிறேன். இப்படி நான் சொல்லும்போது விவாதம் சூடேறும். இரவு ஒருமணி இரண்டு மணிவரை தொடரும். அவர் சொல்வார் 'நீ சென்னை வந்ததும் ரொம்ப மாறிட்டப்பா' என்று. நானும் 'ஆமாங்கய்யா, நீங்களும் முன்புபோல இல்லை, இப்ப ரொம்பவே மாறிட்டிங்க' என்று பதில் கூறுவேன். அந்த அளவிற்கு அவரிடம் நேரடியாக அவரைப் பற்றி விமர்சனம் செய்ய உரிமை கொடுத்தவர். சில நேரங்களில் விவாதத்தின்போது என்மீது கோபப்படுவார்.

ஏனென்றால் என் கேள்வி அப்படியிருக்கும். செமத்தியாக வாங்கிக் கட்டிக்கொள்வேன். சிறிது நேரம் கழித்து மீண்டும் எப்பொழுதும் போல இயல்பாகப் பேசுவார். அப்பொழுது எல்லாம் நினைப்பேன், இவர்தான் ஐயா என்று.

நாமக்கலில் நான் படிக்கும்போது அவரின் செயல்பாடு மற்ற ஆசிரியர்களைவிட வேறுபட்டிருந்தது. இளைஞர் செஞ் சிலுவைச் சங்கத்தின் கல்லூரிப் பொறுப்பாளராக அவர். கல்லூரியின் மாணவர் பொறுப்பாளராக நான். தான் ஏற்றுக் கொண்ட பொறுப்பைச் சிறப்பாகச் செய்ய வேண்டும் என்ற எண்ணம் கொண்டவர் ஐயா. இரத்தப் பிரிவு கண்டுபிடிக்கும் முகாமை கல்லூரியில் செஞ்சிலுவைச் சங்கம் மூலம் நடத்தினார். அந்த முகாமில் கல்லூரியில் இருக்கும் எண்பது விழுக்காடு மாணவர்களுக்கு அவரவர் இரத்தப் பிரிவு அறிய வழிவகை செய்தார். இதில் என்ன ஆச்சரியம் என்றால் நாற்பது வயதைக் கடந்த பேராசிரியர்கள் பலரும் அந்த முகாமில்தான் தங்களின் இரத்தப் பிரிவு வகையை அறிந்தார்கள்.

மாணவர்களுக்கு ஆளுமைத் திறன்களை வளர்க்கும் இடமாக இளைஞர் செஞ்சிலுவைச் சங்கமிருந்தது. பிற கல்லூரிக்கு எங்கள் கல்லூரி மாணவர்கள் பல்வேறு பயிலரங்கிற்குச் சென்றார்கள். கல்லூரியில் இளைஞர் செஞ்சிலுவைச் சங்கத்திற்கு ஆண்டு விழாக் கொண்டாடினோம். அவ்விழாவில் மாணவர்கள் பங்கேற்கும் விதமாக வாசகப் போட்டி, பேச்சு, கட்டுரை, கவிதை எனப் பல்வேறு போட்டிகள் நடத்திப் பரிசுகள் வழங்கப்பட்டன. இளைஞர் செஞ்சிலுவைச் சங்கத்தின் முதன்மை உறுப்பினர்கள் பத்து மாணவர்கள். ஒவ்வொரு மாணவரும் தனக்குக் கீழ் பத்து மாணவர்களைச் சேர்க்க வேண்டும். எய்ட்ஸ் பற்றிய விழிப்புணர்வை அவர்களுக்கு ஏற்படுத்த வேண்டும். ஏன் என்றால் அப்போது நாமக்கல் மாவட்டம் எய்ட்ஸில் முதலிடம்.

ஒருமுறை நாமக்கல் அரசு மருத்துவமனையில் ஒரு நபருக்கு அறுவை சிகிச்சை செய்யவிருப்பதாகவும் அவருக்கு 'பி நெகட்டிவ்' இரத்தம் தேவை எனவும் எங்களை அணுகினார்கள். உடனடியாக ஐயா அதற்கு ஏற்பாடு செய்தார். அந்த இரத்த வகை என்பது அரிதானது. எம்துறை மாணவர் க.கைலாஷ் அத்தகைய இரத்தப் பிரிவு வகையைச் சார்ந்தவர். அவர் இரத்த தானம் செய்வதற்கு முன்வந்தார். எந்தவிதப் பலனும் இன்றி இவ்வாறு பல மாணவர்கள் இளைஞர் செஞ்சிலுவைச் சங்கத்தின் மூலமாக இரத்த தானம் செய்தார்கள். இவ்விதம் மாணவர்கள் மூலம் பல்வேறு அக்கறை உள்ள சமூகப் பணிகளையும் செய்துள்ளார். செஞ்சிலுவைச் சங்கத்தின் கூட்டங்களில் மாணவர் மனம் கொள்ளும்படி உரையாற்றுவார் அவர். அவற்றின் மூலமாக

உத்வேகம் பெற்றவர்கள் பலர். நிகழ்வுகளை ஏற்பாடு செய்தல், விருந்தினர்களை அழைத்தல், போட்டிகளை முன்னின்று நடத்துதல் உள்ளிட்ட வேலைகளை மாணவர்களையே செய்யத் தூண்டுவார். அவற்றின் மூலம் மாணவர்கள் பயிற்சி பெற வேண்டும் என்பது அவர் எண்ணம். கோப்பில் மட்டுமே இருந்த செஞ்சிலுவைச் சங்கத்திற்குப் பொறுப்பேற்று அதன் வழியாகப் பல்வேறு பணிகளைச் செய்ய முடியும் என்பதை நிரூபித்தார் ஐயா.

எந்தப் பொறுப்பையும் உடனடியாக எடுத்துக்கொள்ள மாட்டார். ஆனால் எடுத்த பொறுப்பை மிக நேர்த்தியாகச் செய்வார். நாமக்கல் கல்லூரியில் நூலகர் ஓய்வு பெற்றதும் அதன் பொறுப்பாளராக ஐயாவை நியமித்தார்கள். ஒட்டுமொத்த நூலகமும் மாற்றம் கண்டது. மாணவர்கள் தேவையான நூல்களை மதியத்திற்குள் எழுதித் தந்தால் மாலையே நூல் கிடைக்க வழிவகை செய்தார். இதற்கு முன்பு அப்படியில்லை என்பதே உண்மை. பல ஆசிரியர்கள் நூலகத்தில் இருந்து விலையுயர்ந்த நூல்களை எல்லாம் எடுத்துச் சென்றுவிட்டனர். ஆனால் திருப்பி ஒப்படைக்கவில்லை. இதில் சிலர் பணிமாறுதல் பெற்றவர்கள், ஓய்வு பெற்றவர்களும் அடக்கம். அத்தனை பேருக்கும் தகவல் கொடுக்கப்பட்டது. அதுவரை புத்தகத்தைத் திருப்பிச் செலுத்தத் தவறியதற்கான கட்டணம் ஒவ்வொரு நபரிடமும் வசூல் செய்து நிர்வாகத்திடம் ஒப்படைத்தார். அதில் அவரின் நேர்மையை நினைத்தும் உழைப்பை நினைத்தும் வியந்ததுண்டு.

மூன்றாமாண்டு படிக்கும்போது என்னைத் துறைக்கு அழைத்தார். ‘ஏன் குமரேசன் மார்க் எல்லாம் கம்மியாயிருக்கு’ என்றார். ‘நீயெல்லாம் படிச்சா நல்லாப் படிப்பே, ஆனாப் படிக்காம ஏமாத்துற’ என்றார். அப்பொழுது என் நிலுவைத் தாள்களின் எண்ணிக்கை இரட்டை இலக்கத்தினுள் அடக்கம். மூன்றாமாண்டில் அறுபது விழுக்காட்டிற்கு மேல் நான் தேர்ச்சி. அவர் நடத்திய சங்க இலக்கியத்தில்தான் என்னளவில் நான் அதிக மதிப்பெண். சங்க இலக்கியத்தை நடத்தும்போது செய்யுளைச் சீர் பிரித்துப் படிப்பார். அது என் போன்ற மாணவர்களுக்காக. அவர் கொடுப்பவற்றை நோட்டில் எழுதிவர வேண்டும். பள்ளி மாணவனைப் போலக் கையொப்பம் வாங்க வேண்டும். பல சமயங்களில் கோபத்தை மூட்டும் அவரது இத்தகைய செயல்கள். ஆனால் சங்க இலக்கிய வகுப்பில் அவரின் செயல்பாடு மிகுந்த மதிப்பையும் மரியாதையையும் தரும்.

வகுப்பைச் சரியாகக் கவனிக்காத என் மனதிலும் அவர் சொன்ன பல்வேறு வார்த்தைகள் பதிந்திருக்கின்றன. அவற்றை

இன்றும் நான் பயன்படுத்துவது உண்டு. அவர் சொல்வார், 'சொல்லில் எந்தக் குற்றமும் இல்லை, அதை எடுத்துக்கொள்ளும் மனிதரிடம்தான் உள்ளது.' எனக்குப் பல்வேறு சமயங்களில் அவர் சொன்ன மற்றொரு வாசகம் நினைவுக்கு வரும். அது 'கசப்பு என்பதும் ஒரு சுவையே.' இந்த வாசகத்தை நான் மனித மனம், மனிதர்கள், வாழ்வியல் சம்பவங்கள் என்று பொருத்திப் பார்த்துக்கொள்வது உண்டு. ஆம், உணர்ந்தால் உண்மையாகவே கசப்பும் ஒரு சுவைதான். சுவைத்தால் அதை ஏற்றுக்கொள்ளவும் முடியும்.

சென்னை, ரோஜா முத்தையா நினைவு ஆராய்ச்சி நூலகத்திற்கு அவருடன் சென்றபோது தனிப்பாடல் பதிப்பைப் பற்றிய புரிதலை எனக்கு உண்டாக்கினார். பல பதிப்புகளில் உண்மையான சொற்களை எடுத்துவிட்டு வேறு சொற்களைக் கொடுத்துப் பதிப்பித்திருப்பார்கள் என்றார். நானும் அவரும் பல பாடல்களைத் தேடிப் பார்த்தோம். அதில் அவருக்கிருந்த ஆர்வம் அலாதியானது. அப்பொழுது அவரிடமிருந்து நாம் கற்க வேண்டியது ஏராளம் என நினைத்தேன். கு.ப.ரா. சிறுகதைப் பதிப்பில் அவரது இடைவிடாத உழைப்பையும் உடனிருந்து கண்டேன்.

இன்று நான் நினைத்துப் பார்க்கிறேன். கல்லூரியில் அப்படி ஒன்றும் படிக்கக் கூடிய மாணவன் அல்ல நான். சுமாராகப் படிக்கும் மாணவனைவிடக் கீழ்நிலையில் இருக்கும் மாணவன் தான் நான். எழுதுவதே தடுமாற்றம் என்ற நிலையில் இருந்தவன் நான். எனக்குப் படிப்பதற்குப் பண உதவிசெய்து, அதை நானாகக் கொடுக்கும்வரை கேட்காத மனம் கொண்டவர். இன்று நான் ஒரு அரசுப் பள்ளி முதுநிலைத் தமிழாசிரியர். ஓரளவிற்கு மெய்ப்புத் திருத்தும் வேலையையும் கற்றுக் கொடுத்திருக்கிறார். இவரைப் போல் ஒரு ஆளுமை இல்லையென்றால் இலக்கிய வாசமே இல்லாமல் போயிருக்கும் எனக்கு. அத்துடன் என் வாழ்வும் கேள்விக்குறியாயிருக்கும். தான் எழுத்தாளர் என்னும் பிம்பத்தை முன்னிறுத்திக்கொண்டு என் போன்ற மாணவர்களை அவர் அணுகியது இல்லை. அந்தப் பிம்பத்தை நாங்கள் அவரிடம் கண்டதுமில்லை. ஏன் என்றால் அதையெல்லாம் கடந்தவர் அவர்.

○

16

தொலைதூரத்து உளிகள்

க. கைலாஷ்

கல்லூரியில் சேர்ந்து ஒரு மாதம் இருக்கும். அறிவிப்புப் பலகையில் திருக்குறள் எழுதிப் போடும் வாய்ப்புக் கிடைத்தது. ஒருநாள் காலை ஏழு மணி இருக்கும். திருக்குறள் எழுதிக்கொண்டு இருந்தேன். பின்னாலிருந்து நான் எழுதுவதைப் படித்தபடி யாரோ நின்றிருப்பதை உணர்ந்தேன். உடனே திரும்பினேன். அகன்றிருந்த கால் ஒன்றாகியது. வணக்கம் ஒன்று போட்டேன். மெல்ல விசாரிப்புத் தொடங்கி முடிந்தது. எல்லாம் ஒரே துறை. தமிழ்த்துறைதான். என் பெயர் க. கைலாஷ், முதலாமாண்டு தமிழ் இலக்கியம் என்றேன். அவர் தன்னுடைய பெயர் பெ. முத்துசாமி என்று கூறிவிட்டுத் தான் படிப்பதை ஆங்கிலத்தில் சொன்னது எனக்கு அப்போது புரிய வில்லை. புரிந்தும் புரியாமலும் தலையை மட்டும் ஆட்டினேன்.

பேச்சுவாக்கில் 'ஐயா உனக்கு என்ன பாடம் எடுக்கிறார்' என்றார். எனக்கு யாரென்று தெரிய வில்லை. தெரியாது என்று சொன்னால் ராகிங் உண்டு என்று நினைத்துக்கொண்டேன். பதில் சொல்லாமல் விழித்தேன். சுதாரித்துக்கொண்ட முத்துசாமி அண்ணன் 'பயப்படாதப்பா. ஐயாவைத் தெரியாமல் இன்னமும் இருக்கியே' என்றார். விடுதி எண் ஐந்தில் தங்கி இருப்பதாகச் சொன்னார். அதற்கு முன் ஐயா வீட்டில் தங்கி இருந்ததாகவும் கூறினார். ஐயா வீட்டிலிருந்து படிக்கிறார் என்றால் நல்லாப் படிப்பாரு போல என்று நினைத்துக்கொண்டேன்.

முதலாமாண்டு முடியும் தறுவாய் வரை விடுதியில் அறையைக் கூட்டிப் பெருக்கிச் சாப்பாடு எடுத்து வைப்பதிலேயே காலம் முடிந்தது. முத்துசாமி அண்ணனுக்குச் சாப்பாடு எடுத்து வைக்க மறந்ததே இல்லை.

அவ்வப்போது வருவார். ஐயாவைப் பற்றிச் சொல்வார். ஐயா வீட்டில் நாவல் திருத்தும் பணி இருந்ததாகவும் அப்போது சோ.தர்மனின் 'கூகை' நாவலுக்கு மெய்ப்புப் பார்த்துக்கொண்டு இருப்பதாகவும் கூறினார். எல்லா சீனியரையும் போல இவர் சொல்வதையும் கேட்டுக்கொள்வேன். அன்போடு பேசிக்கொண்டு இருப்பார். ஐயாவின் சில நூல்களின் பெயர்களைச் சொல்லிப் படிக்கச் சொல்வார். எனக்கு ஆச்சரியமாக இருக்கும். நம்ம ஐயா புத்தகமெல்லாம் எழுதியிருக்காரே என்று. எங்கள் ஊரில் பெருமையாகச் சொல்லிக்கொள்வேன், எங்க சாரு புத்தக மெல்லாம் எழுதியிருக்கார்னு.

ஒரு நாள் 'ஐயா வீட்டில் கூட்டம் வாங்க' என்று சொல்லிச் சென்றார் முத்துசாமி. வகுப்பு முடிந்து ஐயாவும் அழைத்ததாக ஞாபகம். ஐயாவுக்கு என்மீது தனிக் கவனம் உண்டு. எந்தக் கூட்டமாக இருந்தாலும் எனக்கு அழைப்பு வரும் 'ஐயா உன்னை வரச் சொன்னார்' என்று. எல்லாரும் போய்விட்டனர். ஐயா வீடு எங்க இருக்குன்னு தெரியும். அதனால் தனியாகவே அந்த வீதியில் விசாரித்துச் சென்றேன். அன்றைய கூட்டத்திற்கு எழுத்தாளர் பிரபஞ்சன் வந்திருந்தார். பொ. வேல்சாமியும் இருந்தார்.

இரண்டாமாண்டு படிக்கும்போது முத்துசாமி அண்ணன் பாரதிதாசன் ......யம் ஒன்றை வரைந்து வைத்திருந்தார். அன்று வரை எனக்கு ......ட்டர் பெயிண்டிங் பற்றித் தெரியாது. எனக்கும் ஓவியத்தில் ...... நசம் ஆர்வம் உண்டு. ஒரு பெண் படத்தை வரைந்து ......ந்தேன். ஒருநாள் அதை ஐயா பார்த்துவிட்டு நன்று என்று ......யிருந்தார். அன்று அந்த ஓவியம் அழகாய்த் தெரிந்தது. ......லிருந்து ஓவியம் வரைய ஆரம்பித்தேன். பறவை, இய...... ......ஏன வரைந்துகொண்டிருந்தேன். ஐயா பாடம் நடத்தும்போ...... அவரையே பார்த்துக்கொண்டு இருப்பேன். கொடாப்பு ......ன்ற தலை, இரு பக்கமும் கொஞ்சம் ஏறிய நெற்றி முடி, ...நி வெட்டிய புருவம், கூர்த்த பார்வை. அந்தப் பார்வையை மட்டும் வரையவே முடியவில்லை இன்றளவும். பருத்த மூக்கு, அதன் துவாரத்திலிருந்து தொங்கி நீண்டு சரிந்த மீசை. சவரம் செய்யாத இளம் தாடியோடு முகம் என நினைத்து நினைத்து வகுப்பறையிலும் விடுதியிலும் அவ்வப்போது வரைந்து கொண்டே இருப்பேன். அவருக்கும் எனக்குமான தொடர்பை

எங்கள் ஐயா

எனக்குள்ளே வளர்த்துக்கொண்டேன். ஐயாவைப் போலவே தாடி வைத்துக்கொள்வது, அவருக்குப் பிடித்த மாதிரி என்னை இலக்கியத்தோடு ஈடுபடுத்திக்கொள்வது எனக் காலம் நகர்ந்தது.

ஒருநாள் முத்துசாமி அண்ணன் கவிதை ஒன்றைச் சொல்லி விளக்கினார். இந்தக் கவிதை படிப்போர் அனைவருக்கும் ஒவ்வொரு அனுபவத்தைக் கொடுக்கும் என்று சொன்னார். பல கவிதைகள் அதே போல எழுதி எழுதி ஐயாவிடம் காட்டினேன். படித்துப் பார்த்துவிட்டுச் சில வரிகளை மட்டும் எதாவது ஒரு கவிதைக்குப் பயன்படுத்திக்கொள் என்பார். 'சாலையோரச் செடியிலையில் படிந்திருக்கும் மென்மையான மண் சொல்லும் அந்தக் கதை' என்ற வரியைத்தான் ஐயா முதன் முதலில் 'நல்லாருக்கு' என்று சொன்னார். அவ்வப்போது சில சந்தேகங்கள் எழும். அதற்கு அவரது படைப்புகள் பதில் சொல்லும்.

ஒருநாள் ஐயா 'நாம் அனுபவிக்காத சில தருணங்களையும் அந்த இடத்தில் வாழ்ந்தது போலக் கொடுக்கும் அனுபவமே சிறந்த படைப்பு' என்றார். 'நீர் மிதக்கும் கண்கள்' கவிதைத் தொகுப்பைப் படித்ததிலிருந்து சிலவற்றைப் புரிந்துகொண்டேன். அன்றிலிருந்து நான் எழுதும் கவிதையும் மாற்றம் அடைந்தது. 2008இல் ஈரோடு கொங்கு மண்டலக் கலைவிழாவைக் காலச்சுவடு நடத்தியது. அன்று நான் ஒரு கவிதை எழுதி ஐயாவிடம் காட்டினேன். இரண்டாமாண்டு மாணவர் ஒருவர் 'இந்தக் கவிதையை என்னால் ஜீரணிக்கவே முடியவில்லை' என்றார். அதில் ஒரு வரி 'என் விதர் நாகமாய் நெளிகிறது' என்று வந்தது. அன்று ஐயா 'கைலாசு சீக்கிரத்திலேயே கவிஞர் ஆயிருவீங்க' என்றார். என் கவிதைகளுக்குச் சிறகு முளைக்க ஆரம்பித்ததாக உணர்ந்தேன்.

எனக்கு நடனம் நன்றாக வரும். மேடையில் நடனம் ஆடப் பல கலைநிகழ்ச்சிகளுக்குச் சென்றிருக்கிறேன். அதன்பின் கூத்துப் பார்க்கவும் ஊர் ஊராகச் சென்றிருக்கிறேன். அரப்புளி தாத்தாவிடம் நாடகப் புத்தகம் வாங்கிப் பாடல்களைப் படித்துக் கொண்டு இருப்பேன். அன்று இரவு கொங்கு மண்டலக் கலைவிழாவில் 'சித்ரவள்ளி' நாடகம். அதில் வரும் பாடலில் சில வரிகள் எனக்கு மிகவும் பிடித்துப்போயின.

காடுவெட்டப் போறேனடி சித்ரவல்லி
நீ கஞ்சி கொண்டு வாருமடி சித்ரவல்லி
கஞ்சி கொண்டு வாராவிட்டா சித்ரவல்லி
நா களைச்சே வீழ்ந்துருவேன் சித்ரவல்லி
ஆக்கவே ஒன்னுமில்ல சாமி
அடுப்புல போட ஒன்னுமில்ல சாமி
குத்தயே உலக்கயுமில்ல சாமி

என்று அப்பாடல் வரும். எனக்கு மறக்க முடியாத அனுபவத்தையும் நாடகத்தின் மீது ஓர் ஆர்வத்தையும் அந்நிகழ்வு ஏற்படுத்தியது. அன்று சுகுமாரன், அறிவுமதி, தேவிபாரதி முதலிய எழுத்தாளர்களை அறிமுகப்படுத்தி வைத்தார் ஐயா. எந்தக் கூட்டமாக இருந்தாலும் என்னைத் 'தமிழில் ஆர்வமுள்ள மாணவர்' என்று அவர்களுக்கு அறிமுகம் செய்து வைப்பார். கூட்டம் நடக்கும் இடத்தில் இடைவேளையில் பிற எழுத்தாளர்களோடு அவர் பேசிக்கொண்டு இருப்பார். அப்போது என்னையும் வந்து அதில் கலந்துகொண்டு என்ன பேசிக்கொண்டு இருக்கிறார்கள் எனக் கேட்கச் சொல்வார்.

ஐயா போகிற போக்கில் சொல்லிச் செல்லும் கருத்துகள் சிந்தனையை ஆட்கொள்ளும். புதுமைப்பித்தனின் 'பொன்னகர'த்தில் வரும் பால் கஞ்சியைப் பற்றி ஒருமுறை 'அது பால் கலந்து செய்யும் கஞ்சியல்ல' என்றார். கிழவி ஒருத்தியை வீட்டு விருந்தில் யாருமே கவனிக்காமல் இருந்ததால் கடைசியாகப் பசி தாங்காமல் எச்சில் இலையில் கிடந்ததைப் போய் எடுத்துத் தின்ற 'கிழக்குழந்தை' என்னும் பிரேம்சந்தின் கதையை ஒருமுறை விவரித்தார். 'இந்த பொதுசனம் ஒவ்வொரு பாக்கெட் பீயை இலவசமாய்க் கொடுத்தாலும் அடி போட்டுக்கொண்டுதான் வாங்குவார்கள்' என்றார் ஒருமுறை. கிண்டலாக என் நண்பன் ரவிக்குமாரிடம் 'தேர்வு எழுதிப் பெயிலாப் போறதுக்காகவாவது ஹால் டிக்கெட் வாங்கி வைப்பா' என்றார். இப்படி அவரோடு இருந்த நாட்களில் அவருடைய பேச்சு ஏதாவது புதிய புதிய சிந்தனையைக் கிளப்பி விட்டுக்கொண்டே இருக்கும்.

கல்லூரியில் செஞ்சிலுவைச் சங்கத்துக்கு அவர் பொறுப்பாசிரியர் ஆனபோது அதற்கென்று தனி அறை ஒன்றைப் பெரும் போராட்டத்திற்குப் பிறகு வாங்கினார். அதைச் சுத்தம் செய்து வைத்தோம். ஐயா வந்து பார்த்துவிட்டுச் 'சரிப்பா. இனிமே இங்க வந்து படிங்க. சாப்பிடறதுன்னாக்கூடச் சாப்பிடுங்க. தினமும் பயன்படுத்துங்க. இல்லினா நமக்கான இடத்தைத் தக்க வச்சிக்க முடியாது' என்று சொன்னது இன்றும் என் காதில் விழுந்துகொண்டே இருக்கிறது. 'நம்ம இடத்தைத் தக்க வைக்கனும்னா நம்மை நாம் தினமும் புதுப்பிச்சிக்கிட்டே இருக்கணும்' என்று அவர் சொன்னது ஒவ்வொரு நாளும் என்னைப் படிக்கத் தூண்டிக்கொண்டே இருக்கிறது. ஐயா சொன்னவை வெறும் வார்த்தைகள் அல்ல. அவை தொலைதூரத்து உளிகள். எங்கிருந்தாவது என்னைச் செதுக்கிக்கொண்டே இருக்கின்றன.

நான் மேல்நிலை வகுப்பில் எந்த ஆசிரியருக்கும் பயந்ததே இல்லை. சொல்லப்போனால் எதிர்த்துப் பேசுவது, கிண்டல்

செய்வது என இருந்தேன். என் அனுபவம் அப்படித்தான் இருந்தது. கல்லூரி வந்த மூன்றாண்டு காலத்தில் என் பயணம் நேர் திசையில் செல்வதாக உணர்ந்தேன். அடுத்து எங்கு சேர வேண்டும், என்ன படிக்க வேண்டும், எனக்கு எந்தத் துறை நன்றாக வருகிறது என்ற புரிதல் வந்துவிட்டது. அவரோடு இருந்த காலங்களில் அவருடைய பேச்சும் எழுத்தும் என் சரீரத்துக்குள் புகுந்து என் ஆன்மாவைத் துண்டியது என்றே சொல்லலாம். இவ்வுலகை நேசிக்கச் செய்தவர் அவர். நான் அவரை மிகவும் நெருங்கிச் செல்லவும் இல்லை. அவரை விட்டு ஒருபோதும் விலகியதும் இல்லை.

இலக்கணம் நடத்தும் போது திடீரெனக் கேள்வி கேட்பார். 'சரியா தவறா' என்பார். நாம் நினைத்தபடி பதில் சொல்லித் தப்பித்துக்கொள்ள முடியாது. 'சரின்னா ஏன் சரின்னு சொல்ல னும். தவறுன்னா ஏன் தவறுன்னு சொல்லனும்' என்பார். இன்குலாபின் 'அவ்வை' நாடகமாக இருந்தாலும் சங்க இலக்கிய மாக இருந்தாலும் சரி. ரொம்ப இயல்பாகச் சொல்லுவார். சங்க இலக்கியம் நடத்தும்போது ஒரு நாவலின் கதை சொல்லுவது போலவே இருக்கும். அந்த இடத்தில் நான்தான் சங்க இலக்கியத் தலைவன், என் கதையை அப்படியே சொல்கிறார் என்று தோன்றும். 'கற்றது தமிழ்' படம் வெளியான காலத்தில் விடுதி யில் என்னைக் கேலியும் கிண்டலும் செய்திருக்கிறார்கள். அப்போது *காலச்சுவடு* இதழில் அப்படத்தைப் பற்றி ஐயா ஒரு விமர்சனக் கட்டுரை எழுதியிருந்தார். அந்தக் கட்டுரை எனக்கு நம்பிக்கை தந்தது. ஒரு உத்வேகத்தைத் தந்தது. தமிழ் படித்தவர் களுக்கு வேலையில்லை, வேலையில்லை என்று சொல்லிக் கொண்டிருப்பதை விட்டு வாய்ப்புகளைத் தேடச் செய்தது.

ஒருமுறை ஐயா என் சக மாணவர்களோடு கொல்லிமலை சுற்றுலா சென்று வந்ததாகக் கூறினர். அந்த மாதத்தில் *காலச்சுவடு* இதழில் அந்தச் சுற்றுலா பற்றி ஒரு கவிதை எழுதியிருந்தார். அதில் ஒரு வரி 'என் தாத்தாவின் கோவண வாலாய்த் தொங்கிக் கொண்டிருக்கும் அருவி' என்று இருந்தது. ஒரு அனுபவத்தை எப்படிக் கவிதையாக்குவது என்று அப்போது புரிந்தது. நீர் மிதக்கும் கண்கள் தொகுப்பில் குழந்தைகளின் செயல்கள் பற்றிய கவிதைகள் எனக்கு மேலும் பல அனுபவங்களைக் கவிதை யாக்கும் புரிதலைத் தந்தது. எனக்கு ஆச்சரியத்தை தருவது அவர் எழுதிய சில விசயங்களைப் படித்துவிட்டு மீண்டும் அவரைப் பார்க்கும்போது எல்லாத்துக்கும் நான் பொறுப்பல்ல என்பது போலவே அவர் முகம் தோன்றுவதுதான்.

கவனித்தல் எனக்கு ரொம்பப் பிடிக்கும். அதனாலேயே சென்னை சென்றேன். எனக்குப் பிடித்த எழுத்தாளர்கள் எல்லாம் அங்கேதான் அதிகமான கருத்தரங்கிற்கு வந்து கலந்து கொள்கிறார்கள். ஆகவே சென்னைப் பல்கலைக்கழகத்தில் சேர்ந்தேன். அங்கு ஐயாவின் மாணவன் என்றால் தனி மரியாதை உண்டு. அதை நான் பலமுறை உணர்ந்திருக்கிறேன். அங்கு போனதிலிருந்து இலக்கியத்தில் புதிய தேடல் தோன்றியது. ஆனால் நான் கவிதையோ சிறுகதையோ எழுதினால் யாரிடம் காட்டுவது என்று தெரியவில்லை. அப்போதிருந்து ஐயாவுக்கும் எனக்கும் ஒரு இடைவெளி தோன்றியது. அவரோடு நேரடியாகப் பேசும் வாய்ப்புக் குறைந்தது. இதழ்கள் வழியே அவருடைய கதைகள், கவிதைகள் படிப்பேன். இதழ் வாங்கியதும் உடனே தேடுவேன். அப்புறம் படித்துவிடுவேன். படித்து முடிக்கும் போதெல்லாம் எனக்கு ஒரு சிறுகதை எழுதக் கரு கிடைத்துவிடும். எழுத ஆரம்பித்துவிடுவேன். இப்போதும் இதழ்கள் வாங்கியதும் அவரைப் பற்றி ஏதாவது இருக்கிறதா என்று பார்ப்பேன். உடனே அவர் ஏதாவது எழுதியிருக்கிறாரா என்று தேடுவேன். ஆம். தேடிக்கொண்டே இருக்கிறேன்.

○

17

என்றும் ஆசான்
செ. கோபி

நான் பள்ளிப் பருவத்திலிருந்தே படிப்பில் சுமாராக இருப்பினும் மாணவர்களோடும் ஆசிரியர்களோடும் மிக எளிதாகப் பேசிப் பழகும் இயல்பை உடையவன். ஆசிரியர் பாடம் நடத்தும்போது படிக்கும் மாணவர்கள் கேள்வி கேட்கிறார்களோ இல்லையோ நான் கேட்டுவிடுவேன். இதனால் நான் ஆசிரியர் மத்தியில் பிரபலம். இந்நிலையில்தான் 2001ஆம் ஆண்டு பி.ஏ. தமிழ் இலக்கியம் பயில்வதற்காக நாமக்கல் அரசு கல்லூரியில் சேர்ந்தேன். முதலாமாண்டு முதல்பருவத்தில் எங்களுக்குப் பெரும்பாலும் கௌரவ விரிவுரையாளர்கள்தான் பாடம் நடத்தினார்கள். அவர்களின் பாடவேளைகள் என்றால் மாணவர்களுக்கு மகிழ்ச்சிதான். அவர்களைப் பாடம் நடத்தவிடாமல் கேள்விகள் கேட்டு ஒருவிதச் சலசலப்பு ஏற்படுத்துவது என்னுடைய இயல்பு. அதனால் பாடம் நடத்துவது தடைபடுகிறது என்று எல்லா ஆசிரியர்களும் வகுப்பிற்கு வரும் பொழுதே 'கோபி அமைதியா இரு' என்று சொல்லும் நிலைக்கு வந்துவிட்டார்கள். இந்த அங்கீகாரமே எனக்குப் பெருமையாக இருந்தது.

இரண்டாம் ஆண்டில்தான் ஐயா வகுப்பிற்கு வந்தார். பாடத்திற்குப் பொருத்தமற்ற கேள்விகள் கேட்டாலும் கோபப்படாமல் பதில் சொல்வார். அதுவும் பொத்தாம் பொதுவாகப் பதில் கூறாது மிகத் துல்லியமாகப் பதில் கூறுவார். இப்படி நான் அவரிடம் கேட்ட கேள்விகள் பல. ஒருநாள்

சிறுபாணாற்றுப்படை பாடம் நடத்தும்போது நல்லியக்கோடன் சிறுபாணர்களுக்குப் பழம்படுதேறல் கொடுத்து உபசரித்தான் என்று நடத்தியபோது 'தேறல்' என்பது கள் என்றார். இடைமறித்து 'ஐயா கள் குடித்தால் ஏன் போதை வருகிறது' என்றேன். அவர் சிரித்தார். 'கள் பெண் மரத்தில் இருந்துதான் இறக்குகிறார்கள்' என்று நான் முந்திக்கொண்டு பதில் சொன்னேன். அதற்குக் கோபப்படாமல் 'அப்படியில்லப்பா, பெண்மரத்தில் ஒரு குறிப்பிட்ட பருவத்தில்தான் கள் இறக்க முடியும். ஆண் மரத்தில் வருடம் முழுவதும் கள் இறக்கலாம்' என்று கூறியது எனக்குப் புதிய செய்தியாக இருந்தது.

அன்றைய காலகட்டத்தில் என் தந்தை அதிகப்படியான சாராயத்தைக் குடித்துவிட்டு வீட்டையே அமர்க்களம் செய்து விடுவார். அதனால் போதை தரும் அனைத்துப் பொருட்களையும் கெட்டதாகவே நினைத்திருந்தேன். அப்படிப் போதையோடு தொடர்புடையதாகக் கருதிய கள் பற்றிய சிந்தனையில் மாற்றம் உருவானதற்கு அடிப்படை விதையைத் தூவினார். பிற்காலத்தில் அவர் எழுதிய நாவல்களைப் படிக்கும்போதுதான் அவரது பனைமரம் பற்றிய பரந்துபட்ட அறிவையும் பனைமரத்தை அடிப்படையாகக் கொண்ட பண்பாட்டு வாழ்வியலையும் புரிந்துகொள்ள முடிந்தது. பனை எவ்வாறு வறட்சியிலும் தன்னைத் தகவமைத்துக்கொண்டு தன் வாழ்க்கையையும் தன்னை நம்பியோர் வாழ்க்கையையும் வளப்படுத்துகிறதோ அதுபோலவே ஐயாவும் என்று தோன்றியதுண்டு. இவ்வாறு நான் கேட்கும் ஒவ்வொரு கேள்வியையும் பொருட்படுத்தி ஆழங்கால்பட்டுப் பல புதிய செய்திகளைக் கூறுவதால் அவர் என் வாழ்வில் மதிக்கத்தக்க நபராக நான் அறியாமலே மாறி இருந்தார்.

2004இல் இளங்கலைப் பட்டத்தை முடிக்க வேண்டிய நான் ஒருபாடத்தில் தோல்வியடைந்தேன். ஏஜென்சி ஒன்றில் வேலையில் சேர்ந்தேன். சைக்கிளில் பெட்டியைக் கட்டிக்கொண்டு கடைகள்தோறும் டெலிவரி செய்வதற்காகப் பயணம் செய்து கொண்டிருந்தபோது ஒருநாள் ஐயா பார்த்துவிட்டார். 'என்னப்பா! என்ன செய்ற' என்று விசாரித்தார். 'ஏஜென்சி ஒன்றில் சேல்ஸ் ரெப் ஆகச் சேர்ந்துள்ளேன்' என்றேன். அப்போது அவர் 'நீ நன்றாகப் படிக்கும் மாணவன்தான். உனக்குப் படிக்க நிறைய வாய்ப்புகள் உண்டு. இப்பொழுது வாங்கும் ஆயிரம் ரூபாய் சம்பளம் வாழ்க்கைக்குப் போதுமா? நீ படிக்கிற காலத்திலேயே நன்றாக நாடகத்தில் நடிக்கும் ஆற்றல் பெற்றிருந்தாய். வகுப்பில் நல்ல நல்ல கேள்விகள் கேட்பாய். அதனால் நீ ஒழுங்காப் படிச்சி அந்த ஒரு தாளைத் தேர்ச்சி பெற்று வா. உன்னைத் தஞ்சை தமிழ்ப் பல்கலைக்கழகத்தில் நாடகத்துறையில் படிப்பதற்கு

ஏற்பாடு செய்கிறேன். எனக்குத் தெரிந்த பேராசிரியர்கள் அங்கு உள்ளனர்' என்று ஆர்வமூட்டினார்.

நான் ஏஜென்சி வேலையில் கம்ப்யூட்டர் ஆப்ரேட்டர் வேலை என்று கூறிச் சேர்க்கப்பட்டிருந்தேன். சேர்ந்த முதல்நாளே முதலாளி எனது முகவரியை எழுதித் தருமாறு கேட்டார். என் முகவரியைப் பார்த்துவிட்டு, 'உங்கள் ஊரில் உள்ள இராமநாதன் செட்டியாரை உனக்குத் தெரியுமா?' என்று கேட்டார். 'தெரியும்' என்றேன். 'உங்கள் வீடு எந்தத் திசையில் இருக்கிறது' என்றார். 'தெற்குத் தெரு' என்றேன். என் சாதியைப் புரிந்துகொண்டவர் என்னை அழைத்துச் சென்று ஒரு துண்டுத் துணியைக் கொடுத்து அணிந்துகொள்ளச் செய்து மொட்டை மாடிக்குக் கூட்டிச் சென்றார். தண்ணீர்த் தொட்டியின் மீது ஏற்றிப் பாசானைக் கழுவிவிடுமாறு கூறினார். அந்தத் தொட்டி பல வருடம் கழுவாமல் பாசானும் சங்குகளுமாய் நிறைந்து கிடந்தது. என்னை இவ்வாறு நடத்திய விதம் கண்ணீரை வரவழைத்தது. வீட்டில் கூட இதுபோன்ற வேலைகளைச் செய்தது இல்லையே என்று மனம் வருந்தியது. இந்நிலையில் ஐயாவின் இதமான அறிவுரை என்னை அடுத்த நிலைக்கு அழைத்துச் சென்றது.

இரண்டாண்டுகளுக்குப் பிறகு நான் பாரதிதாசன் பல்கலைக் கழகத்தில் முதுகலைப் பட்டம் முடித்துச் சான்றிதழோடு ஐயாவைச் சந்தித்தபோது "ம்ம்., ரொம்பச் சந்தோசம்பா!" என்று பிரமிப்பாகப் பாராட்டினார். அடுத்து நான் சென்னைப் பல்கலைக்கழகத்தில் 2007ஆம் ஆண்டு எம்.பில். சேர்ந்து பத்து நாட்கள் கழிந்திருந்தன. திருவான்மியூரில் என் நண்பன் சுரேஷ் வீட்டில் தங்கியிருந்து கல்லூரிக்குச் சென்று வந்தேன். நீண்ட தூரப் பேருந்துப் பயணம் எனக்குப் பிடிக்கவில்லை. விடுதியில் எனக்கு நிரந்தர இடமும் கிடைக்கவில்லை. மாணவர்களும் கிராமத்து மாணவர்களைப் போல இயல்பாகப் பழகுபவர்களாகவும் இல்லை. முறுக்கிக்கொண்டு சென்றார்கள். கடற்கரையில் கண்ட காதலர்களின் காட்சியும் மக்கள் நெரிசலும் சுத்தமாகப் பிடிக்க வில்லை. ஒவ்வொரு நொடியும் நரகமாகத் தெரிந்தது. தனிமையில் அழுதேன். என் தாயாரிடம் தொலைபேசியில் அழுதேன்.

இந்நிலையில் ஐயா சென்னை வந்திருந்தார். தற்செயலாக அவரை நான் பார்க்க நேர்ந்தது. தொலைபேசி எண் கொடுத்து அறைக்கு அழைத்தார். ஐயாவைப் பார்த்ததும் ஒரே அழுகை. "டேய் கோபி என்னடா இது. ஏன் அழுற. அழாதடா. நீ ஒரு கராத்தே மாஸ்டர். இப்படி அழலாமா?" என்று தேற்றினார். நான் அவர் கையைப் பிடித்துக்கொண்டு 'ஐயா நான் ஊருக்குப் போறேன். எனக்கு இங்கு படிக்கப் பிடிக்கவில்லை' என்று ஏதேதோ

காரணங்கள் கூறினேன். 'எங்கேயும் கை உதறிக் கால் உதறிப் போக முடியல, அடுத்தவங்ககிட்டக் கேட்டுக் கேட்டுத்தான் போகவேண்டி இருக்குது. பணம் இல்ல, ஹாஸ்டல் கிடைக்கல' என்று அடுக்கினேன். "டேய் கோபி சென்னை புதுசுல அப்படி தாண்டா இருக்கும். கிராமத்துல இருக்குற பசங்க எல்லாம் இதை எதிர்கொண்டுதான் ஆகணும். உனக்கு என்ன பிரச்சினை? தங்க இடம் இல்ல, பணத்துக்குக் கஷ்டம். அவ்வளவுதானே' என்று தேற்றினார். உடனே காலச்சுவடு கண்ணனுக்குப் போன் செய்தார். 'என் மாணவன் ஒருத்தன் யுனிவர்சிட்டியில எம்.பில். சேர்ந்திருக்கான். கொஞ்சம் டைப்பிங் தெரியுமாம். நம்ம ஆபிசுல பகுதி நேரமா வேலைக்குச் சேத்துக்குங்க. படிப்புக்கு உதவி பண்ணுன மாதிரி இருக்கும். பாலுவோட தங்க வச்சிக்கலாம்' என்றார். உடனிருந்த பாலுவிடம் 'பாலு கோபிய உங்ககூடத் தங்க வச்சிக்கங்க. சாப்பாடு வாங்கிக் கொடுங்க. பணத்தைப் பத்தி அப்புறம் பாத்துக்கலாம்' என்று அடைக்கலப்படுத்தினார். இன்றுவரை தொடரும்படி பாலுவுடன் நல்ல நட்பை உருவாக்கிக் கொடுத்தார்.

இருப்பினும் நான்கு நாட்களில் யாரிடமும் சொல்லிக் கொள்ளாமல் வீட்டிற்கு வந்துவிட்டேன். பிறகு ஐயா அவர்கள் பல்கலைக்கழகத்தில் பேராசிரியராக இருக்கும் கோ. பழனி அவர்களிடம் தொலைபேசியில் தொடர்புகொண்டு என்னைக் கவனித்துக் கொள்ளுமாறு கேட்டிருக்கிறார். அதற்கு அவர் அந்த மாணவன் ஊருக்குச் சென்று பத்து நாட்கள் ஆகிவிட்டன, வகுப்பிற்கு வரவில்லை என்று தெரிவித்துள்ளார். உடனே ஐயா எனக்குப் போன் செய்து தான் பணிபுரிந்த நாமக்கல் கல்லூரிக்கு வருமாறு அழைத்தார். நான் அங்கு சென்றபோது 'என்னிடம் பேசாதப்பா' என்று பிணங்கிக்கொண்டு வகுப்பிற்குச் சென்றுவிட்டார். இரண்டு பாடவேளை முடிந்த பிறகு காத்திருந்த என்னிடம் மீண்டும் 'பேச வேண்டாம்' என்றும் 'உன் மனசு என்ன சொல்கிறதோ அதன்படி செய்' என்றும் கூறிவிட்டு வீட்டிற்குச் சென்றுவிட்டார். என்னடா பண்றது என நினைத்திருந்தபோது கௌரவ விரிவுரையாளராக இருந்த ராஜா அவர்கள் என்னை அவரது அறைக்கு அழைத்துச் சென்றார். ஐயா வீட்டிற்குச் சென்றதும் தூங்கிவிடுவார். மாலை நான்கு மணிக்குத்தான் எழுந்திருப்பார். கோபம் குறைந்துவிடும். அப்பொழுது சென்று பார்க்கலாம் என்று தன் அறையில் தங்க வைத்தார்.

அவர் அரைத்தூக்கத்தில் இருந்தபொழுது நான் ஐயாவிடம் பேசுவதற்கான ஒத்திகையை அங்கிருந்த கண்ணாடி முன் நின்று செய்து பார்த்துக்கொண்டிருந்தேன். ராஜா அவர்கள்

தூங்குவதுபோல் என்னைக் கவனித்துக் கொண்டிருந்திருக்கிறார். எனக்கு அப்போது அது தெரியாது. மாலையில் ஐயா வீட்டிற்குச் சென்றபோது 'வாப்பா உட்கார்' என்று ஐயா கோபம் தணிந்திருந்தார். ராஜா அண்ணன் அவரது அறையில் கண்ணாடி முன் நின்று நான் புலம்பிய வார்த்தைகளை எல்லாம் ஒன்றுவிடாமல் கூறி எல்லோரையும் சிரிக்க வைத்துவிட்டார். சென்னைப் பல்கலையில் படிக்கும் வாய்ப்பு எல்லோருக்கும் கிட்டாது. வையாபுரிப்பிள்ளை போன்றோர்கள் எல்லாம் பணியாற்றிய துறை. நானும் அங்குதான் படித்தேன். அதனால் அங்குப் போய் படிப்பா என்று ஆற்றுப்படுத்தினார். அதன் பிறகு நான் காலச்சுவடில் இருந்துகொண்டே பெற்றோரின் கையை எதிர்பார்க்காமல் படித்து முடித்தேன். இவ்வாறு எனது மேற்படிப்புத் தொடர்வதற்கு ஐயாவின் அறிவுரையும் அனுசரணையுந்தான் காரணமாக அமைந்தன.

நான் நாமக்கல் கல்லூரியில் படிக்கும்போதே துறைகளில் நடக்கும் கூட்டங்களில் பலமுறை வரவேற்புரை, நன்றியுரை பேசச் செய்துள்ளார். நான் தயங்கும்போது 'வாப்பா, வந்து பேசுப்பா, கத்துக்க, இப்ப இல்லனா எப்போ' என்று வாஞ்சை யாக அழைப்பார். ஒருமுறை 'கூடு' ஆய்வுச் சந்திப்பில் 'பறவைகளும் வேடந்தாங்கலும்' என்கிற மா. கிருஷ்ணனின் நூல் வெளியீட்டு விழா நடைபெற்றது. ஐயாவுக்கு நெருக்கமானவர்கள் எவ்வளவோ நபர்கள் இருந்தும் 'இந்தப் பிரதியைக் கோபி அவர்கள் பெற்றுக்கொள்வார்' என்றார். எனக்கு அப்படியே வாரி போட்டுவிட்டது. இதுபோன்ற எவ்வளவோ நிகழ்வுகள். இராணிப்பேட்டையில் உள்ள ஒரு அரசு உதவி பெறும் பள்ளியில் முதுகலைத் தமிழாசிரியர் தேவைக்கு என்னை முன்மொழிந்தார். நிலையான வேலை. ஒரு ரூபாய்கூடப் பணம் கொடுக்காமல் கிடைக்கும் வேலை. அந்த நேரம் நான் சுற்றுலா செல்லும் பொருட்டு ஊட்டிக்குச் சென்றுவிட்டேன். ஒரு வார காலமாக எனக்குத் தகவல் கொடுக்க யார்யார் மூலமாக எல்லாம் முயற்சி செய்தார். என்னுடைய தொலைபேசி எண் தொடர்பு எல்லைக்கு வெளியே இருந்தும் அவர் என்னோடு தொடர்புகொள்ள முயற்சி செய்திருந்தார். என்னால்தான் அந்த வேலைக்குக் குறித்த நேரத்தில் செல்ல முடியவில்லை. பிறகு வருத்தப்பட்டார். இவ்வாறு ஐயா பல தருணங்களில் என்மீது கவனம் எடுத்து வாழ்க்கையில் நான் முன்னுக்குச் செல்ல உதவியவர்.

நான் முதுகலை ஆசிரியராக அரசுப் பள்ளியில் சேர்ந்து மூன்று மாதம் ஆகிவிட்டது. பன்னிரண்டாம் வகுப்பிற்கு நான் வகுப்பு ஆசிரியர். என் வகுப்பு மாணவர்கள் வகுப்பிற்குள் செருப்புப் போட்டுக்கொண்டு வருகிறார்கள் என மற்ற

ஆசிரியர்கள் என்னிடம் புகார் சொல்கிறார்கள். இதில் என்ன தவறு இருக்கிறது, அவன் செருப்பைத்தானே அவன் போட்டுக்கொண்டு வருகிறான் என்றேன். இப்படி இடம் கொடுத்தால் எப்படி, உங்களால்தான் மாணவர்கள் ஆசிரியரை மதிக்க மாட்டேங்கிறான், எப்படி ஒழுக்கம் வரும், ஒழுக்கம் இருந்தாத்தானே படிப்பு வரும் என்று என்மீது பல குற்றங்களைச் சுமத்தினார்கள். நான் சொல்லும் பதிலும் மற்ற ஆசிரியர்களுக்கு ஏற்புடையதாக இல்லை. எல்லா ஆசிரியர்களும் ஒரு கட்சி, நான் மட்டும் ஒரு கட்சி. விவாதம் தடித்துச் சண்டையாக மாறும் தருணம். நான் ஐயாவிற்குப் போன் செய்தேன். ஐயா எடுக்க வில்லை. உடனே குறுஞ்செய்தி அனுப்பினேன்.

இரவு எட்டு மணிக்கு ஐயா போன் செய்தார். ‘கோபி நீ மாணவனாக இருக்கும்போது எல்லா விசயத்தையும் எளிமையாகக் கடந்துவிடலாம். ஒரு நிறுவனம் சார்ந்து இயங்கும்போது அவ்வளவு எளிதில் கடந்துவிட முடியாது’ என்றார். மேலும், ‘இருபது வருடங்களுக்கு முன்பு ஒவ்வொருத்தரும் செருப்புப் போடாம நடக்கறதுங்கிறது பழக்கமாக இருந்தது. ஆனா இப்போ அப்படி இல்ல. இன்னக்கிச் செருப்பு இல்லாம எங்கேயும் நடக்க முடியாது. ஏன்னா, நாம சூழல அவ்வளவு மோசமா வச்சிருக்கோம்’ என்றார். ‘இதத்தாங்கையா அவங்களும் சொல்றாங்க. சூழல் ரொம்ப மோசமா இருக்கு. அதனால படிக்குற எடத்துல செருப்புப் போட்டு அசிங்கம் பண்ணக்கூடாது’ என்கிறார்கள் என்றேன்.

‘[illegible]தையும் மிதிச்சிச்கிட்டு வருகிற மாணவர்கள் இன்று கிடை[illegible] அது மட்டும் இல்ல. செருப்பு இல்லாம இருக்கிற நேரம் ரொம்[illegible] அரிது. பெரும்பாலான நேரங்களில் நாம் செருப்புப் போட[illegible]டுத்தான் இருக்கிறோம். வீட்டுக்குள்ளேயே செருப்புப் போட[illegible]ட்டு இருக்கிறதுதான் இன்று வழக்கம். இப்படி இருக்கு[illegible]பாது வகுப்புக்குள் செருப்புப் போட்டுக்கொள்ளக் கூடாது[illegible] சொல்றது பழைய காலத்து வழக்கம்’ என்றார். மேலும் ‘வகுப்பறை புனிதத்திற்குரிய இடமாக இருந்தா, ஆசிரியர்களும் தானே செருப்பை வெளியே கழட்டிவிடனும்’ என்றேன். ‘ஆமாங் கோபி’ என்றார். ‘இவங்ககிட்டப் பேசி இனி ஏதும் ஆகப் போவது இல்லப்பா. நீ இதப்பத்தி யாருகிட்டையும் ஏதும் விவாதிக்க வேண்டாம். ஏதாவது பள்ளி நிர்வாகத்திலிருந்து கேட்கட்டும். அப்போ பாத்துக்கலாம். இந்த மாதிரி நிறுவனம் சார்ந்த அமைப்புல ஒரு சின்ன மாற்றம் செஞ்சாக்கூட மற்றவர்களால நிறையப் பிரச்சினைகளை எதிர்கொள்ள வேண்டி வரும் கோபி. முற்போக்கான நபர்கள்கூடப் பல பிரச்சினைகள் பண்ணுவார்கள். அவங்களும் முற்போக்கான செய்திகளைப்

பேசுவாங்க. ஆனா நடைமுறையில் ஒத்துக்கொள்ள மாட்டாங்க, கோபி' என்றார்.

'ஆமாங்கையா. நீங்க சொன்ன மாதிரியே ஒரு நிகழ்வு நடந்தது. என்ன நீ பெருசா மாற்றத்தக் கொண்டுகிட்டு வார. பல்லக்குத் தூக்கறதுக்கு நாலு பேருனா, பல்லக்குல ஒக்கார்ரதுக்கு ஒருத்தர்தான். இத மாத்த நினைத்தா எப்படி என்கிறார் ஒருவர்' என்றேன். அதற்கு 'நீ அவங்ககிட்டச் சொல்றா, பல்லக்குத் தூக்குறது அந்தக் காலம். இன்னைக்குக் காரு, பிளைட்டுனு எத்தனையோ வாகனங்கள் வந்துவிட்ட காலம். இப்போ பல்லக்குல போறவனும் முட்டாள். பல்லக்கத் தூக்கறவனும் முட்டாள்தானு சொல்றா. காலத்துக்கு ஏற்ப மாறுங்கனு சொல்லுடா' என்றார். 'ஆசிரியர்கள் எந்த மாதிரியான மனோபாவத்தில் இருக்கிறார்கள் பார்' என்று வேதனைப்பட்டார்.

'இந்த மாதிரியான நபர்கள்கிட்ட எச்சரிக்கையாக இருக்கணும் கோபி. இவங்களுக்கெல்லாம் அதிகாரம்தான் பெருசு. அதனால் நீ இனி எல்லா விசயத்தையும் கவனி. எதும் அவங்ககிட்டப் பேசாத. கவனிச்சிக்கிட்டே இரு. நாம அறிவாக இருக்குறோம் அப்படிங்கிறதும் வழக்கமான சிந்தனைகளிலிருந்து மாறிச் சிந்திக்குறோம் அப்படிங்குறதும் அவங்களுக்கெல்லாம் தாங்காதுப்பா. அதனால நம்மை எப்பவும் இலக்கு ஆக்கிக்கிட்டே இருப்பாங்க. அதனால நீ எப்பவும் பொறுமையோடும் நிதான மாகவும் ஒரு எச்சரிக்கை உணர்வோடும் இருந்து, அதுல நமக்கு என்ன சாத்தியமோ அதைப் பார்த்து பண்ணிக்கோ. உலகத்துல இன்னும் என்ன மாதிரியான மனோபாவங்களெல்லாம் இருக்குதுன்னு போகப்போகப் புரியும் உனக்கு' என்று விரிவாகப் பேசி என்னை ஆற்றுப்படுத்தினார்.

வேலைக்குச் சேர்ந்ததும் அதுவே பாதுகாப்புத் தரும் என்று நினைத்ததற்கு மாறாக முற்போக்கான சிந்தனைகளைச் செயல் படுத்தும்போது தோன்றும் இடையூறுகளிலிருந்து பாதுகாப்புப் பெறுவதற்கும் ஐயாவிடமே ஆறுதல் தேட வேண்டியிருக்கிறது. அவருடைய உறவே வேலைக்குப் பின்னும் வாழ்க்கை முழுவதற்கு மான பாதுகாப்பு உணர்வாகக் கருதுகிறேன்.

18

நிழலோரம் ஒதுங்கியவன்

இரா. சக்திவேல்

நான் பள்ளியில் படிக்கும்போதும் சரி, கல்லூரியில் படித்தபோதும் சரி எந்த ஆசிரியரிடமும் நெருங்கிப் பழகியதும் கிடையாது, ரொம்ப விலகியதும் கிடையாது. அந்த மனநிலையோடு வாழ்ந்த எனக்கு முத்துசாமி அண்ணனின் உதவியால் ஐயாவுடன் கொஞ்சம் நெருக்கமாகப் பழக வாய்ப்புக் கிட்டியது. முதலாம் ஆண்டில் என்னோடு படித்த ஒருசாலை மாணவர்களுடன் நான் பழகியதில்லை. மூன்றாம் ஆண்டு மாணவர்களுடனேயே கல்லூரிக்குச் சென்று வந்தேன். எங்கள் ஊரிலும் பக்கத்து ஊரிலும் இரு[illegible]ந்து மூன்றாம் ஆண்டு மாணவர்கள் பலர் வ[illegible]ர். அடுத்த ஆண்டில் அவர்கள் சென்ற பிறகு நா[illegible]னியாக நட்பு வட்டாரம் இல்லாமலேயே கல[illegible]க்குச் சென்று வந்தேன்.

[illegible]த ஆண்டு தேர்வில் எல்லாப் பாடங்களிலும் தே[illegible] பெற்றிருந்தேன். அப்போதுதான் ஐயாவின் பா[illegible]வயில் முழுமையாகத் தோன்ற ஆரம்பித்தேன். மூன்றாம் ஆண்டுத் தேர்வு முடிவுக்குப் பின்னர் என்னோடு படித்த மாணவர்கள் அனைவரும் திருச்சிக்குச் சென்று படிக்க விரும்பினர். ஆனால் எனக்குச் சென்னையில் படிக்க ஆர்வம். அதனால் சென்னைக்குச் சென்று விண்ணப்பம் போடுவதற்குச் சென்றால் எல்லாக் கல்லூரிகளிலும் நுழைவுத் தேர்வு நடத்தப்பட்டு அதன் பின்னர் சேர்க்கை நடைபெறும் என்றார்கள். 'என்னடா இப்படி ஒன்னு நமக்குத் தெரியாத போச்சு' என்று நினைத்துக்கொண்டு

புதுக்கல்லூரி என்று போற்றப்படும் நியூ காலேஜ்க்கு மட்டும் விண்ணப்பம் செய்திருந்தேன். அந்நிலையில்தான் ஐயாவைச் சந்திக்க முத்துசாமி அண்ணன் என்னைத் திருச்செங்கோட்டிற்கு அழைத்துச் சென்றார்.

கல்லூரியில் படித்தபோது நானும் எனது நண்பர்களாக இருந்த குமார், ச.மா. சுப்பிரமணியன் ஆகியோரும் ஐயாவைப் பற்றிய சுயவிவரத்தைத் தெரிந்துகொள்ளப் பலவாறு பேசிக் கொண்டோம். ஆத்தூர் அரசு கலைக் கல்லூரி தலித் மாணவர்கள் அதிகம் படிக்கும் கல்லூரி. ஆட்களின் தோற்றம், நிறம், பேச்சு ஆகியவற்றைக் கொண்டு இன்ன சாதி என்பதை ஓரளவு தெரிந்து கொள்ள முடியும். அப்படித் தெரிந்துகொள்வது நடைமுறை வழக்கம். அதுதான் எனக்குச் சொல்லிக் கொடுத்த ஆசிரியர்களின் சாதியையும் அறிந்துகொள்ளத் தூண்டியது. 1998ஆம் ஆண்டில் அக்கல்லூரியில் மூன்று கௌவர விரிவுரையாளர்கள் உட்பட ஒன்பது பேராசிரியர்கள் தமிழ்த்துறையில் பணியாற்றினார்கள். அதில் இரண்டு கௌரவ விரிவுரையாளர்கள் எங்கள் சாதியைச் சேர்ந்தவர்கள். அவர்கள் எங்கள் ஊர்ப் பகுதியினர் என்பதால் சாதியில் எந்தச் சந்தேகமும் இல்லை. மற்ற ஆசிரியர்கள் எந்தெந்தச் சாதியினர்?

முதலில் ஒவ்வொரு ஆசிரியரின் நிறத்தைக் கொண்டு அவர் இன்ன சாதியாக இருக்கலாம் என்று யூகித்தோம். அதில் துறைத்தலைவர், காசி மாரியப்பன் ஆகிய இருவரையும் எங்கள் சாதியைச் சேர்ந்தவர்கள் என முடிவு செய்தோம். அதற்கு அவர்கள் நிறம் எங்களுக்கு உதவியாக இருந்தது. மற்றொரு ஆசிரியரான கிருஷ்ணனையும் அவரின் நிறத்தைக் கொண்டு அவர் உயர்சாதியைச் சேர்ந்தவர் என முடிவுக்கு வந்தோம். வெங்கடேசன், மஞ்சுளா தேவி ஆகிய இருவரின் சாதியைத் தெரிந்துகொள்ள அவ்வளவாக ஆர்வம் ஏற்படவில்லை. ஆனால் எல்லாருக்கும் தலைவர் போலவும் தனித்துவம் மிக்கவராகவும் விளங்கியவர் ஐயா. அதனால் அவர் சாதியைக் கட்டாயம் நாம் தெரிந்துகொள்ள வேண்டுமென எங்களுக்கு மிகுதியான ஆசை ஏற்பட்டது. எங்கள் அனுமானமும் ஆவலும் எவ்வளவு தவறானவை என்பதைப் பின்னால்தான் உணர்ந்தோம்.

ஐயா கொஞ்சம் மாஞ்சிவப்பு நிறம் என்பதால் எங்களுக்குக் குழப்பம் ஏற்பட்டது. அவர் நம்ம சாதியைச் சேர்ந்த மாணவர் களுக்கு அதிகம் முக்கியத்துவம் கொடுக்கிறார். அவரோடு வலம் வருகிறவர்கள் பெரும்பாலும் நம்ம சாதி மாணவர்கள். குறிப்பாக மணிகண்டனுக்குக் கல்லூரிக் கட்டணம், தேர்வுக் கட்டணம் என எல்லாவற்றுக்கும் அவர்தான். இயற்பியல் துறை

மாணவர் ஒருவர் இறந்துபோனார். அவர் நம்ம சாதியைச் சேர்ந்தவர். அந்த மாணவரின் வீட்டுக்குச் சென்று அவரை அடக்கம் செய்யும்வரை அங்கேயே இருந்துவிட்டு இரங்கல் கூட்டமும் நடத்தி வந்தார். ஆனால் அத்துறையைச் சேர்ந்த பேராசிரியர்கள் எவரும் வரவில்லை. அதனால் ஐயா நம்ம சாதியைச் சேர்ந்தவராகத்தான் இருக்க முடியும் என்று நாங்கள் நினைத்தோம். அப்படி நினைத்துக்கொள்வது எங்களுக்கு உவப்பாக இருந்தது.

ஐயாவைப் போலப் படித்து நம்ம சாதி மாணவர்களுக்கு உதவி செய்ய வேண்டும். 'நம்ம சாதியில பிறந்து இவ்வளவு பெரிய ஆளாக வளர்ந்திருக்கிறாரு' என்று நினைத்துப் பெருமையாக எண்ணினோம். இந்த நேரத்தில்தான் 'அவர் நம்ம சாதிக்காரர் இல்ல. அவருடைய மனைவிதான் நம்ம சாதியைச் சேர்ந்தவங்க போல' என்னும் செய்தி எங்களுக்குத் துக்கத்தைக் கொடுத்தது. எங்களுக்கு மனசு ஆறவில்லை. 'சரி, நம்ம சாதிப் பெண்ணைத் திருமணம் செஞ்சாலும் அவங்க சாதியைத்தான் காட்டிக்குவாங்க. ஆனா ஐயாவை அப்படி நினைக்க முடியவில்லை. அவர் மாநிறம். ஊர் திருச்செங்கோடு பகுதி. அந்தப் பகுதியில் அதிகம் வாழும் உயர்சாதிக்காரர் இனமாக இருக்கவே முடியாது. நம்மளையெல்லாம் இவ்வளவு மரியாதையாக நடத்தறாரு. தொட்டுப் பேசறாரு. அந்த உயர் சாதியினர் பேசும் மொழியும் அவர் வாயில் புழங்கவில்லை. அப்படின்னா நம்மளவிடக் கீழான சாதியைச் சார்ந்தவராக இருப்பாரா? அதனாலதான் என்னவோ நமக்கெல்லாம் உதவி செய்கிறாரோ?, என்றும் நினைத்தோம். அப்படிப் பார்த்தாலும் அந்தச் சாதியைச் சேர்ந்தவர்கள் பேசும் ஒருவிதமான குழூ மொழியையும் அவர் பேசிப் பார்த்ததில்லை. இப்படியாக மூன்றாண்டுகள் முடிக்கும் வரையிலும் அவரின் சாதி அடையாளத்தைக் கண்டுபிடிக்கப் பல ஆராய்ச்சிகள் செய்தோம். முடிவு மட்டும் கிடைக்கவே இல்லை.

இவையெல்லாம் என் மனத்தில் நிழலாடிக் கொண்டிருக்கத் திருச்செங்கோட்டிற்குச் சென்றோம். திருச்செங்கோடு பேருந்து நிலையத்திலிருந்து ஐயாவைத் தொடர்புகொண்டபோது வெளியில் இருப்பதாகவும் வீட்டுக்குச் செல்லுங்கள், நான் வந்தர்ரேன் என்றும் கூறினார். எப்படியோ ஐயாவின் வீட்டைக் கண்டுபிடித்துச் சென்றோம். வீட்டில் அவருடைய அண்ணன் மகள்தான் இருந்தார். அவர் எங்களை ஐயாவின் ஆஸ்தான அறையான வீட்டின் பின்புறம் உள்ள பனை ஓலையால் வேயப் பட்ட அறைக்குப் போகச் சொன்னார். அங்கு ஒரு கயிற்றுக் கட்டில் கிடந்தது. வந்த களைப்பால் அதில் சிறு குட்டித்தூக்கம் போட்டுவிட்டோம்.

கொஞ்ச நேரத்திற்குள் ஐயா வந்துவிட்டார். வந்த உடனேயே 'சாப்பிட்டிங்களா?' என்று கேட்டார். 'திருச்செங்கோட்டிலேயே சாப்பிட்டுவிட்டுத்தான் வந்தோம்' என்று கூறினோம். விசாரிப்புகளுக்குப் பிறகு ஐயாவிடம் 'எல்லோரும் திருச்சியில் சேர்ந்துவிட்டார்கள், எனக்கு இன்னும் அட்மிஷன் கார்டு எதுவும் வரவில்லை' என்றேன். உடனேயே 'சரி. புதுக்கல்லூரியில் என்னுடைய நண்பர் முரளிஅரூபன் இருக்கிறாரு, அவரப் போய்ப் பாருப்பா' என்று ஒரு கடிதம் எழுதிக் கொடுத்தார். அன்று இரவு ஐயா வீட்டில் தங்கிவிட்டோம். காலையில் உண்டுவிட்டு மதியம்வரை தூங்கினோம். மாலையில் ஊருக்குச் செல்லுங்கள் என்றார். மதியம் கம்மங்கூழ் விற்றுக்கொண்டு வந்த ஒரு அம்மாவிடம் ஆறு ஏழு உருண்டை வாங்கி அதில் மோரை விட்டுக் கரைத்துக் கொடுத்தார். அங்குதான் கம்மங்கூழோடு மோரைச் சேர்த்துச் சாப்பிட்ட முதல் அனுபவம். நான் வீட்டுக்கு வந்தபோது கல்லூரியில் சேர்வதற்கான சேர்க்கைக் கடிதம் வந்ததாகக் கொடுத்தார்கள். ஐயாவின் கடிதத்தையும் சேர்க்கைக் கடிதத்தையும் எடுத்துக்கொண்டு சென்னைக்குச் சென்றேன். முரளிஅரூபன் அவர்களைத் தேடிப் பிடித்தேன். அவரும் எனக்குத் தேவையான அனைத்து உதவிகளையும் செய்து கொடுத்தார்.

சென்னையில் முதுகலை படித்துவிட்டு வீட்டுக்கு வந்துவிட்டேன். அதன் பிறகு ஐயாவைப் பற்றிய நினைப்பு இல்லாமல் தான்தோன்றித்தனமாக ஊருக்குள் சுற்றிக்கொண்டிருந்தேன். அந்த நேரத்தில்தான் நாமக்கல் அரசு கலைக் கல்லூரியில் எம்.பில். படிப்புத் தொடங்கப்பட்டது. ஐயாவின் அழைப்பின் பேரில் நானும் முத்துசாமி அண்ணனும் நாமக்கல் சென்று சேர்ந்தோம். அங்கு ஐயாவுக்கு ஒதுக்கப்பட்டிருந்த வீட்டு வசதி வாரியக் குடியிருப்பு வீட்டில் இருவரும் தங்கினோம். எங்களுக்குத் தேவையான வசதிகளை ஐயா செய்து கொடுத்தார்.

இப்படிச் சில மாதங்கள் கழிந்த பிறகு ஒருநாள் காலச்சுவடு மாத இதழில் பிழைதிருத்துநர் வேலைக்கு ஆள் தேவை என்று ஐயாவிடம் கேட்டனர். முத்துசாமி அண்ணனை அனுப்பி வைக்க ஏற்பாடு செய்தார். ஆனால் அவருக்கு உடல்நிலை அவ்வப்போது சரியில்லாமல் போய்விடும் காரணத்தால் என்னைக் கேட்டார். 'என்னங்க சக்திவேல் நீங்க போறீங்களா' என்றார். 'எனக்கு அவ்வளவாகத் தெரியாதுங்க ஐயா' என்றேன். 'என்ன எல்லாத்தயும் கத்துக்கிட்டுத்தான் ஒரு வேலயச் செய்யணும்னா எப்பிடீப்பா? அதெல்லாம் செய்யச் செய்யக் கத்துக்கலாம்' என்று கூறினார். இரண்டு நாட்கள் எனக்குப்

பிழை திருத்தும் பயிற்சியோடு தைரியத்தையும் கொடுத்து அனுப்பி வைக்க ஏற்பாடு செய்தார்.

ஆய்வு மாணவராக இருந்ததால் துறைத்தலைவரிடம் அனுமதி பெற்றுவிட்டு 'நாளைக்குச் சென்னைக்குக் கிளம்புங்க' என்றார். நானும் கல்லூரிக்குச் சென்று துறைத் தலைவரிடம் விவரத்தைக் கூறினேன். வகுப்புகள் எங்களுக்கு முடிந்திருந்தன. ஆய்வேடு தொடர்பாக விவாதிக்க நெறியாளரை அவ்வப்போது பார்த்தால் போதும். அந்த ஆண்டுதான் முதன்முதல் எம்.பில். படிப்பு அங்கு வந்திருந்த காரணத்தால் துறைத்தலைவரிடம் மரியாதைக்குச் சொல்லலாம் என்பது ஐயாவின் எண்ணம். அவரும் மகிழ்ச்சி அடைவார் என்று நினைத்தோம். ஆனால் துறைத்தலைவர் ஒத்துக்கொள்ளவில்லை. 'எப்படி இதையெல்லாம் அனுமதிக்கிறது, அதெல்லாம் முடியாது' என்று கூறிவிட்டார். இத்தனைக்கும் துறைத்தலைவர் எங்கள் சாதியைச் சேர்ந்தவர். முத்துசாமி அண்ணனும் அருகில் இருந்தார். அப்போது 'பாரு தம்பி நம் ஜாதிக்காரருக்கு அக்கறை இல்ல. ஐயா நம்ம மேல எவ்வளவு அக்கறை வைச்சிருக்காரு' என்று அவர் கூறினார். ஐயாவும் துறைத்தலைவரிடம் சென்று 'வசதி இல்லாத மாணவர். இதனால் கொஞ்சம் வருமானம் கிடைத்தால் அவருக்கு நல்லது' என்றெல்லாம் பலவாறு கூறினார். ஆனாலும் துறைத்தலைவர் எதற்கும் ஒத்துக்கொள்ளவில்லை.

உடனே ஐயா என்னை அழைத்து 'டிசி வாங்கிக்கப்பா. உன்னய எப்பிடிப் படிக்க வெக்கணும்னு எனக்குத் தெரியும். பெரிய ஆய்வு . . .' என்று மிகுந்த கோபத்துடன் ஒரு வெள்ளைத் தாள் கொடுத்து எழுதச் சொன்னார். சொன்ன மறுநிமிடமே ச் சூழல் காரணமாக என்னால் ஆய்வைத் தொடர ல்லை. எனக்கு டி.சியைக் கொடுங்கள்' என்று எழுதினேன். து அருகில் இருந்த சில பேராசிரியர்கள் 'ஒன்னும் எழுத ாம்பா. அதைக் கிழிச்சுடு' என்றார்கள். ஆனாலும் ஐயாவின் அறச்சீற்றம் அடங்கவில்லை. 'வீட்டுக்குப் போய் நீ சென்னைக்கு இரவு கிளம்புப்பா' என்று கூறிவிட்டு வகுப்பறைக்குச் சென்றுவிட்டார்.

நானும் சென்னைக்குச் சென்றேன். ஐயாவின் மாணவர் என்ற ஒரே தகுதியுடன் *காலச்சுவட்டில்* பிழைதிருத்துநராகச் சேர்ந்தேன். அப்பணியில் இருந்தபோது அலுவலகத்திற்கு வந்துபோகும் கல்லூரி மாணவர்களெல்லாம் 'எப்படி இந்த வேலைக்கு வந்தீங்க. அதுக்கு என்ன செய்யணும்' என்று கேட்பர். அதற்கெல்லாம் 'ஐயாவின் அருள்தான் வேண்டும்' என்று மனதில் நினைத்துப் பெருமைகொள்வேன். *காலச்சுவடு* இதழில் பிழை

திருத்துநராகப் பணியாற்றிப் பலவற்றைக் கற்றுக்கொண்டேன். பலரின் அறிமுகம் பெற்றேன்.

காலச்சுவடில் இரண்டு ஆண்டுகள் பணியாற்றிவிட்டு பி.எட்., படிப்பதற்கு ஊருக்கு வந்துவிட்டேன். அப்போதுதான் எனக்கும் முத்துசாமி அண்ணனுக்கும் உள்ளூர் அரசியல் சாக்கடையின் காரணமாக மனக்கசப்பு ஏற்பட்டது. இந்நேரத்தில் ஐயா எங்கள் ஊருக்கு அதுவும் முத்துசாமி அண்ணனின் திருமணத்திற்கு வருகை தந்தார். இதை அறிந்துகொண்டு 'ஐயா வந்தால் எம்மைச் சேர்த்து வைத்துவிடுவாரோ' என்று நினைத்தேன். அதனால் என்னுடைய நண்பரின் வீட்டில் தங்கிவிட்டேன். எங்கள் ஊருக்கு வந்த ஐயா என்னைத் தேடி என் வீட்டுக்கு வந்து அப்பாவையும் அம்மாவையும் பார்த்துவிட்டுச் சென்றார். பிறகு என்னுடைய பெற்றோர் 'உனக்குக் கல்யாணத்திற்குப் போகப் பிடிக்கலன்னாப் போவாம இரு. அதுக்குனு உன்னுடைய வாத்தியார வந்து பாக்காம இருப்பியா' என்று திட்டினார்கள்.

அதன் பிறகு கிட்டத்தட்ட நான்கு ஆண்டுகள் ஐயாவிடம் எந்தவிதத் தொடர்பும் வைத்துக்கொள்ளவில்லை. பள்ளி ஒன்றில் ஆசிரியராகப் பணியில் சேர்ந்தேன். அப்போது எனக்கு ஏற்படும் சந்தேகங்களை என்னுடைய மாணவர்கள் மூலம் ஐயாவிடம் கேட்டுத் தொந்தரவு செய்திருக்கிறேன். அப்போது ஐயா அவர்கள் 'சக்திவேலு நேரா என்னிடம் பேசாம அவருடைய மாணவர்களிடம் போன் நெம்பர் கொடுத்துப் பேச வைக்கிறாம்பா' என்று கூறினாராம். அச்சமயத்தில் நஞ்சுண்டன் அவர்கள் ஏற்காட்டில் செம்மையாக்கம் நிகழ்வு ஒன்றுக்கு ஏற்பாடு செய்திருந்தார். அதற்கு என்னையும் அழைத்திருந்தார். அங்கு உங்கள் ஐயாவும் வருகிறார் என்னும் அதிர்ச்சித் தகவலையும் கொடுத்தார். நான் எப்படி ஐயாவின் முகத்தில் விழிப்பது என்று தயங்கிக்கொண்டே சென்றேன். சேலத்திலிருந்து ஏற்பாடு செய்த வேன்மூலம் ஏற்காடு சென்றோம். அதில் ஐயா வரவில்லை என்று தெரிந்துகொண்டு நிம்மதியுடன் பயணம் செய்தேன். அவர் எப்படியும் வரக்கூடாது. கடவுளே, அவர் ஏதாவது வேலை காரணமாக வரவில்லை என்ற செய்தி அறிந்தால் மிக்க மகிழ்ச்சியாக அந்நாளைக் கழிப்பேன் என்றும் வேண்டிக் கொண்டேன்.

ஏற்காட்டில் உள்ள தமிழ்நாடு விருந்தினர் மாளிகையில் வேனில் வந்த அனைவரும் தமக்கு ஒதுக்கப்பட்ட அறைகளில் உடைமைகளை வைத்துவிட்டு வெளியில் வந்தோம். அப்போதுதான் ஐயாவைப் பார்த்தேன். மனத்தில் ஓர் ஆயிரம் மின்னல் பாய்ந்தது மாதிரி இருந்தது. என்ன செய்வது என்று அறியாமலும்

பயத்துடனும் வணக்கம் ஐயா என்றேன். அவரும் வணக்கம்ப்பா என்று சொல்லிவிட்டு முகத்தில் மெல்லிய புன்னகையுடன் என்னை விட்டு அகன்றார். அப்பாடா எப்படியோ ஐயாவைப் பார்த்துவிட்டேன். இனிமேல் ஒன்றுமில்லை என்று மனத்தில் எண்ணினேன். ஐயா ஒன்றும் பேசவில்லை. என்மீது உள்ள கோபம் இன்னும் தணியவில்லையா? இவனை எப்படியெல்லாம் வளர்த்தோம், இப்படிச் செய்துவிட்டானே, இவனையும் நாம மதிச்சுப் பேசணுமா என்றெல்லாம் நினைத்துவிட்டார் போலும் என எண்ணினேன்.

தனக்குச் சொல்லிக் கொடுத்த ஆசிரியரை மதிக்காதவன் எப்படி உருப்படப்போறான் என்று என் குரல் காதில் ஒலித்தது. நேரம் ஆகஆக ஏண்டா நாம இங்க வந்தோம் என உள்மனம் அழுதது. இரவு ஏழு மணி இருக்கும். ஒரு பெரிய அறையில் கூட்டத்திற்கு வந்த அனைவரையும் நஞ்சுண்டன் அழைத்தார். இன்னும் அரை மணி நேரத்திற்குப் பிறகு இரவு உணவுக்குப் போகலாம் என்றார். அந்த நேரத்தில்தான் ஐயா என்னை அழைத்தார். ‘வாப்பா சக்திவேலு, என்ன பண்ற, எப்படி இருக்கிற’ என்றெல்லாம் அன்போடு விசாரித்தார். அதன்பிறகு ‘உனக்கு வயது என்னப்பா? வாழ்க்கைங்கிறது கொஞ்ச நாள்தாம்பா. அதுலபோய் என்னப்பா மற்றவர்களிடம் பேசாம இருக்கறது. அதுவும் ஒரே ஊருல இருக்கிறீங்க. விடிஞ்சா நீ அவரு முகத்துல விழிக்கணும். அவரும் உன்னுடைய முகத்துல விழிக்கணும். அதுல என்னப்பா உங்களுக்குப் பெரிய பிரச்சினை. நீங்களெல்லாம் ஒற்றுமையாக இருந்தாத்தான எனக்குப் பெருமை. அதனால முத்துசாமியும் நீங்களும் பேசுங்க’ என்று சொல்லி எங்களைச் சமாதானம் செய்து வைத்தார். அன்றைய இரவு கண்ணீரும் புலம்பலையுமாகத் தொடங்கிப் பின் அன்பும் மகிழ்ச்சியுமாகக் கழிந்தது.

ஆசிரியர்களின் சாதியைக் கண்டுபிடிக்க முயன்று மனித அன்பைப் புறந்தள்ளிய நான் பின் ஒவ்வொரு கட்டத்திலும் சாதியைக் கடந்து மனிதர்கள் அன்பாகவும் உதவியாகவும் இருந்து மகிழ்ச்சியாக உறவாட முடியும் என்னும் தெளிவை ஐயாவின் வழிகாட்டுதலால் பெற்றபடியே இப்போது ஓரிடத்தில் வந்து நிற்கிறேன். ஐயா என்னும் ஆலமரத்தடியில் நிழலுக்காக ஒதுங்கி நின்றவர்கள் பலபேர். அதன் விழுதுகளைப் பிடித்துக்கொண்டு மேலேறிச் சென்றவர் பலபேர். அந்த வகையில் மேலேறிச் செல்ல முடியவில்லையென்றாலும் நிழலில் ஓரமாக ஒதுங்கி நின்றேன் என்னும் மனநிறைவுடன் வாழ்கிறேன்.

19

கற்றதும் பெற்றதும்
சி. சந்திரன்

ஆத்தூரில் ஐயா தமிழ்த்துறைத் தலைவராகப் பணியாற்றினார். நான் வருகை விரிவுரையாளராக அங்கு பணியாற்றிக்கொண்டு அறையில் அவரோடு தங்கியிருந்தேன். அவரது அலமாரியில் உள்ள புத்தகங்களை எடுத்துப் படிக்க எனக்கு முழுச் சுதந்திரம் கொடுத்திருந்தார். பி.எல்.சாமியின் புத்தகங்களை அவரிடம் இருந்து வாங்கிப் படித்தது பசுமை மாறாமல் இன்னும் நினைவில் இருக்கிறது. கட்டிலில் படுத்துக்கொண்டே அவர் படிக்கும் காட்சி என் மனதில் படிமமாகப் படிந்துள்ளது. அவர் சென்னைப் பல்கலைக்கழகத்தில் முனைவர் பட்ட ஆய்வு மாணவராக இருந்தபோது நான் முதுகலை மாணவர். அங்கு அவர் எனக்கு வகுப்பெடுத்துள்ளார். அவரது மாணவராகிய எனக்கு அறிவுரை கூறும்போது ஏற்றுக்கொள்ளத்தக்க வகையில் நயமாக எடுத்துரைப்பார்.

ஆத்தூர் கல்லூரியில் பணியாற்றியபோது 'சந்திரன் தண்டியலங்காரத்திலும் யாப்பருங்கலக் காரிகையிலும் பெரும்பாலான பாடல்களை மனப்பாடமாக வைத்துள்ளார்' என மாணவர் களிடம் என்னைப் புகழ்ந்துள்ளார். ஒருவரின் திறமையை அங்கீகரித்துப் பாராட்டுவதில் குறைவைக்க மாட்டார். அதே நேரத்தில் குறை களையும் சுட்டிக் காட்டுவார். 'முல்லைக்கலி' வகுப்பெடுக்கும்போது பாடலுக்கான உரை கூறுவதில் எனக்கிருந்த பிரச்சினையை

மாணவர்கள் ஐயாவிடம் கூறியுள்ளனர். மறுநாள் அவர் என்னிடம் பாடலுக்கான உரை கூறுவதில் கவனம் செலுத்திச் செழுமைப்படுத்திக்கொள்ளக் கூறினார். கற்பித்தலில் இருக்கும் நிறைகுறைகளை மாணவரிடம் கேட்டு அவர்கள் சொல்வதை மனத்தில் கொண்டு அதற்கேற்பக் கற்பிப்பார். ஆகவே அவரிடம் கற்பித்தல் குறித்து வெளிப்படையாக மாணவர்கள் கலந்துரையாடுவர். அவர்கள் எனது பலவீனத்தையும் ஐயாவிடம் கூறியுள்ளனர். அதை என்னிடம் கூறிச் சரி செய்துகொள்ளச் சொன்னார். அவ்வகையில் அவர் என்றும் எனக்கு ஆசிரியர். அதன்பின் நான் என்னைத் திருத்திக்கொள்வதில் பெரிதும் விருப்பம் உடையவன் ஆனேன்.

அவர் வகுப்பறையில் மாணவர்களுடைய தனித்திறன்களை வெளிப்படுத்தும் வகையில் நடித்துக் காட்ட இடமளிப்பார். 'மிமிக்ரியை'த் திறனாகப் பார்ப்பாரேயன்றிக் கேலியாக, அவமானமாகக் கருதார். தன்னுடைய கற்பித்தலில் உள்ள நிறைகுறைகளைப் பற்றித் தாளில் எழுதித் தரச் சொல்லி ஆண்டு முடிவில் மாணவர்களிடம் கேட்பார். இவ்வாறு பலவகையில் மாணவர்க்கேற்ற ஆசிரியராக வலம் வந்தார். அவரோடு உடனுறைந்த நாட்கள் பயிற்சிக்கான முகாம் வாழ்வாகவே எனக்கு அமைந்திருந்தன. 'காதி'யில் துணி எடுப்பது, சித்த வைத்தியரிடம் மருந்து பெறுவது என மரபை, வரலாற்றை அறிமுகப்படுத்தினார். இன்றும் அவரின் அறிவுரைப்படி மாற்று மருத்துவமான ஹோமியோபதி சிகிச்சையினைப் பெறுகிறேன். அவருடன் தங்கியிருந்த காலத்தில் ஆசிரியர் தேர்வு வாரியம் நடத்திய தேர்வில் தேர்ச்சி பெற்றேன். போட்டித் தேர்வுக்கான தயாரிப்பில் இருந்தபோது படிப்பதற்கு வசதியாக எனக்குப் பாடவேளைகளை மாற்றித் தந்து துணை நின்றார்.

ஐயாவின் பாடம் கற்பிக்கும் திறன் எனக்கு வெகுவாகப் பிடிக்கும். நான் ஆத்தூர் கல்லூரியில் பாடம் எடுக்கும்போது முன் தயாரிப்புக் குறித்து அவரிடம் கலந்துரையாடுவதுண்டு. முல்லைப்பாட்டு வகுப்பெடுக்கச் 'சாம்ராட்' என்ற ஆங்கிலப் படத்தையும் 'தளபதி' என்ற தமிழ்ப்படத்தையும் இணைத்துக் கற்பிக்க எனக்கு ஆலோசனை வழங்கினார். அவர் 'யாப்பிலக்கணம்', 'அணியிலக்கணம்' முதலான பாடங்களுக்குத் திரைப்படப் பாடல்களைச் சான்று காட்டிக் கவனம் கொள்ள வைப்பார். யாப்பருங்கலக் காரிகை பாடமெடுத்தபோது வகுப்பறையே செய்யுள் இயற்றும் பட்டறையாக விளங்கியது.

அவர் 'பா' புனைவதில் வல்லவர். புதுக்கவிதை மட்டுமன்றி மரபுக்கவிதை எழுதுவதிலும் சிறந்து விளங்குபவர். ஒருமுறை

புலவர்க்கே உரிய முறைப்படி அவரிடம் வெண்பா இயற்றச் சவால் விடப்பட்டது. நண்பர் மா. வெங்கடேசனின் பிறந்த நாள். பேச்சு வாக்கில் சிற்றுண்டி உண்ணும்போது அறை நண்பர் ஒருவர் ஐயாவிடம் வெண்பாவில் வாழ்த்துப் பாட வேண்டினார். வெண்பா பாடினால் காலைச் சிற்றுண்டிச் செலவைத் தான் ஏற்கிறேன் என்று வெங்கடேசன் பரிசை அறிவித்தார். ஐயா உடனே பாடிய வெண்பா பிறந்தநாள் பரிசாக்கப்பட்டது. இவ்விதம் அவ்வப்போது அவர் எழுதிய வெண்பாக்கள் பல.

நான் முதுகலை ஆசிரியராக அரசுப் பணியில் சேர்ந்த பின் பகுதி நேரத்தில் முனைவர் பட்ட ஆய்வு மாணவராக ஐயாவிடம் சேர்ந்தேன். ஆய்வு மாணவர்களின் கட்டுரை எழுதும் ஆற்றலை வளர்க்கக் 'கூடு' ஆய்வுச் சந்திப்பு என்ற கூட்டத்தை மாதமொருமுறை நடத்தினார். நெறியாளரை மாணவர் மாதமொருமுறை சந்திக்கும் கட்டாயத்தை உருவாக்கினார். தொடக்கத்தில் ஆய்வுக் கட்டுரை வாசிப்பதாக இருந்து பின்னர் பலவாகப் பரிணமித்தது. ஆய்வு மாணவர்களின் கட்டுரைகளைத் திருத்தியதில் கண்ட குறைகளைக் களைய உரைநடைப் பயிலரங்கம் ஒன்றை நாமக்கல் காமராசர் மேல்நிலைப் பள்ளியில் நடத்தினார். தனியாள் குறை களைவைக் குழுவுக்கானதாக ஆக்கினார். அவர் ஒருங்கிணைப்பாளராக இருந்து தம் அருகில் இருப்பவர்களையே கருத்தாளராகக் கொண்டு பயிலரங்கைச் செழுமைப்படுத்தினார். பொ. வேல்சாமி, நஞ்சுண்டன், பி. எழிலரசி, மு. நடராஜன், நா. அருள்முருகன் முதலானோர் பயிற்சியளித்தனர். தமிழில் வெளிவரும் தரமான நாளிதழிலும் காணப்பெற்ற ஒற்றுப்பிழை, வாக்கியப்பிழை, சேர்த்தெழுத வேண்டிய சொற்கள், பிரித்தெழுத வேண்டிய சொற்கள் முதலான வற்றைச் சுட்டினர். மாணவர்கள் நாளிதழைத் திருத்திப் பயிற்சி பெற்றனர். நடைமுறை இலக்கணமே பிரதான கற்பித்தல் பொருளாக இருந்தது.

இலட்சியத்தைத் தேடிப் பரபரப்பாக மன அமைதியின்றி ஓடிக்கொண்டிருக்கின்ற இன்றைய சூழலில் இயற்கையழகை ரசிக்கக்கூடப் பயிற்சி தந்திருக்கிறார். மலைவளம் காணலோடு கற்றலை இணைத்து மகிழ்வான கற்றலை உருவாக்கினார். அவரது நண்பர் ஒருவரின் உதவியால் கல்வராயன் மலையில் 'கவிதைப் பட்டறை' நடத்தத் திட்டமிட்டார். நண்பர் பணிபுரிந்த அரசுப் பள்ளியில் இரவு தங்கிக் காலை மலையழகை ரசித்து விட்டு வாய்க்கால் தேக்கத்தில் குளித்தோம். அங்கிருந்து சிறிது தொலைவிலுள்ள அரசு வேளாண் நிறுவனப் பழக்கன்று ஒட்டுப் போடும் தோட்டத்திற்குச் சென்றோம். அங்கு நடைபெற்ற கவிதைப்

பட்டறையில் நாமக்கல் அரசு கல்லூரி இளங்கலை பயின்ற சுரேஷ் என்ற மாணவர் சிறந்த கவிஞராகப் பாராட்டப்பட்டார்.

பின்னர் மேக அருவியை நோக்கிப் பயணமானோம். மலையில் ஏறும்போது கோலூன்றிச் சென்றோம். மலையில் ஆங்காங்கே சமன்பகுதிகளை ஏற்படுத்திக் கற்களால் அடுக்கி வரப்புக் கட்டி மரவள்ளிக்கிழங்கு நடவு செய்திருந்தனர். மேக அருவி மேகத்தைப் பொத்துக்கொண்டு கொட்டுவது போல உயரமான பாறைகளிலிருந்து செங்குத்தாக நீர் கொட்டியது. அதை அடைவதற்கு நீர் தேங்கிய பெரிய பரப்பைக் கடக்க வேண்டியிருந்தது. அந்நீர்ப் பரப்பிலிருந்து பெருக்கெடுத்தோடும் ஆறு தன்னுள் இருப்பவரை இழுத்துச் செல்ல முயற்சி செய்து கொண்டே இருந்தது. இதையெல்லாம் தாண்டி அருவியை அடைந்து பாறையைத் தழுவித் தலையையும் முதுகையும் முதலில் காட்டியவர் ஐயா. மாணவரோடு கைகோத்து அழைத்துச் சென்றார். மூச்சுக் காற்றை அடக்கியும் பாறையின் உட்பக்கம் சாய்ந்தும் தாக்குப் பிடிப்பதில் பயிற்சி பெற்றவராக விளங்கினார். அவரைத் தொடர்ந்து மாணவர் கூட்டம் நீராடியது.

வீடு திரும்பும் வழியில் ஐயா அனுபவக்கல்வி ஒன்றையும் எனக்குப் போதிக்க நேர்ந்தது. திரும்பும் வழியில் அரசுப் பேருந்தில் ஏறிக் காலியாக இருந்த இடத்தில் நான் அமரப் போகப் பக்கத்து இருக்கையில் இருந்த பயணி ஒருவர் தடுத்தார். ஓரிரு பேருந்து நிறுத்தம் தாண்டி ஏறப்போகிறவர்களுக்காக முன்கூட்டியே இடம் போட்டிருந்தார் அவர். முதலில் ஏறி நின்றுகொண்டிருப்பவருக்கு இடம் தாருங்கள் என்று நான் கேட்கப் பிரச்சினையானது. வாதம் நடந்துகொண்டிருந்தது. நடத்துநர் பேருந்தின் முன் கட்டுப் பக்கம் சென்றுவிட்டார். நான் பிரச்சினைக்குரிய ..ம் விவாதித்துக் கொண்டிருக்கும்போது இன்னொரு ..கையில் இருந்தவர், இருக்கை மறுப்பவருக்கு ஆதரவாகப் .. நான் அவருடைய வினாவிற்கும் விடையளித்து வாதம் ..த்தேன். பேருந்தின் முன் பக்கம் அமர்ந்திருந்த ஐயா என்னை அழைத்துச் செய்தியை அறிந்தார்.

‘நாம் எப்போதும் பிரச்சினைக்குரியவரிடம்தான் விவாதிக்க வேண்டும். பிரச்சினைக்குச் சம்பந்தப்படாத மற்றவரிடம் விவாதிக்கக் கூடாது. விவாதம் வலுவிழந்து போகும். திசைமாறிப் போகும். பொதுமக்களுக்கான கோரிக்கை, பிரச்சினைகள் பேச்சு வார்த்தையில் இவ்வாறே மழுங்கடிக்கப்படுகின்றன. போராட்டத்தை முடித்து வைப்பதற்கான உத்திகளுள் இதுவும் ஒன்று’ என்று அறிவுரை கூறினார். இந்த அனுபவத்தை நான் கல்லூரியில் எங்கு சென்று கற்பது? நிர்வாக எந்திரங்களுக்கான

உத்திகளைக் கற்றுக்கொள்ள இன்றைய கல்வி நிறுவனங்கள் வாய்ப்புகளையோ பாடத்திட்டங்களையோ நமக்குத் தருவ தில்லை. அரசு தனது இருப்புக்கான ஆபத்தான பகுதியாகக் கருதித் தத்துவம், வரலாறு முதலான துறைகளைச் செயலற்றதாக ஆக்கிப் புறக்கணிக்கின்றது. இவ்வாறு வகுப்பறைக்கு வெளியே நடைமுறை வாழ்வைப் போதிக்கும் கல்வியையும் ஐயா வழங்கினார்.

ஜவ்வாது மலையைச் சேர்ந்த சுரேஷ் என்ற மாணவர் நாமக்கல் அரசு கல்லூரியில் இளங்கலைத் தமிழிலக்கியம் பயின்றார். ஐயாவுடன் மாணவர்களை விருந்தினராகத் தாம் வசித்த ஜவ்வாது மலைக்கு அழைத்துச் சென்றார். அவரது வீட்டில் தினையரிசிச் சோறும் கம்மங்கூழும் கொடுத்து உபசரித்தனர். ஜவ்வாது மலையில் உள்ள அவரது வயல்வெளியில் ஏதாவது ஒரு நிகழ்ச்சியை வருணனையாக எழுத மாணவர்கள் பணிக்கப்பட்டனர். ஐயாவின் மேற்பார்வையில் நான்கு குழுத் தலைவர்கள் நியமனம் செய்யப்பட்டனர். மாணவர்கள் எழுதியதைத் திருத்தம் செய்து பிழைதிருத்தம், பத்தியமைப்பு, ஒரு செய்தி விவரணைக்கு ஒருபத்தி என விளக்கினார். இங்குதான் நான் முதன்முதலாகத் தினைப்பயிரைக் காணும் வாய்ப்புப் பெற்றேன். குறிஞ்சியின் கருப்பொருள்களுள் ஒன்றான தினையைக் காண இவ்வளவு நாளாயிற்றே என்று மனம் திடுக்கிட்டேன்.

நான் பணிபுரியும் ஊர் வரகூர். தானியத்தின் பெயரால் பெயர் பெற்ற இவ்வூரில் உள்ள மாணவர்கள் வரகைக் காணும் வாய்ப்பைப் பெறாமல் இருப்பதை அறிந்தேன். கூலவாணிகன் சீத்தலைச்சாத்தனார் பற்றிய செய்தியில் கூலம் என்பது பதினெட்டுத் தானியங்களைக் குறிப்பதாகக் கூறி மாணவர்களைத் தொகுத்து வரச் செய்தேன். தினை, சாமை, வரகு, மூங்கிலரிசி முதலானவற்றை மாணவர்கள் காணும் வாய்ப்புப் பெற்றனர். ஜவ்வாது மலையின் தாக்கம் வகுப்பிலும் எதிரொலித்தது. ஜவ்வாது மலைப்பகுதியிலுள்ள சில ஊர்ப்பெயர்கள் வீரசோழியம் கூறும் புணர்ச்சி விதிக்கான எடுத்துக்காட்டாக இருப்பதனை அருள்முருகன் பெயர்ப்பலகையைப் பார்த்து ஐயாவுடன் உரையாடும் வாய்ப்பையும் இப்பயணம் தந்தது.

காலை எழுந்ததும் ஜவ்வாது மலையின் குறுக்குவழியில் காட்டைக் கடந்து பிரபல்யம் அடையாத புதிய அருவியினைத் தேடிப் பயணம் தொடங்கியது. ஆற்றின் திசையில் மேலும் மேலும் புதிய அருவியைத் தேடித் தேடிக் குளித்தோம். பாதை வசதி பெற்ற அருவிகள் பிரபல்யம் அடைய அதை விடப் பெரிய அருவிகள் பாதையில்லாத காரணத்தால் ஒளிந்து கொண்டிருப்பதைப்

ஐயா மூலம் அறிந்தேன். அருவி பாறை வடிவிற்கேற்ப புதுப்புது வடிவம் எடுப்பதைக் காண்பதே கொள்ளையழகு. அருவி பெரிய பள்ளத்தாக்கில் தாவிக் குதித்து மூன்று மலைகள் சூழப் பெருக்கெடுத்து அழகு காட்டியது. காலை உணவு தயாரானதும் எடுத்து வர ஓரிருவர் நியமனம் செய்யப்பட்டனர். உணவு வரும்வரை அருவி நீராடல். சிலர் 'திகம்பரக் குளியல்' போட்டனர். பிறகு வீடு வந்து மீண்டும் சுற்றுலாத்தலமான ஓர் அருவிக்குப் பயணம். புகழ்பெற்ற இடமாக இருப்பினும் நீர்வரத்து குறைவே. கான்கிரிட் கட்டடம் இயற்கையின் வாசனையை முழுவதுமாக அனுபவிக்கத் தடையாக இருந்தது. மாணவர் சுரேஷ் ஊர்மக்களைத் திரட்டி வனத்தில் கன்று நட்டதையும் வனத்துறை ஊழியர்கள் கன்று நட்டதையும் காட்டிச் சென்றார்.

மாணவர்களுக்கு ஆய்வுக்கட்டுரை எழுதுவது, உரைநடைப் பயிலரங்கு, விமர்சன அரங்கு எனப் பலகட்டப் பயிற்சியளித் திருந்தாலும் முனைவர் பட்ட ஆய்வேடு எழுதுவதில் எனக்குத் தயக்கம் இருந்தது. ஆய்வு மாணவராக ஐந்தரை ஆண்டுகள் தலைப்பை மட்டுமே வைத்துக்கொண்டிருந்த என்னைத் திடீரென்று பிடித்துக்கொண்டார். உங்களுக்குப் பிறகு சேர்ந்தவர்கள் எல்லாம் முடித்துவிட்டார்கள். நீங்கள் எப்போது முடிக்கப் போகிறீர்கள் என்று கேட்டார். நான் ஆசிரியர் பணியைக் காரணம் காட்டி வேலைப்பளுவில் இருப்பதாகக் கூறித் தப்பித்து வந்தேன். ஆய்வுக்கு எழுத ஒன்றும் தோன்றவில்லை என்று வெளிப்படக் கூறினேன். பொறுமை காத்த ஐயா ஒருகட்டத்தில் 'ஒன்று ஆய்வேட்டை முடியுங்கள் அல்லது மற்ற மாணவர்க்கு வழிவிட்டு ஒதுங்கிக்கொள்ளுங்கள்'
என்றார். அவரை நெறியாளராகக் கொண்டு பிஎச்.டி. சேர ஒரு
வரி கர்த்திருந்தது. இதனால் இவ்வாறு கூறிவிட்டாரே
என் வருத்தம் ஏதும் ஏற்படவில்லை. இயலாமையால்
ஒது ாள்வதுதான் சரியானது என்று நினைத்திருந்தேன்.
பே ின் துணைவியார், 'சந்திரன் நீங்கள் எழுதினால்
வ ,தன்மையுடன் கட்டுரை நன்றாக இருப்பதைக்
கூ சியிலேயே பார்த்துள்ளேன். அப்படியிருந்தும் ஏன்
எ லை? ஐயாவும் சந்திரனை எழுதவைக்க முடியவில்லை
எ ஆதங்கப்படுகிறார்' என்று கூறினார். ஐயா என்னை
எ வக்கத் திட்டமிட்டார் போலும்!

பகுதி நேரத்தில் பிஎச்.டி. பயிலும் மாணவர்கள் நேரமில்லை என்று கூறித் தப்பித்து வருவதை அறிந்தார். ஆய்வுக்காகத் தோன்றிய கூடு கவிதை, சிறுகதை, எழுத்தாளர் சந்திப்பு எனத் திசை மாறியது. கூடு நிகழ்ச்சியில் கட்டுரை வாசிக்க முன்கூட்டியே அவரிடம் காட்டித் திருத்தம் பெற்றதனால்

ஆய்வேடு திருத்துவதற்கான நேரம் கூடு நிகழ்வின்போது கிட்ட வில்லை. எனவே ஆய்வேடு திருத்தக் கூடு நிகழ்ச்சியை ஒட்டித் தங்கும் விடுதியில் அறை எடுத்துத் திருத்த வேண்டி வந்தது. அதற்காகவே இரண்டு நாட்களை ஒதுக்கினார். ஆய்வாளருக்கு நாளும் நேரமும் ஒதுக்கப்பட்டு ஆய்வேடுகள் திருத்தம் பெற்றன. ஆய்வாளர்கள் அதிகம் வருகின்ற நாட்களில் பேராசிரியர்கள் க.காசிமாரியப்பன், மா. வெங்கடேசன் ஆகியோரைத் திருச்சியில் இருந்தும் கிருஷ்ணகிரியில் இருந்தும் அழைத்துக்கொண்டார். அவ்வாறு அவர்கள் வருகின்ற தருணங்களில் அவர்களையே கூடு கூட்டத்தில் சிறப்பு விருந்தினராகப் பேச வைத்தார். அவர்களுடைய வரவு மிக்கப் பயனுடையதாக அமைந்திருந்தது.

ஒருமுறை ஐயா 'இந்தமாதம் ஆய்வேடு திருத்தும்போது நீங்கள் ஆய்வு தொடர்பாகச் சேகரித்த நூல்களைக் கொண்டுவந்து காட்டுங்கள்' எனக் கூறினார். நான் இரண்டு கட்டைப்பை நிறையப் புத்தகங்களையும் கட்டுரை நகல்களையும் எடுத்துச் சென்றேன். பிஎச்.டி. சேருவதற்கு முன்பு 2002 முதல் தகவல்களைச் சேகரித்து வைத்திருந்தேன். 2011இல் ஐயாவிடம் காட்டும்போது தகவல் குவிந்து கிடந்தது. பிஎச்.டி.க்காகத் தொடர்ந்து படித்து வந்தது அப்போதுதான் என் புத்திக்கு உறைத்தது. ஐயா 'இதுவே போதும். இனி புத்தகம் தேடிக்கொண்டிருப்பதை நிறுத்துங்கள். இனி எழுத ஆரம்பியுங்கள்' என்று அறிவுறுத்தினார். அன்றே இயல்கள் எழுதுவதற்கான காலவரையறையை ஆலோசித்து முடிவெடுத்தோம். அடுத்த மாதம் முதல் இயலை எழுதி வருமாறு பணித்தார். நான் இரண்டாவது இயலைக் கட்டுரையாக எடுத்துச் சென்றேன். ஐயா படித்துப் பார்த்து விட்டு 'ஆய்வு சிறப்பாக வந்துள்ளது, இனி மாதம் ஒரு இயலை எழுதிவிடுங்கள். ஆறாவது மாதத்தில் உங்கள் ஆய்வேடு நிறைவு பெற வேண்டும். எக்காரணம் கொண்டும் கால நீட்டிப்புக் கூடாது' என்று வலியுறுத்தினார்.

இரண்டு இயலை எழுதியதும் அடுத்து ஆய்வுச் சுருக்கம் தயாரித்துப் பல்கலைக்கழகத்தில் ஒப்படைக்கக் கூறினார். அடுத்தடுத்த மாதங்களில் பின் இயல்கள் தயாராயின. முதல் இயலை இறுதியாகத்தான் எழுதினேன். ஒவ்வொரு தலைப்பும் கூடப் பல கட்டுரைகளின் தொகுப்பாகப் பொருள் ஒருமை கருதி அடுக்கப்பட்டதாகவே ஆய்வேட்டை அமைத்திருந்தேன். ஒதுக்கப்பட்ட காலம் முடிவடைய ஒருநாள் இருக்கும் நிலையில் காலநீட்டிப்பு ஏதுமின்றி ஆய்வேட்டைப் பல்கலைக்கழகத்தில் சமர்ப்பித்தேன். ஆய்வேடு புத்தகமாகக் கட்டமைக்கும் சமயத்தில் அச்சக வேலைகளை உடனிருந்து கவனிக்க மகேந்திரன் என்னும் மாணவரையும் தட்டச்சுச் செய்ய நண்பர் மு. நடராஜனையும் ஏற்பாடு செய்திருந்தார். ஐயா எவ்வளவு நாசுக்காகத் திட்டமிட்டு

முடிக்க வைத்திருக்கிறார் என்பதைத் திரும்பிப் பார்த்தால்தான் தெரிகிறது.

எனது ஆய்வேட்டை எழுத வைக்கப் 'பாராட்டே' தாரக மந்திரமாக அமைந்திருந்தது. 'என்னிடம் செய்த ஆய்வேடுகளிலே மிகச் சிறந்தது சந்திரனுடையதுதான். சந்திரன் எழுத ஆரம்பித்துவிட்டால் நிறுத்த முடியாது. போதும் போதும் என்று சொல்லுமளவிற்கு எழுதிவிடுவார். ஆய்வேட்டிற்கான பக்கம் குறிப்பிட்ட அளவைவிட அதிகமாகிவிடும்' என்று கூறிப் பாராட்டிக்கொண்டே இருப்பார். அவர் குறிப்பிட்டது போல் பக்க அளவைக் குறைக்க எழுத்தின் அளவைக் குறைத்து அதிகமான வரிகளை ஒவ்வொரு பக்கத்திலும் ஆய்வேட்டில் அடக்க வேண்டியிருந்தது. தொடக்கத்தில் ஆய்வுக்கட்டுரை என்ற பெயரில் செய்திகளைத் தொகுத்துப் பக்கம் பக்கமாக எழுதிச் சென்ற எனக்குப் போகிறபோக்கில் தொட்டுச் செல்கின்ற ஒரு பகுதியைக் காட்டி 'இச்செய்தியை மட்டும் விரிவாக்குங்கள்' என்று கூறுவார். 'உங்களுடைய கட்டுரைகளில் வரலாற்றுப் பார்வை சிறப்பாக வருகிறது. நிறையப் படித்தால் பொ.வேல்சாமி அவர்களின் வரிசையில் பின்தொடரும் வாய்ப்புண்டு' என்று பாராட்டியது என் திறனுக்கு அதிகமான பாராட்டாக இருப்பினும் ஒரு உத்வேகத்தைக் கொடுத்திருந்தது.

மாணவரின் தனித்திறனைக் கண்டறிந்து வெளிக்கொணர் வதில் நிகரற்றவர் அவர். மாணவர்களின் திறன்களை வளர்க்கவும் வெளிக்கொணரவும் பதிப்பாளராக இருந்து இரண்டு நூல்களை வெளியிட்டு நிலைபேறடையச் செய்திருக்கிறார். காவ்யா வெளியீட்டில் 'நாமக்கல் தெய்வங்கள்' என்ற புத்தகமும் காலச்சுவடு பதிப்பகம் மூலம் 'சாதியும் நானும்' என்ற அனுபவக் கட்டுரைகளின் தொகுப்பும் ஐயாவின் பரம்பரையைத் தமிழுலகுக்கு அறிமுகப்படுத்துவனவாகும். நான் ஆத்தூரில் வருகை விரிவுரையாளராகப் பணியாற்றியபோது எம்.பில். ஆய்வுக்குத் திரட்டிய தரவுகளில் இருந்து எழுதிய கட்டுரை ஒன்றை ஐயாவிடம் காட்டினேன். படித்துப் பார்த்துவிட்டுத் *தமிழ்ப்பொழில்* இதழுக்கு அனுப்புமாறு கூறினார். எனது கட்டுரையின் முதல் பிரசவம் இவ்வாறு நிகழ்ந்தது. கூடு ஆய்வுச் சந்திப்பில் வாசித்த இரண்டு கட்டுரைகள் பின்னாளில் *தமிழ்ப்பொழில்* இதழில் வெளிவந்துள்ளன. அவர் தூண்டினால் மட்டுமே கட்டுரை எழுதும் பழக்கம் என்னிடம் இருந்தது.

பிஎச்.டி. ஆய்வேட்டோடு தொடர்புடைய கட்டுரைகளைச் செம்மொழி ஆய்வு நிறுவனக் கருத்தரங்கில் வாசிக்க மேலும் இரண்டு வாய்ப்புகளைத் தந்து எழுத வைத்தார். புகழ்பெற்ற

எழுத்தாளர்களைவிட அடுத்த தலைமுறை மாணவர்களுக்கு அதிகம் வாய்ப்புத் தரப்பட வேண்டும் என்ற கொள்கை வைத்திருந்தார். மாணவர் திறனறிந்து சுயமரியாதை காத்து முழுமை நோக்கிய வளர்ச்சியில் அடுத்தடுத்த நிலைக்கு அழைத்துச் செல்லும் வல்லமை பெற்றவர் ஐயா. அவர் தன்னிடம் அடைக்கலம் புகுந்த ஆன்மாவை ஈடேற்றாமல் விட்டதில்லை.

பலனை எதிர்பார்க்காமல் உதவும் பயிற்சியைக் 'கைமாறு வேண்டாக் கடப்பாடு' எனக் குறள் கூறுகிறது. துன்புற்ற காலத்தில் உதவுவதில் ஐயா முன்நிற்பார். என் மகள் உயிர்காத்த நிகழ்வு ஒன்றை நினைவுகூர்கிறேன். 2012ஆம் ஆண்டு என் மகள் பிறைநுதலுக்கு வயது ஏழு மாதம். கிருமியால் காய்ச்சல். பிறகு மருந்து கொடுக்க வாந்தி, வயிற்றோட்டம். வழக்கமாகப் பார்க்கும் மருத்துவர் வெளியூர் சென்றுவிட்டதால் வேறு மருத்துவரிடம் மருத்துவமனையில் தங்கி சிகிச்சை தந்தோம். மறுநாள் இரவு சரியாகிவிட்டதாகச் சொல்லி வீட்டுக்கு அனுப்பினர். வீட்டுக்குச் சென்றதும் மகளின் வயிறு வீங்கியது. வழக்கமாகப் பார்க்கும் குழந்தை மருத்துவர் மறுநாள் காலை மருத்துவமனை திரும்புவதாக அறிந்தோம். அவரிடம் குழந்தையை அழைத்துச் சென்றோம். ஸ்கேன் செய்யச் சொன்னார்.

'பெருங்குடல் வால்வுக்குள் சிறுகுடல் புகுந்து மடிந்து வெளிவராமல் உள்ளதால் வயிறு வீங்கி உள்ளது. மருந்து கொடுத்தும் வயிறு வற்றாததால் சேலத்தில் உள்ள சிறப்பு மருத்துவரிடம் செல்லுங்கள், பரிந்துரைக்கிறேன். கூடியவரை மருந்து மூலமாக வயிற்றோட்டம் ஏற்படுத்திக் குடலைப் பிரித்துவிடுவார். முடியாவிட்டால் அறுவை சிகிச்சை செய்ய வேண்டியிருக்கும். குடலைப் பிரிக்காவிட்டால் மடிந்த குடல் செப்டிக் ஆகிவிடும். குடல் வெடித்தால் நஞ்சு பரவி விடும். குழந்தை வேறு துவண்டு விழுந்து மூர்ச்சையாகிக் கொண்டிருக்கிறாள். விரைந்து செல்லுங்கள்' என்றார் மருத்துவர். கையில் இருந்த இரண்டாயிரம் ரூபாயுடன் நாமக்கல் மருத்துவமனைக்கு வந்த நாங்கள் செய்வதறியாது நின்றோம். ஐயாவுக்குத் தொலைபேசியில் நிலைமையைக் கூறி ரூபாய் பத்தாயிரம் வேண்டினேன். அவர் உடனே ஏடிஎம்மில் பத்தாயிரம் எடுத்து வந்தார். குழந்தையின் நிலையைப் பார்த்ததும் போதாது என்று கூறித் திரும்ப ஏ.டி.எம். சென்று முப்பதாயிரம் எடுத்து வந்தார். சேலம் செல்ல ஒரு முயற்சியும் செய்யாமல் நான் திகைத்திருப்பதைப் பார்த்துத் தம் மாணவரிடம் பேசி வாடகைக் கார் வரவழைத்து அனுப்பி வைத்தார். ஓட்டுநரிடம் குழந்தையை மருத்துவமனையில் சேர்த்த பிறகே திரும்ப வேண்டும் என்று கேட்டுக்கொண்டார். இரவு இரண்டு மணிக்கு அறுவை சிகிச்சை வெற்றிகரமாக

முடிந்ததைக் கேள்வியுற்ற பிறகே உறங்கச் சென்றார். மறுநாள் நேரில் மருத்துவமனைக்கு வந்து பார்த்துப் 'பச்சிளங்குழந்தைக்கு அறுவை சிகிச்சையா?' என்று கலங்கினார். சிலப்பதிகாரம் கூறும் 'கருணை மறவ' என்ற சொற்றொடருக்குப் பொருள் விளங்கும் வகையில் உயிர்காத்துப் பண்பில் உயர்ந்து நின்றார்.

நான் முப்பதாயிரம் பணத்தை ஓரிரு மாதம் கழித்துத் திருப்பிக் கொடுத்தேன். அப்போது ஒரு செய்தியை அறிவுறுத்தினார். மருத்துவம் முதலான அவசர காலச் செலவுக்கெனத் தனியாக ஒரு தொகையை வைத்திருக்க வேண்டும். வங்கிச் சேமிப்புக்கணக்கில் வைக்கும் அத்தொகையை மற்ற செலவுகள் தோன்றும் சமயங்களில் எடுத்துவிடக் கூடாது என்று அறிவுறுத்தித் தம் அனுபவத்தையும் கூறினார். ஒருமுறை நண்பர் ஒருவரிடம் அவசர மருத்துவச் செலவிற்குப் பணம் கேட்டாராம். அவர் 'என்னதான் நண்பராக இருந்தாலும் பணம் பகையாக்கிவிடும். பாண்டில் கையொப்பம் பெற்றுக்கொண்டு கொடுப்பதுதான் முறை' என்று கூறிக் கையொப்பம் வாங்கிக்கொண்ட பிறகே கொடுத்தாராம். அதற்காக வருந்திய அவர் நாம் நமக்காகவும் நம்மைச் சேர்ந்தவருக்காகவும் கண்டிப்பாக வங்கியில் எந்நேரமும் எடுக்கும் வகையில் பணம் வைத்திருக்க வேண்டும் என்று அறிவுறுத்தினார்.

கடன் வாங்கியாவது முதலீடு செய்ய நினைக்கும் நாம் உயிர்காக்கும் செலவை உத்தேசிப்பதில்லை. அந்தச் சேமிப்பைத் தேவையற்றதாகக் கருதும் மனப்பாங்கே உள்ளது. எதிரதாக் காக்கும் அறிவில்லாமல் கலங்கிய எனக்கு ஐயாவின் எதிரதாக் காக்கும் அறிவு பயன்பட்டு அவரது நெருக்கடிநிலை நிதி என் மகளின் உயிர் காத்தது. என் மகளுக்குப் 'பிறைநுதல்' என்று பெயரிட்டவர் ஐயா. ஆற்றல் மிகு சொல்தேர்வு. தமிழ்த்தாய் வாழ்த்துப் பாடும்போது 'தக்கசிறு பிறைநுதலும்' என்ற வரி வரும்போதெல்லாம் ஐயாவே மனதில் தோன்றுவார்.

○

20

'தைரியமான பொண்ணு'

த. சாவித்திரி

எனது முதுகலைப் பட்ட வகுப்பில் தொடங்கி தற்போது முனைவர் பட்ட ஆய்வு எனப் பன்னிரண்டு ஆண்டுகளாக ஐயாவின் மாணவியாகத் தொடர்ந்து வருகிறேன். பல்வேறு தருணங்களில் ஐயா வகுப்பிலோ எழுத்திலோ கூறிய வார்த்தைகள் இன்றும் என்னை ஆற்றுப்படுத்துவதாக உள்ளன. "தைரியமான நல்ல பொண்ணு" "மேடையில நல்லாப் பேசும்" என என்னைப் பற்றி ஐயா கூற நான் கேட்டிருக்கிறேன். நமது சிறு நற்பண்பு களையும்கூட நுணுகிக் கண்டறிந்து நமக்கே அதை ஐயா அடையாளம் காட்டுவார்.

நான் தொடக்கப்பள்ளியில் பயிலும்போது அரசியல் ஊர்க் கூட்டம் ஒன்றில் கலந்துகொள்வதற் காக என் அப்பா என்னைத் தூக்கிச் சென்றார். அக்கூட்ட மேடையில் 'யானை சின்ன யானை' என்ற குழந்தைப் பாடலைப் பாடினேன். பரிசெல்லாம் கொடுத்தார்கள். ஆனால் மறுநாள் காலையில் அதற்கான தண்டனையும் எனக்குக் காத்திருந்தது. அப்பாவிற்கு அண்ணன் தம்பி ஐவர். ஐவரும் ஒரே குடும்பமாக இருக்கும் மிகப் பெரிய கூட்டுக்குடும்பம். மறுநாள் காலையில் என் சித்தப்பா என்னை அழைத்து "நேத்துப் போய் மேடையில பாடுனியா? பொட்டப்புள்ள இப்பிடி மேடையில பாடுவியா" என்று அடித்தார். அன்றிலிருந்து "பெண்கள் போகக் கூடாத இடம் மேடை" என்று பதிந்தது.

உயர்நிலைப் பள்ளிவரை வகுப்பறைக்குள் நடைபெறும் பேச்சுப் போட்டிகளில்தான் பங்கெடுப்பேன். அதற்காகப் பள்ளி வழிபாட்டுக் கூட்டத்தில் பரிசு கொடுப்பார்கள். சொம்பு, டம்ளர், தாம்பூலத் தட்டு என நிறையப் பரிசுகளைப் பெற்றிருக்கிறேன். மேல்நிலை வகுப்புப் பயிலும்போதும் வகுப்பறையில் நடைபெறும் போட்டியென்றால் மட்டுமே நான் பங்கெடுப்பேன். அதற்கான பரிசுகளைப் பள்ளி ஆண்டுவிழாவில்தான் கொடுப்பார்கள். அந்த வருடம் பிரபல கவிஞர் ஒருவர் எங்கள் பள்ளி ஆண்டு விழாவின் சிறப்பு விருந்தினர். தமிழ்ப் பேச்சு, ஆங்கிலப் பேச்சு, கையெழுத்துப் போட்டி, கவிதைப் போட்டி, கோ-கோ, கபாடி என ஆறு போட்டிகளில் வெற்றி பெற்றிருந்தேன். அதிலும் தமிழ்ப் பேச்சிலும், ஆங்கிலப் பேச்சிலும் முதலிடம் பெற்றும் என்ன பயன்? மேடையில் சென்று பரிசு பெறப் பெண்ணாகிய காரணத்தால் எனக்கு அருகதை இல்லையே. அதே பள்ளியில் ஆசிரியராக என் சித்தப்பா ஒருவர் பணிபுரிந்து வந்தார். "ஆண்டு விழா முடிய நேரமாகிவிடும். பொட்டப்புள்ளைங்களை ராத்திரில கூட்டி வர முடியாது" என்று கூறி வீட்டிலேயே இருக்கும்படி செய்துவிட்டார். எப்போதும் சித்தப்பா பேச்சிற்கு மறுப்புக் கிடையாது. நான் போயே தீருவேன் என்று அடம்பிடிக்கும் அளவிற்குப் பெரியவர்களிடம் அவ்வளவு நெருக்கம் இல்லை. "சரிங் சித்தப்பா." இதுதான் எனது பதில்.

கல்லூரி வந்த பிறகு இளங்கலை வகுப்பில் நிறையப் போட்டிகளில் கலந்துகொண்டிருக்கிறேன். பேச்சுப் போட்டி யென்றால் என்னைக் கேட்காமலேயே என் பெயரை எழுதிக் கொள்வார்கள். இலக்கிய மன்றச் செயலர், கல்லூரி மன்றச் செயல.....ின் தலைவர் என்றெல்லாம் நான் தேர்ந்தெடுக்கப் பட்டே......னால் அவையெல்லாம் ஒரு வரம்புக்குள் மேய்வதற் காக ம......க்குக் கட்டப்பட்ட கயிறு போன்றவைதான். "நீ தலையை......ஞ்சிட்டுப் போய்ப் பேசனியா, அப்படியே குனிஞ்ச தல நிம்......ந்தியான்னு இருக்கணும்" என்பதுதான் முதல் முறையா......லூரி மேடையேறிப் பேசும்போது என்னுடைய பேராசி......எனக்குக் கொடுத்த அறிவுரை. இதுபோன்ற பல அறி......கள் மூன்றாண்டுகளிலும் பல தருணங்களில் தொடர்ந்.......ண்டேயிருந்தது. நான் கவிதைப் போட்டி ஒன்றில் எழுதிய "......கலைகள் அனைத்தும் கற்ற மாதவிக்குக் கிடைத்த சுதந்திரம்......ரணில் இங்கு மாதர் அனைவருக்கும் வேண்டும்" என்ற வரி......ருக்காக என் பேராசிரியையால் பல மணிநேரம் நீதி போதனை வகுப்பெடுக்கப்பட்டேன். துறையில் உள்ள அனைத்துப் பேராசிரியர்களும் அதைப் படித்திருப்பார்கள்.

எங்கள் ஐயா

இப்படி எழுதியதால் எல்லோரும் என்னைப் பற்றி எவ்வளவு இழிவாக எண்ணி இருப்பார்கள் என்று நினைத்துக் கூனிக் குறுகும்படி இருந்தது அந்த அறிவுரை.

முதுகலையில் நான் நாமக்கல் அறிஞர் அண்ணா அரசு கலைக் கல்லூரியில் சேர்ந்தேன். அடுத்த வாரம் நடைபெறவிருக்கும் கருத்தரங்கத்திற்குக் கட்டுரையளிப்பவர்கள் பெயர் கொடுக்கலாம் என அறிவிப்பு வந்தது. உண்மையில் கருத்தரங்கம் என்றால் என்னவென்றே எனக்குத் தெரியாது. ஏனென்றால் நான் இளங்கலை பயின்ற கல்லூரியில் முதுகலைப் படிப்பு இருந்தபோதும் கருத்தரங்கம் என்று ஒன்று நடைபெற்ற தில்லை. என் தோழியர் இருவர் இளங்கலையில் நாமக்கல் கல்லூரியிலேயே பயின்றவர்கள். அவர்களிடம் கருத்தரங்கம் என்றால் என்னவென்று கேட்டேன். அவர்கள் கூறியது எனக்கு விளங்கியும் விளங்காததுமாய் இருந்தது. நான் கேட்ட தொடர் கேள்விகளின் காரணமாக 'ஐயாவிடம் போய்க் கேள்' என்று என்னை ஆற்றுப்படுத்தினார்கள். ஐயாவிடம் கேட்டதற்கு 'உங்களுக்கு என்ன தெரிகிறதோ அதைப் பற்றி எழுதிட்டு வந்து பேசம்மா' என்று சொன்னார். கட்டுரை, கருத்தரங்கம் என்றால் என்னவென்றே இப்பெண்ணுக்குத் தெரியாது என நான் கேட்ட கேள்விகளிலிருந்தே ஐயா அறிந்திருப்பார். கருத்தரங்கத்தில் பள்ளி மாணவர்கள் பேச்சுப் போட்டியில் பேசுவதைப் போலப் பாரதியார், பாரதிதாசன் பாடல்களில் இருந்து மேற்கோள்களாக எடுத்துக் கொண்டு "இனி ஒரு விதி செய்வோம்" என்ற தலைப்பில் பேசி அமர்ந்தேன். கருத்தரங்கம் என்றால் பரிசெல்லாம் தரமாட்டார்கள் என்றுகூட அன்றுதான் எனக்குத் தெரியும். 'பிறருடைய பாடல்களையெல்லாம் எடுத்துக் காப்பியடித்துப் பேசுவது பேச்சல்ல, இதற்குப் பெயர் கட்டுரையும் அல்ல' என்று எங்கள் துறைத்தலைவர் கூறினார். புதிய கல்லூரி, புதிய நடைமுறை என இருந்த அந்தப் பொழுதில் என் முகமும் மனமும் வாடி நின்றேன்.

ஐயா என்ன சொல்லப் போகிறாரோ என மனம் பதைத்தது. ஆனால் அவர் எப்பொழுதும் போலப் புன்னகை மாறாமல் 'ஏற்ற இறக்கத்துடன் பயம் இல்லாமல் தைரியமாப் பேசினீங்கம்மா. நல்லா இருந்திச்சு. நீங்க இன்னும் நிறைய நூல்களை வாசிக்கணும்' என்று கூறினார். அதன்பின் கட்டுரை என்றால் எவ்வாறு அமையவேண்டும் என்றும் கூறினார். அன்றைய அவரது நேர்மறையான வார்த்தைகள் என் உயிர்நீர் என்றேதான் கூற வேண்டும். இந்நிகழ்வுக்கு முன் நான் தைரியமான பெண்ணா என எனக்குத் தெரியாது. ஆனால் அதன்பின் நான்தான் தைரியமான

பெண் என எண்ணிக் கொண்டேன். இந்த உத்வேகம் என்னைப் பல மேடைகளில் பேச வைத்தது. மாநில அளவில் நடைபெற்ற போட்டிகளில் எல்லாம் நான் தேர்ந்தெடுக்கப்பட்டேன். பின்னர் நான் உதவிப் பேராசிரியராகப் பணியாற்றியபோது தமிழ்நாடு மாநில நாட்டு நலப்பணித் திட்ட அலுவலராகி என்னை இமயமலைச் சாரலில் கொண்டுபோய் நிறுத்தியதும் ஐயா கூறிய “தைரியமான பொண்ணு” என்ற வார்த்தைகள்தான். மொழி தெரியாது, வழி தெரியாது என ஆண்கள் உட்பட அனைத்து நாட்டுநலப் பணித்திட்ட அலுவலர்களும் ஏற்க மறுத்த பணி அது.

அதைத் தொடர்ந்து மூன்று முறை நாட்டுநலப் பணித்திட்டத் தமிழ்நாடு மாநில அலுவலராகப் பல மாநிலங்களுக்குச் சென்று வந்துள்ளேன். ஒரு விழாவில் பெரியார் பல்கலைக்கழகத் துணைவேந்தர் “நல்ல தைரியமான நாட்டு நலப்பணித் திட்ட அலுவலர், பேராசிரியர் நமக்குக் கிடைத்திருக்கிறார்” என்று கூறினார். எனது மாணவிகளையும் இந்தியாவின் வடகோடியிலிருந்து தென்குமரி வரை நான் தைரியம் கொடுத்துத் தேசிய ஒருமைப்பாட்டு முகாமிற்கு அனுப்பி வைத்திருக்கிறேன். டெல்லியில் குடியரசு தின விழா அன்று குடியரசுத் தலைவருக்குச் செங்கோட்டையில் நடைபெறும் மரியாதை அணிவகுப்பில் என் மாணவியைக் கலந்து கொள்வதற்காக அனுப்பி வைத்திருக்கிறேன். அப்பொழுதெல்லாம் அழுது நின்ற அவர்களுக்கு ஐயா கூறியது போலத் தைரியத்தையும் நம்பிக்கையையும் அளிக்கும் வார்த்தைகளைக் கூறி வழியனுப்பி இருக்கிறேன். ‘நல்லாப் பேசினம்மா’ என்று அன்று ஐயா கூறிய வார்த்தை மண்டியிடும் குழந்தையை நடக்கச் செய்வதற்கான மிட்ட [illegible] வார்த்தைதான். ஆனால் இன்றுவரை நான் எங்குச் சென் [illegible] ம் மொழி அறியாத இடத்தில்கூட ஒலிவாங்கியைக் கையி [illegible] ங்க ஒரு கணமும் தயங்கியதில்லை.

[illegible] காப்பியப் பொருளதிகார வகுப்பின் முதல் நாள். எனக்கு [illegible] டித்த முதல் இருக்கையில் அமர்ந்து இருந்தேன். பொரு [illegible] காரம் எதைக் கூறுகிறது என ஐயா என்னிடம் கேட்ட [illegible] ஒருவர் எவ்வாறு வாழவேண்டும் என்ற விதிகளைக் கூறுகிறது என்று எனக்குத் தெரிந்தது போல் பதில் அளித்தேன். “ஒருவர் எப்படி வாழணும்னு யாரும் யாருக்கும் விதிகள் போட முடியாது. போடவும் கூடாதும்மா” என்று எளிமையாகக் கூறிவிட்டுப் பொருளதிகார வகுப்பைத் தொடர்ந்தார். இந்த வரிகள் பல நேரங்களில் என் பல கேள்விகளுக்குப் பதிலாக இன்றும் ஒலித்துக்கொண்டுள்ளது. கலக்கம் கொண்ட பல வேளைகளில் என்னைக் கைப்பிடித்து ஆற்றுப்படுத்துகிறது.

முதுகலையில் எங்களுக்குக் கலிங்கத்துப்பரணி கடைதிறப்புப் பகுதி பாடமாக வைக்கப்பட்டிருந்தது. அப்பாடப்பகுதி ஒரு கணவன் தன் மனைவியின் ஊடலைத் தீர்க்கச் சிருங்கார வருணனைகளால் அவளைச் சமாதானம் செய்வது போன்றது. ஐயோ இதை எப்படி நடத்தப் போகிறார்கள், நீங்களாகவே படித்துக்கொள்ளுங்கள் என்று கூறினால் நாமே படித்துக்கொள்ளலாமே என்று நானும் என் தோழிகளும் பேசிக்கொண்டோம். அப்பாடப் பகுதியைப் பேராசிரியை ஒருவர் நடத்தினார். அவரால் அதைத் தொடர்ந்து நடத்த இயலவில்லை போலும். அதன் பின் சில நாட்கள் கழித்து ஐயா அப்பாடப்பகுதியை நடத்தினார். அந்த வகுப்பு ஒரு உடலை மருத்துவர் பார்ப்பதற்கும் மற்றவர் பார்வைக்குமான வேறுபாடு போல இருந்தது. எந்த ஒரு இடத்திலும் தயக்கம் இல்லை. தீர்க்கமான பார்வை, நிதானமான விளக்கம் என அப்பகுதியை மிக இயல்பாக நடத்தி முடித்தார். இப்பாடத்தை நடத்தும்போது இருபால் மாணவர்களும் இருக்கும் வகுப்பறையில் நாம் எப்படி அமர்ந்து பாடம் கேட்பது என்று எண்ணிக்கொண்டு இருந்த எனக்கு அது ஒரு பேராச்சரியமாக அமைந்தது. எதையும் அதன் போக்கிலேயே அணுக வேண்டும் என்ற எண்ணத்தை விதைத்தார்.

பேராசிரியை ஒருவர் கூடு கூட்ட நிகழ்வைப் பற்றி என்னிடம் கேட்டார். 'இரவு விருந்தெல்லாம் நடக்கிறதாமே, ஆய்வாளர்களை நெறிப்படுத்துவதற்குப் பணம் வாங்குவதில்லை என்று கூறிவிட்டுக் 'கூடு' கூட்ட விருந்து என்ற போர்வையில் பணம் வாங்கிக்கொள்கிறான்' என்றெல்லாம் கூறினார். அப்போது அவருக்கும் எனக்கும் பெரிய வாக்குவாதமே நடந்துவிட்டது. அது ஐயாவிற்குத் தெரிந்தபோது அப்பேராசிரியை கூறியது பற்றியெல்லாம் ஏதும் விசாரித்து விவரம் சேகரிக்கவில்லை. பதிலாக ஐயா அப்பேராசிரியை பற்றி 'அவர் ஆளுமைப் பண்பு நிறைந்தவர், திறமை மிக்கவர். அவருக்கு மட்டும் நல்ல வாய்ப்புக் கிடைத்திருந்தால் இன்னும் நிறையச் சாதித்திருப்பார்' என்றார். தன்னைப் பற்றி எதிர்மறையாக விமர்சித்தவர் என்று எண்ணி அவரைப் பற்றிய நற்குணங்களை மறைக்காமல் அப்பேராசிரியை மீது எனக்கு மிகுந்த மரியாதை வரும்படி பேசினார். தன்னை வசை பாடியவரைக்கூடச் சிறுகோபமும் இன்றி வியந்து பாராட்ட இந்த மனிதரால் எப்படி முடிகிறதென்ற வியப்பு இன்றும் என்னில் உண்டு. இது தன்னுடன் பணிபுரிபவரை விட்டுக்கொடுக்காத பண்போ பேராசிரியரைப் பற்றி மாணவர்களுக்குத் தவறான பார்வை ஏற்படக்கூடாதென்ற நோக்கமோ. எதுவாயினும் சரி, இதை நான் கடைபிடிக்க வேண்டுமென்று அன்று நினைத்துக் கொண்டேன்.

'கூடு ஆய்வுச் சந்திப்பு' ஐயாவால் ஒருங்கிணைத்து நாமக்கல்லில் நடத்தப்பட்டு வருகிறது. மாணவர்களின் முன்னேற்றம் தவிர பிற ஏதுமற்ற நோக்கில் நடத்தப்பட்டு வரும் இந்த இலக்கிய அமைப்பிற்கும் அப்பேராசிரியை போலப் பிற நோக்கம் கற்பிப்போரும் இங்குண்டு. தங்களால் இயலாத செயலைப் பிறர் செய்யும்போது முகத்திற்கு முன்னே நன்றென்று கூறிவிட்டு முதுகில் அவதூறுக் கட்டுரைகள் எழுதுவோர் எப்பொழுதும் இருக்கத்தானே செய்கிறார்கள். கூடு கூட்ட நிகழ்விற்குக் குறுஞ்செய்தி அனுப்புவது, விருந்தினர்களை அழைத்து வருவது எனச் சில சிறிய வேலைகளை மாணவர்கள் இப்பொழுது பொறுப்பெடுத்துக் கொள்கின்றனர். ஆனால் ஆரம்ப காலங்களில் அனைத்துமே ஐயாவின் பொறுப்புத்தான். இலக்கிய அமைப்பென்றால் என்னவென்று எங்களுக்குப் புரிய வைப்பதே ஐயாவிற்குப் பெரும்பாடாயிருந்தது. அவர் வீட்டு மாடியில்தான் எப்பொழுதுமே கூட்டம் நடைபெறும். தரையில் வட்டமாக அமர்ந்து நூல் அறிமுகம், கட்டுரை வாசிப்பு, சிறப்பு விருந்தினர் உரை என எளிமையாக இக்கூட்டம் நடைபெறும். ஐயாவின் பணத்திலேயே அனைவருக்கும் தேநீர் வழங்குவார். கூட்ட நிகழ்வில் பங்கெடுத்துக் கொள்வதுடன் தேநீர் தயாரித்து வழங்குவது போன்ற பணிகளை ஐயாவின் மனைவி பேராசிரியர் எழிலரசி பார்த்துக்கொள்வார். வருவோர் எண்ணிக்கைக் கூடிய போது ஆகும் செலவை அனைவரும் சிறிய தொகை போட்டுப் பகிர்ந்துகொள்வது என்றானது.

கூடு அமைப்பைத் தன் குடும்பம் போல எண்ணியே திருமணம், குழந்தை பிறப்பு, வேலை கிடைத்தல் எனத் தங்களது மகிழ்வான தருணங்களைப் பகிர்ந்துகொள்வதற்காக மாணவர்கள் மட்டுமல்லாமல் கூடு கூட்டத்திற்கு வரும் பிற இலக்கிய ஆர்வலர்களும் தாமாகவே முன்வந்து இரவு விருந்து கொடுப்பர். இரவு விருந்து கொடுக்கக் காத்திருப்போரின் பட்டியல் இப்போது வருடக்கணக்கில் முன்பதிவில் உள்ளது. விருந்து கொடுப்பவரின் பொறுப்பிலேயே அவரவரின் விருப்பத்தின்படியே விருந்து அமையும். விருந்து என்பது மிக எளிய இரவு உணவுதான். வெகுதூரத்தில் இருந்தெல்லாம் கூட்டத்திற்கு வருவோர் உணவு உண்டு நண்பர்களுடன் அளவளாவிவிட்டு ஆசுவாசமாகத் திரும்பிச் செல்வர். கூட்டம் நடைபெறவிருப்பதை அனைவருக்கும் தெரிவிப்பது, சிறப்பு விருந்தினர்களை வரவழைப்பது, வரவேற்பது, வழியனுப்புவது, தேநீர் வழங்குவது, கூட்டம் நிறைவடைந்த பின் அந்த இடத்தைச் சுத்தப்படுத்துவது என அனைத்தையுமே தொடர்ந்து ஒவ்வொரு மாதமும் ஒழுங்குபடுத்துவது என்பது பெருஞ்செயல்தான். ஒருநாள்

நடக்கும் நிகழ்விற்காக எத்தனை நாட்கள் மெனக்கெட வேண்டும் என்பதை நிகழ்வை ஒருங்கிணைத்து நடத்துபவர்கள் நன்கு அறிவர். கற்பனையில் மட்டுமே நாங்கள் கண்டுகொண்டிருந்த பல எழுத்தாளர்களையும் கலைஞர்களையும் கூட்டிற்கு அழைத்து வந்து எங்கள் கண்முன் நிறுத்தினார்.

தனது வீட்டின் சிறுபகுதியை மட்டும் தான் அனுபவித்துப் பெரும்பகுதியை மாணவர்களுக்கென ஒதுக்கியவர். இவரின் இல்லத்தில் எப்பொழுதாவது அரிதாகவே உறவினர்களைக் காணமுடியும். ஆனால் எப்பொழுதுமே மாணவர்களை அங்கு காணலாம். எழுத்தாளர் பிரபஞ்சன் அவர்கள் கூடு கூட்டத்திற்கு வந்திருந்த பொழுது அவருக்கு என்னை நினைவுப் பரிசு கொடுக்கச் செய்தார். அப்பொழுதும் 'நல்ல தைரியமான பொண்ணு' என்றே அறிமுகப்படுத்தினார். இது போன்ற ஒவ்வொரு நிகழ்வும் என் ஆளுமையைக் கட்டமைக்க உதவியது. கவிஞர் அறிவுமதி அவர்கள் நாமக்கல் தனியார் கல்லூரி ஒன்றின் ஆண்டு விழாவிற்குச் சிறப்புப் பேச்சாளராக வருகை தந்தார். அப்போது ஐயா அக்கல்லூரிக்குச் சென்று அறிவுமதி அவர்களைச் சந்தித்து அரசு கல்லூரியாகிய எங்கள் கல்லூரி மாணவர்களும் உங்கள் பேச்சைக் கேட்டுப் பயனடைய வேண்டும் என்று அவரிடம் கேட்டுக்கொண்டு விழா முடியும்வரை அங்கேயே காத்திருந்து அவரைத் தம் கல்லூரிக்கு அழைத்துச் சென்றார். ஒரு ரூபாய்கூடப் பணம் பெறாமல் அரசு கல்லூரி மாணவர் களுக்காக வந்து பேசினார் அறிவுமதி. இவ்வாறு ஒவ்வொரு தருணத்திலுமே மாணவர்களுக்கான பயன் பற்றிச் சிந்திப்பார்.

நான் முதுகலை பயிலும்போது கல்லூரியில் நூலகப் பொறுப்பை ஏற்பதற்குப் பேராசிரியர்கள் யாரும் முன்வராத சூழ்நிலையில் தானாகவே முன்வந்து அப்பணியை ஏற்றுக் கொண்டார். அவ்வளவு எளிதாக யாரும் நூலகப் பொறுப்பை ஏற்க முன்வர மாட்டார்கள். ஏனென்றால் நூலகங்களில் பதிவு செய்வது, அதை ஒழுங்குப்படுத்துவது, இன்னும் முக்கியமாக நூல் ஏதாவது காணாமல் போனால் அதற்கான தொகையைப் பொறுப்பாளரே செலுத்த வேண்டும் எனப் பல சிரமங்கள் உள்ளன. ஐயா பொறுப்பேற்றதற்குப் பின் எங்கள் வகுப்பிற்கு வந்து 'யாருக்கெல்லாம் நூல் தேவையோ நூலகத்தைப் பயன்படுத்திக் கொள்ளுங்கள். வாசிக்கும் வழக்கத்தைக் கடைபிடியுங்கள்' எனக் கூறிச் சென்றார். ஆனால் அதற்குப் பின்னும் நான் உள்பட எங்களில் பலர் நூலகத்திற்குச் செல்லவில்லை. சில நாட்கள் கழித்து மீண்டும் எங்களிடம் "வாசிக்கும் பழக்கம் மாணவர்களுக்கு நிச்சயம் வேண்டும். எனவே நூலை வாசிக்க விரும்புவோர் வந்து என்னிடம் நூல்களைப் பெற்றுச் செல்லலாம்.

ஆனால் நூலைப் படித்து முடித்ததும் திருப்பித் தர வேண்டியது அவசியம். ஏனென்றால் என் பொறுப்பில் நூல்களைத் தருவதால் தவறிய நூல்களுக்குரிய தொகையைச் செலுத்த வேண்டியிருக்கும்" எனக் கூறினார். அதன் பின்னர் நான்கூடத் "தெருவிளக்கு" என்ற நூலைப் பெற்றேன். பெற்றுச் சென்ற சிலர் நூலைத் திரும்பச் செலுத்தவில்லை. அதற்கெல்லாம் ஐயா எவ்வளவு தொகை செலுத்தினாரோ என்ற கேள்வி இன்றும் என் மனதில் உள்ளது. இதுபோன்றெல்லாம் நடக்குமென்று அனுபவம் வாய்ந்த ஐயாவிற்கு நன்றாகத் தெரிந்திருக்கும். ஆனாலும் அவ்வாறு தவறு செய்யும் சில மாணவர்களுக்காகப் பல மாணவர்கள் நன்மை பெறுவது நின்றுவிடக் கூடாது என்று எண்ணிக் கேட்ட அனைவருக்குமே நூல்களை வழங்கினார். யாரும் ஏற்கத் தயங்கும் பொறுப்பையும் தான் ஏற்றுக்கொண்டு அப்பொறுப்பை நாம் ஏற்காமல் போனோமே எனப் பலர் ஏக்கப் பெருமூச்சு விடும் அளவிற்கு அப்பணியைச் சிறப்பாகச் செய்து முடிப்பவர்.

நான் இளங்கலை வகுப்பில் இருந்தே ஐயாவிடம் பயில வில்லையே என்றும் நான் ஆண்பிள்ளையாகப் பிறக்கவில்லையே என்றும் ஏக்கங்கள் என்னில் உண்டு. ஒருமுறை மலைவாசஸ்தலம் ஒன்றில் நடைபெற்ற பயிலரங்கிற்குப் பெண்பிள்ளையாகிய காரணத்தால் என்னை ஐயா அழைத்துச் செல்லவில்லை. மாணவர்களைப் பல இடங்களுக்கு அழைத்துச் செல்லும் இயல்புடைய அவர் பெண்களைத் தவிர்த்துவிடுவார். இன்னும் பெண்களுக்கான வெளி விரிவாகவில்லை என்பதும் பெண்களைப் பற்றிய பார்வை பழமையானதாக இருக்கிறது என்பதுமே காரணங்கள். ஆகவே ஐயா எச்சரிக்கையாக இருப்பார்.

மாணவர்களைப் பாராட்டுவதற்கு ஐயாவிற்கு ஒரு சிறு நிகழ்வே போதுமானதாக இருக்கும். "மாலை" என்பது சிற்றிலக்கிய வகையைக் குறிக்கும். ஆனால் "வச்சணந்திமாலை" என்பது பாட்டியல் நூல் வகையில் எவ்வாறு சேரும் என்று தனக்குக் கடிதம் எழுதிய மாணவரைப் பல ஆண்டுகள் கழித்துத் தமது ஆய்வு மாணவராகச் சேர்த்துக்கொண்டார். அதற்குக் காரணம் அம்மாணவர் எழுதிய கடிதமே எனக் கூறியுள்ளார். ஒவ்வொரு மாணவர் பற்றியும் ஐயாவுக்கு ஒரு சித்திரம் உண்டு என நான் நினைக்கிறேன். அம்மாணவர் எத்துறையில் சென்றால் சிறப்பாகச் செயல்படுவார் என்றெல்லாம் ஒவ்வொரு மாணவரைப் பற்றியும் தீர்க்கமாக யோசித்து மாணவர்களை நெறிப்படுத்துவார்.

ஐயாவிடம் பயப்படும் விஷயம் ஒன்றும் உண்டு. நாம் செய்த தவறுகளை எல்லோர் முன்னிலையிலும் போட்டு உடைத்து விடுவார். யாரைப் பற்றிய செய்தியாக இருந்தாலும் அதில் எந்த வேறுபாடும் இருக்காது. ஐயாவின் முனைவர் பட்ட மாணவரின்

வாய்மொழித் தேர்வில் நெறியாளர் பேசுவதற்கான நேரத்தில் அந்த ஆய்வாளர் பற்றிக் கூறும் பொழுது "இந்த ஆய்வாளர் ஆய்வியல் நிறைஞர் பட்ட ஆய்விற்காக என்னிடம் சேர வந்தார். அப்பொழுது இவர் என்னிடம் நான் பணம் தருகிறேன், எனக்கு ஆய்வேடு தயார் செய்து கொடுங்கள் எனக் கேட்டார். அதற்கு நான் அவ்வாறு பணம் பெறுபவனல்ல, நீங்களாகவே ஆய்வு செய்வதென்றால் என்னிடம் சேர்ந்துகொள்ளலாம் என்று கூறினேன்" என எல்லோர் முன்னிலையிலும் அவ்வாய்மொழித் தேர்வில் கூறினார். அப்பொழுது அந்த ஆய்வாளர் முகத்தைப் பார்க்கவே சங்கடமாக இருந்தது. எல்லோர் முன்னிலையிலும் இந்த மனிதர் இப்படியா கூறுவார், பாராட்டாவிட்டாலும் இதுபோன்ற செய்திகளையெல்லாம் தவிர்த்திருக்கலாம் என எண்ணினேன்.

ஐயா அதைத் தொடர்ந்து பேசும்போது "இந்த ஆய்வாளர் மீண்டும் சில நாட்கள் கழித்து என்னிடம் ஆய்வு மாணவராகச் சேர்ந்தார். ஆய்வியல் நிறைஞர் பட்டம் முடித்தார். தற்பொழுது முனைவர் பட்ட வாய்மொழித் தேர்வில் அமர்ந்துள்ளார்" எனக் கூறினார். மேலும் அந்த ஆய்வாளர் ஊர்ப்பெயர் ஆய்விற்காகக் களஆய்வில் ஈடுபட்டுத் தகவல்களைத் திரட்டிய விதம், ஆய்வு சிறப்பாக அமைய வேண்டும் என்ற கடின உழைப்பு என வரிசைப்படுத்திக் கூறினார். பணம் பேச வந்த ஒருவர் இப்போது சுயமாகக் கற்று இந்த அளவு வளர்ந்து நிற்கிறார் என்பதை உணர்த்தினார். அப்பொழுது அந்த ஆய்வின் மீதும் ஆய்வாளாரின் கடின முயற்சியின் மீதும் மிகுந்த மரியாதை தோன்றியது. எல்லோருக்கும் திறமை உள்ளது. மாணவர்களின் திறமைகளை வெளிக்கொணரும் நல்ல நெறியாளரின் கீழ் ஆய்வு செய்கிறோம் என்ற நிறைவான எண்ணத்துடன் வீடு சென்றேன். ஆதிக்க மானோபாவத்தாலோ தனது அறியாமையை அறிந்துவிடுவார்கள் என்னும் அச்சத்தாலோ வகுப்பு முடிந்தபின் மாணவர்களிடம் நின்றுகூடப் பேசாத பல பேராசிரியர்கள் உண்டு. மாணவர்களுக்கு ஏதும் தெரியாது என்ற எண்ணமற்றவர், மாணவர்களின் கருத்துக்களையும் செவியுற்றுச் செம்மைப் படுத்துபவர் ஐயா.

முதன் முறை ஐயா வகுப்பறைக்குள் வந்த பொழுது யாரோ வருகிறார்கள் என்று நான் சற்று அலட்சியமாகவே அமர்ந்திருந்தேன். ஆனால் இப்பொழுது ஐயாவை மனதால் நினைக்கும் பொழுதுகூட என் எண்ணங்கள் ஒருசேர எழுந்து நின்று மரியாதை செலுத்தும்.

○

21

ஒற்றையடிப் பாதைப் பயணம்

கை. சிவக்குமார்

ஆத்தூர், அறிஞர் அண்ணா அரசு கலைக் கல்லூரியில் இளங்கலை வணிகவியல் பாடப்பிரிவு படிக்க ஆவல் எனக்கு. ஆனால் கிடைக்கவில்லை. காலத்தின் விதி எனத் தமிழ் எடுத்தேன். எப்படியாவது பாடப்பிரிவை மாற்றிக்கொள்ளலாம் என்று நினைத்திருந்தபோது முதல் வகுப்பில் ஐயாவின் வழிகாட்டுதல் கிட்டியது. அதன் பிறகு ‘படித்தால் தமிழ்தான் படிக்க வேண்டும்’ என்ற எண்ணம் ஊன்றியது. அதனால்தான் இன்று முனைவர் பட்டம் பெற்றுத் தனியார் கல்லூரியில் உதவிப் பேராசிரியராகப் பணியாற்றுகின்றேன். ஐயா என் வாழ்வின் கலங்கரை விளக்கு.

என் தந்தையின் பெயர் கைலாஸ். அவர் ஆடுமாடுகளுக்கு அவ்வப்பொழுது பச்சிலை மருந்து கொடுக்கும் வழக்கம் கொண்டவர். கண் திருஷ்டிக்குத் திருநீறு கொடுப்பதும் உண்டு. ஆடுமாடு சொக்கிக்கொண்டால் பாடமும் போடுவார். இந்த வித்தைகளில் பல தன் குருவிடம் கற்றுக்கொண்டதாகவும் சிலவற்றை ஓலைச்சுவடி மூலம் கற்றுக்கொண்டதாகவும் கூறினார். அதன் அடையாளமாக ஓலைச் சுவடி ஒன்றை வைத்திருந்தார். அதை எங்கள் தாத்தா இராமசாமி கொடுத்ததாகக் கூறினார். என் தந்தை அதைப் படித்தது போல் நினைவில்லை. நான் அந்தச் சுவடியைப் புரட்டிப் பார்த்ததுண்டு. ஆனால்

அப்பொழுது அதிலிருக்கும் மருத்துவக் குறிப்புகள் ஒன்றும் எனக்கு விளங்கவில்லை. இளங்கலை சேர்ந்த சிறிது நாட்களுக்குப் பிறகு ஓலைச்சுவடி பற்றி வகுப்பில் பேசினார் ஐயா. யாராவது ஓலைச்சுவடியைப் பார்த்திருக்கிறீர்களா? வைத்திருக்கிறீர்களா? என்று கேட்டார். அப்போது ஓலைச்சுவடியைப் படி எடுப்பது, படியெடுக்கும் பொழுது பிழை நேராமலிருக்க யாப்பு பின்பற்றப் படுவது, பாடபேதங்களைக் கண்டறியும் முறைகள் ஆகியவற்றை எல்லாம் எங்களுக்கு விளக்கினார்.

எங்கள் வீட்டில் வைத்திருந்த ஓலைச்சுவடியைப் பற்றிக் கூறினேன். அதை எடுத்து வரச்சொன்னார் ஐயா. ஓலைச்சுவடியை நான் உடனே எடுத்து வந்துவிடவில்லை. அப்பாவிடம் கேட்டால் கொடுக்கமாட்டார். ஐயாவும் எடுத்து வரச் சொல்லிவிட்டார். அம்மாவிடம் மட்டும் சொல்லிவிட்டு ஐயா இரண்டு மூன்று முறை கேட்டதற்குப் பிறகு எடுத்து வந்து கொடுத்தேன். அவர் கேட்டதற்குப் பிறகு ஒருமுறை அங்கொன்றும் இங்கொன்றுமாய் படித்துப் பார்த்தேன். ஒன்றும் புரிந்துகொள்வதற்கான சுவடுகளே சுவடியில் தென்படவில்லை. ஐயாவிடம் சுவடியைக் கொடுத்தேன். பழமையானது போல் இல்லை, படித்தால் புரிந்துகொள்ளக் கூடிய வகையில்தான் இருக்கின்றது, ஒரு சில இடங்களில் மட்டும் பொருள் புரியாமல் இருப்பது போன்று உள்ளது, ஆடு மாடுகளுக்கான மருத்துவக் குறிப்புகள் அடங்கிய சுவடி என்றார். எனக்கு மொத்தமாகவே புரியவில்லை. எப்பொழுதும் ஒரு புதிய கண்டுபிடிப்பை நோக்கித் தன் பயணத்தை மேற்கொள்ளும் ஐயாவின் தனிச்சிறப்பு என்னைச் சிந்திக்க வைத்தது. அவரின் பன்முகப் புலமையை உணர்ந்தேன். ஆசிரியராக இருப்பவருக்குப் பல துறை சார்ந்த அறிவு அவசியம் என்பதை அவரிடமிருந்து நான் கற்றுக்கொண்டேன்.

காலச்சுவடு இதழை ஆண்டுச் சந்தா மூலம் பெற்ற காலம். இதழ் கையில் கிட்டியதும் ஐயாவின் படைப்புகள் வந்திருக் கின்றனவா என்று முதலில் புரட்டிப் பார்ப்பேன். அவர் பெயரைக் கண்டால் அப்பொழுதே படிப்பதில் ஒரு சுகம். என் ஆசிரியர் என்பதால் மட்டுமல்ல, ஏதாவது புதுமையான செய்தி கூறியிருப்பார் என்ற ஆவல் மேலோங்கி இருக்கும். அவ்வாறு படிக்கும்பொழுது Busy என்ற ஆங்கிலச் சொல்லுக்கு 'முசுவு' என்ற தமிழ்ச்சொல் இணை என்றார். நானும் இந்தச் சொல்லைப் பலமுறை என் வீட்டில் பயன்படுத்தியிருக்கின்றேன். அப்பொழுதெல்லாம் அதன் மகிமை அறியவில்லை. முசுவு என்ற சொல் என் மனதில் கலைச்சொற்களைத் திரட்ட வேண்டும் என்ற எண்ணத்தை ஊட்டியது. என் முனைவர் பட்ட ஆய்வில்

வேளாண்மைச் சொற்களை அகராதி போல் இயலின் பின் பகுதியில் கொடுத்தேன். அதற்குப் பாராட்டுக் கிட்டியது.

தமிழ்நாடு முற்போக்கு எழுத்தாளர் சங்கமும் செம்மொழி நிறுவனமும் மதுரையில் படைப்பாளர்களுக்கெனப் பயிலரங்கு ஏற்பாடு செய்திருந்தார்கள். அதில் பங்கேற்க வாய்ப்புக் கிட்டியது. அங்கு சென்றபோது ஆ. சிவசுப்ரமணியன், தமிழண்ணல், முத்தையா போன்றோரின் சொற்பொழிவுகளைக் கேட்க வாய்ப்புப் பெற்றேன். அந்த அரங்கில் அடுத்த சில நாட்களில் உரை நிகழ்த்த ஐயா வருவார் என எதிர்பார்க்கவில்லை. அப்பயிலரங்கில் ஈரோடு, சிக்கய்ய நாயக்கர் கல்லூரிப் பேராசிரியர் சீனிவாசன் கலந்துகொண்டிருந்தார். மேடையில் இருந்த ஐயாவைக் காட்டி 'இவர் என்னுடைய முன்னாள் மாணவர்' என்றார். வியப்புடன் இருவரையும் பார்த்தேன். ஐயாவின் ஆசிரியரும் ஐயாவின் மாணவரும் ஒருசேர அவரிடம் பயிற்சி பெற்றோம். ஐயா இளங்கலையில் வகுப்பெடுக்கும்பொழுது பலமுறை எங்களிடம் 'அவன் என் மாணவன் என்பதைவிட அவனுக்கு நான் ஆசிரியர் என்பதைத்தான் நான் விரும்புவேன்' என்பார். அதற்கு ஏற்ப அவர் நடந்துகொள்கின்றதை அந்த அரங்கில் கண்டேன். நானும் அப்பொழுதே திட்டமிட்டேன் ஆசிரியர் ஆனால் ஐயாவைப் போலத்தான் இருக்க வேண்டும் என்று. அதற்குத் தகுந்தாற் போல மாணவர்களுக்கு ஏற்பக் கற்றுக் கொடுக்கத்தான் முயற்சி எடுத்து வருகின்றேன்.

பாரதியார் பல்கலைக்கழகத்தில் முனைவர் பட்ட ஆய்வு செய்துகொண்டிருந்த காலம். தமிழ்த்துறையில் நாட்டுப்புற வியல் கருத்தரங்கம் நடத்தப்பட்டது. அதில் ஐயா கட்டுரை அளித்திருந்தார். அதைப் படித்துவிட்டு அவரிடம் பேச எண்ணி னேன். என்னுடைய சீனியர் மாணவர் ஜவகர் அவர்கள் ஐயாவைப் பார்த்ததாகவும் என்னை ஐயா அவர்கள் விசாரித்த தாகவும் சொன்னார். ஐயாவின் தொலைபேசி எண்ணை அவரிடமிருந்து பெற்றவுடன் அழைப்பு விடுத்தேன். நீண்ட இடைவெளி என்பதால் மறந்திருப்பார் என எண்ணி "ஐயா நான் சிவக்குமார், வெங்கடேசன்கூடப் படித்தவன், ஆத்தூரில் பணியாற்றியபோது தங்கள் அறைக்கு வந்திருக்கின்றேன்" என்றெல்லாம் பேசிக்கொண்டிருந்தேன். "தெரியுது சொல்லுப்பா. கை.சிவக்குமார்தானே" என்றதும் மகிழ்வடைந்தேன். சிறிது நேரம் குடும்ப உறவுகள் பற்றிய உரையாடல்களுக்குப் பிறகு "நீங்க எழுதிய 'எழுதிங்கள் சீர்' கட்டுரையைப் படித்தேன். நீங்கள் சொல்வது போலக் குடும்பக் கட்டுப்பாட்டை மட்டும் வலியுறுத்துவதற்காக அந்தச் சடங்கு செய்கின்றார்களா?" என்று கேட்டுவிட்டு,

'ஒரு பெண் தன் தாய் வீட்டாரிடமிருந்து சீர் பெறுவதற்கான மறைமுக உத்தியும்தான் அதில் அடங்கியிருக்கிறது' என்றும் குறிப்பிட்டார். கள ஆய்வு செய்ததன் அடிப்படையில் அவர் கேட்ட வினாக்களுக்கு நான் முடிந்தவரை விடையளித்தேன்.

கட்டுரையைப் படித்துவிட்டு என்னைத் திட்டிவிடுவாரோ என நினைத்தேன். உண்மையில் அவர் என்னைத் திட்டாததற்குக் காரணம் முனைவர் நவநீதகிருஷ்ணன் அவர்கள். அவர் பல்கலைக்கழக நிதி நல்கைக் குழு SAP திட்டத்தின் கீழ் பணியாற்றியவர். ஐயாவின் படைப்புகளை நன்கு வாசித்தவர். அவரிடம் அந்தக் கட்டுரையைக் கொடுத்துப் பத்து முறை திருத்தம் செய்த இரகசியம் யாருக்கும் தெரியாது. அந்தக் கட்டுரை சார்ந்த கூடுதல் தரவுகளை ஐயா கொடுத்தார். அக்கட்டுரையை மீண்டும் பயன்படுத்தும் பொழுது அத்தரவுகளைச் சேர்க்கக் காத்திருக்கின்றேன்.

பாரதியார் பல்கலைக்கழகத் தமிழ்த்துறையில் பேராசிரியர் சி.மா. இரவிச்சந்திரன் அவர்களின் நெறிகாட்டுதலுக்குக் கீழ் முனைவர் பட்ட ஆய்வு மேற்கொண்டிருந்தேன். என் நெறியாளர் செம்மொழி நிறுவனத்திடமிருந்து சிலப்பதிகாரம் பற்றிய கருத்தரங்கு நடத்த நிதி பெற்றிருந்தார். அச்சமயத்தில் என்னிடம் "கருத்தரங்கத்திற்கு உனக்குத் தெரிந்தவர்களில் பேசக் கூடியவர்கள் யாராவது இருந்தால் சொல்லுப்பா" என்றார். ஐயாவின் பெயரைச் சொன்னேன். "அவர உனக்குத் தெரியுமா? அவரு நாவல், சிறுகதையின்னு எழுதிக்கிட்டிருக்கிறாரு. அவர் இதைப் பற்றி ஆய்வுப்பூர்வமாகப் பேசுவாரா?" என்றார். அவர் எங்கள் ஆசிரியர், நான் நன்கு அறிவேன், பேசுவார் என்றேன். சரி பார்க்கலாம் என்றார். சிலப்பதிகார முப்பது காதைக்கும் முப்பது அமர்வாகத் திட்டம் தீட்டியிருந்தார் நெறியாளர். அத்திட்டத்தின்படி ஆட்களை முடிவு செய்தார். ஆனால் 'அந்திமாலை சிறப்புச் செய்காதை' உட்பட நான்கு காதைகளுக்குக் கட்டுரையாளர்கள் கிடைக்கவில்லை. நெறியாளரிடம் மீண்டும் ஐயாவின் பெயரைச் சொன்னேன். 'சரி, அழைக்கலாம்' என ஒப்புதல் அளித்தார். உடனே ஐயாவிற்கு அழைப்பு விடுத்தேன். தலைப்பு கேட்டார். குறிப்பிட்ட நான்கு காதைகளின் பெயரையும் அவரிடம் கூறினேன். தேதி நேரம் இவற்றைப் பற்றிக் கேட்டார். சிறிது நேரத்திற்குப் பிறகு அழைப்பு விடுப்பதாகக் கூறினார். அவரே சிறிது நேரத்திற்குள் அழைப்பு விடுத்தார். அந்திமாலை சிறப்புச் செய்காதையை எடுத்துக்கொள்வதாகக் கூறினார். ஐயா ஒப்புக்கொண்ட தலைப்பையும் நாளையும் சொன்னேன். ம்ம் . . . என்று சொல்லிச் சென்றுவிட்டார் நெறியாளர்.

நான் இளங்கலை இரண்டாமாண்டு படித்தபோது முதல் பருவ இறுதியில் பணி மாறுதலடைந்து சொந்த ஊருக்கு ஐயா சென்றார். அதன் பிறகு நேரில் காண வாய்ப்புக் கிடைக்கப் போவதை எண்ணி மகிழ்வடைந்தேன். கை விட்ட பிள்ளைகள் கரை காணுகின்றனவா? தத்தளிக்கின்றனவா? கரம் நீட்ட வேண்டுமா? மடிந்து போயினவா? என்பதை நேரில் காண வருவதாக எண்ணினேன். திட்டமிட்டபடி சிலப்பதிகாரக் கருத்தரங்கம் இனிதாகத் தொடங்கியது. இரண்டாம் நாளன்று ஐயா பேச வேண்டியிருந்தது. காலையில் பல்கலைக்கழகத்திற்கு வந்தடைந்தார். தாயைக் கண்ட சேயாய் நின்றிருந்தேன். 'என்னப்பா நல்லாயிருக்கியா? ஆய்வு எப்படிப் போகுது' என்று அன்போடு விசாரித்தார். நாங்கள் தங்கியிருந்த கம்பர் விடுதியின் அறையில் ஓய்வெடுத்தார். அவர் சற்று ஓய்வு எடுத்துவிட்டு அமர்வு வருவதற்கு முன்பாகவே கருத்தரங்க அறைக்கு வந்து விட்டார். கருத்தரங்கில் கலந்துகொண்டு நோக்குநராக இருந்தார். அப்பொழுது அவரது அந்த எளிமை எனக்குப் பிடித்திருந்தது.

மாலை நான்கு மணிமுதல் ஐந்து மணிவரை உள்ள இறுதி அமர்வில் பேசத் தொடங்கினார். சூழலைத் தனக்குச் சாதகமாகக் கைக்கொள்ளும் பக்குவமுடையவர் என்பதால் அந்த மாலைப் பொழுதை "அந்திமாலை சிறப்புச்செய் காதை கருத்தை விவாதிக்க அந்திப் பொழுதில் வாய்ப்புக் கிட்டியது" எனத் தொடங்கினார். தலைப்பைப் பற்றிப் பேசும் பொழுதே மாணவர்கள், துறை ஆசிரியர்கள் யாவரையும் கட்டிப்போட்டுவிட்டார். என் நெறியாளர் இடையிடையே 'ஆமாம் ஆமாம்' என்றார். பேருக்காக அல்ல. காப்பியத்தின் மீது ஈடுபாடு மிக்கவர். அவருக்கு ஐயாவின் கருத்துரை மிகவும் பிடித்திருந்தது. கொடுக்கப்பட்ட நேரம் முழுவதும் தொய்வின்றிப் பேசிக்கொண்டே இருந்தார். ஐயா, பொ. வேல்சாமி அவர்களுக்கு நன்றி தெரிவித்தார். அதில் இத்தலைப்புக் குறித்து பொ.வே. உடன் கலந்தாலோசித்ததாகவும் அதன் மூலம் பெற்ற கருத்துக்களையும் சேர்த்து முன்வைத்ததாகவும் கூறினார். அன்று ஐயா அந்த அரங்கத் தின் அந்திமாலையைச் சிறப்பான உரை நிகழ்த்தி நிறைவு செய்து கொடுத்தார். ஐயாவை அந்த அரங்கிலேயே என் நெறியாளர் பாராட்டினார். பிறருடன் விவாதம் செய்ததைச் சொல்ல வேண்டியதில்லை. தான் செய்ததாகக் கூறிக்கொள்ளலாம். ஆனால் அது தவறு என்பதையும் ஆய்வு என்பது ஒருவர் மட்டும் தனியே சிந்திப்பது அல்ல, பலருடன் கலந்து ஆலோசிப்பதன் வழியாக நல்ல முடிவை எட்ட முடியும் என்பதையும் எங்க ளிடம் மறைமுகமாக விதைத்துச் சென்றார். அதுவரை நான் எது

எழுதினாலும் உடனிருக்கும் நண்பர்களுக்குக்கூடத் தெரியாம லிருந்தது. பிறகு நான் எழுதியதைப் பிறரிடம் கொடுத்து விவாதிக்கும் பழக்கத்தைக் கைக்கொண்டேன். என் ஆய்வு முறையில் நல்ல மாற்றம் நிகழவும் காரணமானார் ஐயா.

நான் பணியாற்றும் கல்லூரிக்கு அவரை அழைக்கத் திட்டமிட்டேன். அதற்காக உறுமீனின் கொக்காய்க் காத்திருந் தேன். எங்கள் துறைத்தலைவர் மொழிப்பாட மாணவர்களுக்குக் கருத்தரங்கு ஏற்பாடு செய்ய வேண்டும், யாரை அழைக்கலாம் என்றார். விடுவேனா வாய்ப்பை? ஐயா இருக்கின்றார். நாவல், சிறுகதை ஆசிரியர். நாமக்கல் அரசு கல்லூரியில் பணியாற்றி வருகின்றார். மாணவர்களுக்கும் சிறுகதைத் தொகுப்பு இருக்கின்றது அதை வைத்து கருத்தரங்கு ஏற்பாடு செய்துவிடலாம் என்றேன். நல்லாப் பேசுவாரா? வருவாரா? நானும் அவரைப்பற்றி கேள்விப்பட்டிருக்கின்றேன் என்றார் துறைத்தலைவர். நான் அவரிடம் எங்களின் திருப்பாவை வகுப்பில் உறங்கும் தோழியைப் பெண்கள் எழுப்புவதையும் ‘மாமான் மகளாய் மணிக்கதவம் தாழ் திறவாய்’ என்று கண்முன் காண்பித்ததையும், இலக்கண வகுப்பில் முடத் தெங்கு, பருத்திக் குண்டிகை என மாணாக்கர்களைப் பற்றியான நன்னூலாரின் நூற்பாக்களை எங்கள் மனதில் பசுமரத்தாணியாய்ப் பதியச் செய்ததையும் கூறினேன்.

பிள்ளைகளுக்காகப் பெற்றவர்கள் வருவதைப் போலக் கேட்டவுடன் வந்து விடுகின்றேன் என்றார். இரண்டாவது கேள்வியாய் அவர் என்னிடம் யாருக்குப் பேசவேண்டும் என்றார். இளங்கலை மொழிப்பாட மாணவர்களுக்கு என்றேன். உடனே அவர் கூறியது ‘நான் நகைச்சுவையாகப் பேச மாட்டேன்னு உனக்குத் தெரியும். அதே மாதிரி நானூறு ஐந்நூறு மாணவர்களுக்கு என் பேச்சு எடுபடாது. இதை ஒத்துக் கொண்டால் நான் வருகின்றேன்’ என்றார். இதைத் துறைத் தலைவரிடம் தெரிவித்தேன். அப்படி என்றால் அறிவியல் மாணவர்களை மட்டும் கூப்பிட்டுவிடுவோம், அவர்கள்தான் சொல்வதைக் கேட்பார்கள் என்று கூறியதோடு ஒப்புதலையும் அளித்தார். நானும் தொடர்பு கொண்டு ஐயாவிடம் ஒப்புதலை யும் பெற்றேன். கிருஷ்ணகிரியில் பணி இருப்பதால் அங்கு வரும்போது உங்கள் கல்லூரிக்கு வந்துவிடுகின்றேன், சிரமம் வேண்டாம் என்றார். எங்களுக்கோ எந்தச் சிரமமும் கொடுக்க வில்லை. குறித்த நேரத்திற்கு முன்னதாகவே வந்தார். கல்லூரி முதல்வரைச் சந்தித்தார். மாணவர்களுக்குப் பரிசுகள் வழங்கப் பட்டன. சிறுகதை வாசிப்புப் பற்றிப் பேசினார். முதலில் வாசிப்புக்கும் படிப்புக்கும் உள்ள வித்தியாசத்தை விளக்கினார்.

உலகக் கதைகள் பலவற்றைக் கூறிப் பாடத்தில் இருந்த கல்கியின் 'வீணை பவானி'யையும் அசோகமித்திரனின் 'புலிக்கலைஞன்' சிறுகதையையும் அவற்றுடன் ஒப்பிட்டுக் காட்டினார்.

புதுமைப்பித்தனின் 'கடவுளும் கந்தசாமிப்பிள்ளையும்' சிறுகதையை வைத்து வாசிப்பு என்ன என்பதை உரைத்தார். அதில் கந்தசாமிப் பிள்ளையின் குழந்தை பொரி கடலை வாங்கி வரவில்லையா? என்று சிணுங்கும். அதன்பின் வரும் பகுதி:

"பொரிகடலை உடம்புக்கு ஆகாது, இதோ பார் உனக்கு ஒரு தாத்தாவைக் கொண்டு வந்திருக்கின்றேன்" என்றார் கந்தசாமிப் பிள்ளை.

"இதுதான் உம்முடைய குழந்தையா?" என்று கேட்டார் கடவுள். குழந்தையின் பேரில் விழுந்த கண்களை மாற்ற முடிய வில்லை அவருக்கு.

கந்தசாமிப் பிள்ளை சற்றுத் தயங்கினார்.

"சும்மா சொல்லும் இப்போவெல்லாம் நான் சுத்த சைவன், மண்பானைச் சமையல்தான் பிடிக்கும். பால், தயிர்கூடச் சேர்த்துக்கொள்வதில்லை" என்று சிரித்தார் கடவுள்.

ஐயா இவ்விடத்தில் தொன்மக் கதையாகிய சிறுத்தொண்டர் புராணக்கதையை நினைவுபடுத்தினார். கந்தசாமிப் பிள்ளைக்குச் சிவனடியார் வேடம் கொண்ட கடவுள் தன் பிள்ளைமீது கொண்ட பார்வையில் அச்சம் தோன்றியது. ஏனெனில் சீராளன் நிலைமை தன் பிள்ளைக்கு வந்துவிடுமோ என்று எண்ணினார் கந்தசாமிப் பிள்ளை. கந்தசாமிப் பிள்ளையின் அச்சம் காலம் கடந்து பெற்ற பிள்ளை மீது இருந்தது என்று கூறி அரங்கில் இருந்த அனைவருக்கும் வாசிப்பு என்பதைக் கற்றுக் கொடுத்தார்.

எதிர்பாராத விதமாக மாணவர்களின் கூட்டம் நானூற்றைத் தொட்டிருக்கும். என்னை ஏதாவது சொல்லிவிடுவாரோ என அச்சமாக இருந்தது. என் நிலைமையைப் புரிந்துகொண்டார். மாணவர்களிடையே சலசலப்பு ஏற்பட்டது. அப்பொழுது ஐயா சிறிதும் தயங்காமல் 'பொதுவாக இதுபோன்ற கல்லூரிக்குச் செல்வதில்லை, என் மாணவராகிய சிவக்குமார் அழைத்தார் என்பதற்காகவே வந்தேன்' என்றார். அதைக் கேட்டதும் மாணவர்கள் என்னைப் பார்த்தனர். மெய் சிலிர்த்துப் போனேன். என்னை உயர்வாகப் பார்த்தார்களா? இப்படிப்பட்ட ஆசிரியரிடம் படித்துவிட்டு இப்படி இருக்கின்றாரே என்று பார்த்தார்களா? என்று அவர்கள் பார்வையை வாசிக்கத் தெரியாமல் செய்வதறியாது நின்றேன். வெளியே செல்லும்போது

மாணவர்கள் பலர் ஐயா மேற்கோள் காட்டிய உலகச் சிறுகதைகளைப் பற்றிப் பேசிச் சென்றனர். அவர் ஆற்றிய சொற்பொழிவு என்னையும் சிந்திக்க வைத்தது. குறைவாகப் படித்துவிட்டு அதிக நேரம் சிந்திப்பது வாசிப்பு என்றும் அதிக நேரம் படித்துவிட்டுச் சிறிது நேரம்கூடப் பேச முடியாத நிலையில் இருப்பது படிப்பு என்பதையும் அவர் கூறிய பிறகு உணர்ந்தேன்.

ஒசூர் வரும்பொழுதே எங்கள் வகுப்புத் தோழன் வெங்கடேசன் இருப்பதை அவரிடம் கூறியிருந்தேன். அவனைக் காணவேண்டும் வரச்சொல் என்றார். நாங்கள் மூவரும் எங்கள் கல்லூரிக் கரும்புக்கடையில் கரும்புப் பால் குடித்தோம். 'நீங்க மட்டும் அன்றுபோல் மார்க்கண்டேயனாக இருக்கின்றீர்கள், அது எப்படி?' என்றேன். அதற்குச் சிரித்துக்கொண்டே சரியாகச் சாப்பிடுகின்றேன், ஓய்வு எடுக்க வேண்டிய நேரத்தில் ஓய்வு எடுத்துக்கொள்கின்றேன், படிக்கவேண்டிய நேரத்தில் படிக்கின்றேன், அதனால்தான் ஒரே மாதிரி இருக்கின்றேன் என்றார். ஆனால் நானோ உடல் பெருத்துத் தலையில் முடி விழுந்து அவரைவிடத் தோற்றத்தில் முதியவரைப் போல் காட்சியளித்தேன்.

தூய சவேரியர் கல்லூரியின் இருபத்தைந்தாம் ஆண்டு விழாவையொட்டி நாட்டுப்புறவியல் துறை கருத்தரங்கம் ஏற்பாடு செய்திருந்தது. நண்பர் ஜோசப் செய்தியைக் கூறினார். அவருக்காகவும் தேலூர்து பணியாற்றிய கல்லூரி என்பதாலும் எழுதலாம் என நினைத்தேன். எனக்குக் கட்டில் பற்றிக் கட்டுரை எழுதவேண்டும் எனத் தோன்றியது. தெரிந்த தரவுகளை எல்லாம் திரட்டிக் கட்டுரை என்ற பெயரில் தட்டச்சு செய்து கொண்டேன். உடனிருந்த சில நண்பர்களிடம் கொடுத்தேன். போதும் என்றனர். அதை என்னுடைய அலைபேசியில் பதிவேற்றம் செய்துகொண்டேன். இதற்கு இடையில் ஒருநாள் ஐயாவிடம் தொடர்புகொண்டு கட்டில் பற்றி எழுதலாமா? என்று கேட்டிருந்தேன். அவரும் எழுதித் தட்டச்சு செய்து அனுப்புப் பார்க்கலாம் என்றார். நானும் கல்லூரியில் பணியின் காரணமாக ஐயாவைத் தொடர்புகொள்ளவில்லை. அடுத்தநாள் காலையில் திருநெல்வேலி கருத்தரங்கத்திற்குச் செல்வதால் அதற்கான ஏற்பாடுகளை முடித்துக்கொண்டு இரவு தொடர்வண்டி நிலையத்திற்குச் சென்றபோதுதான் ஐயாவிடம் பேசியது நினைவிற்கு வந்தது.

இரவு ஒன்பது மணிக்கு அழைப்பு விடுத்தேன். 'சொல்லுப்பா இப்பத்தான் சாப்பிடுறேன், சாப்பிட்டுக் கூப்பிடட்டுமா?' என்றார். ஐயா நாளை காலை கட்டுரை வாசிக்க உள்ளேன்.

தாங்கள் சரிபார்த்தால் நன்றாக இருக்கும் என எண்ணுகின்றேன் என்றேன். அப்படியா சரி என்னுடைய மின்னஞ்சலுக்குக் கட்டுரையை அனுப்பு, பார்த்துவிட்டு அழைப்பு விடுக்கின்றேன் என்றார். அதைக் கேட்டதும் எனக்கு மகிழ்ச்சி. கட்டுரையைப் படித்துவிட்டுப் பாராட்டப் போகின்றார் என இன்பத்தில் கனவு கண்டுகொண்டிருந்தேன். இரவு பதினொரு மணியிருக்கும். அழைத்தார். எடுத்த உடன் 'என்னப்பா கட்டுரையில ஒன்னுமே இல்ல, இதை வைத்தா நாளை பேசப் போகின்றாய்' என்றார். இடி இறங்கியது, பொறி கலங்கியது. கட்டில் பற்றி முழுவதுமாகப் பேசக்கூடிய முறையில் சொன்னார். நான் கொடுத்த தரவுகள் ஏதும் கட்டுரைக்கு உதவாது என்பதை அறிந்தேன். அவர் கூறியதை ஒரு தாளில் குறிப்பாக எடுத்துக்கொண்டேன். அதில் கட்டிலுக்குப் பயன்படுத்தும் மரத்திலிருந்து, கட்டிலை எவ்வாறு பயன்படுத்த வேண்டும் என்பதையும் பாலுறவுக் குறியீடு பற்றியும் திரைப்படப் பாடல்களின் மேற்கோள்களுடன் கொடுத்தார். சரி இது போதும் பேசிட்டு வா பார்த்துக்கலாம் என்றார்.

அப்பொழுதே அவர் கூறியதன் அடிப்படையில் பத்து நிமிடங்கள் பேசுவதற்கு ஏற்றாற் போலத் தரவுகளை நானே தயாரித்ததைப் போல் குறிப்பெடுத்துக் கொண்டு பேசினேன். அந்த அரங்கில் இருந்தவர்களுக்கு நான் பேசிய கட்டுரையின் சாராம்சம் சிறப்பாக இருந்தது என்று வாழ்த்தினர். கருத்தரங்கு முடிந்து பேருந்தில் ஏறியதும் ஐயாவிற்கு அழைப்பு விடுத்தேன். எடுத்தவுடன் நானே கூப்பிடனும்னு நினைத்தேன், நல்லாப் பேசினியாப்பா? என்றார். பேசிட்டங்கையா அது உங்களுடையது தானே என்றேன். அதில் என்ன இருக்கிறது, நீ முயற்சி செய்தாய், நான் சிறிது உதவினேன், அவ்வளவுதான் எனத் தன்னடக்கத்துடன் கூறினார். இரவு அவர் படிக்கும் நேரம், எழுதும் நேரம் அதையெல்லாம் ஒதுக்கி வைத்துவிட்டு எனக்காக ஐந்து பக்க அளவு உள்ள கட்டுரையின் சாரத்தைக் கொடுத்தார். அவர் நினைத்திருந் தால் தன் பெயரையும் சேர்க்கச் சொல்லியிருக்கலாம். ஆனால் அவர் அவ்வாறு செய்யவில்லை. கல்லான என்னைச் சிற்ப மாக்கிய சிற்பி ஐயா. அவர் காட்டிய நேர்மை, உழைப்பு என்ற ஒற்றையடிப் பாதையில் என் வாழ்க்கைப் பயணத்தை மேற்கொண்டிருப்பதனால் சிறப்பாக இருக்கின்றேன்.

22

உடன் வரும் நிலா

ஆ. சின்னதுரை

1997ஆம் ஆண்டு வடசென்னிமலை அறிஞர் அண்ணா அரசு கலைக்கல்லூரியில் இளங்கலைத் தமிழிலக்கியம் சேர்ந்தேன். 'எங்கிருந்தோ வந்தான் இடைச்சாதி நான் என்றான் இங்கிவனை யான்பெறவே என்ன தவம் செய்துவிட்டேன்' என்ற பாரதியின் பாடல் வரியின் மேல் எனக்கு அத்தனை ஈர்ப்பு. முகம் தெரியாதவர்கள் செய்யும் சிறு உதவிக்கெல்லாம் இவ்வரிகளை நினைத்துப் பார்ப்பேன். நம் வாழ்க்கையையே மாற்றப் போகிற ஓர் ஆசிரியர் சேவகனாக வந்தால் மனம் எத்தனை மகிழ்ச்சிகொள்ளும். என் போன்ற எத்தனையோ மாணவர்களின் உயர்வுக்குக் காரணமான அவர் தன்னை ஒரு சேவகனாக அறிமுகப்படுத்திக்கொண்டு தான் எங்களுக்கு வகுப்பெடுத்தார். எதிர்காலம் பற்றிய எந்தப் புரிதலும் இல்லாமல் கல்லூரிப் படிப்பைத் தொடர்ந்த எனக்குள் குறைந்தபட்ச நம்பிக்கைகளையேனும் விதைத்தவர் ஐயா.

அவருடைய கொங்கு வட்டாரச் சொல்லகராதி நூல் உருவாக்கத்திற்குப் படியெடுக்கும்படி என்னை அழைத்தார். நானும் வீட்டிற்குச் செல்லாமலேயே அவருடைய அறையில் மூன்று நாட்கள் தங்கிப் படியெடுக்கும் வேலையைச் செய்தேன். அப்போது செல்பேசி வசதியெல்லாம் இல்லை. வீட்டில் சொல்லாமல் ஐயாவுடனேயே தங்கிவிட்டதால் என் அப்பாவும் மாமாவும் என்னைத் தேடிக்கொண்டு

ஆத்தூர் வந்துவிட்டார்கள். அவர்களுக்கு என்மேல் சந்தேகம். கல்லூரியில் படிக்கும் பையன் மூன்று நாட்கள் வீட்டுக்கு வரவில்லை என்றால் ஏதோ காதல் பிரச்சினை என்றுதான் உடனே சந்தேகப்படுவார்கள். ஏதாவது பெண்ணை இழுத்துக்கொண்டு ஓடிவிட்டேனோ என்பதுதான் அவர்கள் சந்தேகம். சரியாக நான்காவது நாள் காலையில் ஐயா தங்கியிருக்கும் முகவரியைக் கண்டுபிடித்து வந்துவிட்டார்கள். அப்பொழுதான் நானும் ஐயாவின் மற்றொரு மாணவரும் சாப்பிடுவதற்காக ஓட்டலுக்குச் சென்றிருந்தோம்.

என் அப்பாவிடம் 'யார் நீங்க?' என ஐயா கேட்டிருக்கிறார். 'நான் சின்னதுரையோட அப்பா, அவனைத் தேடித்தான் வந்தோம்' என்று கூறியிருக்கிறார் அப்பா. 'ஓ அப்படியா உக்காருங்க. அவங்க ரெண்டுபேரும் சாப்பிடப் போயிருக்காங்க' என ஐயா கூறியதும் என் தந்தை கலவரம் அடைந்திருக்கிறார். 'நாம இவனத்தான தேடி வந்தோம். இவர் ரெண்டு பேருன்னு சொல்றாரு. ஒருவேளை பொண்ணத்தான் கூட்டிட்டு வந்துட்டானா?' என்று உள்ளூரப் பயந்துகொண்டே என் அப்பாவும் மாமாவும் பேசிக்கொண்டிருந்திருக்கிறார்கள். இவர்கள் பயந்ததை ஐயாவும் கவனித்திருக்கிறார். ஓட்டலில் சாப்பிட்டுவிட்டு நாங்கள் இருவரும் ஐயாவின் அறைக்கு வந்தோம். என்னுடன் இன்னொரு பையன் வருவதைக் கண்டதும்தான் என் அப்பாவுக்கு உயிரே வந்திருக்கிறது. சொல்லாமல் வந்ததற்காக என்னைக் கடிந்துகொண்டார் அப்பா. ஐயாவும் 'ஏன் சின்னதுரை சொல்லிவிட்டு வந்திருக்க வேண்டீதுதான. ஏன் சொல்லாம வந்தீங்க. பாவம் அவங்க பயந்துட்டாங்க' என்று சிரித்துக்கொண்டே சொன்னார். ஏன் சிரிக்கிறார்னு எனக்குப் புரியவில்லை. பிறகுதான் விசயம் தெரிந்தது. 'வீட்டுக்குக் கூட்டிட்டுப் போறதாயிருந்தாக் கூட்டிட்டுப் போங்க' என்றார் ஐயா. என் அப்பாவோ 'இல்லைங்க அவன் இங்கதான் இருக்கானான்னு பாக்கத்தான் வந்தோம். அவன் உங்ககூட இருக்கிறதாயிருந்தா எத்தன நாள் வேண்டு மானாலும் இருக்கட்டும்' என்று கூறிவிட்டுச் சென்றார். பல மாணவர்களிடமும் ஐயா இதைச் சொல்லிச் சொல்லிச் சிரித்தார். மேலும் ஒருநாள் தங்கியிருந்து பணியை முடித்துவிட்டு ஊருக்குக் கிளம்பினேன்.

பெரும்பான்மையான ஆசிரியர்கள் தங்கள் மாணவர்கள் தங்களைத் தாண்டிச் சிந்திப்பதையோ தமக்குச் சமமாக இருப்பதையோ விரும்புவதில்லை. தங்களை விமர்சனம் செய்யும்

சுதந்திரத்தைக்கூட விரும்பமாட்டார்கள். இதற்கு நேரெதிரான செயல்பாடு கொண்டவர் ஐயா. நியூ செஞ்சுரி புக் ஹவுஸ் பதிப்பகத்தார் சங்க இலக்கிய நூல்களைப் புதிய முறையில் உரை எழுதி அச்சிட்டு வெளியிட்டனர். நூல் வெளியீட்டு விழாவைத் திருச்சி இலக்கியச் சுற்றம் அமைப்பு சங்கம் தியேட்டரில் நடத்தியது. விழாவிற்குத் தோழர் நல்லகண்ணு தலைமை தாங்கினார். அந்த விழாவில் பதிற்றுப்பத்து நூலைப் பற்றி என்னைப் பேச அழைத்தார் ஐயா. நான் தயங்கினேன். 'இங்க பாருப்பா . . . ஏதோ ஆள் கிடைக்கிலன்னு உன்னக் கூப்படுறேன்னு நெனச்சிக்காத. கொஞ்சம் விசயமுள்ள பையன் நீ. இதப் பயன் படுத்திக்கிட்டா உன்னோட வளர்ச்சிக்கு உதவுமேன்னுதான் கூப்பிடறேன்' என்றார். சரியென்று ஒப்புக்கொண்டேன். எப்படிப் பேசலாம், என்னென்ன கருத்துக்கள் சொல்லலாம் என்றெல்லாம் அவரிடம் கேட்டுத் தெளிவு பெற்றபின் தெம்பு வந்தது. விழாவில் கலந்துகொண்டு பதிற்றுப்பத்து நூலைப் பற்றி அறிமுகம் செய்து உரையாற்றினேன். நட்சத்திர ஓட்டலில் சாப்பாடும் கவரில் சிறிய தொகையும் கொடுத்தார்கள். பொதுவெளியில் இலக்கியம் பற்றியான பேச்சுக்கு எனக்குக் கிடைத்த முதல் அங்கீகாரம் அது.

ஒருசமயம் அவரோடு உரையாட நேர்கையில் 'வேப்பெண்ணெய்க் கலயம்' சிறுகதைத் தொகுப்பில் உள்ள 'மாப்புக் குடுக்கோணுஞ் சாமீ' என்னும் சிறுகதையைப் பற்றிப் பேச்சு எழுந்தது. அந்தக் கதையைப் படிக்கும்போது சட்டென அது ஒரு சாரருக்கு எதிரானதாகத் தெரிவதுபோல் பலரும் கருத்துக் கூறியிருந்தார்கள். நானும் 'அப்படித்தாங்கய்யா தெரியுது' என்றேன். சட்டெனக் கோபப்பட்டு எரிந்து விழுந்தார். 'உன்ன வித்தியாசமாச் சிந்திக்கிறவன்னு நெனெச்சேன். நீயே இப்படிச் சொல்றயே' எனக் கூறிவிட்டு அந்தக் கதையின் காலம், காலம் சார்ந்த சூழலை எல்லாம் விளக்கினார். நானும் விடாமல் அந்தக் கதையில் காலம் பற்றி அழுத்தமான பதிவுகள் இல்லை. அதுவுமில்லாமல் அதைப் படிக்கும் வாசகனும் அக்கதையைச் சமகாலத்தோடுதான் பொருத்திப் பார்ப்பான். காலம் பற்றிச் சிந்திக்க வாசகனுக்குப் பொறுமையிருப்பதில்லை என்றேன். அதன்பிறகு கொஞ்சம் நேரம் பேசிவிட்டுக் கலைந்துவிட்டோம். இரண்டொரு நாள் கழித்து அவரைச் சந்திக்க நேர்ந்தது. 'சின்னதுர நீ சொன்னது சரிதாம்பா. அந்தக் கதையில காலம் பற்றிய பதிவுகள் சரியா அமையல. அதனால்தான் படிக்கும்போது அப்படித் தெரியுது' என்றார். சரியாக இருக்கும் பட்சத்தில் தன்னுடைய மாணாக்கராக இருந்தாலும் அவருக்குக் கீழே இருப்பவர்களானாலும் அவர்களின் கருத்தை ஏற்றுக்கொள்வதில் ஐயா தயக்கம் காட்டமாட்டார்.

என் தந்தைக்கும் தாய்க்கும் எட்டாக் கனியாகிப் போன கல்விப் பின்புலமற்ற சாதாரண ஏழைக் குடும்பத்தில் பிறந்தவன் நான். கான்வென்ட் பிள்ளைகளுக்கு நடுவே காலம் என்னை அரசுப் பள்ளிக்கூடங்களில் உருப்போட்டுக் கரையேற்றிவிட்டது. உயர்கல்வி பயில்வதற்கு வசதியும் வழிகாட்டுதலுமின்றி ஓராண்டு காலம் கிடைக்கும் வேலைகளைச் செய்துகொண்டு உழன்று கொண்டிருந்தேன். பின்பு ஆத்தூர் அறிஞர் அண்ணா கலைக் கல்லூரியில் 1997ஆம் ஆண்டு இளங்கலைத் தமிழிலக்கியப் பிரிவில் சேர்ந்து பயின்றேன். அதற்கு ஓராண்டுக்கு முன்புதான் (1996) ஐயா அக்கல்லூரியில் விரிவுரையாளராகப் பணியில் சேர்ந்திருந்தார். கல்லூரி என்றதும் திரைப்படங்களில் வரும் கல்லூரி வகுப்புக் காட்சி போலத்தான் இருக்கும் என நினைத்திருந்தேன். அதற்கு நேரெதிராக வகுப்புகளைத் திறம்பட நடத்தும் ஆசிரியர்கள் எனக்கு வாய்த்திருந்தார்கள். அவர்களுள் முதன்மையானவர் ஐயா.

மாணவர்களிடம் நண்பர்களைப் போலப் பழகும் அவரின் சுபாவம் என்னை ஈர்த்தது. பாரதியார் கண்ணனைச் சீடனாக, சேவகனாக, குருவாக, ஆசிரியனாகப் பல்வேறு பரிமாணங்களை வைத்துப் பாடியிருப்பார். அதைப் போலவே ஐயாவை நண்பனாக, குருவாக, தந்தையாக, சகோதரனாக இப்படி எந்த உறவில் வைத்துப்பார்த்தாலும் பொருந்திப் போகக்கூடிய உறவு அவருடையது. வகுப்பில் மாணவர்களைப் பேசச் சொல்லி அவர்களின் கருத்தைக் கேட்பார். பிறகு அத்தனை கேள்விகளுக்கும் பதிலிறுப்பார். சில சமயம் கண்டிப்பும் காட்டுவார். ஒரு செமஸ்டரில் புறநானூற்றில் ஔவையார் பாடல்கள் மட்டும் பாடமாக இருந்தன. அவற்றை ஐயா நடத்தினார். பாடல்களை முதலில் ஐயா படித்துக் காட்டுவார். பின் மாணவர்களைப் படிக்கச் சொல்வார். பிறகு மீண்டும் அவர் படித்துப் பொருள் கூறுவார். அதன்பின் மாணவர்களை மீண்டும் படிக்கச் சொல்வார். பாடம் முடிந்த பின்பு 'ஔவையாரின் பாடல்களைப் பற்றி யாரேனும் ஒரு கட்டுரை வாசிக்க முடியுமா?' எனக் கேட்டார். நான் எழுந்து நின்றேன். 'சரி எழுதிக்கிட்டு வாப்பா' என்றார். மறுநாள் எழுதிக்கொண்டு போய்க் கொடுத்தேன். படித்துவிட்டுச் சிரித்தார்.

அப்போது தமிழிலக்கியத்தில் அவ்வளவாக எனக்குப் பயிற்சியில்லை. ஔவையார் அதியமானை வேண்டுமென்றே சண்டைக்குப் போகச் சொல்லித் தூண்டிவிடுகிறார், ஒரு புலவர் இப்படியா தூண்டிவிடுவது என்பது போல் கட்டுரை எழுதி யிருந்தேன். 'சரி பரவாயில்லை, இதப் படிங்க, என்ன மாதிரி

விமர்சனம் வருதுன்னு பார்க்கலாம்' என்று என் திறனாய்வுக்கு முதல் களம் அமைத்துக் கொடுத்தார். பிறகு என்னை அழைத்து 'ஒரு பாடலை வாசிக்கும்போது அதன் காலச்சூழலையும் பின்னணியையும் ஆராய்ந்து பார்க்க வேண்டும், காதலையும் வீரத்தையும் முதன்மையாகக் கருதிய காலத்தில் அப்பாடலின் கருத்து சரியே' என்றார். அதன் பிறகுதான் இலக்கியத்தை அணுகும் முறையும் எனக்கு ஓரளவு பிடிப்பட்டது.

மூன்றாமாண்டில் எங்களுக்குப் படைப்பிலக்கிய வகுப்பெடுத்தார். அவர் வகுப்பில் சிறுகதை ஒன்றை எழுதி வாசித்தேன். அந்தச் சிறுகதையை வகுப்பில் மீண்டும் ஒருமுறை அவரே படித்துக்காட்டி நன்றாக இருக்கிறது எனக் கூறினார். பிறகு என்னிடம் 'சின்னதுரை ... உனக்கு நல்லா எழுத வருது. பசங்களோட சேர்ந்து சுத்திக்கிட்டு வீணாப் போயிடாத. நல்லாவும் படிக்கிற. அதனால உருப்படற வழியப் பாத்துக்கோ. அப்பறம் உன் இஷ்டம்' என்றார். அதே ஆண்டில் அவரின் "கொங்கு வட்டாரச் சொல்லகராதி" நூல் உருவாக்கத்திற்கு என்னைப் படியெடுக்கும்படி கூறினார். ஐந்து நாள் அவர் அறையிலேயே தங்கி எழுதிக்கொடுத்தேன். வேலை முடிந்ததும் என்னிடம் சில நூறு ரூபாய் தாள்களைக் கொடுத்தார். நான் வேண்டாம் என்று மறுத்தேன். ஏனெனில் என்னிடம் பள்ளிக்கூட ஆசிரியர்கள் ஓசியில் வேலை வாங்கித்தான் பழக்கம். வீட்டிற்குச் சென்றால் தண்ணீர்கூடத் தரமாட்டார்கள். இவர் மூன்று நாளும் 'கடையில் விருப்பப்பட்டதச் சாப்பிடு ... பணம் நான் கொடுத்தர்ரன்' என்றார். இவரிடம் எப்படிப் பணம் வாங்குவது என யோசித்தேன். 'நீ செஞ்ச வேலைக்கு நான் கொடுக்கற பணம் கொறச்சல்தாம்ப்பா . . . புடிங்க . . .' என்றார். எழுத்து வேலைக்காக நான் பெற்ற முதல் கூலி அது.

நல்ல மதிப்பெண் பெற்றுத் திருச்சி தேசியக் கல்லூரியில் முதுகலைத் தமிழிலக்கியம் சேர்ந்து பயின்றேன். இனி அவ்வளவு தான். அவர் எங்கே நம்மை நினைக்கப் போகிறார். ஆசிரியருக்கும் மாணவருக்குமான மூன்றாண்டு உறவு முடிந்துவிட்டது. எங்கே யாவது பார்க்கும் தருணங்களில் ஒரு வணக்கம் சொல்லலாம். அப்புறம் என யோசிக்கையில் கையற்ற நிலையில் நிற்பதைப் போல் உணர்ந்தேன். எதிர்பாராத தருணத்தில் அவரிடமிருந்து ஒரு கடிதம் வந்தது. என்னை ரொம்ப விசாரித்து எழுதியிருந்தார். அதிலும் "அறிதோறும் அறியாமை கண்டற்றால் மனதோடு இருங்கள்" என்று எழுதியிருந்தார். அவர் என்னை விட்டு விலகவில்லை. என்னை இன்னும் ஒருபடி மேலெழுந்து வா என்றே எழுதியிருக்கிறார் என்பதை உணர்ந்தேன். கொடி ஒன்று

படர்வதற்குப் பற்றுக் கிடைத்ததுபோல் எண்ணி மகிழ்ந்தேன். நேரம் கிடைக்கும்போது அவருக்குக் கடிதமும் எழுதிவந்தேன்.

முதுகலைப் பட்டம் முடித்து நெட் தேர்விலும் தேர்ச்சி பெற்றேன். எம்.பில். முடித்த கையோடு கௌரவ விரிவுரையாளர் பணிக்கு விண்ணப்பித்தேன். அப்போது அவர் நாமக்கல் அரசு கல்லூரிக்கு மாறுதல் பெற்றுச் சென்றிருந்தார். அவருடனே பணியாற்றும் பேறு கிடைத்தது. ‘இங்க பாருப்பா… நீ என்னோட ஸ்டுடண்ட்… நீ எதாவது தப்புப் பண்ணினா அது என்னையும் பாதிக்கும். வகுப்புல பொண்ணுங்க பெஞ்ச் முன்னாடி நின்னு பாடம் நடத்தாத… நடுவுல நின்னு பாடம் நடத்து, இல்லன்னா… பையன்ங்க பக்கமா நில்லு… ஸ்டுடன்ஸ் கேள்வி கேட்டு உனக்குப் பதில் தெரியலைன்னா… தப்பாப் பதில் சொல்லிச் சமாளிக்கக் கூடாது. நாளைக்குத் தெரிஞ்சிக்கிட்டு வந்து சொல்றேன்னு சொல்லு… வகுப்புக்குப் போகும்போது நல்ல தயாரிப்போட போகணும்… நீ நல்லா வகுப்பு எடுப்பங்கற நம்பிக்கை எனக்கு இருக்கு… இருந்தாலும் இதையும் மனசுல வச்சுக்கோ… சரி தங்கறதுக்கு என்ன ஏற்பாடு பண்ணிருக்கீங்க’ என்றார்.

‘என்ன செய்யறதுன்னு தெரியிலங்கய்யா… நான் பாட்டுக்குக் கௌம்பி வந்துட்டன்’ என்றேன். ‘சரி.. பாக்கலாம் வாங்க’ என்றார். எழுத்தாளரும் இலக்கிய விமர்சகருமான பொ. வேல்சாமி நாமக்கல் கொங்கு நகரில் ஒரு வீட்டை வாடகைக்கு எடுத்து முட்டை வியாபாரம் செய்துவந்தார். அவர் வீட்டுக்கு அழைத்துச் சென்றார். ‘இந்தப் பையன் என்னோட மாணவர். எங்க கல்லூரியிலதான் கௌரவ விரிவுரையாளராப் பணியில் சேர்ந்திருக்கார். இன்னக்கி ஒருநாள் இந்தப் பையன இங்க த[illegible] வச்சிக்க முடியுமா’ என்றார். வேல்சாமியும் ‘தாராளமாத் த[illegible]டும். எனக்கு ஒண்ணும் ஆட்சேபன இல்ல’ என்றார். [illegible]நரம் வேல்சாமியிடம் பேசிக்கொண்டிருந்தார். ‘செரிப்பா.. [illegible]கௌம்புறன்… நீ இங்க தங்கிக்கோ…’ எனக் கூறிவிட்டுச் [illegible]றார். புது இடம், வேல்சாமி எப்படிப்பட்ட சுபாவம் [illegible]யவர் எனத் தெரியவில்லை. இறுக்கமாகவே இருந்தேன்.

கொஞ்ச இடைவெளிக்குப் பின் ‘இங்க பாருப்பா… கூச்சப் படாத உன்னோட வீடு மாதிரி இயல்பா இரு’ என்று கூறிவிட்டு வேல்சாமி தேநீர் கொடுத்தார். பிறகு அவர் என்னைப் பற்றிய விவரங்களைக் கேட்டறிந்தார். ‘நீ தலித்தா…’ எனக் கேட்டார். ஆமாம் சார் என்றேன். ‘நான் சாதியப் பத்திக் கேக்கறன்னு தப்பா நெனச்சிக்காத… இங்க வேல பாக்கறவன்லாம் ஒரு மாதிரி ஆளுங்க… அவனுங்க கேட்டா… வேற சாதின்னு சொல்லு… எனக்கு இந்தச் சாதிப் பிரிவுகள் மேல நல்ல அபிப்ராயம்

கிடையாது. எல்லாம் பித்தலாட்டம்... ஒண்ணாம் நம்பர் அயோக்கியப் பயலுக... வரலாறுல என்னென்ன புனைவுகளக் கட்டமைக்க முடியுமோ அத எல்லாத்தையும் செஞ்சி வச்சிருக்கா னுங்க' என்றார். 'இலக்கியத்துல இருக்கறது எல்லாம் உண்மைன்னு கண்மூடித்தனமா நம்பிடாத... நெறய விசயம் படிக்கணும்... முக்காவாசிப் பேர் எதயும் படிக்கிறதில்ல... எல்லாத்தையும் மறுவாசிப்புக்கு உட்படுத்தணும்' என்றார்.

இப்படி அவருடன் இரவு ஒரு மணிக்கும் மேலாகப் பேசிக் கொண்டிருந்தேன். வேல்சாமி கூறிய தகவல்கள் அனைத்தும் நான் கல்லூரியில் படித்தும் கேட்டும் அறிந்திராதவை. மறுநாள் கல்லூரிக்குச் சென்றேன். 'என்ன சின்னதுர இரவு தங்கறது சவுரியமா இருந்துச்சா' என்று ஐயா கேட்டார். நான் வேல்சாமி யிடம் பேசிக்கொண்டிருந்ததைக் கூறினேன். 'பாருப்பா... அவர் ஏதோ முட்ட வியாபாரம் பண்றார்னு சாதாரணமா நெனச்சிராத. இலக்கியத்துல பெரிய ஆளு. பொறுமையாக் கேட்டயின்னா நெறைய விசயம் தெரிஞ்சிக்கலாம். செரி இன்னைக்கும் அங்கேயே தங்கிக்கிறயா... இல்லன்னா எங்கூட வா... திருச்செங்கோட்டுல தங்கிக்கிலாம்' என்றார். அன்று அவருடன் சென்று அவரின் சொந்த ஊரான அய்யக்கவுண்டம்பாளையத்தில் தங்கினேன். சின்ன ஓட்டு வீடு. அவருக்கு அருகே இன்னொரு கயிற்றுக் கட்டிலைப் போட்டு 'இதுல படுத்துக்கப்பா' எனக் கூறிவிட்டு அவரும் படுத்துக்கொண்டார். எனக்குத் தூக்கம் வரவில்லை. கண்மூடிக் கிடந்தேன். இரவு மூன்று மணியிருக்கும். விளக்கு எரிந்துகொண்டிருந்தது. எழுந்து பார்த்தேன். அவர் ஏதோ எழுதிக்கொண்டிருந்தார். என்னைப் பார்த்ததும் 'ஏன் சின்னதுர நீங்க படுங்க... நான் கொஞ்சநேரம் எழுதிட்டுப் படுக்கறன்' என்றார். எந்த நேரமாக இருந்தாலும் வெறுமனே கழிக்காமல் அதைப் பயனுள்ளதாக மாற்றிக்கொள்வது அவரின் இயல்பு. அதை நானும் கடைபிடிக்கத் தொடங்கியபோது கைமேல் பலன் (அரசு வேலை) கிடைத்தது.

ஓரிரு நாளில் நாமக்கல் நகரில் மேன்சனில் ஒரு அறை வாடகைக்குப் பார்த்தாகிவிட்டது. முதல் மூன்று ஆழ்வார்களும் மழைநாள் ஒன்றில் ஒருவர் படுக்கலாம், இருவர் இருக்கலாம், மூவர் நிற்கலாம் என்று ஒரு வீட்டில் ஒதுங்கினார்களாமே அதை மறைந்திருந்து கேட்டு அந்த அளவுப்படி மேன்சன் அறையைக் கட்டினார்களோ என்னவோ. அப்படியொரு அறைக்குத்தான் எனக்கு வாடகை கொடுக்கும் சக்தி இருந்தது. என்னோடு பணியாற்றும் மற்றொரு நண்பருடன் அந்த அறையில் தங்கினேன். இரண்டுபேர் தங்குவதற்கே பெரிய கூட்டம் இருப்பது

போல் பிரதிபலிக்கும் அறை. அதில் சமைப்பதற்குக் கொஞ்சம் தட்டுமுட்டுச் சாமான்கள், உடமைகள் எனக் கொஞ்சம் இடத்தை நிரப்பிக்கொண்டன. நான் நீட்டிப் படுத்தால் குண்டான்கள் உருள ஆரம்பிக்கும். காலையில் எழுந்து ஒழுங்குப்படுத்தி விடுவது வாடிக்கையாகிப் போனது. அறை பிரதான சாலையின் ஓரத்தில் இருப்பதால் வாகன இரைச்சலுக்குப் பஞ்சமிருக்காது. மழைநீர் தேங்குவதற்குச் சாலையில் ஏற்படுத்திய பள்ளங்களின் மீது கனரக வாகனம் ஏறி இறங்கும்போது பிரளயம் ஏற்படுவது போலச் சத்தம் வரும். கொஞ்சநாள் தூக்கமின்றிச் சிரமப்பட்டேன். பின்பு பழகிப்போயிற்று.

ஒரு நாள் ஐயா என்னிடம் ‘சின்னதுர நான் ஊருக்குப் போகல. இன்னிக்கு உங்க அறையில் தங்கிக்கிறேன்’ என்றார். எனக்குத் தூக்கிவாரிப் போட்டது. ஏழெட்டு அறைகளுக்கு ஒரு குளியலறை. ஒரு கழிவறை. அசௌகரியமாக இருக்கும் ஐயா என்றேன். ‘அதெல்லாம் பரவால்லப்பா. நான் பாத்துக்கறன்’ என்றார். ‘சரி குண்டானோடு உருள்றது இல்லாம இன்னிக்கு இவரோட உருளணும் போலருக்கு’ என்று மனதில் நினைத்துக்கொண்டேன். அன்றிரவு நான் சமைத்ததைச் சாப்பிட்டுவிட்டு எங்களுடனே படுத்துக்கொண்டார். நான் அவர்மீது மோதிவிடுவேனோ என்று பயந்து பயந்து நெளிந்தேன். ‘இயல்பாப் படுப்பா. கை கால் மேல பட்டா ஒண்ணும் ஆயிடாது’ என்றார். அவருக்கு நாமக்கல்லில் எத்தனையோ நண்பர்கள். அங்கே தங்கினால் இவருக்கு மெத்தை விரித்த தனி அறைகூடக் கிடைக்கும். ஆனால் எங்களுடன் தங்கி எனக்கிருந்த தாழ்வு மனப்பான்மையைப் போக்கினார். ‘எங்க சவுகரியம் பாக்கணுமோ அங்க பாக்கணும். எங்க சவுகரியம் பாக்கக்கூடாதோ அங்க பாக்கக் கூடாது. நீ இதுல தங்கிக்கிற. நான் மட்டும் என்ன வேற உலகத்துல இருந்தா இருக்கன். எல்லாரும் மனிதர்கள்தானே’ என்றார். ‘இரவு சரியமா இருந்துச்சிங்களா ஐயா’ என்றேன். நியாயமாக நான் கேட்டிருக்கவே கூடாது. ஆனாலும் கேட்டேன். ‘அதெல்லாம் சவுகரியமாதாம்ப்பா இருந்துச்சு’ என்றார்.

பிறகு நேரம் கிடைக்கும் போதெல்லாம் வேல்சாமி வீட்டுக்குப் போவேன். அவரின் சில கட்டுரைகளையும் படியெடுத்துக் கொடுத்தேன். அவர் சில நூல்களை எனக்கு அன்பளிப்பாகக் கொடுத்திருக்கிறார். அன்று என்னை வேறெங்கும் தங்க வைக்காமல் வேல்சாமி வீட்டில் தங்கவைத்தார். அவர் என்னைச் சரியான இடத்திலேயே அடைக்கலப்படுத்தினார். அதனால் நான் பெற்ற இலக்கிய அனுபவங்கள் விசாலமானவை. இன்று என்னை எங்கு பார்க்க நேர்ந்தாலும் வாஞ்சையுடன்

'வாய்யா... நல்லாருக்கியா. மனைவி பிள்ளைகள்லாம் சவுக்கியமா இருக்காங்களா' என்று அன்போடு வேல்சாமி விசாரிப்பார். அது எனக்கு மிகப் பெரிய அங்கீகாரம் என்று நினைத்துக்கொள்வேன்.

வேல்சாமி வாடகைக்குக் குடியிருந்த வீட்டைச் சொந்தமாக வாங்கி நாமக்கல்லில் குடியேறினார் ஐயா. அந்த வீடு அமைதியான சூழலில் அவ்வளவாகக் குடியிருப்புகள் இல்லாத பகுதியில் இருந்தது. அமைதியான, ஆளரவமற்ற, பெருவிரிப்புக் கொண்ட இயற்கைச் சூழலைப் பார்க்கும்போதெல்லாம் 'இங்க ஒரு இலக்கியக் கூட்டம் நடத்தலாம்ப்பா... அருமையா இருக்கும்' என்பார். அவர் வீட்டு மொட்டை மாடியும் அப்படியொரு சூழலைக் கொண்டிருந்தது. "கூடு" என்னும் ஆய்வு மாணவர்கள் சந்திக்கும் இலக்கியக் கூட்டத்தை அங்கே நடத்தலாம் எனத் திட்டமிட்டு என் போன்ற பல மாணவர்களிடமும் தெரிவித்தார். அக்கூட்டச் சந்திப்பு என்னைப் புடம் போட்டுக்கொள்வதற்கு நல்ல வாய்ப்பாக அமைந்தது. கட்டுரை, சிறுகதை, நூல் விமர்சனம் எனப் பலரும் தங்கள் பங்களிப்பைச் செய்து தங்கள் திறனை வளர்த்துக்கொண்டனர். அதில் ஒன்றிரண்டு மாணவ எழுத்தாளர்களும் உருவாகி இன்றும் முத்திரைச் சிறுகதைகளைப் பல்வேறு இதழ்களிலும் எழுதி வருகிறார்கள்.

இதற்கிடையில் டி.ஆர்.பி. அறிவிப்பும் வந்தது. அவரின் ஆலோசனைப்படி அவர் வீட்டு முகவரியிலேயே விண்ணப்பித்துத் தேர்வு எழுதினேன். நான் தேர்வில் வெற்றி பெற்ற செய்தியை என் நண்பர்கள் எனக்குக் கூறினார்கள். மதியம் இரண்டு மணிக்கு அவர் வீட்டுக்குச் சென்றேன். 'ஐயா எனக்கு வேல கிடைச்சிருச்சி. டி.ஆர்.பி. தேர்வில் வெற்றிபெற்றுவிட்டேன்' எனக் கூறினேன். 'அப்படியா ரொம்பச் சந்தோசம். என்னோட வாங்க' என்று அவரின் டிவிஎஸ்50யில் நாமக்கல் டவுனுக்கு அழைத்துச் சென்றார். பெரிய ஹோட்டலின் முன் வண்டியை நிறுத்திச் 'சின்னதுர... உனக்கு வேல கெடச்சது எனக்கு ரொம்பச் சந்தோசமா இருக்குப்பா...' என்று என் பெற்றோர்களைப் போலக் குதூகலித்தார். 'வாங்க இந்தச் சந்தோசத்த ஹோட்டல்ல கொண்டாடலாம்' என்றார். நான் அவர் முகத்தையே பார்த்தேன். 'ஏன் தயங்குறீங்க...' என்றார். 'எங்கிட்டப் பணம் இல்லங்கய்யா' என்றேன். 'அட நாந்தரன் புடிங்க...' என்று உள்ளே அழைத்துச் சென்றார்.

விருப்பப்பட்ட உணவை வயிறாரச் சாப்பிட்டோம். அப்போது பசி மயக்கத்தில் இருந்த எனக்கு அவரின் மகிழ்ச்சி என்னைத் திக்குமுக்காடச் செய்துவிட்டது. பிறகு அவருடனே வீட்டிற்குச் சென்றேன். அவருடைய அம்மாவிடம் 'அம்மா...

சின்னதுரைக்கி வேல கெடச்சிடுச்சிம்மா...' என்றார். அவருடைய தாயாரும் முகம் மலர்ந்து 'ம்... அப்படியா... பரவால்ல. ஒரு கவல விட்டுது போ' என்றார். அவர் அம்மாவிடம் கொஞ்ச நேரம் பேசிக்கொண்டிருந்தேன். உடை மாற்றிக்கொண்டு வந்து என்னை அவரின் அறைக்குக் கூட்டிச் சென்றார். குடும்பப் பொறுப்புகள், அலுவலக விசயங்கள் எல்லாவற்றையும் எடுத்துக் கூறி 'இனிமே முன்னமாதிரி இல்லாம பொறுப்புகள் கூடியிருக்குங்கறது புரிஞ்சி நடந்துக்கோ' என அறிவுரை கூறி அனுப்பிவைத்தார். 'தொடர்ந்து வாசிக்கிறது எழுதறது இதெல்லாம் இன்னும் நெறையச் செய்யணும். வேல கெடச்சிடுச்சின்னு எல்லாத்தையும் விட்டயின்னா நல்ல ஆசிரியனா உருவாக முடியாது பாத்துக்கோ...' என்றார்.

பல பிரச்சினைகளுக்கு வழிகாட்டியாகவும் ஆறுதலாகவும் இருந்தார். என்னுடைய தொடர் வாசிப்புப் பழக்கத்தால் பல பேருக்கு டி.ஆர்.பி. வகுப்பெடுக்கும் அனுபவத்தையும் பெற்றேன். என் நண்பர்கள் சிலர் அரசுப் பணிக்குச் செல்ல நானும் ஒரு காரணமாக இருந்திருக்கிறேன் என நினைக்கையில் என்னை அவர் ஒரு நல்ல மாணவனாக வடித்தெடுத்திருக்கிறார் என்பதைப் பெருமையாக எண்ணுகிறேன். நான் பணியாற்றும் பள்ளியின் தலைமையாசிரியர் அவரின் இரண்டு பிள்ளைகளின் திருமணப் பத்திரிகைகளையும் என்னிடம் கொடுத்துப் பிழை திருத்தச் சொன்னார். அவர் பெரிய செல்வந்தர். எத்தனையோ மூத்த ஆசிரியர்கள் அவருக்குப் பழக்கம். கடவுள் பக்தியும் சென்டிமெண்டும் அவரின் அடையாளம். 'சின்னதுரை சார். இந்தப் பத்திரிகையில ஒற்றுப்பிழை, சின்னப் புள்ளிகூடத் தப்பா வராம ப்ரூப் பாத்துக் கொடுங்க' என்று என்னிடம் பத்திரிகையை நீட்டியபோது என் இலக்கிய இலக்கண அறிவின்மீது அவர் கொண்டிருந்த பெரிய நம்பிக்கையை உணர்ந்தேன். அது என் ஆசிரியர் என்னை வார்த்தெடுத்ததற்கான அங்கீகாரம் என்றே கருதினேன்.

பள்ளியில் என்னுடன் பணியாற்றும் சக ஆசிரியர்கள் 'அவர் எல்லாரும் மாதிரியான தமிழாசிரியர் கிடையாதுப்பா. நெறைய விசயம் தெரிஞ்சவருப்பா...' எனப் பேசிக்கொண்டதை என் காதால் கேட்டிருக்கிறேன். என் பள்ளியில் என்னை மதிப்புடனும் மரியாதையுடனும் நடத்துவது பெருமையாக இருக்கிறது. அதிலும் இந்த ஆண்டு (2014–2015) பத்தாம் வகுப்புப் பொதுத்தேர்வில் என் மாணவி ஒருவர் தமிழில் 100க்கு 100 மதிப்பெண் பெற்றிருந்தார். தமிழ்ப் பாடத்தில் மாநிலத்தில் முதல் மதிப்பெண் பெற்ற எங்கள் பள்ளியில் நான் கௌவரமாக

மதிக்கப் பெற்றதுடன் பலரின் பாராட்டையும் பெற்றேன். இந்தப் புகழ் எல்லாமே என் ஆசிரியரையே சாரும். அவர் என்னை ஒரு நல்ல மாணவனாக வழிநடத்தியிருக்கிறார். நல்ல ஆசிரியனாக என்னை வழிநடத்தி வருகிறார்.

பெருநிலப் பரப்பில் ஒளி வீசிக்கொண்டிருக்கும் நிலவினை யார் அண்ணாந்து பார்த்துக்கொண்டே நடந்தாலும் தன்னுடன் வருவது போலவே ஒரு மாயை தோன்றும். அவரின் மாணவர்கள் பலரும் அவர் நம்முடனே தொடர்ந்து வழிநடத்தி வருகிறார் என நினைத்துக்கொண்டே தங்கள் பணிகளைச் செய்து வருகின்றனர். அது மாயை அல்ல.

◯

23

சொல்லேருழவர்
கு. சீனிவாசன்

என் இளங்கலைக் கல்விப் பருவத்தில் சென்னைப் பல்கலைக்கழகத்தின் தொன்மை பற்றியும் அதன் பெருமைகளைப் பற்றியும் என் ஆசிரியர்கள் சொல்லக் கேள்விப்பட்டு அதன் மீது எனக்கு மோகம் ஏற்பட்டது. படித்தால் சென்னையில்தான் படிக்கவேண்டும், அதுவும் சென்னைப் பல்கலைக்கழகத்தில்தான் படிக்க வேண்டும் என்ற எண்ணம் என்னுள் ஆழமாய்ப் பதிந்தது. 1993 ஆகஸ்டு மாதம் சென்னைப் பல்கலைக்கழகத் தமிழ் மொழித்துறையில் முதுகலைத் தமிழிலக்கியம் படிப்பதற்கான வாய்ப்புக் கிடைத்தது. இதற்காகச் சென்னைப் பச்சையப்பன் கல்லூரியிலும் மாநிலக் கல்லூரியிலும் கிடைத்த வாய்ப்பைக்கூட நிராகரித்தேன். பல்வேறு பெருமித எண்ணங்களோடும் கனவுகளோடும் வங்கக்கடலின் கொண்டல் காற்று எப்போதும் தவழும் மெரினா வளாகத்தில் வலம் வரத் தொடங்கினேன்.

பழமையான அந்தக் கட்டிடத்தில் முதல்நாள் வகுப்பில் மிகப் பெரிய ஏமாற்றத்தையே சந்தித்தேன். என் வகுப்பில் என்னோடு சேர்த்து ஒன்பது மாணவர்கள் மட்டுமே சேர்ந்திருந்தனர். ஒரு மாணவிகூட இல்லாத வகுப்பாக அது இருந்தது. தினமும் அவசர அவசரமாகக் காலை எட்டு மணிக்குள் கிளம்பிப் போக்குவரத்து நெரிசலில் சிக்கிப் பத்துப் பதினோரு மணிக்குள் வகுப்பிற்கு வந்தால் வகுப்பே தொடங்கியிருக்காது. முதல் பத்துப் பதினைந்து நாட்கள் வகுப்பே நடக்காததால்

நூலகத்திலும் கடற்கரையிலுமே நேரத்தைக் கழித்தேன். நான் எவ்வளவு தவறு செய்துவிட்டேன் என்று அப்போதுதான் உணர்ந்தேன். மாநிலக் கல்லூரியிலோ பல்கலைக்கழக இலக்கியத் துறையிலோ சேராமல் விட்டுவிட்டோமே என்று வருத்தப் பட்டேன். ஆனாலும் என் கனவுகளுக்கெல்லாம் உருவம் கொடுக்கக் கொங்கு மண்ணின் மணத்தோடு எனக்கு அங்கு அறிமுகம் ஆனவர்தான் ஐயா.

அவர் அப்போது அங்கு பல்கலைக்கழக நிதிநல்கைக் குழுவின் உதவித்தொகை பெறும் முனைவர் பட்ட ஆய்வாளராக இருந்தார். எங்களுக்கு வாரத்தில் சில வகுப்புகள் அவருக்கு ஒதுக்கப் பட்டிருந்தன. ஆகவே எங்களுக்கு ஆசிரியராகவும் இருந்தார். அப்போது முதுகலைக்குப் பாடமாக இருந்த ஜெயகாந்தன் முன்னுரைகளையும் ஒரு சிறுகதைத் தொகுப்பையும் பாடமாக அல்ல, ஒரு படமாகவே நெஞ்சில் பதியமிட்டார். அப்போதிருந்து எனக்குச் சிறுகதைகளின் மீதான நாட்டம் தொடங்கியது. என் ஆய்வியல் நிறைஞர் ஆய்விற்குச் சிறுகதைகளை எடுத்துக்கொள்ள அதுவே பெரிதும் காரணமாக அமைந்தது. அப்போது ஐயாவின் ஏறுவெயில் நாவலைப் பற்றி அறிந்து அதை வாங்கிப் படித்தேன். எட்டாவது படித்த காலம் முதல் திகில் நாவல்களை மட்டுமே படித்திருந்த எனக்கு ஏறுவெயில் புதுவித அனுபவத்தைத் தந்தது. சத்தியமாக எனக்கு அப்போது அந்த வட்டார மொழிநடை புரியவில்லை.

அச்சமயத்தில் வாலாஜாப்பேட்டையில் நடந்த அவர் திருமணத்திற்கு எங்களையெல்லாம் அழைத்திருந்தார். திருமணத்திற்கு நானும் நண்பர்களான பாலமுருகன், சந்திரன், தாமோதரன், கோவிந்தன் உள்ளிடப் பல்கலைக்கழக மாணவர்கள் பலரும் சென்றிருந்தோம். இளமைக்கே உள்ள துடிப்புடன் நண்பர்களுடனான பயணத்தில் மிகுந்த கூட்ட நெரிசல் காரணமாகப் பேருந்தின் முன் படிக்கட்டில் அமர்ந்து சென்றோம். திருமணத்திற்கென்று எந்தச் சிறப்பு நிகழ்ச்சியும் ஏற்பாடு செய்யப்பட்டிருக்கவில்லை. பல்கலைக்கழக மாணவர்களில் இலக்கியத்துறையினர் ஒருபக்கம், மொழித்துறையினர் ஒருபக்கம் என இருபிரிவாகப் பிரிந்து லாவணி போல இரவு முழுவதும் அருமையான பாட்டுக் கச்சேரி ஒன்றை நடத்தினர். ஆசிரியரின் திருமணத்திற்கு மாணவர்களின் பாட்டுக் கச்சேரி. அதை என் வாழ்நாளில் மறக்கவே முடியாது. அதற்குப் பின்னர் நீண்டதொரு இடைவெளி ஏற்பட்டது.

ஐயாவின் சொந்த ஊரில் உள்ள கல்லூரி ஒன்றில் நான் பணியாற்ற நேர்ந்ததால் சேலம் அரசு கல்லூரியில் விடைத்தாள் திருத்தும் பணியின்போது ஏழு ஆண்டுகளுக்குப் பின் மீண்டும்

சந்திக்கும் வாய்ப்புக் கிடைத்தது. அவரது கொங்கு வட்டாரச் சொல்லகராதி பற்றி அறிந்தமையால் அதன்மீது ஏற்பட்ட ஈர்ப்பின் காரணமாக எனக்கு ஒரு பிரதி கேட்டவுடன் மறுநாளே தந்தார். பல்கலைக்கழகத்தில் அகராதியியல் பாடத்தை முனைவர் வ.ஜெயதேவன் அவர்களிடம் பயின்றதால் ஓரளவு அதில் ஈடுபாடு வந்தது. கொங்கு நாட்டு வட்டார வழக்கு அகராதியைப் பார்க்கும்போதெல்லாம் எனக்குள் ஒரு சிந்தனை துளிர்க்கும். ஏன் எங்களுடைய வடஆர்க்காடு மாவட்டத்திற்கு மட்டும் இவ்வாறான அகராதி தோன்றவில்லை என்று ஐயாவிடம் கேட்டேன். அதற்கு அவர் 'நீங்களே ஏன் அதைச் செய்யக் கூடாது?' என்று கேட்டார். நான் உடனே முதலில் உங்களிடம் முனைவர் பட்டத்திற்கான ஆய்வைச் செய்துவிட்டுப் பின்னர் அப்பணியைச் செய்கிறேன் என்றேன். உடனே ஆய்வு செய்ய வாய்ப்பும் தந்து அதற்காகவே என்னை வட்டார வழக்கில் ஆய்வு செய்யத் தூண்டினார். "சென்னைப் பல்கலைக்கழகப் பேரகராதியில் வட்டார வழக்குப் பதிவுகள்" என்ற தலைப்பில் நான் ஆய்வு மேற்கொண்டேன். மாணவர்களிடத்தில் அன்பு காட்டுவதில் தாயாகவும் உதவி செய்வதில் நண்பனைப் போலவும் விளங்கும் ஐயா ஆய்வில் மட்டும் எவ்விதக் கருணையும் காட்ட மாட்டார். ஆய்வில் எவ்விதக் குறையும் நேர்க்கூடாது என்பதிலும் ஆய்வேட்டில் சிறு தவறும் நிகழ்ந்துவிடக் கூடாது என்பதிலும் மிகக் கவனமாக இருப்பார்.

என் ஆய்வேட்டுச் சுருக்கத்தைப் பல்கலைக்கழகத்திற்குச் சமர்ப்பிக்கும் விண்ணப்பம் வாங்க அவரது கையொப்பம் தேவைப் பட்டது. நான் நாமக்கல்லுக்கு வந்து வாங்கிக்கொள்கிறேன் என்று ஐயாவி_ _ தெரிவித்தேன். அதற்கு அவர் 'நீங்கள் அதற்காக இங்கு வர வே_ _ம், நான் நாளை திருச்செங்கோடு வழியாகத்தான் ஈரோடு_ _ கிறேன். நீங்கள் பேருந்து நிலையம் வந்து என் கையெ_ _ வாங்கிக்கொள்ளுங்கள்' என்று கூறியதோடு அவ்வா_ _ நாள் பேருந்து நிலையத்தில் எனக்காக நின்று கையெ_ _ ட்டுத் தந்தார். தேவையில்லாமல் தன் மாணவர் களை எ_ _ வும் அலைக்கழிக்கக் கூடாது என்று நினைப்பவர் அவர்.

தன்_ _ டிற்கு மிகப் பெரிய எழுத்தாளர்கள் வந்தாலும் மாணவர்_ _ வந்தாலும் எல்லோருக்கும் ஒரே மாதிரியான மரியாதை_ _ பயே வழங்குவார். ஒருமுறை திருச்செங்கோட்டுக்கு அவரது அம்மாவைச் சந்திக்க ஐயா வந்தபோது நான் அவருடன் வீட்டிற்குச் சென்றேன். மதிய உணவு உண்ணும் நேரமானதால் என்னையும் அவருடன் சாப்பிடக் கட்டாயப்படுத்தினார். நானும் சாப்பிட்டேன். என் வாழ்நாளில் அத்தகைய ருசியான

ஒரு மணத்தக்காளிக் குழம்பை நான் சாப்பிட்டது கிடையாது. அம்மா அக்குழம்பை மண்சட்டியில் விறகடுப்பில் மிக ருசியாகச் சமைத்திருந்தார். அன்று மூன்று முறை அக்குழம்பில் நான் சாப்பிட்டேன். இன்னும் என் அடிநெஞ்சில் அச்சுவை உள்ளது. ஐயாவின் துணைவியார் அவர்களை நான் எப்போதும் அன்போடும் உரிமையோடும் 'அக்கா' என்றுதான் அழைப்பேன். அக்காவும் வடஆர்க்காடு மாவட்டத்தைச் சேர்ந்தவர் என்பதால் நான் எப்போது வீட்டுக்குச் சென்றாலும் சகோதர பாசத்தோடு என்னிடம் பழகுவார். என்னைப் பற்றியும் என் குடும்பத்தைப் பற்றியும் நன்கு தெரிந்த அவர் அடிக்கடி விசாரிப்பார். அதோடு எங்களின் வடஆர்க்காடு பேச்சு வழக்கை விதந்து விதந்து என்னுடன் பேசுவார். அப்போது ஐயா எங்கள் பேச்சு வழக்கை யும் எங்களையும் மிகவும் கிண்டல் செய்வார்.

ஒவ்வொரு மாதமும் இரண்டாவது ஞாயிறு மாலை நடைபெறும் கூடு ஆய்வுச் சந்திப்பில் செவிக்கு மட்டுமின்றி வயிற்றுக்கும் நல்ல உணவு வழங்கி அக்கூட்டத்தின் மூலம் பல ஆளுமைகளை நேரில் சந்திக்கும் வாய்ப்பையும் அவர்களிடம் உரையாடும் பாக்கியத்தையும் ஏற்படுத்தித் தந்தார். அதுமட்டு மில்லாது ஆய்வாளர் அனைவருக்கும் கருத்தரங்கம், ஆய்வரங்கத்தை ஏற்பாடு செய்து எங்களுக்கான ஒரு புதிய திசையைக் காட்டினார். அதன்மூலம் ஆய்வுக் கட்டுரை எப்படி எழுதவேண்டும் என்றும் கருத்தரங்கம், ஆய்வரங்கம் எவ்வாறு எற்பாடு செய்து நடத்தவேண்டும் என்பதையும் நான் கற்றுக்கொண்டேன். அவரோடு பழகிய நாட்களில் அவருடைய எளிமையையும் ஆழ்ந்த கல்விப் புலமையையும் ஆய்வு மனப்பான்மையையும் கண்டு வியப்படைந்துள்ளேன். ஒருமுறையாவது நான் பணியாற்றிய திருச்செங்கோடு செங்குந்தர் கலை அறிவியல் கல்லூரிக்குச் சிறப்பு விருந்தினராக அழைத்துச் சென்று அவரைக் கௌரவிக்கவேண்டும் என நினைத்தேன். ஆனால் அதற்கான சமயம் எனக்குக் கிடைக்கவே இல்லை.

என்றாவது ஒருநாள் நாமும் ஐயாவைப் போல் பிறந்த மண்ணிற்குப் பெருமை சேர்க்கும் விதமாக வடஆர்க்காடு மாவட்ட வட்டார வழக்குச் சொல்லகராதி ஒன்றைத் தொகுத்து அவர் கைகளால் அதை வெளியிட வேண்டும். சொற்களையும் கனவுகளையும் நெஞ்சில் பதியமிட்ட சொல்லேருழவராகிய அவருக்கு அவ்விதம் சிறப்புச் செய்ய வேண்டும் என்ற எண்ணம் மட்டும் என் மனதில் ஆழமாய்ப் பதிந்துள்ளது. அதற்கான பணிகளை அவரின் ஆசியோடு தொடங்கியுள்ளேன்.

24

உயர்வினும் உயர்வானது

பெ. சுரேஷ்

பதினொன்றாம் வகுப்போடு பள்ளிப் படிப்பை நிறுத்திக்கொண்டேன். நான்காண்டுகள் வீணே சுற்றித் திரிந்துவிட்டுத் திடீர் ஞானோதயம் பெற்றவனாய்த் தமிழ் இலக்கியம் பயில வேண்டும், அதுவும் நாமக்கல் அறிஞர் அண்ணா அரசு கலைக் கல்லூரியில்தான் பயில வேண்டும் என்ற நோக்கோடு தனித்தேர்வர் முறையில் பன்னிரண்டாம் வகுப்பை எழுதித் தேர்ச்சி பெற்றேன். அதற்குக் காரணம் அப்போது அக்கல்லூரியில் தமிழ்த்துறைப் பேராசிரியராக விளங்கிய சு.துரை அவர்கள். அவர் அலாதியான தமிழ்ப்பற்று உடையவர் என்றும் மறந்தும்கூடப் பிறமொழி கலவாமல் தனித்தமிழிலேதான் பேசுவார் என்றும் கல்லூரியில் படித்த முன்னாள் மாணவர்கள் கேள்விப்பட்டிருந்தேன்.

டிப்பை இடைநிறுத்திவிட்டு வீட்டிலிருந்த ாண்டுகளில் பாரதியார், பாரதிதாசன், ாதாசன், வைரமுத்து ஆகியோரின் தகளை மனந்தோய்ந்து படித்தேன். நியாரை முழுமையாக உள்வாங்கி விளங்கிக் ள்ளும் ஆற்றல் அப்போது எனக்கு இல்லை. ணதாசன் கவிதைகளில் பெரிதாக ஒன்றும் ஈர்க்கவில்லை. வைரமுத்து கவிதைகளை ஒன்று விடாமல் தேடித்தேடிப் படித்தேன். ஆனாலும் இவர்களையெல்லாம்விடப் பாரதிதாசனே எனக்குள் பெரும் தாக்கத்தை ஏற்படுத்தினார்.

அவரின் பாடல்களில் தெறித்த தமிழுணர்வு என்னுள் பெரும் தீயாய்ப் பற்றியெறியத் தொடங்கியது. தமிழ்ப் பித்தங் கொண்டு திரிந்தேன். அதன் விளைவாகக் கவிதை எழுதும் முயற்சிகளிலும் இறங்கினேன். படித்து இரசித்த கவிதைகளைச் சொல்லிப் புளகாங்கிதம் அடைவதற்கும் படித்தவற்றைப் பகிர்ந்துகொள்வதற்கும் அப்போது நல்ல நண்பர்கள் கூட்டம் வாய்த்திருந்தது. அவ்வப்போது நான் கிறுக்கியவற்றை அவர்களிடம் படித்துக் காட்டுவேன். அவர்களின் பாராட்டுகளாலும் என்னுடைய தொடர் முயற்சியினாலும் அது ஓரளவு கைவரப் பெற்றது. ஆனாலும் முறையாகத் தமிழ் பயின்றால் இன்னும் நன்றாக வரும் என்ற பேராவல் உந்தப் பேராசிரியர் சு.துரை அவர்களிடம் படிப்பதுதான் பொருத்தமாக இருக்கும் என முடிவெடுத்தேன்.

தமிழக அரசு அந்த ஆண்டிலிருந்துதான் (2007–2008) அரசு கல்லூரிகளில் சுழற்சி முறையை அறிமுகப்படுத்தியது. இரண்டாம் சுழற்சியில் இறுதியாக எனக்கும் ஒரு இடம் கிடைத்தது. கிட்டத்தட்ட என்னைப் போலவே பள்ளிப் படிப்பிற்குப் பிறகு நான்காண்டுகள் கழித்து ஒருவன் வந்து சேர்ந்திருந்தான். அவன்தான் கோபாலகிருஷ்ணன். அவனது நோக்கம் என் நோக்கம் போலத்தான். நான் தோற்றத்திற்குச் சின்னப் பையன்போல் இருந்தாலும் மற்ற மாணவர்களிடமிருந்து தனித்திருக்கவே விரும்பினேன். அவனோ பார்ப்பதற்குப் பெரிய ஆள் போல இருப்பான். ஆனால் எல்லோரிடமும் வலியச் சென்று மாமா மச்சான் என்று உரிமையோடு பழகுவான். ஏனோ தெரியவில்லை. என்னிடம் மட்டும் அவன் நெருங்கி வரவே இல்லை. நானும் அதைத்தான் விரும்பினேன். அப்படி அவன் வந்தாலும் அவனிடம் கொஞ்சம் எச்சரிக்கையாக இருக்க வேண்டுமென மனதிற்குச் சொல்லிக்கொண்டேன். ஒரு சூழலில் என்னைப் பற்றி அவனுக்கும் அவனைப் பற்றி எனக்கும் தெரியவர இயல்பாகவே இருவரும் நெருங்கிப் பழகத் தொடங்கினோம்.

நாங்கள் இரண்டாம் சுழற்சி மாணவர்கள் என்பதால் எப்பொழுதும் எங்களுக்குக் கௌரவ விரிவுரையாளர்கள்தான் வகுப்பெடுப்பார்கள். எப்பொழுதாவது இரு சுழற்சியையும் ஒன்றாக வைத்துத் துறைப் பேராசிரியர்கள் வந்து வகுப்பெடுப்பார்கள். முதலாமாண்டு முழுவதும் இதுதான் நிலைமை. அதுநாள் வரையிலும் ஐயாவைப் பற்றி நான் ஒன்றும் அறிந்திருக்கவில்லை. ஆனால் மற்ற வகுப்பிற்கும் ஐயா வகுப்பிற்கும் உள்ள வேறுபாட்டை உணர்ந்தோம். ஆகையால் ஒருநாள் அவர்

வகுப்பிற்கு வெளியே போய்க்கொண்டிருக்கையில் ஒரு தாளை அவரிடம் நீட்டிப் 'படிச்சிட்டுச் சொல்லுங்கய்யா' என்றேன். முழுவதும் படித்துவிட்டு 'எங்கிருந்துப்பா எடுத்த?' என்றார். 'நான் எழுதினதுங்கய்யா' என்றேன். 'என்னப்பா சொல்ற?' என்று என்னை ஏறிட்டவர் அருகிலிருந்த தமிழ்த்துறைத் தலைவர் அறைக்குள் நுழைந்தார். இருக்கையில் அமர்ந்திருந்த துரை அவர்களிடம் 'ஐயா, நம்ம சுரேஷ் ஒரு கவிதை எழுதியிருக்கான். படிக்கிறேன் பாருங்க' என்று படித்துக் காட்டினார்.

தாளாத பட்டினியில் தமிழே உணவாகும்
தணியாத வேட்கையில் தமிழிள நீராகும்
மீளாத துன்பத்தில் தமிழெனது தாயாகும்
மெச்சிநான் முத்தமிட மடிதவழும் சேயாகும்
ஆற்றாமை வேளைகளில் தலைகோதித் தாலாட்டும்
அமிழ்தினு மினியநற் கவிதைகளால் பாலூட்டும்
வேற்றாகி நின்றிடுங்கால் விரல்கோத்துத் துணை நடக்கும்
வெங்கொடுமை நேர்ந்திடுங்கால் வெகுண்டெழுந்து பகைமுடிக்கும்
பெருமோகப் பொழுதுகளில் பெண்ணணங்காய் உருமாறும்
மார்போடு அரவணைத்து மனையாளாய் இதம்சேரும்
கருமேகக் குழலொதுக்கிக் கன்னங்களில் முத்தமிடச்
சிறுமையினை அகற்றியெனைச் சிவத்திலே நிறுத்தி விடும்

பெரிதும் மகிழ்ந்து பாராட்டிய துரை அவர்கள் 'நம்ம கல்லூரியில் விவாதமேடை, பட்டிமன்றம் இவையெல்லாம்தான் நடத்தறோம். இனி கவியரங்கமும் நடத்தலாம்' என்றார்.

இரண்டாமாண்டின் தொடக்கத்திலேயே துரை அவர்கள் கோவைக்கு மாறுதல் பெற்றுச் சென்றார். அது எனக்குப் பெருத்த ஏமாற்றமாக இருந்தது. இரண்டு மூன்று முறைதான் அவர் வகுப் [illegible] ருக்கும் வாய்ப்பு எனக்குக் கிடைத்தது. இப்போது நினை [illegible] ம் என் முன்னேயிருந்து அவர் சிரித்துக் களித்துப் பாட [illegible] துவதுபோல் இருக்கும். அப்படியோர் சுகானுபவம் அவ [illegible] டம் கேட்பது. அவ்வாண்டிலிருந்து முதல் சுழற்சி மாண [illegible] ாடு நாங்களும் உட்கார அனுமதிக்கப்பட்டோம். ஐயா [illegible] ப்புகளை மிகவும் எதிர்பார்க்கவும் கவனிக்கவும் தொ [illegible] னோம்.

[illegible] ள் இலக்கிய வரலாறு பாடத்தை ஐயா நடத்திக் கொ [illegible] ருக்கும்போது முச்சங்கங்கள் குறித்து அவர் கூறிய கருத்துக்கள் எங்களுக்கு வியப்பளித்தன. 'மக்கள்தொகை குறைவாக இருந்த அந்தக் காலத்தில் இத்தனை புலவர்கள் இருந்தார்கள், இத்தனை அரசர்கள் கவியரங்கேறினார்கள் என்பதெல்லாம் ஏற்க முடியாதவை. எனவே முதலிரண்டு சங்கங்கள் இருந்திருக்க வாய்ப்பில்லை. மூன்றாவது சங்கம்

மட்டும் இருந்திருக்கலாம். அதுமட்டுமல்ல, ஆப்பிரிக்காவில்தான் முதன்முதலில் மனிதன் தோன்றினான் என்று அண்மைக்கால ஆய்வுகள் தெரிவிக்கின்றன. தமிழுக்கு எவ்வளவோ பெருமைகளும் சிறப்புகளும் இருக்கின்றன. அவற்றையெல்லாம் சொன்னாலே போதும். இல்லாத பொய்களையெல்லாம் சொல்லி உலகரங்கில் நமது பெயரை நாமே கெடுத்துக்கொள்ள வேண்டாம்' என்றார். இது குறித்து அன்று வகுப்புகள் முடிந்தபிறகு கோபாலும் நானும் வகுப்பறையிலேயே அமர்ந்து கலந்துரையாடினோம்.

அதன்பிறகு வந்த அவரது வகுப்புகளை மிகவும் கூர்ந்து கவனிக்கத் தொடங்கினோம். பாடப் புத்தகத்தைத் தாண்டி எவ்வளவோ கருத்துக்களையும் இலக்கிய நிகழ்வுகளையும் வரலாற்றுப் பின்புலத்தோடு விளக்குவார். ஒவ்வொரு நாளும் வகுப்பில் அவர் கூறியவை குறித்து நாங்கள் கலந்துரையாடுவது வழக்கமானது. கோபால் கல்லூரி மாணவர் விடுதியில் தங்கி யிருந்ததால் எங்களுக்கு அது மிகவும் வசதியாக இருந்தது. 'தனிப் பாடல்கள்' பாடத்தை நடத்தும்பொழுது காளமேகப் புலவர் பற்றி நிறையக் கூறுவார். 'எந்தக் கட்டுக்குள்ளும் அடங்காமல் கால்போன போக்கில் நாடோடியாய்த் திரிந்த மனிதன். பல்வேறுபட்ட மக்கள் கூட்டத்தோடு நெருங்கிப் பழகியவன். நீ யாரைப் போல் வாழ விரும்புகிறாய் என்று என்னைக் கேட்டால் சற்றும் தயங்காமல் காளமேகம் போல் வாழ வேண்டும் என்று கூறிவிடுவேன்' என்று ஏங்கிப் போவார். காளமேகத்தின் பாடல்களை உச்சிமோந்து பாராட்டி மகிழ்வார். காளமேகத்தின் பாடல்கள் மட்டுமல்ல, தனிப்பாடல்கள் எல்லாவற்றின் மீதும் அவருக்கு ஒரு அலாதியான மோகம். ஒவ்வொரு பாடலையும் அனுபவித்து நடத்துவார். ஔவையாரின் பாடல்களை நடத்தும்பொழுது ஔவையாரின் எழுத்துக்கு மயங்கிய ஒரு வாசகன் போல மனம் குளிர்ந்து படிப்பார். இரட்டைப் புலவர்களின் பாடல்களைப் படிக்கும்பொழுதும் அப்படித்தான்.

நீளத்திரிந் துழன்றாய் நீங்கா நிழல்போல
நாளைக் கிருப்பாயோ நல்குரவே – காளத்தி
நின்றைக்கே சென்றக்கால் நீயெங்கோ நானெங்கோ
இன்றைக்கே சற்றே இரு

இப்பாடலைக் கரும்பலகையில் எழுதிப்போட்டு இதற்கான பொருளை அறிந்து வந்து நாளை வகுப்பில் கூறுமாறு எங்களைக் கேட்டுக்கொண்டார். இரண்டு தனிப்பாடல் தொகுதிகள் கோபாலிடம் இருந்தன. அவ்விரு நூலிலும் தேடித் தேடிப் பார்த்தோம். அப்பாடல் கிடைக்கவே இல்லை. பின்பு நாங்கள்

அப்பாடலிலுள்ள சொற்களைக் கொண்டு ஓரளவு பொருள் கண்டு மறுநாள் வகுப்பில் கூறினோம். 'கிட்டத்தட்டச் சரியாகத்தான் சொன்னீர்கள்' என்று கூறிவிட்டுப் பாடலிலுள்ள ஒவ்வொரு சொல்லாக விரித்துப் பொருளுரைத்தார். பெயர் தெரியாத அந்தப் புலவன் வறுமைக்கு ஒரு உருவம் கொடுத்து அதைத் தன் முன்னால் நிறுத்தித் தன் சக மனிதரோடு பேசுவது போல அந்த வறுமையோடு பேசுகிறார். நீங்கா நிழல் போல இருந்தாயே என்று புலம்புகிறார். நாளைக்கிருப்பாயோ என்று ஏங்கித் தவிக்கிறார். நீயெங்கோ நானெங்கோ என்று பதறுகிறார். இன்றைக்கே சற்றே இரு என்று வறுமையைப் பிரிய மனமில்லாமல் அதனோடு மன்றாடுகிறார். இவ்வாறு விளக்கிக் கொண்டிருக்கும்போது அவருக்குக் குரல் கம்மிப்போனது. ஒரு பரவச நிலைக்குள் ஆழ்ந்துவிட்டார். 'சித்திரப் பாவையி னத்தக வடங்கி செவி வாயாக நெஞ்சு களனாக' என்ற நன்னூல் நூற்பாவிற்கான பொருளை நான் அனுபவித்தறிந்தது அன்றுதான்.

ஒருநாள் கோபால் என்னை ஐயா வீட்டிற்குக் கூட்டிச் சென்றான். எங்களைப் பார்த்ததும் 'யாரு சுரேஸா? ம்... வாப்பா' என்று முகமலர்ச்சியோடு வரவேற்றார். நாங்கள் அங்கிருந்த நேரம் முழுக்கச் சிரித்த முகமாகவே இருந்தார். ஏதாவது நகைச்சுவை சொல்லிச் சிரித்தும் எங்களைச் சிரிக்க வைத்துக்கொண்டும் இருந்தார். அடுத்த வாரமே நான் எழுதி வைத்திருந்த கவிதை நோட்டு ஒன்றை எடுத்துக்கொண்டு போய் அவரிடம் கொடுத்தேன். இரண்டு நாள் கழித்து வருமாறு கூறினார். இரண்டு நாள் கழித்துக் கோபாலும் நானும் அவர் வீட்டிற்குப் போனோம். மிகுந்த எதிர்பார்ப்பில் இருந்தேன். வழியில் போகும்பொழுதே கோபால் என்னிடம் 'நீ வேணா பாரு. ஐயா [illegible]ல்லாம் கவிதையே இல்லனுதான் சொல்வாரு. நான் இப்ப[illegible]ன் ஒரு நோட்டக் கொண்டுபோய்க் கொடுத்தேன். என் [illegible] அப்படித்தான் சொன்னாரு' என்றான். அவனுடைய வார்[illegible]ள் என் எதிர்பார்ப்பை ஒன்றும் செய்துவிடவில்லை.

[illegible]ல் அவன் சொன்னது போலவேதான் நடந்தது. 'இ[illegible]ம் கவிதையே இல்லப்பா' என்றார். சிறந்த கவிதைகள் என[illegible]ன் நினைத்துக்கொண்டிருந்த சிலவற்றைக் காட்டி 'ஐயா இது. ஐயா இதுகூடவா..!' என்றேன். 'எல்லாந்தாம்பா. இதெல்லாம் கவிதையே இல்ல. ஆனா கவிதைக்கான கூறுகள் இருக்கு. எதிர்காலத்தில் நல்ல கவிதை எழுதுவதற்கான வாய்ப்பு இருக்கு' என்று நம்பிக்கையூட்டும் விதமாகச் சில சொற்களைத் தூவினார். அத்தோடு சில நவீனக் கவிதைத் தொகுப்புகளைக் கொடுத்துப் படிக்கச் சொன்னார். என் மரத்தை வேரோடு

சாய்த்துவிட்டாரே என்ற வேதனையில் அவர்மீது எதிர்மறையான எண்ணங்கள் வளரத் தொடங்கின.

கவிதை என்றால் எதுகை மோனை சந்தம் போன்றவை இருக்க வேண்டும். இவையெதுவும் இல்லாமல் வெறும் பேச்சு நடையில் இருப்பவற்றைக் கவிதை என்கிறாரே என்று கோபமாக வந்தது. அந்தத் தொகுப்பை முழுதும் படிக்காமலேயே அவரிடம் கொடுத்துவிட்டேன். 'எப்படிப்பா இருக்கு'? என்றார். 'என்னஙகய்யா வெறும் பேச்சு நடையில இருக்கு. இதப்போய்க் கவிதைனு சொல்றிங்க' என்றேன். ஒரு சிரிப்பை உதிர்த்துவிட்டு 'இதுதாம்பா கவிதை. நெனைக்கிறத எல்லாம் எழுதுறதுக்குப் பேர் கவிதை இல்ல. அனுபவத்திலிருந்து வரணும். அதுதான் கவிதை' என்றார். அவர் கருத்தில் எனக்கு மனம் ஒட்டவில்லை. அவரை என்னால் புரிந்துகொள்ளவும் முடியவில்லை. அவரிடமிருந்து விலகியிருப்பதென முடிவெடுத்தேன். அவர் என்னை நன்றாகப் புரிந்து வைத்திருக்கிறார். அதனால் என்னை அவர் விடுவதாக இல்லை. நான் அவரிடமிருந்து விலகிய போதெல்லாம் கோபமான ஒரு சொல்லிலோ சிறு பாராட்டிலோ என்னை அவரிடம் இறுகப் பிணித்துவிடுவார்.

இப்படியே சில நாட்கள் கழிந்தன. மூன்றாம் பருவத்தில் தலித் இலக்கியம் என்று ஒரு தாள் பாடமாக வைக்கப்பட்டிருந்தது. அதில் இடம் பெற்றிருந்த என்.டி. ராஜ்குமார், மதிவண்ணன் போன்றோரின் கவிதைகள் என்னை வெகுவாகப் பாதித்தன. இடையில் இலக்கிய வரலாற்றைப் படித்துக் கொண்டிருந்தேன். நவீன இலக்கியம், யதார்த்தவாதம் பற்றி ஓரளவு புரிதல் ஏற்பட்டது. மற்ற ஆசிரியர்கள் ஐயாவை வியந்து பேசுவதைக் கேட்டேன். என் கருத்துக்களை மூட்டை கட்டி வைத்துவிட்டு ஐயாவின் போக்கில் சென்று அவரைப் புரிந்துகொள்ள முயன்றேன்.

ஒருநாள் அவரைக் காணபதற்காக வீட்டிற்குச் சென்றிருந் தேன். 'கூளமாதாரி' நாவலை என்னிடம் கொடுத்துப் படிக்கச் சொன்னார். மிக மெதுவாகத்தான் படிக்க முடிந்தது. அந்நாவலை நான் படித்ததுபோல் இல்லை. கூளையன், மொண்டி, செவிடி போன்றவர்களோடு காடுமேடெங்கும் சுற்றித் திரிந்த உணர்வு ஏற்பட்டது. மேம்போக்கான எழுத்துக்களையே படித்து மெச்சிக் கொண்டிருந்தவனுக்கு யதார்த்த வாழ்வைத் திறந்து காட்டியது அந்நாவல். எழுத்துக்களால் ஒருவனைத் தூங்கவிடாமல் பண்ண முடியும் என்று நான் உணர்ந்தது அன்றுதான். 'இந்த ஆழம் போதாதா . . . அவன் இன்னும் ஆழம் போக நினைத்தான்' என்ற நாவலின் இறுதி வரிகள் திரும்பத் திரும்ப மூளைக்குள் ஒலித்துக்கொண்டே இருந்தன. இப்போது நான் என்னில் இருந்து

வெளியேறி ஐயாவைப் பார்த்தேன். எட்டாத உயரத்தில் எங்கோ நின்றுகொண்டிருந்தார். திரும்பி என்னையும் பார்த்தேன். என்மீதே எனக்கு வெறுப்பு ஏற்பட்டது.

நல்லறிவை உந்தனருள் தந்ததென எண்ணாமல்
நாத்திகம் பேசி நின்றேன்.
நடைபயிலும் சிறுவன் ஒருகடை வைத்த பாவனையில்
நாற்புறமும் முழக்கி வந்தேன்

என்ற கண்ணதாசனின் கவிதை வரிகளை மீண்டும் மீண்டும் மனதிற்குள் சொல்லிக் கொண்டேன்.

குறுகுறுக்கும் மனதோடு ஐயாவைப் பார்க்க அவர் வீட்டிற்குச் சென்றேன். உள்ளே நுழைந்ததும் புன்னகையோடு வரவேற்று 'உட்காருப்பா' என்றார். முதன்முறையாக அவர் எதிரில் உட்காரக் கூசியது. 'என்னப்பா நாவலைப் படிச்சிட்டியா' என்றார். என் ஆதங்கத்தையெல்லாம் கொட்டித் தீர்த்துவிட்டேன். 'இதைவிட ஒரு சிறந்த நாவலை மறுபடியும் படிப்பனான்னு தெரிலங்கய்யா' என்றேன். மிகச் சாதாரணமாக 'ஏம்பா . . . இதைவிடச் சிறந்த நாவல்கள் எல்லாம் இருக்குதுப்பா' என்றார். அவரிடம் மன்றாடி மன்னிப்புக் கேட்க வேண்டும் போல் மனம் பதைபதைத்தது. கைகளைக் கூப்பியபடி கண்கள் பனிக்க 'என்னை மன்னிச்சிருங்கய்யா. உங்கள முழுசாப் புரிஞ்சிக்காம ஏதேதோ தப்பா நெனச்சிட்டேன்' என்றேன். ஒரு சிரிப்போடு 'அதெல்லாம் ஒண்ணுமில்லப்பா' என்பதுபோல் கண்களைச் சிமிட்டி லேசாகத் தலையாட்டினார்.

அதன்பிறகு என்மீது தனிக்கவனம் செலுத்தத் தொடங்கினார். ஒருமுறை தமிழ்வளர்ச்சித் துறை சார்பில் மகளிர் கல்லூரியில் நடத்தப்பட்ட கவிதைப் போட்டியில் நூலிழையில் பரிசு பெறும் வாய்ப்பைத் தவறவிட்டேன் என்பதைக் கேள்விப்பட்டு மூத்த மாணவர்கள் மூலம் என்னை வீட்டிற்கு வரச் சொல்லியிருந்தார். மாலை ஐந்து மணிவாக்கில் சென்றிருந்தேன். வீட்டு வாசற் படியில் அவரும் அம்மாவும் (அவர் மனைவியார்) பையனோடு உட்கார்ந்து விளையாடிக்கொண்டிருந்தார்கள். என்னைப் பார்த்ததும் பக்கத்தில் உட்காரச் சொன்னார். ஆறுதல் கூறும் விதமாக என் தோளைத் தடவினார். அந்த ஏமாற்ற மனநிலையில் நான் எழுதியிருந்த புதுக்கவிதையை அவரிடம் காட்டினேன்.கவிதை நன்றாக வந்திருப்பதாகக் கூறி அம்மாவிடம் படித்துக்காட்டி மகிழ்ந்தார். அதிலுள்ள சிறுசிறு பிழைகளைச் சுட்டிக் காட்டியதோடு கவிதையை எவ்வாறு செறிவுபடுத்த வேண்டும் என்பதையும் சொல்லிக் கொடுத்தார். அவரிடம் கற்ற அந்த ஒருநாள் பாடம் பிழைகளை எங்கு கண்டாலும் மனம்

அதைத் தானாகவே திருத்தும் அளவிற்கான ஒரு பயிற்சியாக மாறியது.

தமிழகத்தின் மிகச் சிறந்த எழுத்தாளர்கள், கவிஞர்கள் நாமக்கல்லுக்கும் நாமக்கல்லைச் சுற்றியுள்ள பகுதிகளுக்கும் இலக்கிய விழாவிற்கு வரும்பொழுது ஒருநாள் முன்னதாகவே அவர்களை வரவழைத்துக் கூடு கூட்டத்தில் பேச வைப்பார். முதல்நாள் அவர்கள் தங்கியிருக்கும் உணவக விடுதிக்கு அவருடன் செல்வேன். என்னை எல்லோரிடம் 'ரொம்ப ஆர்வமான பையன். கவிதையெல்லாம் எழுதுவான்' என்று அறிமுகம் செய்து வைப்பார். இலக்கிய விழாக்களுக்கு வெளியூர்களுக்குச் செல்லும்பொழுதும் உடனழைத்துச் செல்வார். அங்கு வரும் பிரபலங்களுக்கு என்னை அறிமுகம் செய்து வைப்பார். இப்படி அவரால் நான் அறிந்துகொண்ட இலக்கிய ஆளுமைகள் ஏராளம்.

மோகனூர் சுப்ரமணியம் கல்லூரியில் நடக்கவிருந்த 'நாமக்கல் தெய்வங்கள்' என்னும் கருத்தரங்கிற்கு என்னைக் கட்டுரை எழுதும்படி கூறினார். முதலில் தயக்கமாக இருந்தது. காரணம், எனக்குக் கவிதையில்தான் ஈடுபாடு. கதை எழுதுவது என்றாலும் ஓரளவு ஆர்வமும் வாசிப்பனுபவமும் இருந்தன. கட்டுரை எழுதும் எண்ணம் எனக்கு எப்போதும் வந்ததில்லை. எப்படி எனச் சிந்தித்தேன். ஆனால் ஐயா சொல்லிவிட்டாரே, எழுதியே ஆக வேண்டும் என்ற உறுதியோடு இருந்தேன். அது எனக்கு மிகப்பெரிய வாய்ப்பாக இருந்தது. காரணம் அதில் கட்டுரையாளர்களாக எழுத்தாளர்களும் ஆய்வாளர்களும் பேராசிரியர்களும் இருந்தார்கள். அப்போது நான் இளங்கலை இரண்டாமாண்டு பட்டப் படிப்பில் பயிலும் மாணவனாக இருந்தேன். என்மீது ஐயா வைத்திருந்த நம்பிக்கையை அது காட்டியது. நூலகத்திற்குச் சென்று நாட்டுப்புறத் தெய்வங்கள் தொடர்பான நூல்களைத் தேடித் தேடிப் படித்தேன். ஓரளவு அதன் உள்ளடக்கத்தையும் அமைப்பையும் என்னால் உள்வாங்கிக் கொள்ள முடிந்தது.

பிறகு எங்கள் குலதெய்வம் தொடர்பாக எனக்குத் தெரிந்தவற்றோடு தெரியாதவற்றை உறவினர்களிடம் கேட்டுச் சேகரிக்கத் தொடங்கினேன். ஒரு வழியாகக் கட்டுரையை முடித்து ஐயாவிடம் சென்று கொடுத்தேன். படித்து முடித்ததும் முகம் முழுக்கப் பிரகாசத்தோடு 'அருமையா இருக்குப்பா... அருமையா இருக்கு... அருமை... அருமை' என்று சொல்லிக்கொண்டே இருந்தார். எனக்கு அளவற்ற மகிழ்ச்சி. கோபாலிடம் சொல்லிப் பூரித்துப் போனேன். ஐயாவிடமிருந்து அப்படியோர் வார்த்தை வருவது அரிது. அதிலும் திரும்பத் திரும்ப அதையே சொன்னார்.

அதோடு மட்டுமல்ல, அந்தத் தொகுப்பிலுள்ள மிகச் சிறந்த கட்டுரைகளில் அதுவும் ஒன்று என்று பார்ப்பவர்களிடமெல்லாம் சொன்னார். 'அங்காளம்மன் வழிபாடு' என்ற தலைப்பில் நான் எழுதியிருந்த அந்தக் கட்டுரையைப் பலரும் பாராட்டினார்கள்.

இரண்டாமாண்டு பயிலும்பொழுது கல்லூரித் தமிழ்த்துறை சார்பில் ஆண்டு விழாவை முன்னிட்டுப் பல்வேறு கலை இலக்கியப் போட்டிகள் நடத்தப்பட்டன. ஒவ்வொரு போட்டிக்கும் ஒரு ஆசிரியர் பொறுப்பேற்றிருந்தார். சிறுகதைப் போட்டிக்கு ஐயாதான் பொறுப்பு. ஒவ்வொரு நாளும் ஒவ்வொரு போட்டி நடத்தப்பட்டது. சிறுகதைப் போட்டி பன்னிரண்டு மணிக்குத் தொடங்கும் எனவும் பதினொரு மணிக்குத் தலைப்பு தரப்படும் எனவும் ஐயா அறிவித்திருந்தார். பதினொரு மணிவாக்கில் நாங்கள் மூன்றாமாண்டு வகுப்பில் இருந்த ஐயாவைப் போய்ப் பார்த்தோம். போட்டிக்கான தலைப்பு ஏதுமில்லை. கதைக்கருக்கள் கரும்பலகையில் எழுதப்பட்டிருந்தன. 'அமாவாசை இரவில் தனியாக நடந்து செல்லும் ஒருவனின் மனநிலை' – இதைக் கருவாக்கிக் கதை எழுத வேண்டும். அல்லது 'ஊர்நடுவே இருந்த ஒரு பெரிய ஆலமரம் ஒருநாள் சாய்ந்துவிட்டது' – இதைக் கருவாக்கிக் கதை எழுத வேண்டும். நான் முதலாவது கருவைத் தேர்ந்தெடுத்தேன். அதற்கு முன்புவரை சிறுகதை எழுத வேண்டுமென நினைத்து ஒரு வரிகூட எழுதியதில்லை. சில சிறுகதைத் தொகுப்புகளை வாசித்திருந்தேன். அவ்வளவுதான்.

பன்னிரண்டு மணிக்குப் போட்டி தொடங்கியது. போட்டி யில் முதலாமாண்டு மாணவர் எவரும் பங்கேற்கவில்லை. இரண்டாமாண்டு மாணவர்களில் ஒரு சிலர் மட்டும் பங்கேற் றோம். மூன்றாமாண்டு மாணவர்களே பெருமளவில் இருந்தனர். ஒன்றரை மணி நேரம்தான். அதற்குள் எழுதி முடிக்க வேண்டும். போட்டிக்கான நேரம் முடியும் தருவாயில் எல்லோருமே எழுதி முடித்துவிட்டனர். நான் கதையை முடித்துவிட்டுத் தலைப்புக்காகச் சிந்தித்துக்கொண்டிருந்தேன். எல்லோரிடமும் தாளைப் பெற்றுச் சேகரித்துக்கொண்டு வந்த மூன்றாமாண்டு மாணவர்கள் என்னைச் சுற்றி நின்று 'சீக்கிரம் . . . சீக்கிரம் . . .' என்று துரிதப்படுத்தினர். 'என்னடா இவ்ளோ நேரம் யோசிக்கிற. எதாவது ஒன்ன எழுதிக்குடு' என்றான் ஒருவன். 'அதெப்படி ஏதாவது ஒன்ன எழுத முடியும்' என்று எண்ணியவாறே தலைப்புக்கான சிந்தனையில் ஆழ்ந்தேன். அவசரமான, அதே வேளை கூர்மையான சிந்தனைக்குப் பின்னர் 'பிறகும்' என்று தலைப்பிட்டேன். 'இந்த நாலு எழுத்த எழுதறதுக்கா இவ்ளோ யோசன. குடு . . .' என்று என்னிடமிருந்து தாளை வெடுக்கெனப் பிடுங்கிக்கொண்டு போயினர்.

எல்லாப் போட்டிகளும் முடிந்ததும் அனைத்து மாணவர்கள், ஆசிரியர்கள் முன்னிலையில் போட்டிகளுக்குப் பொறுப்பாளர் களாக இருந்த ஆசிரியர்கள் முடிவுகளை அறிவித்தார்கள். ஒவ்வொரு போட்டிக்கும் முதல் இரண்டு பரிசுகள்தான். மூன்றாம் பரிசு இல்லை. சிறுகதைப் போட்டிக்கான முடிவை அறிவிக்க ஐயா எழுந்தார். எனக்கு இரண்டாம் பரிசு ஏதும் கிடைக்கலாம் அல்லது அதுவும் கிடைக்காமல் போகலாம் என்று நினைத்துக்கொண்டிருந்தேன். ஏனென்றால் மூன்றாமாண்டு மாணவர்களுக்குச் சிறுகதை எழுதுவதற்கு ஐயா பயிற்சி கொடுத்திருந்தார். அதனால் முதலிரண்டு பரிசுகளையும் அவர்களே தட்டிச் சென்றுவிடுவார்கள் என எண்ணினேன். 'இரண்டாம் பரிசு மூன்றாமாண்டு மாணவர் அர்ச்சுனன்' என்றார் ஐயா. 'ம்க்கூம் . . . அதுவும் போச்சா . . .' என்று மனம் சொன்னது. அடுத்து 'முதல் பரிசு இரண்டாமாண்டு மாணவர் சுரேஷ்' என்றார். என்னால் நம்ப முடியவில்லை. எல்லை யில்லா மகிழ்ச்சி எனக்கு. பின்பு ஐயா அந்தக் கதையிலுள்ள சிறப்பம்சங்களைப் பற்றிப் பேசினார்.

'இந்தக் கதையின் தலைப்பு பிறகும் என்று உள்ளது. 'பிறகு' என்ற தலைப்பில் பூமணியின் நாவல் ஒன்று உள்ளது. மிகவும் கவனம் பெற்ற தலைப்பு அது. அதுபோன்ற தன்மை கொண்ட தலைப்புத்தான் இது. பிறகும் என்றால் இது முற்றுப் பெறவில்லை. இதன் பின்னால் ஏதோ ஒன்று இருக்கிறது என்று கதையின் மீது கவனம் உண்டாகச் செய்கிறது. இரண்டாவது, கதை 'இதுபோன்ற பயணம் அவனுக்கு எப்போதாவது வாய்த்துவிடுகிறது...' என்று தொடங்குகிறது. இதுபோன்ற பயணம்னா? இது எதுபோன்ற பயணம்? கதையைப் படிப்பதற்கான ஆர்வத்தை இது தூண்டு கிறது. கதையின் தொடக்கம் இவ்வாறுதான் இருக்க வேண்டும். அடுத்ததாகக் கதையின் நடுவே 'தாத்தா' என்றொரு பாத்திரம் வருகிறது. கதையை வேறு தளத்திற்கு எடுத்துச் செல்வதான உத்தி இது. 'அவன் தாத்தா ஒரு பேடிப் பயல்...' என்று வருகிறது. பொதுவாக வயதானவர்கள் என்றாலே நற்குணங்கள் நிறைந்தவர்கள் என்றுதான் நினைத்துக்கொண்டிருக்கிறோம். அப்படியல்ல. அவர்களிடமும் கீழான குணங்கள் நிறைய இருக்கின்றன. அவற்றையும் நாம் வெளிக்கொணர வேண்டும். அதை இந்தக் கதை நன்றாகச் செய்துள்ளது. மற்றொரு இடத்தில் 'பாக்கெட்டில் இருந்த இன்னொரு சிகரெட்டையும் எடுத்துப் பற்ற வைத்தான். அது 'புஸ்' எனப் பற்றி எரிந்தது. பயத்தில் சிகரெட்டைத் தலைகீழாக மாற்றிப் பற்ற வைத்திருந்தான்...' என வருவது கதையின் யதார்த்தத் தன்மைக்கு வலுவூட்டுவதாக உள்ளது. கதை 'நடந்தான்... நடந்தான். நடந்துகொண்டே

இருந்தான். ஊரடைந்த பின்னும்...' என்று முடிகிறது. ஊரை அடைந்த பின்னும் எப்படி நடக்க முடியும்? அவன் மனதிற் குள்ளிருந்து அந்தப் பயம் இன்னும் நீங்கவில்லை என்பதுதான் அது. கதையின் கடைசி வரி கதையை மீண்டும் முதலிலிருந்து தொடங்குகிறது. ஒரு நல்ல கதைக்கு அடையாளம் முடிவில்தான் கதை தொடங்க வேண்டும். அந்த அம்சமும் இந்தக் கதைக்கு நன்றாக வந்திருக்கிறது. இதில் வரும் தாத்தா பாத்திரத்தை இன்னும் மெருகேற்றி அதை முதன்மைப்படுத்தி எழுதியிருந்தால் பத்திரிகையில் பிரசுரம் ஆகக்கூடிய அளவிற்கு ஒரு நல்ல கதையாக வந்திருக்கும்' என்று கூறி முடித்தார். இந்தக் கதையில் இவ்வளவு இருக்கிறது என்பது அப்பொழுதுதான் தெரிந்தது. இந்தக் கதை பின்னர் அதே பெயரில் *உழுநிலம்* இதழில் வெளியானது.

இவையெல்லாம் சேர்ந்து என் நம்பிக்கையை வலுப்படுத்தின. 'பெரிய பாழி' என்ற தலைப்பில் நான் எழுதியிருந்த சிறுகதையை எடுத்துக்கொண்டு ஐயாவைப் பார்க்கப் போனேன். என்ன சொல்வாரோ? தேருமா, தேராதா என்ற பதற்றமெல்லாம் எனக்கில்லை. தொடக்க முயற்சிதானே என்ற மனநிலையில் இருந்தேன். கதையைப் படித்து முடித்ததும் '*உயிர் எழுத்து*க்கு அனுப்பி வைப்பா. பார்க்கலாம்' என்றார். இதற்குமேல் எனக்கு என்ன வேண்டும்? அந்தக் கதை *உயிர் எழுத்தி*ல் பிரசுரமானாலும் சரி, ஆகாவிட்டாலும் சரி. இதுவே எனக்குப் போதும் என்றிருந்தது. நிச்சயம் பிரசுரம் ஆகும் என்ற நம்பிக்கையோடுதான் அதை *உயிர் எழுத்து*க்கு அனுப்பினேன். மூன்று மாதங்கள் சென்றிருக்கும். அப்போது நான் மதுரை காமராசர் பல்கலைக்கழகத்தில் நடந்த இலக்கிய நிகழ்வுக்குச் சென்று ஒரு வாரம் தங்கியிருந்தேன். ஐயாவிடமிருந்து அலைபேசியில் எனக்கு அழைப்பு வந்தது. 'உன் கதை இந்த மாத *உயிர் எழுத்தி*ல் பிரசுரமாகி இருக்குப்பா. அங்க கிடைக்கும் வாங்கிப்பாரு' என்றார். எனக்குச் சொல்ல வார்த்தைகள் இல்லை. எதையோ சாதித்தது போன்ற உணர்வு. அன்றிரவு நான் தூங்கவே இல்லை.

யாப்பருங்கலக் காரிகை நடத்தும்போது ஒவ்வொரு நாளும் நிறைய வீட்டுப் பாடங்கள் தருவார். பள்ளியில் சீர் பிரித்துத் தளையறியக் கற்றுக்கொள்ள வாய்ப்பில்லாத என்னைப் போன்றவர்கள் கல்லூரியில்தான் கற்றுக்கொண்டோம். எழுத்து, அசை, சீர், தளை, அடி, தொடை என அனைத்தையும் கற்றுக் கொடுத்த பிறகு அனைவருக்கும் பாக்கள் இயற்றப் பயிற்சி கொடுத்தார். முன்னதாக நாங்கள் ஒரு சொல்லைச் சொல்ல அதிலிருந்து அவர் ஒரு வெண்பாவும் ஆசிரியப்பாவும் இயற்றிக்

காட்டினார். உதாரணமாக 'மாணவர்' என்ற சொல்லைச் சொன்னோம். அதற்கு அவர் எழுதிய ஆசிரியப்பா:

மாணவ ரெல்லாம் மகிழ்ந்து பாடம்
ஆனவரை தினமும் அழகாய்ப் படித்து
ஆயிரம் கேள்விகள் அடுக்கிக் கேட்டுப்
பாயிரம் சொல்லிப் பாடம் நடத்தும்
ஆசிரியர் மனம் அமுதாய்க் குளிரப்
பேசிட வேண்டும் பேதைக் கனவிது
என்றும் நடவா தெனினும் நாளும்
நன்றாய் வருவதை நானென் செய்வதோ

நாங்கள் கூறிய சொல்லிற்கு அவர் பா இயற்றியது போல ஒருசில இறுதி அடிகளைக் கொடுத்து அந்த அடியை நிறைவு செய்து பாக்கள் இயற்றி வர வேண்டும் என்றார். இயல்பாக எழும் எதுகை மோனைகளைக் கொண்டு ஓரளவு ஓசை நயத்துடன் கவிதை எழுதி வந்த எனக்குக் 'கட்டுக்குள் பாட்டெழுதுவது' என்பது பெரும் சிரமமாக இருந்தது. பெரும் முயற்சிக்குப் பிறகு சில சொற்களை இட்டு நிரப்பி அவர் கொடுத்த நான்கு அடிகளிலும் நான்கு பாடலைத் தயார் செய்திருந்தேன். கோபால் ஒரே ஒரு பாடலை எழுதி வந்திருந்தான். மறுநாள் வகுப்பில் வாசிக்கும்பொழுது நான் எழுதிய நான்கில் ஒன்றுகூடத் தேறவில்லை. 'நீதி இலக்கியங்களின் தாக்கம்தான் நிரம்ப இருக்கிறது' என்றார். 'கோபால் எழுதிய பா மிகவும் அருமையாக இருக்கிறது. இக்காலத்திற்கேற்ப இயல்பாக இருக்கிறது' என்று வெகுவாகப் பாராட்டினார். அந்தப் பாடலடி முழுவதும் எனக்கு நினைவில் இல்லை. 'பேதையாய் நீயிருந்தால் லங்கோடும் மீதமாகாதே . . .' என்னும் கருத்தில் கல்வியின் அவசியத்தை உணர்த்துவதாக இருந்தது அப்பாடல். மற்றவர்களும் அவரவர் பட்டறிவுக்கு ஏற்பப் பாக்கள் இயற்றி வந்திருந்தனர்.

காரிகையில் மேற்கோள்களாக வரும் சங்க இலக்கியப் பாடல்களில் இருந்து அதிகப் பாடல்களை மனப்பாடம் செய்து வந்து ஒப்புவிக்கும் முதல் மூன்று பேருக்குப் பரிசு என்று ஒரு போட்டி வைத்தார். அதே நேரத்தில் எழிலரசி அம்மா பக்தி இலக்கியம் எடுத்துக்கொண்டிருந்ததால் ஆண்டாள் திருப்பாவையிலிருந்து அதிகப் பாடல்கள் ஒப்புவிக்கும் மூவருக்குப் பரிசு என்று அறிவித்தார். மற்றொரு ஆசிரியர் மு. நடராஜன் அவர்கள் கொன்றை வேந்தன், நல்வழி, மூதுரை ஆகிய பாடங்களை எடுத்துக்கொண்டிருந்ததால் மூதுரையிலிருந்து முப்பது பாடல்களையும் ஒப்புவிப்பவருக்குப் பரிசு என்று அறிவித்திருந்தார். எழிலரசி அம்மா வைத்த போட்டியிலும் நடராஜன் அவர்கள் வைத்த போட்டியிலும் நான் முதல்

பரிசையும் கோபால் இரண்டாம் பரிசையும் பெற்றோம். ஐயா வைத்த போட்டியில் ஔவையாரின் 'சிறியகட் பெறினே...' உட்பட கடினமான, பெரிய பாடல்களை ஒப்புவித்தேன். கௌதமி என்ற மாணவி சிறுசிறு பாடல்களாக என்னைவிட எண்ணிக்கையில் அதிகப் பாடல்களை ஒப்புவித்ததால் முதல் பரிசைத் தட்டிச் சென்றார். நான் இரண்டாம் பரிசைப் பெற்றேன்.

மூன்றாமாண்டின் இரண்டாம் பருவத்தில் 'நடைமுறைப் பயன்பாட்டுத் தமிழ்' என்றொரு தாள் வைக்கப்பட்டிருந்தது. அந்த இறுதிப் பருவத்தில்தான் ஐயாவிடமிருந்து நிறையக் கற்றுக்கொண்டோம். பெரும் எதிர்பார்ப்போடும் மிகுந்த குதூகலத்தோடும் கழிந்த நாட்கள் அவை. ஒவ்வொரு நாளும் புதுப்புது பயிற்சிகளைத் தந்துகொண்டே இருந்தார். முதலில் ஒன்றிலிருந்து நூறுவரை பிழையில்லாமல் எழுத்தால் எழுதும் ஒரு போட்டி வைத்தார். இரு சுழற்சி மாணவர்களையும் சேர்த்து எண்பதுக்கும் மேற்பட்டோர் வகுப்பில் இருந்தோம். போட்டி என்னவென்றால் எண்பது பேரில் யாராவது ஒரே ஒருவர் ஒன்றிலிருந்து நூறுவரை பிழையில்லாமல் எழுதிவிட்டால் ஐயா தன்னுடைய செலவில் வகுப்பிலுள்ள எல்லோருக்கும் போண்டாவும் தேநீரும் வாங்கிக் கொடுப்பார். ஒருவர்கூட எழுதவில்லை என்றால் வகுப்பிலுள்ள அனைத்து மாணவர்களிடமும் வசூல் செய்து அனைவரும் போண்டாவும் தேநீரும் வாங்கிச் சாப்பிடலாம். இவ்வளவுதானா என்று அசட்டையாக எழுதத் தொடங்கிய பாதிக்கும் மேற்பட்டோர் பத்தைத் தாண்டியதுமே படுத்துவிட்டார்கள். ஐயா வகுப்பைச் சுற்றி ஒவ்[illegible] வரையும் நோட்டமிட்டுக் கொண்டே வந்தார். சிலர் இரு[illegible]லர் முப்பது. அவ்வளவுதான். 'என்னப்பா யாருமே ஜெயி[illegible]ட்டீங்க போலிருக்கே . . .' என்றவாறு எங்களருகில் வந்து[illegible] கொண்டார்.

கோபால் உட்பட நான்கைந்து பேர் மட்டுமே தொ[illegible] எழுதிக்கொண்டிருந்தோம். ஐம்பது, அறுபதைத் தா[illegible]தும் அவர்கள் கதையும் முடிந்தது. நான் ஒருவன் மட்டும் தொ[illegible]றூற்றைத் தாண்டிப் போய்க்கொண்டிருந்தேன். ஐயா 'அ[illegible]ரஷ் ஜெயிச்சிருவான் போல இருக்கே' என்றார். எனக்கு உள்ளூர மகிழ்ச்சி. தொண்ணூற்றொன்பதில் வந்து நின்றதும் எனக்கு ஒரு பலத்த சந்தேகம் வலுத்தது. தொண்ணூறுக்கு டண்ணகரம் வருமா, றன்னகரம் வருமா என்று கோபாலிடம் கேட்டேன். நான் எழுதியதைச் சுட்டிக்காட்டி 'ஐயோ இதுக்கு மூணு சுழி ணா வராது. ரெண்டு சுழி னாதான் வரும்' என்றான். தொண்ணூறில் இருந்து தொண்ணூற்றொன்பது வரை அழித்து

விட்டு றன்னகரம் போட்டு மீண்டும் தொண்ணூறிலிருந்து தொடங்கி நூறு என்று முடித்தேன். 'என்ன சுரேஷ் வசூல் பண்ணீரலாமா?' என்றார் ஐயா. அதிர்ச்சியோடு அவரை ஏறிட்டேன். தனக்கேயான ஒரு குறும்புப் புன்னகையை மட்டும் உதிர்த்தார். பதறிக் குனிந்து தொண்ணூறுக்கு மேல் விட்டுவிட்டுத் தொண்ணூறுக்கு முன்னால் உள்ள எல்லா எண்களிலும் நுழைந்து பிழை எங்குள்ளது எனத் தேடினேன். எனக்கு எதுவும் புலப்படவில்லை. 'எல்லாம் சரியாகத்தானே இருக்கு' என்று நினைத்தவாறு நிமிர்ந்து ஐயாவைப் பார்த்தேன். மீண்டும் அவரிடமிருந்து அதே குறும்புப் புன்னகை. நான் மறுபடியும் குனிந்து அதே தேடல். அவ்வளவுதான். அதற்குமேல் என்னறிவுக்கு எதுவும் எட்டவில்லை. சரி, ஆகறது ஆகட்டும் போ என்றெண்ணியவாறு எழுதியதை ஐயாவிடம் கொடுத்தேன்.

அப்பொழுதுதான் தொண்ணூறில் உள்ள றன்னகரப் பிழையைச் சுட்டிக் காட்டினார். எங்கள் தோல்வியை ஒப்புக் கொண்டோம். இறுதியாக ஐயா 'ஒவ்வொரு ஆண்டும் மூன்றாமாண்டு மாணவர்களுக்கு இந்தப் போட்டியை நடத்திக் கொண்டிருக்கிறேன். யாரும் இந்தளவிற்குச் சரியாக எழுதிய தில்லை. இவர் இவ்வளவு தூரம் வந்ததே பெரிது' என்றார். வெற்றிக்கு மிக அருகில் வந்து தோற்றுப்போனது வெற்றிக்குச் சமமாகவே எனக்குப் பட்டது. அதுவும் ஐயாவிடம்தான் என்பதால் கௌரவத் தோல்வியாகவே மனம் கருதியது. இருந்தாலும் இந்தச் சிறு பிழை எப்படி எனக்குத் தெரியாமல் போனது என்ற வருத்தத்தில் அன்றைய போண்டாவும் தேநீரும் எனக்குச் சுவையாகவே இல்லை.

ஒருமுறை வலிமிகும் இடங்கள், வலிமிகா இடங்களை நடத்திவிட்டு எல்லோரையும் சில சொற்றொடர்களை எழுதச் சொன்னார். நாங்கள் எழுதிய தொடர்களில் எந்த இடத்தில் வலி மிகும், அவ்விடத்தில் ஏன் எதற்காக மிகும், எந்த இடத்தில் வலி மிகாது, அவ்விடத்தில் எதனால் மிகாது என்பதையெல்லாம் தெளிவாக விளக்கிக் கூறித் திரும்பத் திரும்ப அதிலேயே பயிற்சியளித்துப் பின்பு கட்டுரை எழுத வைத்தார். மிகவும் நீண்ட தொடர்களாக எழுதக் கூடாது. எளிய தொடர்களாகத்தான் எழுதிப் பழக வேண்டும். அப்பொழுதுதான் பிழையில்லாமல் எழுதிப் பழக முடியும். கட்டுரையில் எதைச் சொல்கிறோமோ அதைத் தெளிவாகவும் உறுதியாகவும் சொல்ல வேண்டும். தேவையற்ற செய்திகளைப் புகுத்தக் கூடாது. அது குழப்பத்தை உண்டாக்கிவிடும். முதலில் நமக்கு நன்கு பரிச்சயமுள்ள விசயங்களையே எழுதிப் பழக வேண்டும்.

இத்தகைய நெறிமுறைகளைக் கூறிச் சிறந்த கட்டுரைகள் சிலவற்றை வாசித்துக் காட்டி இறுதியில் எங்களையும் எழுதச் செய்து மிகச் சிறந்த முறையில் பயிற்சியளித்தார்.

அது முடிந்ததும் புதுக்கவிதை. சிறந்த புதுக்கவிதைகள் சிலவற்றைக் கரும்பலையில் எழுதி எதனால் இந்தக் கவிதைகள் சிறந்து விளங்குகின்றன என்பதை விளக்கினார். பிறகு கவிதை எவ்வாறு அமைய வேண்டும் என்பதைச் சொன்னார். 'எப்பொழுதும் எழுதிக்கொண்டே இருப்பதல்ல கவிதை. கவிதையாக உருக்கொள்கிற தன்மையுள்ள கருவை மட்டுமே கவிதையாக்க வேண்டும். கவிதை என்பது படிப்பவரைச் சிந்தனையில் ஆழ்த்த வேண்டும். அந்த அனுபவத்திற்கு அவனை இழுத்துச் செல்ல வேண்டும். அதுவே ஒரு நல்ல கவிதை. தேவையற்ற ஒரு சொல்கூடக் கவிதையில் வந்துவிடக் கூடாது. அது கவிதையின் சிறப்பைக் கெடுத்துவிடும்' என்றெல்லாம் கூறிவிட்டு முதலில் ஒருவாறு எழுதிய கவிதையைப் பிறகு எவ்வாறு செறிவுபடுத்த வேண்டும் என்பதையும் சொல்லிக் கொடுத்தார். காட்டாக நான் எழுதிய ஒரு கவிதையிலிருந்து,

நிராகரிப்புகளின்
இடிபாடுகளுக்கிடையில்
கிடக்கின்றேன்
நான்
ஏளனப் பார்வைகள்
மேலேறி
மூச்சுமுட்ட அழுத்துகின்றன
அனுதாபக் குரல்கள்
நத்திக் கிழிக்கின்றன
கிழிபட்ட துளையெங்கும்
நம்பிக்கைக் கசிவுகள்
வெளியேறிய வண்ணமிருக்கின்றன
எதையும் உணரத் திராணியில்லை
சைமொழி கொண்டே அறிகின்றேன்
சுயமற்றிருப்பதனை
எதுவும் நேரலாம்
பலமற்ற தாக்குதலை
எதிர்கொள்ளப் பலமற்றுப்
பேழைக்குள் பாம்பாய்
அடங்கியும் விடலாம்
தாக்கும் பலத்தோடு
என் பலத்தைப் பொருத்தி
மதங்கொண்ட யானையாய்
மேலெழுந்து வரலாம்.

இக்கவிதையில் 'நிராகரிப்புகளின் இடிபாடுகளுக்கிடையில் கிடக்கின்றேன்' என்பதிலிருந்தே 'நான்' என்ற தன்மை

வெளிப்பட்டுவிடுகிறது. தனியாக நான் என்பது தேவையில்லை. 'ஏளனப் பார்வைகள் மூச்சுமுட்ட அழுத்துகின்றன' என்றாலே போதும். 'மேலேறி' என்ற சொல் தேவையில்லை. 'கசிவுகள்' என்றாலே 'வெளியேறுதல்' என்றுதான் பொருள். எனவே 'வெளியேறிய வண்ணமிருக்கின்றன' என்பதும் தேவையில்லை. முன்பொருநாள் அவர் வீட்டு வாசற்படியில் அமர்ந்து எனக்குச் சொல்லிக் கொடுத்ததும் இத்தகைய நுணுக்கங்களைத்தான். இவ்வாறெல்லாம் சொல்லிக் கொடுத்த பிறகு எங்களைக் கவிதை எழுதும் முயற்சியில் ஈடுபடுத்தினார்.

பின்னொரு நாளில் சிறுகதையைப் பற்றிச் சொன்னார். 'கதை எழுதுவதற்கு முக்கியமாய் நான்கு விசயங்கள் தேவை. ஒன்று வாசித்தல். இரண்டாவது சமூகத்தில் நடப்பவற்றைக் கூர்ந்து நோக்குதல். மூன்றாவது அது பற்றிச் சிந்தித்துச் சுயபார்வையை உருவாக்கிக் கொள்ளுதல். நான்காவது எழுதிப் பழகுதல். இந்த நான்கும் இருந்தால்தான் ஒரு நல்ல கதையை எழுத முடியும். முக்கியமான ஒன்று, அன்றாடம் வாழ்வில் வழக்கமாக நடைபெறும் சம்பவங்களைக் கதையாக்குவது கடினம். வழக்கத்திற்கு மாறாக நடப்பவற்றைக் கதையாக்குவது எளிது' என்றவர் அவர் எழுதிய 'எருக்கஞ்செடிகள்' உட்பட சில கதைகளுக்கான கருக்கள் எங்கிருந்து எடுக்கப்பட்டன என்பதையும் கூறினார். 'உங்கள் ஒவ்வொருவருக்கும் பலவிதமான அனுபவங்கள் வாய்த்திருக்கும். அனைவரும் அவரவர் வாழ்வில் நடந்த ஏதேனும் ஒரு நிகழ்வை யதார்த்தமான நடையில் எழுதி வாருங்கள்' என்றார். எல்லாப் பயிற்சிகளிலும் எல்லா மாணவர்களும் கலந்துகொண்டார்கள் என்று கூற முடியாது. சிலர் வகுப்பைக் 'கட்' அடித்துவிட்டு எந்தப் பயிற்சியிலும் பங்கேற்காமல் வெறுமனே வேடிக்கை பார்த்துக்கொண்டிருப்பர். முதல் சுழற்சியிலிருந்து கிருஷ்ணன் என்ற மாணவன் மிகத் தாமதமாகவே எங்களுக்கு நன்கு பழக்கமானான். நாங்கள் மூவரும் மற்றும் சில மாணவ மாணவிகளும் மட்டும் எல்லாப் பயிற்சிகளிலும் மிகுந்த ஆர்வத்தோடு பங்கெடுத்துக்கொண்டோம். அவரவர் ஒரு சம்பவத்தை எழுதி வந்து வாசித்த பிறகு மறுநாள் ஏதேனும் ஒரு பாத்திரத்தின் குணநலன்களைப் புனைந்து எழுதி வருமாறு கூறினார். நான் 'பூனையங்கிழவி' என்றொரு பாத்திரத்தைப் புனைந்து வந்து வாசித்தேன். 'இப்பாத்திரம் நேர்த்தியாகப் படைக்கப்பட்டுள்ளது' என்று ஐயா மிகவும் பாராட்டினார். பின்னர் 'உயிர் எழுத்தி'ல் வெளிவந்த என் முதல் சிறுகதையான 'பெரிய பாழி' இந்தப் பூனையங்கிழவி பாத்திரத்தை மையப்படுத்தி எழுதப்பட்டதுதான். அதற்கு அடுத்த கட்டமாகச் 'சம்பவங்கள் நம் கண்முன்னே நடப்பவை போன்று சிறிய

அளவில் ஒரு கதை எழுதி வாருங்கள்' என்றார். அவரவருக்கு முடிந்த வரையில் எழுதிச் சென்று வாசித்தோம். இப்படியாக அவர் எங்களை மெல்ல மெல்லச் செதுக்கினார். நாங்கள் முழுச் சிற்பமாகாமல் போனதற்குக் காரணம் கரடுமுரடான இந்தக் கற்களின் பிழைதானே ஒழிய செதுக்கியவர் பிழையன்று.

பயிற்சிகள் எல்லாம் முடிந்த பிறகு ஐயா கேட்டார். 'இந்தப் பருவத்திற்கான பாடங்கள் எல்லாம் முடித்தாயிற்று. இன்னும் பத்து நாட்கள் மீதமிருக்கின்றன. என் வகுப்பை நான் யாருக்கும் தரப்போவதில்லை. நானே வருகிறேன். இந்தப் பத்து நாட்களில் என்ன செய்யலாம் சொல்லுங்கள்' என்றார். பொம்மைகள் விற்குமொரு கடைக்குள் நுழைந்த குழந்தை எந்தப் பொம்மை வாங்குவது எனத் தெரியாமல் எல்லாப் பொம்மைகளையும் ஓடி ஓடி ஆசையோடு தொட்டுப் பார்க்குமே, அதுபோன்ற ஒரு மனநிலைதான் எங்களுக்கு. ஒவ்வொரு நாளும் ஐயா எழுதிய சிறுகதைகள், கவிதைகள், மற்ற எழுத்தாளர்களின் படைப்புகள் ஆகியவற்றைப் படித்துவிட்டு வந்து அவரிடம் கலந்துரையாடுவோம். அவ்வப்போது எங்களுக்கு எழும் சந்தேகங்களையும் குழப்பங்களையும் அவரிடம் கேட்டுத் தெளிவாக்கிக்கொள்வோம். எங்களால் முடிந்தவரை அந்தப் பத்து நாட்களையும் பயனுள்ளதாக ஆக்கிக்கொண்டோம். அவரும் கேட்பவற்றையெல்லாம் இல்லையெனாது கொடுப்பவராகவே இருந்தார்.

பொதுவாக, உறவினர் வீடுகளுக்கோ நண்பர் வீடுகளுக்கோ விருந்துக்குச் சென்றால் அவர்களின் அன்பின் அளவை வெளிப் படுத்துவதாக எண்ணி வட்டில் நிறையச் சோற்றைப் போட்டுத் தொண்டைக் குழிக்குள் வைத்துத் திணிக்காத குறையாக நம்மைப் படுத்தியெடுத்து விடுவார்கள். ஆனால் ஐயாவின் வீட்டிலோ இருக்கும் உணவு வகைகள் எல்லாவற்றையும் அம்மா கொண்டு வந்து வைத்துவிட்டு 'உனக்கு வேணுங்கிறதப் போட்டுச் சாப்புடுப்பா' என்று சுதந்திரமாக விட்டுவிடுவார்கள். அந்தப் பண்பு அம்மாவிடம் எனக்குப் பிடித்த ஒன்று. அம்மாவைப் பற்றி நான் இன்னொன்றைச் சொல்லியாக வேண்டும். ஐயாவை நான் சரியாகப் புரிந்துகொள்ளாத ஆரம்ப நாட்களில் அவர் ஏதேனும் கோபமாகச் சொல்லிவிட்டால் எனக்குச் சுள்ளென்று ஆகிவிடும். என் முகக்குறிப்பை உணர்ந்து அம்மா கேட்பார்கள். நான் ஐயாவைப் பற்றிப் புகார் கொடுப்பேன். 'அப்படியெல்லாம் நெனைக்காதப்பா. இதே கல்லூரியில எத்தன பசங்க படிக்கறாங்க. ஏன் அவர் உன்னை மட்டும் இழுத்து இழுத்துப் புடிக்கணும்? மத்த பசங்க மாதிரி இருந்தாப் போடானுட்டுப் போயிருவாரு.

நீ கொஞ்சம் ஆர்வமான பையன்ங்கிறதாலதா இதெல்லாம் பண்றாரு. நீ அதெல்லாம் மனசுல வச்சுக்காதப்பா' என்று என்னை ஆற்றுப்படுத்தியிருக்கிறார்கள்.

இன்று நான் அரசுப்பள்ளி ஒன்றில் ஆசிரியராகப் பணியாற்றிக்கொண்டிருக்கிறேன். வாய்ப்புக் கிடைக்கும் இடங்களிலெல்லாம் நான் ஐயாவின் மாணவன் என்று கர்வத்தோடும் பெருமையோடும் சொல்லிக்கொள்வேன். என்னைப் போன்ற இன்னும் எத்தனையோ மாணவர்களுக்கு அவர் நல்ல ஆசானாகவும் வழிகாட்டியாகவும் இருந்திருக்கிறார். எங்களுக்கெல்லாம் அவர் ஒரு பல்கலைக்கழகம். அந்தப் பல்கலைக்கழகத்தில் பயின்ற, பயிலும் இந்த மாணவனின் பெரிய ஆசை என்னவென்றால், தலைமாணாக்கன் என்று போற்றப்படுவதல்ல. இவன் ஒரு நல்ல மாணாக்கன் என்று அங்கீகரித்தாலே போதும். இந்த உலகின் மிக உயரிய விருதினும் அது மேலானது.

25

நெருங்கியும் நெருங்காமலும்

நா.பொ. செந்தில்குமார்

நான் பால்யம் தொட்டு இன்றைய காலம் வரையும் என் ஆசிரியர்களிடம் ஒட்டியது கிடையாது. இரண்டாம் வகுப்பில் தாண்டவன் என்பவர் என் நினைவில் இருக்கும் முதல் ஆசிரியர். மாணவரிடம் பழகுவதில் அலாதிப் பிரியம் கொண்டவர். அதேபோல் அடிப்பதிலும் பிரியம். அடி எப்படித் தெரியுமா விழும்? யானைப் பட்டாஸ், கொள்ளுப் பட்டாஸ் என்று சொல்லியபடி ஓங்கி ஓங்கி அடிப்பார். அடுத்த நிமிடமே கொஞ்சுவார். அடிப்பதிலும் அணைப்பதிலும் கைதேர்ந்த ஆசிரியர்.

பெ. சுப்பிரமணி என்னும் ஆசிரியர் நான்காம் வகுப்பில் ஆங்கிலத்தை அடித்தே மனதில் பதிய வைத்தவர். இன்று ஆங்கிலம் ஓரளவு தெரியும் என்றால் அதற்குக் காரணம் அவர்தான். ஊரார் பிள்ளையை ஊட்டி வளர்த்தால் தன் பிள்ளை தானே வளரும் என்னும் பழமொழி உண்டு. நான்காம் வகுப்பில் ஆசிரியரின் மகனும் மாணவன். தன் மகன்தானே என்று அவனைப் போற்றமாட்டார். அவனுக்கு விழும் அடி அடுத்து எனக்கும் விழும். இன்றும் அவர் எனக்கு மரியாதைக்குரியவர்.

உயர்நிலைக் கல்வி நாவலூர் அரசு உயர்நிலைப் பள்ளி. நான் தமிழ் ஆசிரியராக ஆவேன் என்று அன்று நினைத்ததே கிடையாது. ஆனால் தமிழ்ப் பாடத்தை நன்கு சொல்லிக் கொடுத்த ஓவிய ஆசிரியர் ஏழுமலை, அறிவியலை அறிமுகம் செய்த சகுந்தலாதேவி ஆகியோர் இன்றும் மனதில் நிற்கும்

ஆசிரியர்கள். இவர்களை எல்லாம் பின்னுக்குத் தள்ளி மனதில் முதல் இடம் பெற்ற ஆசிரியர் ஐயா.

பத்தாம் வகுப்பில் அறிவியல் பாடத்தில் தோல்வி. படிப்பில் ஓராண்டு இடைவெளி. பாட்டி வீட்டில் மாடு மேய்த்துக்கொண்டு தோல்வியடைந்த பாடத்தை மீண்டும் எழுதித் தேர்ச்சி பெற்று வீரகனூர் அரசு மேல்நிலைப் பள்ளியில் பதினொன்றாம் வகுப்பில் சேர்ந்தேன். வகுப்பில் என்னைவிட ஐந்தாண்டு பெரியவர்கள், என்னைவிட இரண்டாண்டு சிறியவர்கள், என் வயது ஒத்தவர்கள் எனப் பலரகமான மாணவர்கள். பத்தாம் வகுப்பில் முதல் முயற்சியில் தேர்ச்சி பெற்றிருந்தால் கணிதப்பிரிவு, தோல்வி அடைந்து வெற்றி பெற்றிருந்தால் அறிவியல் பிரிவு. அப்பள்ளியில் அன்று இருந்த பாடப்பிரிவுகள் இரண்டு மட்டுமே. எனக்கோ கணிதப் பாடப்பிரிவில் சேர ஆர்வம். ஆனால் பத்தாம் வகுப்பில் இரண்டாம் முறையாகத் தேர்வெழுதித் தேர்ச்சி பெற்றதால் அப்பாடப்பிரிவு கிடைக்கவில்லை. பிடிக்காத பாடமாகிய அறிவியலில் தோல்வி அடைந்த எனக்கு அறிவியல் பாடப்பிரிவு தான் கிடைத்தது.

திறமையான ஆசிரியர்கள். புரியாத மக்கு மாணவர்கள். அடுப்புக்கரியை ஊதி ஊதிப் பற்றவைப்பதுபோல் ஆசிரியர்கள் எவ்வளவு எளிமையாகச் சொல்லிக் கொடுத்தும் பற்றாத மாணவ நண்பர்களே என் வகுப்பில் பயின்றனர். ஒருசமயத்தில் மாணவர்கள் மீது இருந்த வெறுப்பின் காரணமாக இயற்பியல் ஆசிரியர் பிரசாத் மாறுதல் பெற்றுச் சென்றுவிட்டார். பன்னிரண்டாம் வகுப்புப் பொதுத்தேர்வில் இயற்பியல் பாடத்தில் தோல்வி. மீண்டும் படிப்பில் இடைவெளி. அவ்வளவுதான் இனிமேல் என் படிப்பு காலி என்று நினைத்துக்கொண்டு வெறுமையில் ஊர்ச் சுற்றிக் காலிப் பையனாகவே மாறிவிட்டேன். ஏதோ ஞானோதயம் ஏற்பட்டுத் தேர்வெழுதித் தேர்ச்சி பெற்றேன்.

கல்லூரியில் சேர வேண்டும் என்று விருப்பம். கல்லூரியில் வேதியியல் பாடம் படிப்பதற்கு ஆர்வம். ஆனால் வேதியியல் பாடத்தில் 71 மதிப்பெண் என்பதால் கிடைக்காது என்று தெரிந்தும் அறிஞர் அண்ணா அரசு கலைக் கல்லூரியில் பி.எஸ்சி வேதியியல், பி.ஏ.வரலாறு, பி.ஏ.தமிழ் ஆகிய மூன்று பாடப் பிரிவுகளுக்கு விண்ணப்பித்தேன். மேலும் சேலம் அரசு கலைக் கல்லூரியில் அறிவியல் பாடப்பிரிவு மற்றும் கலைப்பாடப் பிரிவு ஆகியப் பாடபிரிவுகளுக்கும் விண்ணப்பித்தேன். அங்கிருந்து எந்தப் பாடப்பிரிவிற்கும் சேர்க்கைக்கான அழைப்புக் கடிதமோ காத்திருப்புக் கடிதமோ வரவில்லை. வருத்தமான நிலையில்

இருந்த எனக்கு அறிஞர் அண்ணா அரசு கலைக் கல்லூரியில் இருந்து பி.ஏ. தமிழ் இலக்கியச் சேர்க்கைக்கான அழைப்புக் கடிதம் வந்திருந்தது. அதுவும் பொதுப் போட்டியில் மூன்றாவது இடம். அப்போது வேதியியல் மூன்றாமாண்டில் தூரத்துச் சகோதரர் ஒருவர் பயின்று வந்தார். 'தம்பி முதலில் கிடைத்த இடத்தில் சேர்ந்துகொள். பின் வேதியியல் பிரிவில் இடம் இருந்தால் மாற்றம் செய்துகொள்ளலாம்' என்று எனக்குக் கல்லூரியில் சேர்வதற்கு ஆலோசனை வழங்கினார். அதன் பேரில் பி.ஏ.தமிழ் இலக்கியம் சேர்ந்தேன்.

மேல்நிலைப்பள்ளி வகுப்பில் எப்படி மாணவர்களோ அப்படியே கல்லூரியிலும். ஒரு சில மாணவர்களைத் தவிர மற்ற மாணவர்கள் ஏதோ ஒரு வகையில் படிப்பில் தேக்க மடைந்தே கல்லூரியில் சேர்ந்திருந்தனர். என்னைவிட வயதில் குறைந்தவர்கள் வாடா போடா என்று கூப்பிட்டால் கோபம் வரும். பார்ப்பதற்குக் குள்ளமாகவும் தோற்றத்தில் சிறுவனாகவும் இருப்பதால்தானே நம்மை இப்படி இவர்கள் பேசுகிறார்கள் என்று நினைப்பேன். அதேபோல் என்னைவிட வயதில் மூத்த மாணவர்கள் மரியாதையாக அழைத்தார்கள். காலப்போக்கில் அனைவரும் ஒன்றானோம்.

நான் கல்லூரியில் சேர்ந்தபோது பக்கத்து ஊர்க்காரர் தமிழ்த்துறையின் கௌரவ விரிவுரையாளராக வேலை பார்த்து வந்தார். அவர் கல்லூரியில் முதல்வருடன் நெருங்கிப் பழகுவார். சேர்க்கைக்கு வரும் பெற்றோர்கள்கூட முதல்வரைச் சந்திக்காமல் [illegible] ஆசிரியரையே சென்று பார்ப்பார்கள். நானும் அவரை [illegible]கி எனக்கு வேதியியல் பாடப்பிரிவு வேண்டும் என்று [illegible]ருந்தேன். அவர் வராண்டா சேர்க்கையில் வாங்கித் [illegible]றேன் என்று கூறிவிட்டார். எனது போதாத காலம். [illegible]ணடா சேர்க்கை அன்று நான் கல்லூரிக்கு வரவில்லை. [illegible]போது வராண்டா சேர்க்கை என்றால் என்னவென்றே எனக்குத் தெரியாது. மறுநாள் வந்து அவரைப் பார்த்துக் கேட்ட போது 'ஏன் நீ நேற்று வரவில்லை, *70* மதிப்பெண் பெற்ற ஒரு பெண்ணிற்குக்கூட இடம் வாங்கிக் கொடுத்தேன்' என்று கூறினார். எனக்கு மேலும் வருத்தமாக இருந்தது.

ஒட்டியும் ஒட்டாமலும் பி.ஏ. தமிழ் இலக்கிய வகுப்புக்குப் பதினொரு மணியளவில் வருவேன். ஒரு மணிக்குக் கல்லூரியிலிருந்து சென்றுவிடுவேன். பிற துறை மாணவர்களுடன்தான் என் நட்பு இருந்தது. இத்தருணத்தில்தான் ஐயா புதிதாக எங்கள் கல்லூரிக்கு வந்திருந்தார். ஐயாவுடன் கிருஷ்ணன், நாகராஜன்

என மூன்று பேர் வந்திருந்தனர். இவர்களில் என் மனதில் இடம் பெற்றவர் கிருஷ்ணன் அவர்கள். கண்ணதாசனின் மாங்கனி என்னும் படைப்பை நடத்தினார். நன்னூல், யாப்பு பாடம் ஐயா நடத்தினார். 'என்னமோ நடத்துகிறார் போ' என்று கவனம்கொள்ளாமல் கேட்டுக்கொண்டு வகுப்பில் நண்பர்களிடம் பேசிக்கொண்டே இருப்பேன். அவர் என்னைக் கண்டுகொண்டும் கண்டுகொள்ளாமலேயே இருப்பார்.

முதலாமாண்டு பல்கலைக்கழகத் தேர்வில் ஆங்கிலம், நன்னூல் ஆகிய இரண்டு பாடங்களில் தோல்வி. தேர்வு முடிவு அவரை ஏமாற்றி இருக்கும். இருந்தும் விடமாட்டேன் என்று சிலப்பதிகாரம் நடத்த அடுத்த ஆண்டும் வந்தார். எனக்கோ மிகுந்த எரிச்சல், கோபம். என்னடா இவரே வகுப்பிற்கு வருகிறார் என்று. ஆனால் ஐயாவிடம் என்னைப் பிணைக்கச் செய்தது யாப்பு பாடமே. நன்னூல், புறப்பொருள் வெண்பாமாலை, தண்டி என இலக்கணங்கள் மனதில் நிற்காதபோது கொஞ்சமேனும் மனதில் நின்ற இலக்கணம் யாப்பு. மூன்றாமாண்டு வகுப்பில் நண்பர்கள் எல்லாம் வெண்பா எழுதுவார்கள். எனக்கு எழுத வராது. எனக்கு மிகுந்த மன வருத்தமாக இருக்கும். இன்று எப்படியாவது வெண்பா எழுத வேண்டும் என்று நினைத்துக் கொண்டே கல்லூரிக்குச் சென்றேன்.

எப்போதும் பதினொரு மணிக்கு வரும் நான் அன்று வகுப்பு ஆரம்பிக்கும் நேரத்திற்கு முன்பாகவே வந்துவிட்டேன். தயங்கித் தயங்கி ஐயாவிடம் சென்றேன். 'என்னங்க செந்தில்குமார்' என்றார். அன்றுவரை என்னை முழுப் பெயர் சொல்லி யாரும் அழைத்ததில்லை. செந்தில் என்று அரைப்பெயர் சொல்லி யாராவது அழைத்தால் அப்போது பிடிக்காது. திரைப்படத்தில் கவுண்டமணி – செந்தில் நகைச்சுவையில் கொடிகட்டிப் பறந்த காலம் அது. செந்திலின் உருவத்தைக் கேலி செய்து எத்தனையோ வசனம் வரும். கவுண்டமணியிடம் செந்தில் வாங்கும் அடிகளும் பிரபலம். நகைச்சுவை நடிகர் செந்தில் பெயரைச் சொல்லிக் கேலி செய்யத்தான் நம்மை அழைக்கின்றார்கள் என்று நினைப்பேன். அப்படி ஒரு தாழ்வு மனப்பான்மைதான். அந்த நிலையில் முழுப்பெயர் சொல்லி ஐயா அழைத்தபோது பெரும் மகிழ்ச்சியாக இருந்தது.

தயங்கியபடியே 'ஐயா நானும் வெண்பா எழுத வேண்டும். அதற்கு உதவுங்கள்' என்று கேட்டேன். 'அப்படியா? நீங்க எழுத வேண்டுமா?' என்று கேட்டார். 'ஆமாங்கய்யா' என்று கீழே குனிந்துகொண்டு கூறினேன். 'பாருங்க, நீங்க முதல்ல ஆசிரியப்பா

எழுதுங்க. அதுதான் எளிமையாக இருக்கும். அதன் பிறகு வெண்பா எழுதுங்க' என்று என்னை வழிப்படுத்தினார். ஆசிரியப்பாவும் எழுதிக் காட்டினார். நானும் எனக்குத் தெரிந்த இலக்கணத் திறமையை வைத்து எழுதிக்கொண்டு போய்க் காட்டினேன். காதல் என்ற தலைப்பு. வாங்கிப் பார்த்தார். 'செந்தில்குமாருக்குக் காதல் என்றால் பிடிக்குமோ' என்று கேட்டுக்கொண்டே பதில் எதிர்பாராமல் 'நல்லா இருக்கு. அவ்வளவுதான் யாப்பு' என்று கூறி என்னை உற்சாகப்படுத்தினார். எனது படிப்புக் காலத்தில் முதல் முறையாக அவரிடம் பாராட்டைப் பெற்றேன்.

மற்ற ஆசிரியர்களைக் காட்டிலும் ஐயா வேறுபட்டவர். அவரிடம் படிக்கும் அனைத்து மாணவர்களின் குடும்பச் சூழல்களையும் தெரிந்து வைத்திருப்பார். வியப்பாக இருக்கும். இவருக்கு எப்படித் தெரியும் நம்மைப் பற்றி என்று நான் யோசித்தது உண்டு. ஐயாவின் கோபம் மாணவர்களின் மீது இருக்கும் அக்கறையைக் காட்டும். இவ்வாறு கொஞ்சம் கொஞ்ச மாக நான் அவரிடம் நெருங்கும்போது எனது இளங்கலைப் படிப்பு முடிவுக்கு வந்தது.

ஐயா வீட்டிற்கு நான் சென்றதில்லை. நண்பர்கள் எல்லாம் அவர் வீட்டிற்குச் சென்று வரும்போது ஏதாவது புத்தகம் எடுத்து வருவார்கள். வந்து அவரைப் பற்றி அப்படி இப்படி என்று சிலாகிப்பார்கள். எனக்கும் அவர் வீட்டிற்குச் சென்று வர வேண்டும் என்ற விருப்பம் இருக்கும். ஆனால் போகமாட்டேன். நாங்கள் படிப்பை முடிக்கும்போது ஐயா என் வகுப்பு மாணவர்கள் அனைவருக்கும் விருந்து கொடுத்துச் சிறப்பித்தார். எனக்குத் தெரிந்து மாணவர்களுக்கு விருந்து கொடுத்த முதல் ஆசிரியர் இவர். என்னைப் பொருத்தவரை ஆசிரியர்களில் ஆட்சி செய்தவர் ஐயா. அவர் வீட்டிற்குச் சென்றபின்தான் தெரிந்தது எவ்வளவு பெரிய வாய்ப்புகளை எல்லாம் இழந்தோம் என்று. அந்த ஏக்கம் இன்றுவரை தொடர்கிறது.

ஐயா அவர்களிடம் முதுகலை சேர்வதற்கு ஆலோசனை கேட்டேன். 'உங்கள் நண்பர்கள் எல்லாம் திருச்சியில் சேர்கிறார்கள், நீங்களும் அங்கு சேருங்களேன்' என்றார். திருச்சியில் முதுகலை படிக்கும்போது ஆசிரியர் தகுதித் தேர்வில் எங்கள் கல்லூரியில் இருந்து தேர்ச்சி பெற்றேன். இதன்பின்தான் ஐயாவிடம் மிகுந்த நெருக்கம் ஏற்பட்டது. இளங்கலையில் அவர் சொல்லாத, நடத்தாத எதையும் முதுகலையில் ஆசிரியர்கள் நடத்தவில்லை. நிழலின் அருமை வெயிலில் தெரியும் என்பார்கள். ஐயாவின் அருமை முதுகலையில் எனக்குத் தெரிந்தது. சரியாக வகுப்பிற்குச்

செல்லாத நாமே இப்படி என்றால் அவரின் வகுப்பிற்குத் தவறாமல் சென்ற நண்பர்கள் எப்படி இருப்பார்கள் என்று நினைத்து வருத்தப்பட்டதுண்டு.

ஐயாவிடம் நெருங்கிய எனது நண்பர்கள் எல்லாம் உயரத்தில் இருக்கின்றார்கள். ஒட்டியும் ஒட்டாமலும் இருந்த நான் மட்டும் உயராமலும் தாழாமலும் நின்றுகொண்டிருக்கின்றேன். நான் மேலே உயராமல் இருப்பதற்குக் காரணம் ஐயாவை அதிகம் நெருங்காமல் போனதுதான். நான் தாழாமல் இருப்பதற்குக் காரணம் தாமதமாகவேனும் அவரை நெருங்கிச் சென்றதுதான்.

○

மூர்த்தியோ சிறிது

வை. தர்மலிங்கம்

“ரெண்டு மாமா வீட்டுலயும் பொண்ணு இருக்கு. அண்ணனும் தம்பியும் ஆளுக்கொரு வீட்டுல கல்யாணம் பண்ணிக்கிலாம். வட சென்னிமலையில பத்து இருவது கிழங்கு மில்லு இருக்கு. அதுலொன்னு கருமாபுரத்தான் மில்லு. காட்டுல வேலையைப் பாத்துக்கிட்டு கருமாபுரத்தான் மில்லுக்கு வேலைக்குப் போயிட்டு இருந்தாப் பொளப்பு ஜாம் ஜாம்னு போகும். படிக்கப் போறானாம் படிக்க. எவன் உசுர எடுக்க நினைச்சிக்கிட்டு இருக்கிற. அண்ணன் ஒம்பதாவது போனான். நீ பன்னண்டாவது வரைக்கும் போன. போதும். போயி பொளப்பப் பாருனு” எங்க அப்பா சொன்னாரு.

எப்படியாவது பொளைக்கணும்கிற வேகத்துல கூடப் படித்தவனோட சித்தியை எங்க அம்மானு சொல்லி ரேகை உருட்ட வச்சு அது மூலமாக் கிடைச்ச ஸ்காலர்சீப் ரூபாய் நானுறையும் தையல் கிளாசு போறேன்னு சொல்லி வீட்டுக்குத் தெரியாம பணம் கட்டித் தையல் கிளாசு போனேன். பஸ் கண்டக்டர் வேலைக்குப் போலாம்னு பத்தாவது முடித்ததும் லைசன்ஸ் எடுத்தும் அதற்கும் விருப்பம் இல்லை. கடைசியில காட்டுல பண்ணையம் பாத்துக்கிட்டுக் கல்யாணம் காட்சினு இருக்கலாம் போன்னு வெறுத்த சமயத்துல கல்யாணப் பத்திரிகையில ஏதாவது ஒரு டிகிரியப் போடலாம்னு நினைச்சேன்.

பக்கத்துக் காட்டுல இருக்கிற கவுண்டப் பையன் காலேஜ் போயி பி.ஏ தமிழ் முடிக்கப்போறான். அவன்கூடக் காட்டுலதான் பெரும்பான்மை நேரம்

இருப்பான். நாமும் அப்படிப் போனா என்னானு தோனுச்சு. எங்க அப்பாகிட்ட மறுபடியும் நான் போராடுனேன். ‘எப்படியோ கெட்டுப்போ. நானு வேணானு சொல்லல. ஆனாக் காட்டைப் பிரிச்சுகிட்டுக் கல்யாணம் பண்ணிகிட்டுக் கடனைக் கட்டிகிட்டு இருந்தா இரு, இல்லாட்டி அவன் சம்பாதிச்சுத் தர்ற மாதிரி நீயும் தந்துட்டு எங்க வேணாலும் போ’னு சொன்னாங்க. நானும் வேற ஒரு கிழங்கு மில்லுல வேலைக்கு வர்றேனு சொல்லி அட்வான்சு வாங்கிக் கொடுத்துட்டு ரிசல்ட் வந்த பின்னாடி ஒரு ஐந்தாறு நாளு கழிச்சி கிழங்கு மில்லுல வேலை செய்த கையோட மதியம் அழுக்கு வேட்டி அழுக்குச் சட்டையோட, கால் கழுவி னால் சாப்பாட்டு டைம் முடிஞ்சிடும்னு அப்படியே போய் அப்பிளிகேசன் வாங்கி வந்து போட்டேன். காலேஜ்ல இடம் கிடைச்சு சேர்ந்தேன்.

எனக்குக் கல்லூரியில நுழையிற வரைக்கும் இலக்கு எதுவும் கிடையாது. எதிர்காலம் பற்றிய சிந்தனை எதுவும் கிடையாது. என் வாழ்க்கை எப்படித் திசைமாறப் போகுதுனு எந்த எதிர்பார்ப்பும் எண்ணமும் இல்ல. கல்யாணப் பத்திரிகையில ‘தர்மலிங்கம் பி.ஏ.’ என்று பார்க்கிற ஒரு அற்ப ஆசை மட்டும்தான் இருந்துச்சு.

நான் கிணற்றுத் தவளையாகத்தான் இருந்தேன். கிணற்றுத் தவளைகள் வெளியே வருவது என்பதே பெரிய மாற்றம்தான். அவை மண்ணில் எந்த ஒரு சூழலையும் எதிர்கொள்ளும் உயிரினமாகத் தனக்கான வாழ்வைத் தகவமைத்துக்கொள்ளும் தன்மைக்கு உரியதாக மாற்றிக்கொள்கிறது என்றால் அதற்குப் பின்புலமாகச் சகிப்புத்தன்மையுள்ள ஒரு நெறியாளர் இருந்தால் தான் அது சாத்தியம். எனக்கு அப்படியொரு சகிப்புத்தன்மையுள்ள, என் தவறுகளைக் குறிப்பிட்ட நிலைக்கு மேலும் பொறுத்துச் சொல்லால், செயலால் நெறிப்படுத்தி எனக்கான இடத்தை அமைத்துக் கொடுத்த நெறியாளர் கிடைத்தார். அவர்தான் ஐயா.

இன்றைக்கு என்னளவில் நான் மன நிறைவாக இருக்கிறேன். ஆசைப்பட்ட நிலைக்கு மேல் படித்து இருக்கிறேன். சமுதாயத்துல உயர்வாக எண்ணக்கூடிய கல்லூரி உதவிப் பேராசிரியராகப் பதினோர் ஆண்டுகள் பணிசெய்து இருக்கிறேன். ‘வையாபுரி பையன் வாத்தியாரா சேலத்துல இருந்தான். இப்ப என்னவோ வேற ஆபிசுல இருக்கிறானாம்’ என்று ஊரே பாராட்டும் வகையில் இருக்கிறேன். பணம் மட்டுமே வாழ்க்கை இல்லை என்றாலும் கூடக் கை நிறையச் சம்பாதிக்கக் கூடிய அரசுப் பணியில் மனநிறைவாக எல்லா வகையிலும் வளமாக இருக்கிறேன். இவை எவையும் பிழைப்புக்கு அல்ல, மன நிறைவுக்கு என்ற நிலை. அவன் செய்தால் சரியாகத்தான் இருக்கும் என்ற நிலையில் என்

உறவினர்களுக்கு இளைய தலைமுறைக்கு இயன்ற வரையில் வழிகாட்டும் தகுதியோடு இருக்கிறேன். இது 1996க்கும் 2016க்கும் இடையில் இருபது ஆண்டு இடைவெளியில் ஏற்பட்டிருக்கக் கூடிய மாற்றம். இது தற்பெருமை என்று கூறிவிட முடியாது. ஏனென்றால் இது ஒரு முதல் தலைமுறையின் வெற்றி. என்னைப் போன்ற முதல் தலைமுறை மாணவர்கள் பலர் உண்டு. இந்த வெற்றிக்குப் பின்னால் என் ஆசிரியராகிய ஐயா இருந்தார் என்பதுதான் உண்மை.

என்னைப் பொருத்தவரை ஐயா எனக்கு முன்மாதிரியாக இருந்தார். என்னுடைய ஒவ்வொரு முன்னேற்றத்திற்கும் அவருடைய அங்கீகாரம் எனக்குப் பெரும் துணையாக இருந்தது. 1996இல் கல்லூரிக்குள் எந்தக் கனவும் இல்லாது நுழைந்தபோது, கடமைக்கு வகுப்புக்கு வந்து நாங்கள் முதலாம் ஆண்டு மாணவர்கள் என்பதால் சுயபுராணம் பாடியும் தாம் காதலித்த கதையைப் பேசியும் நேரத்தை ஓட்டிய ஆசிரியர்கள் மத்தியில் புதிய ஆசிரியராக ஐயா வகுப்பறைக்குள் நுழைந்தார். கிராமத்துக் கல்லூரியில் அதுவும் சி கிரேடு கல்லூரியில் மாணவர்களின் பின்புலத்தைச் சொல் என்று நேரடியாகக் கேட்காமல் போகிறபோக்கில் கூர்மையான அவதானிப்போடு எங்களைப் பற்றி ஒவ்வொன்றையும் கேட்டுக்கொண்டு வந்தார். அவரிடம் நான் கேட்ட முதல்கேள்வி இதுதான். ‘உங்களுக்கு கல்யாணம் ஆயிடுச்சா? எத்தனை குழந்தைகள்?’ என்றேன். மிக எளிதாகக் ‘கல்யாணம் ஆயிடுச்சு. ஒரு பொண்ணு, மூனு வயது. ஒரு பையன், ஆறு மாதக் குழந்தை’ என்று கூறியவாறு அடுத்த மாணவரை நோக்கி அவருடைய கவனம் சென்றது. றவராக இருந்திருந்தால் இது ரொம்ப உனக்கு அவசியமா று முறைத்திருப்பார். மிக இலாவகமாக ஒன்றைக் கடந்து ந்த நிலைக்குச் செல்லும் அவரை வியந்தேன். வித்தியாசமான ரியர் என்று நினைத்தேன். அன்றுதான் படிப்பைப் பற்றியும் தப் படிப்புப் படித்து எதுவரை செல்ல முடியும் என்றும் னார். கல்லூரி ஆசிரியர் பணிக்குச் செல்வது பற்றியும் அதற்கான தேர்வுகள் பற்றியும் எடுத்துக் கூறி அன்று அவர் விதைத்த விதைதான் இன்று நூற்றுக்கணக்கில் அரசு, தனியார் நிறுவனங்களில் பணியாற்றுபவர்களாக அவரது மாணவர்கள் பல்கிப் பெருகி நிற்கக் காரணம்.

“ஏப்பா ...’, “அப்படியா”, ”ம்ம்”, “சொல்லப்பப்பா”, ”அப்படி ...ன்னா”, “ஒன்னு செய்யலாம்” இந்த வார்த்தைகளுக்கெல்லாம் சொந்தக்காரர். மாணவர்களை மகிழ்ச்சியாக வைத்திருப்பதற்காக எப்படியாவது பாடம் நடத்திக்கொண்டிருந்த ஆசிரியர்கள் மத்தியில் நெகிழ்ச்சி இல்லாமல் செறிவாகப் பாடத்தை நடத்தும்

அவரால், கூடவே ஒவ்வொரு மாணவர் முகத்தையும் அளவிட முடிந்தது. மாணவர்களுக்கே தெரியாமல் அவர்களைப் பற்றிய விவரங்களை அறிந்து வைத்திருப்பார். மாணவர்கள் எதிர் பார்க்காத வேளையில் பெயரைச் சொல்லி அழைத்துவிடும் தன்மையில் மாணவர்களின் கவனம் சார்ந்த சிக்கல்களுக்குத் தீர்வு தரக்கூடியவர். மற்றவர்கள் உணர்வுகளுக்கு இடம் தரக் கூடியவர்.

அவர் பணியில் சேர்ந்து பணியாற்றிய முதல் மூன்றாண்டு களில் மற்ற மாணவர்களைவிட மிக அதிக நேரம், அதிக நாட்கள் அவரோடு நான் இருந்திருக்கிறேன். அவர் கல்லூரிக்கு மிக அருகிலேயே வீடு எடுத்துத் தங்கியிருந்ததும் என் வீடும் நான் கூலிவேலைக்குச் சென்ற சேகோ ஆலையும் அதன் அருகில் இருந்ததும் காரணமாக இருந்தன. நான் அவரோடு உண்டு உறங்கியும் அருகில் இருந்த டெண்ட் கொட்டாயில் திரைப்படம் பார்த்தும் வாழ்ந்திருக்கிறேன். வகுப்பறைக்கு அப்பாற்பட்ட அவரது பழக்க வழக்கம், கொங்கு மணம் மாறா உபசரிப்பு, உணவு வழங்குவது என்பவை தனிக்கலை.

வகுப்பறையைக் கடந்து உணர்வுகளைப் புரிந்துகொண்டவர். உணர்வுகளுக்கு அங்கீகாரம் அளித்தவர். ஐயா பெயரையும் இன்னொரு ஆசிரியராகிய கிருஷ்ணன் அவர்கள் பெயரையும் எனக்கிருந்த பழக்கத்தின் அடிப்படையில் அவர்களைக் கேட்காமலே எங்கள் அண்ணன் திருமண அழைப்பிதழில் வாழ்த்துரை வழங்குவதற்குப் போட்டிருந்தேன். பின்னர்தான் அந்தச் செய்தியை அவர்களுக்குத் தெரிவித்தேன். மற்ற ஆசிரியர்கள் மத்தியில் அவர்களுக்கு அது நெருடலை ஏற்படுத்தும் என நான் அறிந்திருக்கவில்லை. ஆயினும் முகச்சுளிப்பு இல்லாமல் ஏற்று எங்கள் இல்லத் திருமணத்திற்கு வந்திருந்து வாழ்த்திச் சென்றது எனக்கு மகிழ்ச்சியை அளித்ததோடு எங்கள் குடும்பத்திற்கே ஒரு அங்கீகாரமாய் இருந்தது. அந்தச் சின்னப் பையன் காலேஜ்ல படிக்கிறானாம், சென்னிமலை காலேஜ் வாத்தியாருங்க எல்லாம் வந்திருந்தாங்கப்பா எனப் பெருமையோடு பேசுவதற்கும் எங்கள் வீட்டில் நான் செய்யும் சில செயல்கள்மீது நம்பிக்கை ஏற்படுவதற்கும் அந்நிகழ்வு பெருந்துணையாக இருந்தது.

வாரத்தின் சனி ஞாயிறு அல்லாத இடையில் வரும் ஒரு விடுமுறை நாளில் ஐயா, நான், சக மாணவர்களான ஜெயக்குமார், பாலு ஆகிய நான்கு பேரும் கல்வராயன் மலைக்குச் செல்வதாகத் திட்டமிட்டோம். மூன்று கல்தொலைவு சைக்கிள் பயணம். அதற்கு மேல் ஒற்றையடிப் பாதையில் மலையேறுவதாக இருந்தது. காலை உணவைப் பாலு வீட்டில் சாப்பிட்டுவிட்டு

மதிய உணவைக் கட்டிக்கொண்டு சென்றோம். காலையில் தொடங்கிய பயணம் பேச்சினூடே கடந்துகொண்டிருந்தது. மலை உச்சியில் உள்ள மலைக்கிராமத்தைப் பார்த்துவிட்டு நண்பருக்குத் தெரிந்த விவசாயி மரத்தில் தேங்காய் பறித்துச் சாப்பிட்டோம். பின்னர் மலையில் ஓடும் ஓடை வழியே சென்று அது அருவியாகக் கொட்டும் முனைப் பகுதியில் குளித்து மகிழ்ந்தபோது எதிர்பாராதவிதமாக ஒரு சறுக்கல் அவருக்கு ஏற்பட்டது. அதிலிருந்து அவரது அனுபவங்கள் விரியத் தொடங்கின. ஏற்கனவே கடல்பரப்பில் மணலில் புதையுண்டது தொடர்பாகப் பேச்சு கரைந்து கொண்டிருந்தது. பாதைகள், மலைகள், மரங்கள் கடந்து பேச்சு சென்றது. மாலை நேரம் நெருங்கியபோது விரைந்து இறங்க வேண்டிய சூழலில் உடல் அசதிக்காக ஒரு பெரிய பாறையில் வட்டமாக அமர்ந்தோம். அவர் எப்பொழுதும் இப்படியான ஒரு அமைப்பில் இருப்பதை விரும்பக்கூடியவர். சுவாரசியமாகச் சென்ற பேச்சினூடே தனிப்பட்ட வாழ்க்கை பற்றி வந்தபோது என்றைக்கும் என் மனதில் பதியக்கூடிய அந்த வார்த்தையை என்னில் விதைத்தார்.

'சொந்தம் என்னப்பா பெரிய சொந்தம், நாம் யாரையும் சார்ந்து இருக்காத அளவிற்கு நம்ம சொந்தக் கால்ல நிற்கக்கூடிய அளவிற்கு வளரணும். பொருளாதார நிலையில உயரணும். இந்த நிலை வந்துவிட்டால் நம்மை நோக்கி உறவுகள் வரும்' என்று சொன்னார். அதற்குப் பல உதாரணங்களைச் சொன்னார். இன்னமும் என் மனக்கண்ணில் அந்தப் பாறையும் அவர் சொன்ன முறையும் அப்போது அவர் முகம் இருந்த நிலையும் நிலைத்திருக்கின்றன. அவரது வார்த்தைகள், அவற்றை வெளிப்படுத்தும் முறை என எல்லாமும் சேர்ந்து அவரது குரல் எப்போதும் கேட்பவர் மனதில் ஒலித்துக்கொண்டே இருக்கும் தன்மை உடையது. அதை என்னால் வார்த்தைகளில் கொண்டுவர முடியவில்லை. இன்றைக்கு என் உறவுகளைச் சார்ந்து நான் இல்லை. நான் பெரிய உச்சத்தில் இல்லை என்றாலும் யாரையும் நம்பி இருக்கவேண்டிய நிலையில் இல்லை. என் மனைவி உட்பட அனைவரையும் அதற்கான ஆயத்தப் பணிகளில் உட்படுத்தியிருக்கிறேன்.

கல்யாணப் பத்திரிகையில் பெயர் போடக் கல்லூரியில் சேர்ந்த எனக்கு என் ஆசிரியர்களோடு ஏற்பட்டிருந்த தொடர்பானது படித்தால் சுயமாக நிற்பதற்கு வழி உண்டு என்கிற எண்ணத்தையும் மேற்படிப்புப் படிக்க வேண்டும் என்கிற எண்ணத்தையும் ஏற்படுத்தியது. ஆனால் குடும்பச் சூழல் எனக்குத் தடைக்கல்லாக இருந்தது. எங்க அப்பா மீண்டும் முருங்கை மரம் ஏறுவதற்குத் தொடங்கினார். 'பெரியவனுக்குக் கல்யாணம்

ஆயிடுச்சு. நீயும் கல்யாணம் பண்ணிகிட்டுப் பொளப்பைப் பாருடா. யாரு சம்பாரிச்சுப் போடுவாங்க, நீ உக்காந்துக் கிட்டுப் படிப்ப? படிப்பதற்கு இனிமேல் வழி இல்லை'னு சொன்னாங்க. கல்லூரிப் படிப்பு முடிச்சாச்சு. இனி எம்.ஏ. படிக்கணும். நண்பர்கள் எல்லாம் படிப்பதற்குரிய தீர்மானத்தோடு இருக்கும்போது என் நிலை ஊசலாடியது. எங்க வீட்டுக்கு என் அண்ணன் திருமணத்தின்போது திருச்செங்கோட்டு வாத்தியாரு, உடுமலைப்பேட்டை வாத்தியாரு அப்படிங்கிற பெயர்களில் ஐயாவும் கிருஷ்ணன் அவர்களும் ஏற்கனவே வந்திருந்தது எனக்குக் கொஞ்சம் சாதகமாக இருந்தது. அவர்களிடம் பேசி எங்க அப்பாகிட்டப் பேசுவதற்கு முடிவு செய்து ஒருநாளில் எங்க வீட்டுக்கு அழைத்தேன்.

என் வசதிக்கு ஏற்றபடி கோழிக்கறி வாங்கி வந்து எங்க அக்கா, அண்ணி ஆகியோரிடம் கொடுத்துச் சமைக்கச் சொல்லிவிட்டுக் காத்திருந்தேன். மாலை நேரத்துல வீட்டுக்கு ஐயா, மா. வெங்கடேசன் அவர்கள், க. காசி மாரியப்பன் அவர்கள் அனைவரும் வந்திருந்தாங்க. கிருஷ்ணன் அவர்கள் அப்போது பணி மாறுதலில் உடுமலைப்பேட்டைக்குச் சென்றுவிட்டார். பேச்சால் மனிதர்களோடு இரண்டறக் கலக்க முயற்சிக்கக் கூடியவர் காசி மாரியப்பன். ஒரு செயலை மிகச் சரியாகச் சமயத்தில் செய்து முடிக்கக் கூடியவர் ஐயா. வெங்கடேசன் என் பார்வையில் நல்ல பார்வையாளர். மாலை நேரம் அனைவரும் வீட்டின் முன்னே களத்தில் அமர்ந்திருந்தோம். ஆசிரியர்கள் ஒவ்வொருத்தராகப் பேச ஆரம்பித்தார்கள். மற்றவர்கள் என் அப்பாவின் நிலைக்கு ஏற்ற மாதிரி பேசியபோதும் இறுதியாக எங்க அப்பா முடியவே முடியாது என்றுதான் சொன்னார். அப்போது ஐயா பேசத் தொடங்கினார். எந்த ஒரு விசயத்தைப் பற்றிப் பேசுகிறபோதும் அதற்கான சூழலை அழகாக உருவாக்கிக் கொள்ளக்கூடியவர் ஐயா. சூழலைத் தனதாக்கிக் கொள்ளும் வித்தை தெரிந்தவர். அதற்காக அவர் ஒருபோதும் போராடியது இல்லை. மூர்த்தியோ சிறிது காரியமோ பெரிது. ஐயா சொன்னார், 'நீங்க படிக்கிறதுக்குக் காசே தர வேண்டாம், அவரே அதைப் பார்த்துக்குவார். கவர்மெண்ட் ஸ்காலர்சிப் பணம் வரும். நீங்க இன்னும் ரெண்டு வருஷம் படிக்க விட்டா மட்டும் போதும்.' இப்படிச் சொன்னதும் எங்க அப்பா ஒத்துகிட்டாங்க. அதன் பின்னர் திருச்சி தேசியக் கல்லூரியில் இடம் கிடைத்துப் படித்தேன்.

என் பிரச்சினை என்ன என்பதை மிக எளிதாகப் போகிற போக்கில் அறிந்து கொண்டு எனது குடும்பத்தில் உள்ளவர்களின் மனநிலையை ஐந்து நிமிடப் பேச்சு வார்த்தையின்போது கவனித்து

மூர்த்தியோ சிறிது

அவர்கள் மனம் விரும்பும்படி பேசிப் படிப்பதற்கு அனுமதி பெற்றுத் தந்தது பெரியதொரு செயல் என்றே கருதுகிறேன். என்னளவில் மனநிறைவாகப் படித்தேன். ஒருநிலையில் 2002ஆம் ஆண்டு தனியார் கல்லூரி ஒன்றில் பணிசெய்யும் வாய்ப்புக் கிடைத்தது. அப்போதும் குறிப்பிட்ட தொகையைச் சேமிக்கக் கூறினார். ஆனால் கூட்டுக் குடும்பத்தில் இருந்த நிலையில் என்னால் செய்ய முடியவில்லை. அதன் விளைவுகளை என் திருமணத்திற்குப் பின்னர் நான் உணர்ந்தேன்.

எனக்கு ஐயாமீது மரியாதை கலந்த பயம் உண்டு. அவர் தொடாத பாடப்பகுதியோ பொதுவிசயமோ எதுவும் இருக்காது. எனக்குப் படிப்பு சார்ந்து ஏதேனும் ஒரு செய்தி தெரிகிறது என்றால் அதில் அவரது வழிகாட்டுதல் சிறிதேனும் இல்லாமல் இருக்காது. என்னைப் பொருத்தவரை என் கல்வி சார்ந்த, ஆசிரியர் பணி சார்ந்த ஒவ்வொரு அசைவிலும் ஐயாவின் சாயல் உண்டு. மற்றவர்களிடமிருந்து வேறுபடும் என் எந்தவொரு அசைவுக்கும் அவரது பங்களிப்பு இருந்தது. பல நேரங்களில் அதனை உணர்ந்திருக்கிறேன். மாணவன் கேட்கும் ஒரு வினாவிற்கு அல்லது நண்பர்களோடு விவாதிக்கும் ஒரு பொருண்மை சார்ந்த விசயத்தில் பேச்சினூடே அவரது குரல் என் மனதில் ஒலித்துக்கொண்டே இருக்கும்.

ஐயாகிட்டப் புத்தகம் தொடர்பாகக் கற்றுக்கொண்ட ஒரு பாடமும் உண்டு. கல்லூரிக்கு மிக அருகில் அவர் தங்கியிருந்தபோது அவர் வீட்டுக்கு நான் அடிக்கடி போவது வழக்கமாக இருந்தது. அப்போது அவரிடத்தில் நிறையப் புத்தகங்கள் இருந்தன. அவற்றை வைப்பதற்கு ஒரு அலமாரி வேண்டும் என்று கூறியிருந்தார். எங்கள் வடசென்னிமலையில் வருடந்தோறும் பங்குனி உத்திரத் தேர்த்திருவிழா நடக்கும். அத்திருவிழாவில் துணியைத் தவிர மற்ற அனைத்துப் பொருட்களும் வாங்கும் வழக்கம் உண்டு. அப்படி வாங்கக் கூடிய பொருட்களில் ஒன்றுதான் அலமாரி. அது மெல்லிய இரும்பால் செய்யப்பட்ட ஸ்டேண்ட். அதனை எங்கள் பகுதியில் அதிகபட்சம் கடுகு, மிளகு உள்ளிட்ட பலசரக்கு டப்பாக்களை வைத்துக்கொள்ள நாங்கள் பயன்படுத்துவோம். அது எனக்கு ஒரு பொருட்டாகவே தெரிந்திருக்கவில்லை. ஐயா புத்தகம் வைப்பதற்கான அலமாரி இருந்தால் பராவாயில்லை என்றவுடன் நண்பர் ஜெயக்குமார் அலமாரி ஒன்றை வாங்கி வந்து கொடுத்தார். அதைப் பார்த்தவுடன் அவரது கண்களில் தெரிந்த மகிழ்ச்சி அளவிடற்கரியது. அவ்வளவு ஆசையாக அதைப் பெற்றுக்கொண்டார். அதன் பின்னர்தான் எங்க வீட்டுல புத்தகத்தைப் பாதுகாக்கவே கற்றுக்கொண்டேன்.

நாங்கள் அனைவரும் பாடப்புத்தகத்திற்கு அப்பாற்பட்டு நிறையப் படிக்க வேண்டும் என்று நினைப்பார். வீட்டுக்குப் படிப்பதற்கு நிறையப் புத்தங்களைத் தருவார். நான் வாங்கி இருக்கிறேன். ஒரு சமயத்தில் நான் எப்பொழுதும் படிக்கக் கூடிய மாதப் பத்திரிகை ஒன்றைப் படித்துக்கொண்டிருந்தேன். அன்று மாலை அவர் வீட்டுக்குப் போகும்போது கையில் இருந்த புத்தகத்தைப் பார்த்துவிட்டு இதே விலையில் தாமரை உள்ளிட்ட இதழ்கள் கிடைக்கின்றன என்று கூறிச் சிறுபத்திரிகைகளை அறிமுகப்படுத்தினார். பின்னர் வீட்டுக்குச் செல்லும்போது எல்லாம் நூல்களைப் படிக்கத் தருவார். அப்படித்தான் சில எழுத்தாளர்களின் படைப்புகள் எனக்கு அறிமுகம். அவ்வகையில் நான் படித்தவைதான் கவர்மெண்ட் பிராமணன், குலாத்தி, தந்தையற்றவன், அறைக்குள் வந்த ஆப்பிரிக்க வானம், நான் ஏன் இந்து அல்ல முதலான நூல்கள்.

எனக்கு நூல்களைப் படிக்கும்போது இருந்த கெட்ட பழக்கம் அவரிடம் நூல்களைப் பெறுவதில் தடையை ஏற்படுத்தியது. படிக்கும்போது எனக்குப் பிடித்த வரிகள், புதுமையானவை, என்னை, என்னைச் சுற்றியுள்ளவர்களை அடையாளப்படுத்தும் வரிகளை அடிக்கோடு இடுவது என்னுடைய பழக்கமாக இருந்தது. அப்படியான சமயத்தில் அவரிடம் இருந்து பெற்ற புதுமைப்பித்தன் பற்றிய ஒரு நூலைப் பக்கத்திற்குப் பக்கம் நான் அடிக்கோடிட்டபோது கடுமையான பார்வைக்கு ஆளானேன். ஆனாலும் கூடப் பின்னர் சில நூல்களை வாங்கிப் படித்தபோது இரா. தண்டாயுதம் எழுதிய புத்தகம் ஒன்றைத் தொலைத்து விட்டேன். அதன் பின்னர் அவரிடமிருந்து நூல்கள் பெறுவது நின்றுபோனது. ஆனால் எனது மாணவராக அறியப்பட்ட சிவபிரசாத் பல நூல்களை ஐயாவிடம் இருந்து படிக்க எடுத்து வருவதை வழக்கமாகக் கொண்டிருந்தார்.

சிலர் ஒரு பணிக்கு உடனடியாகத் தகுந்தவர்கள் ஆகி விடுவார்கள். சிலர் சிறு சிறு பயிற்சிகள் மூலம் தயார் ஆகலாம். நான் இதில் இரண்டாம் தரம். அதனை உணர்ந்து எனக்கு உணர்த்தியவர் ஐயாதான். நான் எப்பொழுதும் ஒரு அவசரக் குடுக்கையாக இருந்தேன். எதையும் மற்றவர்களுக்கு முன்னர் செய்துவிட வேண்டும் என நினைப்பேன். திருமணம் உட்பட. எனது நண்பர்கள் அனைவரும் வேலைக்குப் போகும் முன்னரே ஒன்றிரண்டு நேர்காணல்களுக்குச் சென்று இருந்தேன். ஒரு சூழலில் என்னை ஒரு மாதம் மட்டும் ஒரு பள்ளியில் தனிவகுப்பு எடுக்கச் சொன்னார்கள். இது எனக்கு வருத்தமாக இருந்தது.

எம்.ஏ. முடிக்கும் முன்பே நெட் தேர்வில் தேர்ச்சி பெற்றுக் கல்லூரி விரிவுரையாளர் பணிக்குத் தகுதியான நான் எம்.பில்.

படித்து முடிக்க வேண்டும் என்ற இலக்கில் இருந்தேன். ஆனால் அதற்கு வீட்டில் அனுமதி கிடைக்காது என்ற நிலை. அதனால் அப்பா மனதை மாற்றும்வரை தற்காலிகமாக வீட்டின் அருகே ஒரு பள்ளிக்குப் போகலாம் என்றால் டியூசன் எடுக்கச் சொல்கிறார்கள். அதுவும் காலை ஆறுமணி முதல் எட்டுமணி வரை என்பது வருத்தமாக இருந்தது. இது குறித்து ஐயாவிடம் கேட்டபோது போகலாம், போ என்று கூறியிருந்தார். எனக்குத் தயக்கம் இருந்தது. ஆனாலும் சென்றேன். இதன் இடையே வேறு ஒரு பள்ளியில் நேர்காணலுக்கு அழைத்தனர். அங்கு வாய்ப்புக் கிடைத்தது. அதற்கு அந்தத் தனிவகுப்பு எடுத்த அனுபவம் அடிப்படையாக அமைந்தது. எனது திறமையின் அளவு அறிந்து தனிவகுப்பைப் பயிற்சிக் களமாக அமைத்துக்கொள்ள வழிகாட்டிய அவரை நினைத்து மகிழ்ந்தேன்.

நான் பள்ளியில் இருந்து விலகித் தனியார் கல்லூரி ஒன்றில் பணியில் சேர்ந்த காலத்தில் இன்றுபோல் செல்போன் வசதியோ இணையதள வசதியோ இல்லை. அக்காலகட்டத்தில் பல நாட்கள் தொலைபேசியில் ஐயாவிடம் பேசியிருக்கிறேன். நான் கேட்கக் கூடிய ஐயப்பாடுகளுக்கு அல்லது எனது கருத்தை உறுதி செய்வதற்கான சான்றுகளைச் சரிபார்க்கும் கலந்துரையாடலுக்கு வாரம் ஒருமுறை அல்லது எப்பொழுது வேண்டுமானாலும் சில மணி நேரங்கள் டெலிபோன் பூத்திலிருந்து பேசி இருப்பேன். பல நாட்கள் முகம் சுளிக்காமல் விளக்கம் தருவார். 'பொதுவாகக் கல்லூரியில் புதியதாகச் சேரும்போது நமது நடவடிக்கைகளை நோட்டமிடும் கண்கள் மிகுதியாக இருக்கும். எப்பொழுதும் எச்சரிக்கையாக இருக்க வேண்டும்' என்பார். அது தொடர்பாக அவருக்கு ஆத்தூர் அரசு கல்லூரியில் அவரது துறைத்தலைவர் றிய அறிவுரையைச் சொல்லி இயல்பானவை எப்படி ற்றவர்கள் பார்வையில் வேறுமாதிரியாக அமையும் என்பதைக் கூறியிருந்தார்.

எப்பொழுதும் ஒரு பிரச்சினைக்குத் தீர்வு என்பது வெறும் கணக்குப்போல் இருந்துவிடுவது இல்லை. வார்த்தைகளில் நளினம், முன்னால் இருப்பவருக்கு அவரது சூழலுக்கு ஏற்றாற்போல் பேசுவது, ஒருமுறை சொன்னாலும் அதில் உள்ள அழுத்தம் இவை அனைத்தும் இணைந்ததாக இருக்கிறபோது அது ஏற்புடையதாக இருக்கும். எனக்கு ஐயாவின் வார்த்தைகள் அப்படித்தான் இருக்கும். ஐயா அவர்கள் நடைப் பயணத்தின்போது பேசினாலும் சரி, இரயில் பயணத்தின்போது பேசினாலும் சரி, மனதில் ஆழமாகப் பதிய வைப்பதில் கைதேர்ந்தவர். தனியார் நிறுவனத்தில் வேலை செய்வது என்பது பெரிய செயல்தான். பணியாளர்களுக்கு இடையே பகையை வளர்ப்பது தொடர்பான

செயல்பாடுகளில் நிர்வாகத்தின் பங்கு குறிப்பிட்ட அளவு இருக்கும். நான் தேடிக்கொண்ட அல்லது எனக்கு வாய்த்த நண்பராக இருந்த ஒருவரால் இதுபோன்ற செயல்களில் நான் சிக்கிக்கொண்டபோது மன உளைச்சலில் இருந்தேன். திருமண வாழ்க்கையின் தொடக்கமும் அப்போது இருந்தது. பெரிய மன உளைச்சலில் இருந்தபோது ஐயாவைச் சந்திக்க வேண்டிய சூழல் இருந்தது. அப்போது அவர் சொன்னார் 'உலகத்துல உங்களுக்கு மட்டும்தான் கஷ்டமா? எதை எடுத்தாலும் கஷ்டம், பிரச்சினை என்று புலம்பல்தானா?' என்று தொடங்கி எனக்குச் சீனியராக இருந்த ஒருவர் ஒரு முட்டைக் கம்பெனியில் பணியாற்றிய அனுபவத்தைப் பேசத் தொடங்கினார். ஒவ்வொரு ஐந்து பைசாவிற்கும் அனுபவிக்கக் கூடிய கஷ்டம், அதைப் பக்குவப் படுத்துவதில் உள்ள திறமைகளைப் பேசிவிட்டு, 'அவருடைய கஷ்டத்தை நான் உணர்ந்து இருக்கிறேன், அவர் ஒருநாளும் தான் படும் துன்பத்தைக் கூறியது இல்லை. எல்லாம் இயல்பு என்று இருக்கிறார். இந்த நிலையைத்தான் உங்களிடம் நான் எதிர்பார்க்கின்றேன்' என்றார்.

இந்த இடத்தில் அவர் சொன்ன வார்த்தையின் பொருண்மையைத்தான் என்னால் கூற முடிகிறதே தவிர அவர் சொன்ன பக்குவத்தை என்னால் வார்த்தைகளில் விவரிக்க முடியவில்லை. அன்றைக்கு நான் என் மனதில் வைத்துக்கொண்ட வைராக்கியம்தான். இன்றுவரை என்னுடைய மகிழ்ச்சியை மட்டுமே நான் அவரோடு பகிர்ந்துகொண்டிருக்கிறேன். அப்படி யெனில் துன்பங்களை, துயரங்களை நான் சொன்னதே இல்லையா என்பது இல்லை. அதனை மாற்றிக்கொள்ளக் கூடிய நிலைக்கு என்னைப் பக்குவப்படுத்திக் கொண்டதாக உணர்கிறேன். சோதனையைச் சாதனையாக மாற்றுவது என்பார்களே அதுபோல. கஷ்டங்களிலும் என்னை அடையாளப்படுத்தும் முயற்சிகளை மேற்கொண்டேன். இன்றைக்கு என் வீட்டில் இருந்து நான் அந்நியப்பட்டு இருந்தாலும் எனக்கான இடத்தை, மரியாதையைத் தக்கவைத்துக்கொண்டு இருப்பதாகவே உணர்கிறேன். இவை அனைத்தும் அமையக் காரணம் அவரது வார்த்தைகளில் உள்ள நுட்பம் என்பதுதான் உண்மை.

○

27

முதல் மாணவர்

மு. நடராஜன்

1994 – 96 காலகட்டத்தில் நான் சென்னைப் பல்கலைக்கழகத் தமிழ் இலக்கியத் துறையில் முதுகலை பயின்றபோது ஐயா அவர்கள் தமிழ் மொழித்துறையில் முனைவர் பட்ட ஆய்வு செய்துகொண்டிருந்தார். மெரினா வளாகத்தில் அவரைப் பார்த்திருந்தாலும் நேரடியான அறிமுகம் அப்போது இல்லை. பின்னாளில் அவருடைய ஆய்வு மாணவராகவும் சக ஆசிரியராகவும் நண்பராகவும் இருக்கும் வாய்ப்புக் கிடைத்தது.

2000ஆம் ஆண்டின் இறுதியில் பெரியார் பல்கலைக்கழக விடைத்தாள் மதிப்பீட்டுப் பணியின்போது அவருடன் அறிமுகமானேன். சுயநிதிக் கல்லூரியொன்றில் விரிவுரையாளராகப் பணியாற்றிக் கொண்டிருந்த எனக்கு அவரது எளிமை மிகப் பிடித்திருந்தது. அப்போது அவர் ஆத்தூர் கல்லூரியில் பணியாற்றியதால் வார இறுதிகளில் சொந்த ஊரான அய்யக்கவுண்டம்பாளையத்திற்கு வருவார். நான் பணியாற்றிக் கொண்டிருந்த கல்லூரிக்குப் போகும் வழியில்தான் அவர் வீடு. ஆகவே மாதத்தில் ஒருநாள் கல்லூரி முடிந்த மாலைநேரத்தில் அவரது இல்லத்திற்குச் செல்வது வழக்கமாயிற்று. அங்கும் அவரது எளிமையும் பழகும் விதமும் மிகப் பிடித்திருந்தன. அவர் ஊருக்கு வரும் பெரும்பான்மையான சமயங்களில் யாராவதொரு மாணவர் வீட்டில் தங்கியிருப்பார். வாசகர்கள் வந்து சந்தித்தவண்ணமிருப்பர். பாடப் புத்தகங்களைத்

தவிர வேறெதையும் படித்திராத எனக்கு அவரது செயல்பாடுகள் முற்றிலும் புதியவையாயிருந்தன.

எம்.பில். முடித்திருந்த நான் முனைவர் பட்ட ஆய்வைப் பகுதி நேரமாகச் செய்யலாம் என நினைத்தபோது ஐயாவிடமே சேர்ந்துவிட விரும்பினேன். அவரது ஆளுமையைச் சிறிதும் அப்போது அறிந்தவனல்ல என்றாலும் பிற்காலத்தில் இப்படிப் பட்டவரிடம் ஆய்வு செய்தேன் என்று சொல்லிக்கொள்வதே பெருமையாக இருக்கும் என நினைத்தேன். அவரிடம் ஆய்வு செய்தால் என்னவெல்லாம் கற்றுக்கொள்ளலாம் என்னும் தெளிவுகூட அப்போது எனக்கில்லை. என் கோரிக்கையை வைத்ததும் அவரும் சம்மதித்தார். அவரது முதல் முனைவர் பட்ட ஆய்வு மாணவனாகச் சேர்ந்தேன். சிந்தனை நிலையில் முதல் மாணவனாக இல்லையென்றாலும் இன்றும் அவர் பிறரிடம் அறிமுகம் செய்யும்போது ‘என்னுடைய முதல் மாணவர் இவர்’ என்றே சொல்வார்.

பாடங்களை மட்டுமே படித்துத் தேர்வெழுதி மதிப்பெண் களைப் பெற்றுப் பல்கலைக்கழகத்தில் முதல் மாணவன் என்று பெயரெடுத்தாலும் சிந்திக்கும் அறிவைப் பெறாதவனாகவே இருந்தேன். ஆய்வு மாணவனாகச் சேர்ந்த பிறகுதான் ஒரு பக்க அளவுக்கு எழுதுவதுகூட எவ்வளவு சிரமம் என்பதை அறிந்தேன். ஆய்வை எப்படித் தொடங்குவது, தரவுகளை எவ்வாறு சேகரிப்பது, பகுப்பது, எழுதுவது என எதையும் அறியாதிருந்த நிலையில் ஒவ்வொன்றையும் மிகப் பொறுமையாகச் சொல்லித் தந்தார். குடும்பம், பணி, எழுத்து இவற்றுக்கிடையில் நண்பர்களுக்கும் ஆய்வு மாணவர்களுக்கும் எவ்வாறு நேரம் ஒதுக்கிச் செயல்படுகிறார் என்பது இன்றுவரையிலும் வியப்பானதுதான்.

என்னுடைய முனைவர் பட்ட ஆய்வை முடித்த பின் பல ஆய்வு மாணவர்களுடைய இயல்களைத் திருத்தம் செய்யும்போது என் போன்றவர்களையும் உடன் வைத்துக்கொள்வார். ஒற்றுப் பிழைகள், தொடர்ப்பிழைகள், கருத்துப்பிழைகள், கருத்துக்களை வைக்கும் முறை முதலியவற்றை அனைவருக்கும் விளக்குவார். அவ்வாறு அவரிடம் பயிற்சி பெற்றதால் இலக்கணம் ஓரளவிற்குத் தெளிவாயிற்று. எல்லா மாணவர்களுக்கும் மொழிநடைக் கையேடு, சொல் வழக்குக் கையேடு முதலான சில கருவி நூல்களை வாங்கிக் கொடுத்துவிடுவார். பிழையின்றி எழுதுவதற்கான பயிற்சியைக் கொடுப்பார். சில இடங்களில் உரைநடைப் பயிலரங்கம்கூட நடத்தினார். அதனால் அவருடைய மாணவர்கள் உரைநடையைச் செம்மையாக எழுதுவர். அவருடைய மாணவர்களில் பலரைக் காலச்சுவடு பதிப்பகத்தில்

மெய்ப்புத் திருத்துநராகச் சேர்த்துவிட்டுப் பணி அனுபவத்தைத் தந்திருக்கிறார். நானும் அவருடைய பயிற்சியினால் காலச்சுவடு பதிப்பக நூல்களுக்குத் தற்போது மெய்ப்புத் திருத்துகிறேன். சில சமயங்களில் *காலச்சுவடு* இதழுக்கும் மெய்ப்புத் திருத்துகிறேன். இந்தப் பயிற்சி என்னுள் பெருமிதத்தை ஏற்படுத்துகிறது. இன்று பிழையில்லாமல் எழுதும் தமிழாசிரியர்கள் அருகியுள்ள நிலையில் பிழையில்லாமல் எழுத முடிவதையே எனக்கு ஒரு தகுதியாகக் கருத முடிகிறது. இலக்கணத்தை மாணவர்களுக்குச் சரியாகச் சொல்லித் தரும்போது மன நிறைவு ஏற்படுகிறது. இதெல்லாம் அவரிடம் பெற்ற பயிற்சியால்தான்.

2007ஆம் ஆண்டு ஆசிரியர் தேர்வு வாரியத்தால் தேர்வு செய்யப்பட்டு அவர் பணியாற்றும் நாமக்கல் கல்லூரியிலேயே உதவிப் பேராசிரியராகச் சேர்ந்தேன். அப்பணிக்கான சான்றிதழ் சரிபார்ப்பு நடந்தபோது ஆய்வுக் கட்டுரைகளுக்கும் நூல்களுக்கும் ஐந்து மதிப்பெண்கள் என நிர்ணயித்திருந்தனர். எங்கள் சான்றிதழ்களைச் சரிபார்த்து மதிப்பெண் வழங்கியவர்கள் பிறதுறைப் பேராசிரியர்கள். பலரது நூல்களுக்கு அவர்கள் மதிப்பெண் கொடுக்க மறுத்தனர். நாட்டுப்புறக் கதைகள், பாடல்கள் பற்றிய ஆய்வெல்லாம் இலக்கியமாகுமா என்பன போன்ற கேள்விகளையெல்லாம் கேட்டு மதிப்பெண் தர மறுத்தனர். அப்போது ஐயா முதல்வரை அணுகி விளக்கமாக எடுத்துச் சொல்லி வாதிட்ட பின்னர்தான் மதிப்பெண் அளித்தனர். என் போன்ற மாணவர்களுக்காக அவர் பேசத் துணியாமலிருந்திருந்தால் நாங்கள் வேலைவாய்ப்பை அந்த ஆண்டில் பெற்றிருக்க வாய்ப்பில்லை.

சுயநிதிக் கல்லூரியில் பணியாற்றும் காலம்வரையில் மாணவர்களைக் கையாளுவதில் எனக்கு எந்தச் சிக்கலும் இல்லை. மாணவர்கள் ஒழுங்காக வகுப்புக்கு வந்துவிடுவர். இல்லை எனில் நிர்வாகம் விதிக்கும் அபராதத் தொகையைச் செலுத்த வேண்டும். அதற்குப் பயந்தே வருகை தந்துவிடுவர். வகுப்பிலும் ஒழுங்காக நடந்துகொள்வர். ஒழுங்குக்கு உட்படாத மாணவர்களையும் எளிதாக வழிக்குக் கொண்டு வந்துவிட முடியும். பெற்றோரை அழைத்து வரச் சொல்வது, மாற்றுச் சான்றிதழைக் கொடுத்துவிடுவோம் என அச்சுறுத்துவது ஆகிய காரணங்களால் மாணவர்கள் அடக்கப்படுவர். வகுப்பு எடுப்பதிலும் தேர்ச்சி அளிப்பதிலும் சுயநிதிக் கல்லூரியில் பிரச்சினையே இல்லை. பாடக்குறிப்புகள் முதற்கொண்டு நாங்களே கொடுத்து மனனம் செய்ய வைத்துத் தேர்ச்சி அளித்துவிடுவோம். பாடத்திட்டம், மதிப்பெண்கள் தவிர அவர்களுக்கு வேறு எதுவும் தேவையில்லை.

அரசு கல்லூரிச் சூழல் முற்றிலும் மாறானது. மாணவர்கள் பெரும்பாலும் பின்தங்கியவர்கள். பகுதிநேரமாக ஏதாவது வேலைசெய்து தங்களது தேவைகளைத் தாங்களே பூர்த்தி செய்துகொள்ளும் நிலையில் உள்ளவர்கள். அவர்கள் ஒரு பருவத்தில் பல நாட்கள் வேலை காரணமாக விடுப்பு எடுத்துக் கொள்வர். சரியான வருகைப்பதிவு இருக்காது. வகுப்புக்குத் தாமதமாக வருவர். அத்தகைய மாணவர்களிடம் நான் சுயநிதிக் கல்லூரி ஆசிரியனைப் போலக் கறாராக நடந்துகொள்வேன். அதனால் சக ஆசிரியர்கள் என்னை 'மிலிட்டரி மேன்' என்று கிண்டல் செய்வதுண்டு. ஐயாதான் மாணவர்களின் குடும்பச் சூழலையும் அவர்களின் கல்வி மீதான விருப்பத்தையும் எடுத்து விளக்கி அவர்களிடம் நெகிழ்ந்தும் நெருங்கியும் போக வேண்டிய அவசியத்தை எடுத்துரைத்தார். இப்படிப்பட்ட மாணவர்களை அரவணைத்துக் கைதூக்கி விடுவதுதான் நல்ல ஆசிரியருடைய வேலை என்பார்.

அதேபோலப் பெரும்பாலான மாணவர்களுக்குப் புரிதல் திறன் குறைவாக இருக்கும். அடிப்படையான சில விசயங்களைக்கூட அறிந்திருக்கமாட்டார்கள். அத்தகைய மாணவர்களின் வகுப்பை முடித்துவிட்டு வந்து ஐயாவிடம் 'இவர்களுக்கெல்லாம் பாடம் நடத்த வேண்டியிருக்கிறதே. என்னால் எவ்வளவு முயன்றாலும் இவர்களுக்குப் புரியவைக்க முடியவில்லை. அந்த வகுப்பு மாணவர்களே வீண்' என்று கோபமாகச் சொல்வேன். அவர் 'குறை மாணவர்களிடம் இல்லை. உங்களிடம்தான்' என்பார். மாணவர்கள் நம் அறிவுநிலையில் இருப்பார்கள் என்று எண்ணுவது தவறு. அவர்கள் அப்படித்தான் இருப்பார்கள். நாம்தான் அவர்களைத் தயார்ப்படுத்த வேண்டும். மாணவர்களுக்குப் புரியும்படியாக, மாணவர்களுள் ஒருவராக நீங்கள் இருந்து நடத்த வேண்டும். உங்கள் நிலைக்கு மாணவர் வர வேண்டும் என்று எதிர்பார்க்கக் கூடாது என்பார். அதனால்தான் அவர் 'மனங்கவர்ந்த ஆசிரியராக' இருக்கிறார். அதன்பிறகு நான் மாணவர்களுக்குப் பிடித்த ஆசிரியராக முயன்றுகொண்டிருக்கிறேன்.

மாணவர்களுக்குப் பாட அறிவோடு கூடுதலாகச் சில அனுபவங்களையும் அளிப்பார். தெருக்கூத்துக்கு அழைத்துச் செல்வது, அண்ணன்மார் சாமி கதை, ரதி மன்மதன் கதை முதலான கதை நிகழ்ச்சிகளுக்கு அழைத்துச் செல்வது, சன்னியாசி கரடு, சருவு மலை முதலான சிறு குன்றுகளில் ஏறப் பயிற்சி அளிப்பது, மலைப் பகுதிகளில் உள்ள ஆளரவமற்ற பகுதிகளுக்கு நடந்து சென்று புதிய அருவிகளையும் காட்சிகளையும் காண்பிப்பது,

அதில் லயித்துக் குளிப்பது, நடந்தே மலையேறுவது முதலான மறக்கவியலாத வாழ்வனுபவங்களையும் கொடுத்திருக்கிறார்.

அவருடன் பணியாற்றிய காலங்களில்தான் மாணவர் களுக்குப் பாடத்திட்டத்தைத் தாண்டி நாம் செய்ய வேண்டிய பணிகள் இருக்கின்றன என்பதை அறிய முடிந்தது. இளங்கலை வகுப்புகள் மட்டுமே இருந்த காலங்களிலேயே வாரம் ஒருமுறை 'இலக்கிய ஆய்வு மேடை' என்னும் பெயரில் மாணவர்களுக்கான திறன்களை வெளிக்கொணரும் நிகழ்ச்சியை நடத்துவார். மாணவர்கள் கவிதை, கட்டுரை, பேச்சு, நாடகம் முதலான திறன்களை வெளிப்படுத்துவர். இந்த ஆய்வு மேடையில் பயிற்சி பெற்ற ஐயாவுடைய நான்கைந்து மாணவர்கள் சிற்றிதழ்களில் சிறுகதைகள் எழுதுமளவிற்கு முன்னேறியுள்ளனர். நவீன நாடகத்துறையிலும் பங்களிப்புச் செய்துள்ளனர். முதுகலை மாணவர்களுக்குக் கருத்தரங்குகள் நடத்துவார். எதாவது ஒரு தலைப்புக் கொடுத்து வாரம் ஒருமுறை கட்டுரைகள் வாசிக்கச் செய்வார். ஆய்வியல் நிறைஞர், முனைவர் பட்ட ஆய்வு மாணவர்களுக்கென 'ஆய்வரங்கு' என்னும் பெயரிலும் கட்டுரை வாசிப்புகள் நடக்கும். மாணவர்களே நடத்தும் பத்திரிகை ஒன்றையும் சில மாதங்கள் நடத்தியுள்ளார். இலக்கியம் பயிலும் மாணவர்களுக்குப் பத்திரிகைகள் மீதான ஆர்வத்தையும் அதன் நிர்வாகத்தில் பங்களிப்புச் செய்யும் பயிற்சியையும் ஐயாவுடைய இத்தகைய முயற்சிகள் கொடுத்தன. இவையெல்லாம் நாமும் இவ்வாறு செயல்படவேண்டும் என்னும் உத்வேகத்தை எனக்குக் கொடுத்தன.

[illegible] வுடைய 'எழுத்தாளர்' என்னும் அடையாளத்தாலும் மா[illegible]ளுக்குப் பல நன்மைகள் விளைந்தன. நாமக்கல் பகு[illegible]ள்ள தனியார் கல்வி நிறுவனங்களுக்கோ வேறு நிகழ்[illegible]கோ சிறப்பு விருந்தினர்களாக வரும் இலக்கிய ஆளு[illegible]ள எங்கள் கல்லூரிக்கு அழைத்து வந்து சிறப்புச் சொற்[illegible]வுக்கான ஏற்பாடுகளைச் செய்வார். தனியார் கல்லூ[illegible] பெரும் பணம் செலவு செய்து நடத்தும் ஒரு நிகழ்[illegible] ஐயா தன்னுடைய நட்பினால் அரசு கல்லூரியில் இல[illegible]க நடத்திவிடுவார். அவ்வாறு கே.ஏ. குணசேகரன், பூர்ண[illegible]நதிரன், அறிவுமதி, பொ. வேல்சாமி, பஞ்சாங்கம் முதலா[illegible]னவர்களை அழைத்துவந்து நவீன இலக்கியம் பற்றிய அறிமுகத்தை மாணவர்களுக்குக் கொடுத்திருக்கிறார். 'புத்தகங் களைக் கடன் கேட்காதீர்; அவை எனது காதலியைப் போல' என்பார். அவரது சொந்தப் படைப்புகளானாலும் பிற எழுத்தாளர் களது நூல்களானாலும் பணம் கொடுத்து நூல்களை வாங்கும்

பழக்கத்தை ஏற்படுத்தினார். அதன் காரணமாக இன்று எனது வீட்டிலேயே ஆயிரத்திற்கும் மேற்பட்ட நூல்களைச் சேகரித்து வைத்திருக்க உதவினார். சில இலக்கிய இதழ்களுக்குச் ஆயுள் சந்தாவும் ஆண்டுச் சந்தாவும் செலுத்த வைத்துச் சிற்றிதழ் வாசிப்பைத் தூண்டினார்.

ஒரு சமயம் விடைத்தாள் மதிப்பீட்டுப் பணிக்குச் செல்வதற்காகத் துறைத்தலைவர் அறையில் ஆசிரியர் கூட்டம் நடைபெற்றது. முதல்வரின் அறிவுறுத்தலுக்கு ஏற்ப ஐம்பது விழுக்காட்டினர் மட்டுமே விடைத்தாள் மதிப்பீட்டுப் பணிக்குச் செல்ல வேண்டும் என அப்போது வலியுறுத்தப்பட்டது. யார்யார் செல்வது என விவாதம் ஏற்பட்டது. ஒவ்வொருவரும் ஒவ்வொரு கருத்தை முன்வைத்தனர். சக ஆசிரியர் ஒருவர் 'என்னுடைய தற்செயல் விடுப்புகள் பயன்படுத்தப்படாமல் உள்ளன. நான் விடுப்பு எடுத்துக்கொண்டு செல்கிறேன்' என்றார். நானும் 'அவ்வாறே செல்கிறேன்' என்றேன். கூட்டம் முடிந்த பின்னர் ஐயா என்னிடம் பேசினார். 'உங்கள் பிரச்சினை தீர்ந்தால் போதும் என்று சுயநலமாக எப்போதும் சிந்திக்கக் கூடாது. எல்லோரும் அப்பணிக்குச் செல்வதற்கு என்ன வழிகள் உள்ளன என்பது குறித்துப் பிறர் நலத்தையும் சேர்த்து யோசிக்க வேண்டும்' என்றார். எனக்கு ஏன் இப்படித் தோன்றவில்லை என நினைத்து வெட்கமாக இருந்தது. இதுபோன்று பல சந்தர்ப்பங்களில் என்னுடைய செயல்பாடுகளில் இருக்கும் குறைகள் குறித்துச் சுட்டிக்காட்டியிருக்கிறார். இப்படியாகச் சக ஆசிரியராக மாணவர்களைக் குறித்த புரிதலையும் நல்ல ஆசிரியருக்கான பண்புகளையும் அவர் எனக்குக் கற்றுக்கொடுத்திருக்கிறார்.

எனக்குத் திருமணமாகிப் பதினான்கு ஆண்டுகளாகக் குழந்தை இல்லை. மூன்றுமுறை செயற்கைக் கருத்தரிப்புக்கும் முயன்று சில இலட்சங்களைச் செலவு செய்து சோர்ந்தும் போனேன். நானும் என் மனைவியும் பல இரவுகளில் செத்துப் போய்விடலாமா என்றெல்லாம் பேசி அழுததுண்டு. வாழ்க்கையில் பிடிப்பு இல்லாமல் நகர்த்திக்கொண்டிருந்த சமயங்களில் வேறு மாற்று வழிகளைக் கூறுவார். வாழ்க்கையை நாம் அதன்போக்கில் எதிர்கொள்ள வேண்டும் எனத் தைரியம் அளிப்பார். அவருடைய ஆலோசனையின் பேரில் நடந்துகொண்டதால் தற்போது ஒரு மகனுடன் மகிழ்ச்சியான வாழ்க்கையை வாழ்கிறேன். அவர் இல்லையென்றால் இன்று நான் இருப்பேனா என்பது தெரியாது. என் வாழ்நாள் முழுவதும் அவருக்கும் என் மகனுக்கு முதன்முதலாகச் சர்க்கரைத் தண்ணீர் வார்த்த எழிலரசி அம்மாவுக்கும் என்றும் நான் நன்றியுடனிருப்பேன்.

நாற்பது வயதைக் கடந்துவிட்டாலும் இன்னும் சில விசயங்களில் சுயமாக முடிவெடுக்க இயலாமல் அவரிடமே ஆலோசனை கேட்பேன். அவர் சொல்வதை ஏற்கலாமா தள்ளலாமா என்று எண்ணியதே இல்லை. அவர் எதைச் சொன்னாலும் மிகச் சரியாகவே இருக்கும் என்பது இன்றுவரை என் எண்ணம். சில சந்தர்ப்பங்களில் மனம் வருந்தும்படியாக அவர் ஏதாவது சொல்லியிருந்தாலும் ஒரு நிமிடத்தில் நாம்தான் தவறாகப் புரிந்துகொண்டு வருந்துகிறோம், அவர் சரியாகத்தான் சொல்லியிருப்பார் என்று உணர்வேன். ஒருநாளும் அவருடைய உறவை விட்டுவிட மனம் துணியாது. என்னுடைய வாழ்வில் மட்டுமல்லாது அவருடைய நெருக்கமான எல்லா மாணவர்களின் வாழ்க்கையிலும் நல்ல ஆசிரியராக, நல்ல நண்பராக, நல்ல வழிகாட்டியாக, நல்ல சகோதரராக, நல்ல குடும்ப உறுப்பினராக இருந்துவருகிறார். தனக்கும் மாணவர்களுக்குமான தொடர்பு வகுப்பறையுடன் முடிந்துவிடுகிறது என நினைக்கும் ஆசிரியர் அல்ல அவர்.

அவரிடம் இளங்கலையும் முதுகலையும் படிக்கவில்லையே என்று ஏங்கினேன். முனைவர் பட்ட ஆய்வு மட்டுமே அவரிடம் செய்தேன். அரசுப் பணி கிடைக்கப்பெற்ற பின்னரும்கூட எனக்கு வகுப்பில்லாத நேரங்களில் அவரது வகுப்பில் அமர்ந்து பாடம் கேட்கலாமா என ஏங்கியதுண்டு. தொடக்கத்திலிருந்து அவரிடம் பயின்றிருந்தால் முதல்நிலை மாணவனாக மாறியிருக்கச் சாத்திய மாகியிருக்குமோ? என்னுடைய வாசிப்பு இன்னும் கூர்மையும் புரிதலும் பெற்றிருக்குமோ?

○

28

த[டு]டமாற்றம்

ப. நல்லுசாமி

வறுமை என்னை இறுக்கிய காலத்தில் நண்பர் சா. நீலகண்டன் உதவியால் திருச்சி தேசியக் கல்லூரி விடுதியில் தங்கி முதுகலை படிக்கும் வாய்ப்புக் கிடைத்தது. விடுதியில் பல்வேறு கல்லூரிகளிலிருந்து பயின்ற வெவ்வேறு விதமான மாணவர்கள் எனக்கு நண்பர்களாகக் கிடைத்தனர். அவரவர்கள் தங்களுடைய கல்லூரியைப் பற்றியும் தமக்குப் பாடம் கற்றுத் தந்த ஆசிரியர்களைப் பற்றியும் பேசி அளவளாவிக் கொண்டிருப்போம். அப்போது ஆத்தூர் கலைக்கல்லூரியில் பயின்ற ஐந்து மாணவர்கள் எனக்கு வகுப்புத் தோழர்கள். அவர்கள் என்னுடன் நெருக்கமாகப் பழகினர். ஐவரும் தங்கள் ஆசிரியரான ஐயாவைப் பற்றியும் அவருடன் பணியாற்றிய பிற ஆசிரியர்களைப் பற்றியும் மிகவும் அற்புதமாகப் பேசுவர். ஆசிரியரின் அறைக்குச் சென்று சந்தேகங்கள் கேட்பது, அவரோடு சமைத்துச் சாப்பிடுவது, சுற்றுலாவிற்குச் செல்வது, ஆற்றில் குளிப்பது போன்ற எண்ணற்ற செய்திகளைப் பேசிக்கொண்டே இருந்தனர்.

எனக்கு ஆச்சரியமாக இருந்தது. நான் பயின்ற கல்லூரியில் இதுபோன்று யாரும் பழகவில்லையே என்ற வருத்தம் ஏற்பட்டது. தொடர்ந்து அவர்களோடு பேசுவதற்கு ஈடாக ஏதாவது ஒன்று நாமும் சொல்லலாம் என்றால்கூட என்னிடம் எதுவும் இல்லை. எனக்கு வெட்கமாக இருந்தது. கட்டுரை, கவிதை எழுதி வாசிக்கச் செய்தல், வினாடி வினாப் போட்டி

வைத்து வெற்றி பெற்றோர்க்குப் பரிசு வழங்குதல் போன்ற நிகழ்ச்சிகளைப் பற்றி மிகுதியும் பேசுவர். அப்போது எந்தெந்தக் கேள்விக்குப் பதில் சொன்னோம், அதனால் பரிசு பெற்றோம் என்றெல்லாம் மகிழ்ந்து பேசிக்கொண்டிருப்பர். நாவல்கள் வாசிக்கும் பழக்கம் எல்லோருக்கும் இருந்தது. ஒவ்வொருவரும் இருபது நாவல்களுக்கு மேல் படித்திருந்தனர். வட்டார வழக்கு, சாதி தொடர்பான நாவல்களையும் படித்திருந்தனர். அதைப் பற்றியெல்லாம் என்னிடம் விவாதம் செய்தனர்.

நான் பொதுவாகக் கூச்ச சுபாவம் உடையவன். அதுவும் அருந்ததியர் சாதியில் பிறந்தவன் என்பதால் யாரிடமும் அதிகமாகப் பழக்கம் வைத்துக்கொள்ள மாட்டேன். ஜெயக்குமார் என்ற நண்பர் சில நாவல்களைப் படிக்கவும் என்று என்னிடம் கொடுத்தார். அதில் பூமணியின் 'பிறகு' நாவலில் என்னுடைய சாதியைப் பற்றி இவ்வளவு செய்திகள் பதிவாகியுள்ளனவே என்று சந்தோசப்பட்டேன். அதுவும் நடைமுறையில் உள்ளதை அப்படியே எழுதியிருக்கிறாரே என்று அவர்மீது எனக்குக் கோபம் வந்தது. அதன்பிறகு ஐயா எழுதிய ஏறுவெயில் நாவலைப் படித்தேன். அந்நாவல் மீதும் மனப்புழுக்கம் இருந்தது. எப்படியாவது நம்முடைய எதிர்ப்பைத் தெரிவிக்க வேண்டும் என்று ஐயாவைத் திட்டியும் புரியாததையும் சுட்டிக்காட்டி ஐயாவுக்குக் கடிதம் எழுதினேன். பூமணியின் முகவரி தெரிந்திருந்தால்கூடக் கடிதம் எழுதியிருப்பேன்.

கடிதத்தைப் படித்த ஐயா உடனே எனக்கு நீள்கடிதம் ஒன்றை எழுதியிருந்தார். அதில் நான் எழுதியதை விமர்சனமாக ஏற்று[illegible]ண்டார். அவர் எழுதியதற்கான விளக்கங்களையும் தெ[illegible]நந்தார். 'கோமுகி நதிக்கரைக் கூழாங்கல்' கவிதைத் தெ[illegible] புரியாத கவிதைகளுக்கு விளக்கங்களைத் தந்ததோடு 'க[illegible]ழைப் பழத்தை உறித்து வாயில் வைக்கமாட்டான், நா[illegible] தெரிந்துகொள்ள வேண்டும்' என்றும் உணர்த்தி யி[illegible] எனக்குச் சந்தோசமாக இருந்தது. என்மீது கோபம் [illegible]நப்பார், என்னை விரோதியாகப் பார்ப்பார் என்றிருந் [illegible]னால் அவர் எழுதிய கடிதம் என்னை மிகவும் ஈர்த்தது. [illegible] இலக்கியம் அதிகம் படிக்க வேண்டும் என்றும் தூண்டியிருந்தார்.

அதன் பிறகு அவருடன் அதிகம் பழக வேண்டும், பேச வேண்டும் என்று என் மனம் ஏங்கியது. பிறகு முதுகலை முடித்து நாமக்கல் அறிஞர் அண்ணா அரசு கலைக் கல்லூரியில் கௌரவ விரிவுரையாளர் பணிக்கு விண்ணப்பித்திருந்தேன். அப்போது ஐயா நாமக்கல் கல்லூரிக்கு மாற்றம் பெற்று வந்திருந்தார். அவர்

என்னுடைய விண்ணப்பத்தைப் பார்த்து 'இவர் நல்ல மாணவர். இக்கல்லூரியில் பயின்றவர்' என்று துறைத்தலைவரிடம் சிபாரிசு செய்து என்னை அழைத்து வரச் செய்தார். அப்போதுதான் அவரை நேரில் பார்த்தேன். அச்சமயத்தில் ஒசூரில் தனியார் நிறுவனத்தில் ஒப்பந்தப் பணியாளராகச் சேரவிருந்தேன். மனம் இல்லாமல் 'ஐயா சிபாரிசு செய்துள்ளாரே' என்று கௌரவ விரிவுரையாளர் பணியில் சேர்ந்தேன். அது என் வாழ்க்கைப் போக்கையே மாற்றியது.

ஐயாவோடு பணியாற்றிய காலத்தில் மாணவர்கள் சிலர் மாணவிகளோடு வகுப்பறைக்கு வெளியே பேசிக்கொண்டிருந்ததை ஐயாவிடம் சொன்னேன். 'அதையெல்லாம் பார்ப்பதற்காகத்தான் கல்லூரிக்கு வருகிறீர்களோ? அவர்கள் மாணவர்கள், இந்தப் பருவத்தில் அப்படித்தான் இருப்பார்கள், அதிலென்ன தவறு? ஒரு பையனும் பெண்ணும் பேசிக்கொண்டால் என்ன? நாளடைவில் அவர்களுக்கே எது நல்லது, எது கெட்டது என்று தெரியும். நன்றாகப் பாடம் கற்பிப்பதுதான் ஆசிரியரின் வேலை. இந்த ஆசிரியர் நன்றாக நடத்துகிறார் என்று கூறும் அளவிற்கு நற்பெயரை வாங்க வேண்டும். ஆசிரியரின் வகுப்பை மாணவர்கள் புறக்கணிக்கும் அளவிற்கு இருக்கக் கூடாது' என்று அறிவுரை கூறினார். அவர் கூறியதை இன்றுவரை பின்பற்றி வருகிறேன்.

என்னுடைய திருமண ஏற்பாட்டில் மாமனார் தமிழாசிரியர் என்பதாலும் சற்று செல்வந்தர் என்பதாலும் சில பொறுப்புகளை அவர் வசமே ஒப்படைத்திருந்தேன். அழைப்பிதழ் அச்சாகும் முன் மெய்ப்புத் திருத்தத்திற்குச் செல்லலாம் என்றிருந்தேன். பின்னர் அவர் மூத்த தமிழாசிரியர் என்பதால் நான் சென்று பார்ப்பதை அவர் தவறாக நினைக்கக் கூடும் என்பதால் நீங்களே பார்த்துக்கொள்ளுங்கள் என்று கூறிவிட்டேன். அச்சான பிறகே வாங்கச் சென்றேன். அழைப்பிதழ் முழுக்க ஏராளமான பிழைகளைக் கண்டேன். ஆயிரம் பிரதிகள் அச்சடித்ததை வீண் செய்ய விரும்பவில்லை. மிகுந்த வேதனையோடு அப்படியே கொடுக்க நேர்ந்தது. என் மாமனார் அவற்றைப் பெரிதாக நினைக்கவில்லை. ஆசிரியர் வட்டத்தில் முதலில் ஐயாவிடம் கொடுத்தேன். பிறகு சு.துரை அவர்களிடம் கொடுத்தேன். பிழைகளைப் பார்த்ததும் அவர் மிகுந்த கோபம் கொண்டார். என் மாமனார்தான் அச்சடித்தார் என்றேன். அவர் எல்லாம் ஒரு தமிழாசிரியரா? என்று மிகுந்த கோபமுற்றார். ஆனால் ஐயா அவர்கள் உடனே ஒரு தாள் எடுத்து 'மன்றல் விழா' என்று தலைப்பிட்டு எளிமையாக எழுதிக் கொடுத்துப் 'புதிதாக அச்சிட்டுக் கொடுங்கள்' என்றார். அந்த அழைப்பிதழ் வெகுவாக எல்லோரையும் கவர்ந்தது. அதில் கடைசியில் எழுதிய

இம்மை மாறி மறுமை யாயினும்
நீயா கியரென் கணவனை
யானா கியர்நின் நெஞ்சுநேர் பவளே. (குறுந். 49)

என்ற குறுந்தொகை வரிகள் மிகவும் சிறப்பாக அமைந்தது. தேசியக் கல்லூரிப் பேராசிரியர் ச. ஈஸ்வரன் அவர்கள் 'அழைப்பிதழ் நன்றாக உள்ளது. யார் எழுதிக் கொடுத்தது' என்றார். ஐயா பேரைச் சொன்னதும் சந்தோசப்பட்டதோடு அவர் எழுதிய வாழ்த்துக் கடிதத்தில் உங்கள் 'மன்றல் விழா' சிறப்பாக முடிய வாழ்த்துக்கள் என்று எழுதியிருந்தார். சில மாதங்களுக்கு முன்பு ஒசூரில் மருத்துவமனைக்குச் சென்றிருந்தேன். அப்பொழுது ஒருவர் கையில் அழைப்பிதழ் வைத்திருந்தார். வாங்கிப் பார்த்தேன். பெயர், இடம், தேதி தவிர என்னுடைய அழைப்பிதழை அப்படியே பயன்படுத்தியிருந்தனர். ஐயா உருவாக்கிய அழைப்பிதழ் பரவிச் சென்றிருக்கிறது என்பதில் பெரும் மகிழ்ச்சி அடைந்தேன். திருமண அழைப்பிதழைக் கொடுக்கும்போது நண்பர்களை அழைத்துச் சிறுவிருந்து கொடுத்தேன். அப்பொழுது ஐயாவையும் அழைத்திருந்தேன். அவரும் நண்பராகப் பாவித்து வந்திருந்து 'வாழ்த்து வெண்பா' எழுதிக் கொடுத்தார். அதை இன்னும் முக்கியமான ஒன்றாகக் கோப்பில் வைத்திருக்கிறேன்.

ஐயாவின் அண்ணார் இறப்பை விசாரிப்பதற்காகத் திருச்செங்கோடு கூட்டப்பள்ளிக்குச் சென்றிருந்தேன். வீட்டிற்கு வெளியே நின்றிருந்தேன். உள்ளே வரவும் என்றார். எனக்குத் தயக்கமாக இருந்தது. அவர் முகத்தில் மாற்றம் தெரிகிறதோ என்று பார்த்தேன். அவ்வாறு தெரியவில்லை. வீட்டின் உள்ளே அழைத்துச் சென்று நூல்களையெல்லாம் காட்டினார். அவர்கள் ...ம் தட்டிலேயே சாப்பாடு போட்டுக் கொடுத்ததோடு ...ன் சேர்ந்து சாப்பிட்டார். அப்போது எனக்குச் சங்கட ...ந்தது. ஐயா நாமக்கல்லுக்குக் குடிபெயர்ந்த பிறகு கல்வி ...சனை பெறுவதற்காகச் செல்லும்போதெல்லாம் வெளியில் ... குழாயில் கை கால்களைக் கழுவிச் செல்வேன். என் ...யின் காரணமாக 'அப்படியே வந்துட்டான் பாரு' என்று ...னைத்துவிடுவாரோ என்னும் எண்ணம். இதைக் கவனித்த ஐயா 'ஏன் எப்ப வந்தாலும் கைகால்களைக் கழுவிக்கொண்டு வருகிறீர்கள்? அப்படியே வரவேண்டியதுதானே' என்றார். அதன் பிறகு நான் அவ்வாறு செய்வதில்லை.

பிறகு தனியார் பள்ளியில் பணி கிடைத்தது. கல்லூரியில் பணியாற்றிவிட்டுப் பள்ளியில் எப்படிப் பணிக்குச் சேர்வது என்று தயங்கிக்கொண்டிருந்த சமயத்தில் ஐயாவிடம் ஆலோசனை கேட்டேன். அதற்கு ஐயா 'தயங்காமல் சேர்ந்துவிடுங்கள், ஒரு ஆசிரியர் எல்லா நிலை மாணவர்களுக்கும் பாடம் சொல்லிக்

கொடுக்கும் திறன் பெற்றிருக்க வேண்டும். அதுவும் பள்ளியில் பணியாற்றினால் அடிப்படை விசயங்கள் தெரிந்து கொள்ளலாம்' என்று ஊக்கமளித்தார்.

முனைவர் பட்ட ஆய்வுக்கு ஐயாவை நெறியாளராகக் கொண்டு பதிவு செய்தேன். என்னுடைய திருமண உறவில் ஏற்பட்ட பல்வேறு பிரச்சினைகளால் ஆய்வைப் பல காலம் எழுதாதிருந்தேன். ஒருகட்டத்தில் ஆய்வை எழுதவே முடியாது என்ற நிலைக்குத் தள்ளப்பட்டேன். என் மனைவிக்கு உடல்நிலை சரியில்லாததை அறிந்த ஐயா தாமாகவே என்னைத் தொலைபேசியில் அழைத்து விசாரித்ததோடு மருத்துவத்திற்கும் ஆலோசனை வழங்கினார். அவருடைய தொலைபேசியிலேயே மருத்துவரோடு தொடர்புகொண்டு பேசச் சொல்லி உதவி செய்தார். ஆய்வை இப்பொழுது எழுத வேண்டாம், முதலில் மருத்துவம் பார்க்கவும் என்று தைரியம் கூறினார். அந்நிலையில் ஆய்வைத் தொடர முடியாமல் மனக்குழப்பத்தில் இருந்தபொழுது எழுதியவரையில் எடுத்துவா பார்க்கலாம் என்றார். நான் எழுதி முடிப்பது முடியாத காரியம், எப்படியோ ஆய்வை ரத்து செய்துவிட்டால் பரவாயில்லை என்று எண்ணினேன். ஆனால் அவர் என்னை விடுவதாக இல்லை.

'கூடு' நடக்கும் இரண்டாம் சனிக்கிழமைக்கு முந்தைய நாள் இரவு ஆய்வைத் திருத்தம் செய்வதற்கும் ஆய்வு தொடர்பான ஆலோசனைகளைப் பெறுவதற்கும் தனியாக விடுதியில் அறை எடுத்துக் கூடுவோம். அதில் என்னுடைய மாணவர்களும் இருப்பார்கள். ஆய்வை எழுத முடியாமல் ஏமாற்றிக்கொண்டிருந்த என்னை என்னுடைய மாணவர்கள் முன் ஏன் எழுதாமல் இருக்கிறாய் என்றும் எழுதி முடித்தால் நல்ல வேலைக்குச் செல்லலாம் என்றும் நாகரிகமான முறையில் சொல்வார். என் மாணவர்கள் முன்னிலையில் அசிங்கப்பட வேண்டியிருக்கிறதே என்று நொந்துபோவேன். எப்படியாவது எழுதிவிட வேண்டும் என்ற எண்ணம் மேலோங்கும். ஒருமுறை ஐயாவிடம் நாங்கள் பேசிக்கொண்டிருந்தபோது தொகையடியார்கள் பற்றிய சிறு சந்தேகம் எழுந்தது. யாருக்கும் சரியான விளக்கம் தெரியாத சூழல் ஏற்பட்டது. நான் நண்பர் இராஜேஸ்கண்ணன் இதில் பரிச்சயம் பெற்றவர் என்றேன். உடனே ஐயா அவரிடம் செல்பேசியில் தொடர்புகொண்டு விளக்கத்தை அறிந்தார். தமக்குத் தெரியாததைத் தம் மாணவரிடம் கேட்டுத் தெரிந்து கொள்வதில் அவருக்கு எந்தச் சங்கடமோ தயக்கமோ இல்லை. குருவைக் கடந்து மாணவர்கள் செல்வதை ஊக்கப்படுத்துவதும்

அப்படித்தான் இருக்க வேண்டும் எனப் பாராட்டுவதும் அவர் பண்பு.

அதே காலத்தில் 'நாமக்கல் மாவட்ட தெய்வங்கள்' என்ற தலைப்பில் கட்டுரைகள் பெறப்பட்டு அதற்கான கருத்தரங்கம் மோகனூர் சுப்ரமணியம் கலை அறிவியல் கல்லூரியில் நடைபெறச் செய்திருந்தார். அதற்கான அழைப்பிதழில் நன்றியுரை என என்னுடைய பெயரைப் பதிவு செய்திருந்தார். அக்கருத்தரங்கின் ஏற்பாடுகள் சிலவற்றை என்னையே செய்யச் சொல்லியிருந்தார். எனக்கு வியப்பாக இருந்தது. நாம்தான் ஆய்வை முடிக்காமல் அவரைச் சங்கடப்படுத்திக்கொண்டே இருக்கிறோம். நன்றாகப் படிக்கக்கூடிய மாணவர்கள் பலர் இருந்தும் நம் பெயரைப் பதிவு செய்திருக்கிறாரே என்று யோசித்தேன். நம்மீது மிகுந்த கோபம் இல்லை போலும், சரி, எழுதி முடித்துவிடுவோம் என்று மனம் நீண்டது. அக்கருத்தரங்கில் தொகுப்பாளராக ஐயா இடம்பெற்றிருந்தார். நன்றியுரை ஆற்றவிருக்கும் என்னை அழைக்கும்போது 'எங்கள் கல்லூரித் தமிழ்த்துறையின் 'மூத்த ஆய்வாளர்' நல்லுசாமி அவர்களை நன்றியுரையாற்ற அழைக்கிறேன்' என்றார். எனக்குத் தூக்கிவாரிப் போட்டுவிட்டது. நேராகத் திட்டியிருந்தால் அவ்வளவாக எடுத்துக்கொள்ள மாட்டேன். அந்த வார்த்தையின் அர்த்தம் என்னவென்றும் அதனால் ஐயா எவ்வளவு மனவேதனை அடைந்துள்ளார் என்பதையும் புரிய முடிந்தது. அதோடு நண்பர்களிடமும் பேராசிரியர்களிடமும் கூறி ஆய்வை எழுதுவதற்குத் தூண்டு கோலாய் இருந்ததோடு அல்லாமல் எழுதி முடிக்க வைத்துப் பட்டம் பெறச் செய்தார். என்னால் அவர் பட்ட வேதனைகள் ஏராளம். நான் நன்கு அறிவேன். இருந்தாலும் எழுத வைத்துப் பட்டம் பெறச் செய்த அந்த பெருந்தகையை என்றுமே மறக்க முடியாது.

என் மகன் நான்காம் வகுப்புப் படித்துக்கொண்டிருந்தபோது நெஞ்சு வலியால் அவதிப்பட்டுக் கொண்டிருந்தான். பல்வேறு இடங்களில் மருத்துவம் பார்த்துக்கொண்டிருந்தேன். அந்தச் சமயத்தில் அவன் விரும்பியதை உடனே வாங்கித் தர வேண்டும் என்பதில் கண்டிப்புடன் இருப்பான். ஒரு சமயம் சைக்கிள் வேண்டுமென்று கேட்டான். சைக்கிள் கடைக்குச் சென்றதும் அதற்கான தொகை முழுவதுமாக என்னிடம் இல்லை. ஐயா அவர்களிடம் கேட்டபோது உடனே தொகை கொடுத்து உதவினார். அப்போது சைக்கிள் வாங்கித் தராமலிருந்திருந்தால் நெஞ்சு வலியோடு இதன் வலியையும் சேர்த்து அவதிப்பட்டிருப்பான்.

அதை ஐயா தெரிந்திருப்பார் போலும். இன்னும் அந்த சைக்கிள் ஐயா வாங்கிக் கொடுத்தார் என்று சொல்லிக்கொண்டிருக்கிறான். பாதுகாப்பாகவும் வைத்திருக்கிறான்.

என் மனைவியோடு கருத்து வேறுபாட்டால் பிணக்கம் ஏற்பட்டதை அறிந்த ஐயா உடனே கேட்காமல் மாதம் சில கடந்து தனியாக விவாதித்து அதற்கான ஆலோசனைகளையும் வழங்கினார். விவாகரத்துவரை சென்ற நான் இன்னும் வாழ்ந்துகொண்டிருக்கிறேன். ஒருமுறை திடீரென உங்கள் வீட்டிற்கு நானும் அம்மாவும் வருகிறோம் என்று என்னிடம் அலைபேசியில் அழைத்துச் சொன்னார். நான் மிகுந்த வேதனையடைந்து விட்டேன். நம்மைப் பற்றி வேறு யாராவது தவறாகச் சொல்லியிருக்கிறார்களோ? நாம் செய்த தவறு ஐயாவுக்குத் தெரிந்துவிட்டதோ? வீட்டிற்கே வருகிறோம் என்று அம்மாவையும் அழைத்து வருகிறேன் என்கிறாரே? வேதனை யுடன் இருந்தேன். வந்தவர் எதுவும் கேட்கவில்லை. அவர் பிரச்சினையைக் கேட்டிருந்தால் நான் மனைவியோடு இன்னும் கோபப்பட்டிருப்பேன். ஆனால் என்னைச் சிந்திக்க வைத்துவிட்டுச் சென்றுவிட்டார். கேட்காமல் சென்றதால் இன்றுவரை பிரச்சினையில்லை. அதோடு ஏதாவது பிரச்சினையென்றால் உடனே என்னுடைய செல்பேசிக்கு அழைத்துப் பேசவும் என்று என் மனைவியிடம் சொல்லிவிட்டுப் போனார். அதிலிருந்து ஏதாவது பிரச்சினை செய்துவிட்டால் ஐயாவிடம் சொல்லி விடுவார்களோ என்ற பயம் என்னுள் இருக்கிறது. என் மகன்கூட அவன் கேட்பதை வாங்கிக் கொடுக்காத சமயத்தில் நான் செய்த தவறுகளையெல்லாம் சுட்டிக்காட்டி 'ஐயாவிடம் போன் பேசிச் சொல்றேன் பார்' என்று போனைத் தூக்கி மிரட்டும் சமயத்தில் நான் பயப்படுவதும் உண்டு.

போட்டித் தேர்வுகள் பல வந்தபோதிலும் ஒன்றில்கூடத் தேர்ச்சி பெறாத என்னை எப்படியாவது தேர்ச்சி பெறச் செய்ய வேண்டும் என்பதில் முனைப்பாக இருந்தார். அவருடைய வீட்டில் போட்டித் தேர்வுக்கான பயிற்சி வகுப்பு நடத்தினார். பயிற்றுவிப்பதில் திறமை வாய்ந்த ஆசிரியர்களை அழைத்து வந்து பயிற்சியளித்தார். அதில் என்னுடைய மாணவர்கள் உட்பட முப்பதுக்கும் மேற்பட்ட மாணவர்கள் இடம்பெற்றிருந் தனர். ஒருநாள் என் நண்பரிடம் ஐயா 'நல்லுசாமியை எப்படியாவது தேர்ச்சி பெறவைத்துவிட வேண்டும்' என்று பேசிக்கொண்டிருந்ததைக் கேட்டுவிட்டேன். பயிற்சி வகுப்பில் நடத்தும் தேர்வு விடைத்தாள்கள் ஐயாவிடம் சென்றுவிடும்.

எல்லோருடைய மதிப்பெண்களையும் பகிரங்கமாக வாசிப் பார்கள். பயிற்சி பெறும் மாணவர்களிலேயே வயதில் மூத்தவன் நான்தான். அப்பயிற்சியில் என்னுடைய மாணவர்களும் இடம் பெற்றிருந்ததால் என்னுடைய மதிப்பெண்கள் குறைவாக இருந்தால் அவமானமாக இருக்குமே என்று அதிகமாகப் படிக்க ஆரம்பித்தேன்.

சிலசமயம் நன்றாகப் படிக்காத சமயத்தில் தேர்வைப் புறக்கணிப்பதும் உண்டு. அதற்கான காரணத்தை மழுப்பும்போது மிகவும் இயல்பாகப் படிக்கத் தூண்டுவார். நல்ல மதிப்பெண்கள் பெறும் மாணவர்களைப் பாராட்டுவார். குறைவான மதிப்பெண்கள் பெறும் மாணவர்களிடம் எப்பகுதியில் மதிப்பெண்கள் குறைந் துள்ளது என்பதைக் கண்டறிந்து அப்பகுதியை கவனமாகப் படிக்கத் தூண்டுவார். நல்ல ஆலோசனைகள் வழங்குவார். அதில் இருபதுக்கும் மேற்பட்ட மாணவர்கள் தேர்ச்சி பெற்று அரசுப் பள்ளிகளில் பணியாற்றிக் கொண்டுள்ளனர்.

ஒசூரில் தனியார் நிறுவனத்தில் சொற்பச் சம்பளத்தில் வயிற்றைக் கழுவிக் கொண்டிருந்திருக்க வேண்டிய நான் இன்று அரசு கல்லூரியில் உதவிப் பேராசிரியராகப் பணியாற்றிக் கொண்டிருக்கிறேன். தடுமாறிக் கொண்டிருந்தவனைத் தடம் மாற்றியவர் ஐயா.

○

29

நெறியாளரும் ஆய்வாளரும்
சு. பலராமன்

தேர்வுக்காக என்னைத் தயார்ப்படுத்திய ஆசிரியர்களின் ஊடாடல் மங்கத் தொடங்கி ஆய்வுத் தேடலுக்கு ஆயத்தமான பெருமுயற்சியின் விளைவுதான் ஐயாவின் சந்திப்பு. ஆதலால் இளங்கலை, முதுகலை என மூன்று, ஐந்து ஆண்டுகள் இடைவிடாது அவரிடம் கல்வி பயின்ற மாணாக்கரின் நீண்டதொரு பட்டியலில் என்னை இணைத்துப் பார்ப்பதிலுள்ள இடைவெளியையும் அவதானிக்கிறேன். சமூக விழுமியங்களின் மீதான சுய மதிப்புகளை வைத்து நோக்குகையில் என்னை ஐயாவின் சந்திப்பிற்கு முன், சந்திப்பிற்குப் பின் எனப் பகுக்கலாம். கடந்த நான்காண்டுகளில் நவீன இலக்கியமான புதினங்களின் வாசிப்பை அடிப்படையாகக் கொண்டு அவ்விழுமியங்களின் மீதும் சுயத்தின் மீதும் பரிசீலனை, பரிசோதனை நிகழ்த்த முடிந்தது. சுய மதிப்புகளை மறுகட்டமைக்கக் களம் சமைத்துக் கொடுத்தது வாசிப்பிற்குப் பின் பல்வேறு சூழல்களில் அவருடனான தனித்த நேரடிக் கலந்துரையாடல். வாசிப்பை அடுத்த கட்டத்திற்கு நகர்த்துவதில், தமிழ்ச் சூழலை எதிர்கொள்வதில், சுயத்தின் இறுக்கத்தைக் குறைந்த பட்சமேனும் தளர்த்திக்கொள்வதில் ஐயாவுடனான உரையாடலுக்குப் பெரும்பங்கு உண்டு.

முனைவர் பட்ட ஆய்வுக்கு 2011 ஆகஸ்ட் 16 அன்று நெறியாளர் ஒப்புதலுடன் பெரியார் பல்கலைக்கழகத்திற்கு விண்ணப்பித்தேன். அன்று

மாலையே நெறியாளரின் இல்ல நூலக அறையில் ஆய்வு மற்றும் ஆய்வாளருக்கான முதன்மையான, முக்கியமான பணிகளாக ஒரு சிலவற்றைக் கூறினார். அதில் வாசிப்பு என்பது பிரதானமாக விளங்கியது. அவ்வாசிப்பிற்காக நாவல் பட்டியலை இடைவிடாது கூறிச் சென்றார். விரைவாகக் குறிப்பேட்டில் பதிவு செய்வதில் எனக்குச் சிறிது தடுமாற்றமும் தடையும் ஏற்பட்டன. நூறு நாவல்கள் வந்துவிட்டதா என்று இடையிட்டார். பட்டியலைக் கணக்கிட்டு நூற்றுக்கும் மேற்பட்டுச் சென்றதைக் கூறினேன். இப்பட்டியலிலுள்ள நாவல்களைத் தேடி வாசித்து அவை பற்றிய கருத்துக்களைத் தனியேட்டில் பதிவு செய்து பராமரிக்க வேண்டும் என்றார். 'ஆய்வாளர்களைக் குறைந்தது நூறு புத்தகங்களையாவது வாசிக்கச் சொல்வேன். என்னிடம் ஆய்வு மேற்கொண்டால் கால தாமதமாகும் என்பதான கருத்து நிலவுகிறது. ஆதலால் ஆய்வாளர்களாகச் சேர்வதைப் பலர் தவிர்க்கின்றனர்' என்கின்ற தகவலையும் அவர் கூறத் தவறவில்லை.

நேரடியாகச் சந்திக்கும்போது வாசித்த நாவல் பற்றிக் கேட்டறிவதில் அவரிடம் மென்மை இழையோடும். வாசித்த நாவலை நெறியாளரிடம் அச்சமின்றி எடுத்துரைக்க அம்மென்மை தான் எனக்கு எல்லா வகையிலும் துணை புரிந்தது. மூன்று நான்கு மாதங்களுக்கு மேலாகப் பத்துப் பதினைந்து நாவல்களை எவ்விதச் சலனமுமின்றி ஆரோக்கியமாக எடுத்துரைத்து வந்தேன். ஒரு நாள் ஸ்ரீ.வை. குருஸ்வாமி சர்மா எழுதிய 'பிரேமகலாவத்யம்' (1893) என்னும் நாவலை வாசிக்க அவரே கொடுத்தார். நாவலை அவரிடம் ஒப்படைக்கையில் எப்படி இருக்கு என்று கேட்டறிந்தார். எந்த நாவலின் பார்வையில் என்னை மதிப்பிடுகிறார் அறியாமலேயே மனத்தில் தோன்றியதைக் கூறினேன். வல் 'பிராமணர்களை மையப்படுத்தி அவர்களுக்கான னையை மட்டுமே அளிக்கிறது. அச்சாதியின் ஒற்றுமையைப் வதற்காகப் பேசுகிறதே தவிர, சமூகச் சமத்துவத்திற்காக ல. என்னென்ன தொழிலை எச்சாதியினர் செய்து வந்தனரோ வர்கள் அத்தொழிலைச் செய்ய வலியுறுத்துகிறது. மேலும் அவர்களுக்கு அடிமைப்பட்டே இருக்க வேண்டும் என்று கூறுகிறது. எனவே அது பற்றிய கருத்தை என்னால் எழுத முடியவில்லை. வாசிப்பதோடு மட்டும் நின்றுவிட்டேன்' என்று பதிவு செய்தேன்.

பிராமணச் சாதி பற்றி அரங்க மேடைகளில் முழங்கிய பேச்சைக் கேட்ட பார்வை இது. 'உனக்கு உள்ள பார்வையை வைத்துக்கொண்டு நாவலை வாசிக்கக் கூடாது. மனத்தைத் திறந்து வைத்து வாசித்தால்தான் நாவலின் பார்வை பிடிபடும். இல்லையென்றால் உன் பார்வை முதலில் வெளிப்பட்டு

நாவலையே நிராகரித்துக் கொண்டிருப்பாய்' என்றார். அவரது உரையாடலின் மூலம் நாவல் வாசிப்பிற்கான பயிற்சியை முதலில் பெற்றேன். அச்சமயம், 'நவீன இலக்கியத்தை வாசிக்கிற நாம் அப்படி யாரையும் எதையும் நிராகரிக்கக் கூடாது' என்பார். அவர் பயன்படுத்தும் 'நாம்' என்ற சொல்லாடல் நவீன இலக்கியத்தை வாசிக்கிறவர்களின் பொறுப்பைப் பிரதிபலிக்கும் கனமான சொல்லாடலாக என் ஆழ்மனத்தில் பதிவானது. அதிலிருந்து நாம அப்படிப் பார்க்கக் கூடாது, நாம அப்படி இருக்கக் கூடாது என்கின்ற வாசிப்பை முன்னெடுக்க முனைந்தேன்.

'இந்த நாவல்லதான (கோபல்லபுரத்து மக்கள்) டீ குடிச்சுட்டு இரவு முழுவதும் தூக்கம் வராம இருக்குறதச் சொல்வாரு கி. இராஜநாராயணன் ... வ.ரா (சுந்தரி) முற்போக்கா எழுதுவாருப்பா... பள்ளிகொண்டபுரம் (நீல. பத்மநாபன்) என்ன சொல்லுது. பாவம் அந்த அனந்த நாயர்... இதுல (தலையணை மந்திரோபதேசம்) அந்த அம்மா புருசனக் கொடுமைப் படுத்துறத பாருப்பா. அந்த அம்மாவ கொன்னுருவாரு (பண்டித ச.ம. நடேச சாஸ்திரியார்) ... என்பதானது நாவல் பற்றிக் கலந்துரையாடும் சூழலில் நெறியாளர் வெளிப்படுத்தும் மொழி. நாவலுடன், எழுத்தாளனுடன், மாந்தர்களுடன் நெருங்கி நம்பகத்தன்மையோடு அணுகியதாக அமைந்துள்ளது அவரது வாசிப்பு. எனது வாசிப்பானது நம்பகத்தன்மையற்றுத் தட்டையாக இருந்தது என்பதே இவ்வுரையாடலின் மூலம்தான் தெரிய வந்தது. அவ்வகையில் இவ்வெளிப்பாடு நாவலின் மீது நம்பகத் தன்மையான வாசிப்பைக் கோரி நின்றது. நாவல் வாசித்துக் கொண்டிருக்கையில் யாராவது 'என்ன கதை படிக்கிறயானு கேட்டால், இல்லை வாழ்க்கையை வாசிக்கிறேன்' என்று கூற முடிந்தது.

பட்டியலில் இடம்பெற்ற, இடம்பெறாத நாவலின் பதிவுகளைப் பகிர்ந்துகொள்ளும்போது அந்நாவலில் நான் கவனிக்கத் தவறிய பதிவுகளைக் கூடுதலாக முன்வைப்பார். இவ்வுரையாடலுக்குப் பின் மீண்டும் அந்நாவலின் மீது என் பார்வையை ஓடவிட்டு நெறியாளர் முன் வைத்த பதிவுகளைக் குறிப்பேட்டில் பதிவு செய்துகொள்வதுண்டு. நாவலை வாசிப்பது, குறிப்பேட்டில் பதிவது என்பதான கவனத்தில் எனது வாசிப்பு இருந்தது. நாவலில் வரும் நிகழ்வுகள் அவரது நினைவுகளில் பதிவானது என்பதைத் தற்செயல் சந்திப்பு ஒன்று எனக்கு உணர்த்தியது. எங்களது உரையாடலானது நேரத்தை, இடத்தை வரையறை செய்த திட்டமிடலுக்குள் ஒருபோதும் நிகழ்ந்ததில்லை. நாமக்கல் நகரத்திற்குள் இருசக்கர வாகனத்தில் பயணப்படும்போது

அவரது மாணவர்களைச் சந்திக்க நேர்ந்தது. அச்சந்திப்பைத் தொடர்ந்து பயணிக்கையில் அந்நண்பர்களின் இலக்கியச் செயல்பாட்டையும் அதன் நடப்பியல் வடிவத்தையும் நகைப்பு கலந்து உற்சாகமாகப் பேசினார். ‘இந்துமதியோட தரையில் இறங்கும் விமானத்தில நண்பர்கள் சேர்ந்து இலக்கிய இதழைத் தொடங்கிட்டுக் குடும்பமானவுடனே ஒவ்வொருத்தரா விலகி அச்செயல்பாட்டையே முழுமையாக் கைவிட்டுருவாங்கல்ல அவுங்கள மாதிரிதான் இவங்களும்’ என்று கூறினார். நாவல்களில் வரும் நிகழ்வுகள் நினைவுகளாகப் பதிவானதை அவரது உரையாடல்கள் இயல்பாக வெளிக்கொணரும். தன்னைச் சுற்றி நிகழக் கூடிய நிகழ்வுகளை இலக்கியத்தோடு பொருத்திப் பார்க்கும் வாசிப்பு இழையோடியதையும் உள்வாங்க முடிந்தது.

ஆய்வுத் தலைப்பைப் பற்றி நெறியாளருடன் உரையாடிய சந்தர்ப்பத்தை எண்ணிக்கையில் அடக்கிவிடலாம். நெறியாளருடன் இருக்கும்போது ஆய்வுத் தலைப்பைப் பற்றிக் கேட்பவர்களிடம் தலைப்பை மட்டும் கூறி நழுவ முயன்றதுண்டு. கூடுதல் தகவலுக்கான பாவனையோடு காத்திருந்தால் ‘இப்பத்தான் பதிவு செஞ்சிருக்கு, இனிமேதான் அதைப் பற்றித் தேடணும்’ என்று அவரே பதிலளித்ததுண்டு. இருப்பினும் எச்சந்தர்ப்பத்திலும் தலைப்பு தொடர்பான வாசிப்பை முன்மொழிந்தது இல்லை. எனக்கும் கேட்க வேண்டும் என்ற எண்ணம் தோன்றவில்லை. பட்டியலிலுள்ள நாவல்களின் மீது கவனத்தைச் செலுத்தும்போது எதேச்சையாகக் கடல், மீன், முத்து, பவளம், பரதவர், நெய்தல், படகு, கடலலை என்பவை கண்ணில் படும் பட்சத்தில் சேகரிக்கத் தவறுவ[illegible]லை. கிடைத்த தரவுகளை ஒரு சில சந்தர்ப்பங்களில் ஊடி[illegible]கியதுண்டு. ‘கடல் தொடர்பா எதைப் பார்த்தாலும் வாங்கு[illegible]பா . . .’ என்பதில் எள்ளல் தொக்கி நிற்பதைக் குறுந[illegible] காட்டிவிடும். ஆய்வாளருக்கேயுரிய பதற்றங் கலந்த [illegible]யோடு ‘ஆதாரத்திற்குத் தேவைப்படுங்கையா. அதான்[illegible]னேன்’ என்று (ஈனக்குரலில்) மொழிவேன். சரி வச்சுக்[illegible] (அசட்டையாக) வாங்னதால ஒண்ணுமில்லை என்று [illegible] கொடுத்துவிடுவார். தொடர்ந்து அத்தரவையோ தலைப்[illegible]ா பற்றித் தயக்கத்துடன் பேசத் தலைப்படும்போது இடை[illegible] ‘இங்க பாருப்பா என் ஆய்வை நான் ஆறு மாசத்[illegible] முன்னாலேயே முடுச்சு வச்சுட்டேன். ஆய்வுக்கான பார்[illegible]ருந்தா சீக்கிரம் முடிச்சுறலாம். அதுனால ஆய்வப் பத்திக் [illegible]லைப்பட தேவையில்லை’ என்று கூறிவிட்டு அவரது பணியில் கவனத்தைத் திருப்பிக்கொள்வார். ஆய்வுப் பார்வை தொடர்பாக யார் புத்தகம் எழுதி இருப்பாங்க, வாசிக்கணுமே என்று மனத்தில் ஓடியது.

கோகுலக்கண்ணன் எழுதிய 'கடவுளின் நண்பர்கள்' புதினத்தின் வெளியீட்டு நிகழ்வில் பேசுவதற்காக நெறியாளரை அழைத்திருந்தது காலச்சுவடு பதிப்பகம். அதற்காகப் புத்தக வடிவமாவதற்குத் தயார் நிலையிலிருந்த அச்சுப் பிரதியின் நகலையும் அனுப்பியிருந்தது. அந்நகலை என்னிடமளித்து 'வாசிப்பா' என்றார். வெளியீட்டுக்கு முன் நாவலை அதன் அச்சுப் பிரதியிலேயே வாசிக்கும் வாய்ப்பு முதன்முதலாகக் கிடைத்த தருணத்தில் பெருமகிழ்ச்சியுடன் பெற்றுக்கொண்டேன். இரண்டு நாள் கழித்து அந்நகலை அவரிடம் அளிக்கையில் 'நீயே வச்சுக்கப்பா' என்றார். நாவலின் பொருளைக் கேட்டறிந்துவிட்டுக் கணினியில் அவர் தட்டச்சு செய்து வைத்திருந்த அந்நாவல் பற்றிய கட்டுரையை வாசிக்கச் சொன்னார். வாசித்த பின் எப்படி இருக்கு என்று கேட்டதில் பார்வையும் கலந்திருக்கிற கவனமில்லாமல் நல்லா இருக்குங்கையான்னு கூறினேன்.

ஆய்வுப் பார்வை தொடர்பாக யார் புத்தகம் எழுதியிருப் பாங்க என்னும் சிந்தனை ஓட்டம் மாறவேயில்லை. நாவல் தேடலின்போது இத்தலைப்பிற்காகவும் நேரத்தைச் செலவழித்த துண்டு. இப்பொருளின் அடிப்படையில் என்னென்ன புத்தகம் வந்திருக்கு என்ற விவரத்தை நெறியாளரிடமும் கேட்டதில்லை. திருப்பத்தூர் கல்லூரி ஒன்றில் 'அண்மைக் காலத் தமிழ்ப் புதினங்களின் போக்குகள்' என்னும் தலைப்பிலான கருத்தரங்கில் பேசுவதற்காக அழைப்பு வந்துள்ளது என்றார். அச்சமயம் குமார செல்வாவின் 'குன்னிமுத்து' நாவலை அளித்து இந்த நாவல் எப்படி இருக்குன்னு சொல்லுங்க என்றார். நாவலை வாசித்துவிட்டு அலைபேசியில் வழக்கம்போல நல்லா இருக்குங்கையான்னு சொன்னேன். சரி... அதுல 'வட்டார வழக்கு நாவல்களின் போக்கு'ப் பற்றிக் கட்டுரை எழுத முடியுமான்னு கேட்டறிந்தார். மௌனமாகித் தயக்கத்துடன் அது பற்றித் தெரிலங்கையா... என்றேன். சரிதான்... பார்வை இன்னும் வரல... என்று கூறிவிட்டு நான் வாசிக்கிறேன்... நாவலை வந்து கொடுங்கன்னு சொன்னார். இறுதியில் அவர் கருத்தரங்கிற்குச் செல்ல இயலாத சூழல். கட்டுரை எழுத்து வடிவமும் பெறவில்லை. ஆனால் அக்கட்டுரையின் பார்வையைப் பற்றி உரையாடினார்.

'எழுத்தாளர் வட்டார மொழின்னு குறிப்பிடுகிற சொல் பொது வழக்காகக்கூட இருக்கலாம், அதைப் பார்க்கணும். நாகர்கோவில் வட்டார மொழிக்குள் விளவங்கோடு வட்டார மொழின்னு தனியாக் குறிப்பிடுகிறார். இது எதன் அடிப்படை யில எழுகிறதுன்னு பார்க்கணும். இவ்வகைமை நாவல்களில் பின்னிணைப்பாகச் சொல்லுக்குப் பொருள் கொடுக்கும் முறை இல்லை. ஆனால் நாவல் பின்னிணைப்பில் சொல்லுக்குப் பொருள்

கொடுக்கும் போக்கு இப்ப இருக்குன்னு கூறலாம். இப்படியான பார்வையில பார்த்துக்கிட்டே போலாம். நாவல் வாசிக்கிறீங்க ஆனால் இன்னும் பார்வை வரலையே . . . கட்டுரைக்கான பார்வையோடு வாசிப்பு இருக்கணும் என்றார். பார்வைக்கான புரிதலின் தொடக்கப் புள்ளியை இவ்வுரையாடல் பெற்றுத் தந்ததோடு ஆய்வுப் பார்வை பொருளை அடிப்படையாகக் கொண்ட புத்தகத் தேடலை ஆழ்மனத்தில் புதைப்பதற்கும் சேர்த்தே கைகொடுத்தது.

வாசித்த நாவல்களைப் பகிர்ந்துகொள்ள வேண்டும் என்கின்ற நெருக்கடியெல்லாம் கிடையாது. இது மட்டும்தான் பேச வேண்டும் என்ற எந்த நிர்ப்பந்தமும் இல்லை. நாவல் பதிவு, என்னுடைய பார்வை அத்துடன் நெறியாளர் தம் பார்வையையும் முன்வைப்பார். நம்பகத்தன்மையைக் கொடுக்கக் கூடிய பதிவு, தர்க்க ரீதியான எடுத்துரைப்பு, நடைமுறையுடன் கூடிய ஒப்பீடு, பார்வையில் உள்ள சிக்கல்கள் என்பதான கலவையில் அமைந்திருக்கும் அவ்வுரையாடல். விவாதத்தில் நெறியாளரின் பார்வைக்கு மாற்றான பார்வையை முன் வைக்கலாம். ஆனால் அது மரபாக அமையும் பட்சத்தில் அவரது பகடி இல்லாமல் அவ்வுரையாடல் நிறைவடையாது. பகடி என்பது அவரது உரையாடலின் தனித்தன்மை என்றே கூறலாம். மேலும் தன் குடும்பத்துடன் எள்ளி நகையாடுவது என்பது அவரது இயல்பு. பல சூழல்களில் அப்பகடியை மனத்தாங்கலோடுதான் எதிர்கொள்ள வேண்டியிருந்தது. அச்சூழல்களை எதிர்கொள்வதற்காகவே மரபானவற்றின் எனது பார்வையை முதன்முதலாக மாற்ற முயன்றேன். றுக்கத்தைத் தளர்த்தி வாசிப்பையும் பார்வையையும் ந்திக்கொண்ட பின்புதான் அவரது உரையாடல்களை ாள்ள முடிந்தது.

ரியாளரின் இல்லத்தில் எண்ணற்ற இலக்கிய இதழ்கள் ாறும் தவறாமல் வந்தவண்ணமிருக்கும். *உயிர் எழுத்து* 2014) இதழில் கட்டுரை ஒன்றை வாசித்துக்கொண் ன். என்ன சாப்பிடப் போலாமா?... என்றார். ஐயா ஒரு நிமிசம்!... இந்த கட்டுரைய முடிச்சுர்ரேன்... அப்படி என்ன கட்டுரை அது?... ந. முருகேச பாண்டியன் மறுவாசிப்பில் மணிமேகலையைப் பற்றி எழுதியிருக்கிறார். புரியுதா . . . என்றார். புரியுதுங்கையா... மணிமேகலை கதையோட தி. ஜானகிராமன் நாவலான அமிர்தத்தைப் பொருத்திப் பார்க்கலாங்கையா என்றேன். அது அவரோட முதல் நாவல். ஆனா . . . அந்த நாவல் பேசப்படல. கட்டுரை எழுத முடியும்னா குறித்து வைங்க... இன்னொரு சந்தர்ப்பத்தில அதை நாம கட்டுரையா

எழுதலாம். கட்டுரைய வாசிக்குறப்ப எப்படி வடிவமைச்சு இருக்காங்கன்னு பாருங்க ... என்றார். சிறுபத்திரிகைகளில் வரக்கூடிய கட்டுரையைப் புரிந்துகொள்வதற்கும் எழுதுவதற்கான எண்ணத்தையும் கிளர்த்தியது இவ்வுரையாடல். இச்சூழலில் சிறுபத்திரிகைகளுடனான நெருக்கத்தை ஏற்படுத்திக் கொடுத்தது அவரது இல்லம். அந்நெருக்கத்தின் திறப்புத்தான் இன்று எனது இல்லத்தில் மாதந்தவறாமல் காலச்சுவடும் காட்சிப்பிழையும் வந்து விழுகின்றன.

இவ்வாறான தொடர் வாசிப்பிற்குப் பின் தமிழ்ச் சமூகம், பண்பாடு, அரசியல், அதிகாரம், கடவுள், பக்தி, சாதி, மதம், கல்வி, ஒழுக்கம், அறம், நட்பு, காதல், பெண், கற்பு, காமம், திருமணம், உறவு முறை, சடங்கு முறை என்பவற்றிலுள்ள புனிதத் தன்மையையும் அவற்றின் மீதான எனது சுய மதிப்பையும் கேள்விக்குட்படுத்தும் உரையாடலாக அவருடனான சந்திப்புகள் அமைந்தன. அரசியல் (சாதிக்) கட்சித் தலைவர் ஒருவர், காதல் (சாதிக் கலப்புத்) திருமணங்களுக்கு எதிராகப் பேசியதைத் *தினமணி* நாளிதழ் செய்தியாக வெளியிட்டிருந்தது. அதை வாசித்துக்கொண்டிருக்கையில் இந்தக் காலத்திலையும் இன்னும் சாதி வலுவானதா இருக்குதுங்கையா ... பேப்பரப் பாருங்க என்று அச்செய்தியைக் காண்பித்துவிட்டு ... சாதியப் பத்தி வெளிப்படையாப் பேசுறாங்கன்னு சொல்லிக்கொண்டே அச் செய்தியில் மீண்டும் பார்வையைச் செலுத்தினேன். அப்போது மிக நிதானமாகச் 'சாதிவிட்டுச் சாதிக் காதல் பண்ணிக் கல்யாணம் பண்றதுல சுயசாதிப் பற்றுக் குறையுது. அதுல சாதி உடையுது. அதுனாலதான் இவங்க தன் சாதியக் காப்பாத்த இப்படிப் பேசுறாங்கப்பா' என்றார். இம்மாதிரியான சந்தர்ப்பங்களில் தன்னைச் சுற்றியுள்ளவர்களின் சாதிப் பற்றையும் சாதியின் குணாம்ச நடத்தையையும் சுட்டிக்காட்டி உரையாடும் சூழல் களில் நெருடலோடுதான் பங்கேற்க முடிந்தது.

இவ்வுரையாடல்களில் ஏற்றுக்கொள்ள முடியாத சூழலும் ஏற்பட்டதுண்டு. உன்னால் ஏற்க முடியாததற்குக் காரணம், நீ வைத்திருக்கக் கூடிய உன் மதிப்புகள்தான் என்பார். அச் சமயங்களில் பொதுப்புத்தி சார்ந்த பார்வை என்றும் கூறுவார். இம்மாதிரியான வாசிப்புக்கும் அது பற்றியான பார்வைக்கும் சுயசாதிப் பற்றுப் பின்னணியாக உள்ளது என்று விளக்கம் கொடுத்தார். சுயசாதி சார்ந்து சிந்திப்பதிலிருந்து தன்னை விடுவித்துக்கொண்டு சுதந்திரமாக வாசிக்கின்ற வாசிப்புப் பார்வைதான் சமூகத்தை அடுத்தக் கட்டத்திற்கு நோக்கி நகர்த்தும் என்றார். இதற்கு முன் எண்ணற்ற விசயங்கள் உரையாடி உள்ளோம். அதையெல்லாம் எளிதாகவும் சிலவற்றை மிகக்

கடினமாகவும் கடந்துள்ளேன். ஆனால் இவ்வுரையாடலை எளிதாகக் கருத முடியவில்லை. வாசிப்புப் பயிற்சியாகக் கடந்து செல்வதிலும் மனத்தடை ஏற்பட்டது.

ஏனென்றால் மனிதர்களைவிட எழுத்தை நம்பும் (நேசிக்கும்) மனநிலையில் வாசித்துக்கொண்டிருந்த சூழல் அது. இச்சூழலில் நாம் வாசிக்கின்ற வாசிப்புப் பொய்த்து விடுமோ என்ற அச்சவுணர்வு அதிகமாக மேலெழுந்தது. இதனால் இவ்வுரையாடலின் நினைவு பல தருணங்களில் என் மனதைக் கனமாக்கி மௌனமாக்கியதை என்றும் மறவேன். சுயசாதி, வாசிப்பு, சமூகம், அடுத்த கட்ட நகர்வு என்பது பற்றித் தனிமையில் தீவிரமாகப் பரிசீலித்தேன். அப்பரிசீலனையில் சுயசாதி சார்ந்து சிந்திப்பதிலிருந்து தன்னை விடுவித்துக்கொண்டு வாசிக்கின்ற வாசிப்பை முன்னெடுக்க வேண்டும் என்று தீர்மானித்தேன். இவ்வாறான வாசிப்பின் நம்பகத்தன்மைக்காகவே கலப்புத் திருமணம் புரிவதென்று என் ஆழ்மனம் அன்றே முடிவு செய்தது.

தமிழ் நாவல்கள், மொழிபெயர்ப்பு நாவல்கள், சிறு பத்திரிகைகள், நாளிதழ்கள், அரங்கப் பேச்சுக்கள், விமர்சகர்கள், ஆய்வாளர்களின் கருத்துக்கள் மட்டுமல்லாது எந்த ஒரு புத்தகத்தையும் அது பற்றிய பதிவுகளையும் பகிர்ந்துகொள்ளுதலைச் சுமையாகக் கருதாமல் இயல்பான சந்தர்ப்பமாக அளித்தார். அச்சந்தர்ப்பங்களில் எந்த ஒன்றையும் அலட்சியப்படுத்தும் போக்கு அவரிடம் தென்படவில்லை. அனைத்தையும் உள்வாங்கிக் கொண்டு எதிர்வினை ஆற்றியது அவரது வாசிப்பு. அறியாமையில், போதாமையில், தட்டையான பார்வையில், தொடக்க நிலையில் மரபாகப் பேசியவற்றைக் கொச்சைப்படுத்தாமல் ...து வாசிப்பை நெறிப்படுத்தினார் என்பது எழுத்தாக்கும் ...சூழலில்தான் பிடிபட்டது. திணிப்பில்லாமல் தர்க்க ரீதியாகச் ...ந்தனையைக் கிளர்த்தும் ஆளுமையாக அணுகியது அவரது ...ல். மரபாகச் சிந்திப்பதற்கு அதனைத் தக்கவைப்பதற்கு ...ழுத்தாளனையும் அவனது எழுத்தையும் மறுப்பது வாசிப்பு ...றமாகாது என்பதான கோட்பாட்டைப் பெற வைத்தது அவரது உரையாடல்.

○

30

வெற்றி என்னும் வளம்
பெ. பாலசுப்பிரமணியன்

நான் இளங்கலை முடித்துவிட்டு மேற்படிப்பு குறித்த எந்த முயற்சியும் இன்றி மளிகைக்கடை ஒன்றில் கணக்காளராகப் பணியாற்றிக்கொண்டிருந்தேன். ஒருநாள் நிலுவைத்தாளில் தேர்ச்சி பெற்றதற்கான மதிப்பெண் பட்டியல் பெறுவதற்காகக் கல்லூரிக்குச் சென்றிருந்தேன். அப்போதுதான் அறிஞர் அண்ணா அரசு கலைக் கல்லூரியின் தமிழ்த்துறையில் முதுகலை வகுப்பு தொடங்கப்பட்டு மாணவர் சேர்க்கை நடைபெற்றுக்கொண்டிருந்தது. மதிப்பெண் பட்டியலைப் பெற்றுக்கொண்டு செல்லும்போது ஐயா தன் இருக்கைக்கு வந்துவிட்டார். என்னைப் பார்த்ததும் "என்னப்பா பாலு, இப்ப என்ன பண்ணிட்டு இருக்கீங்க" என்று கேட்டார். அதற்கு "நான் மளிகைக்கடைல வேல பார்த்துட்டு இருக்கிறேன் ஐயா" என்றேன். அதைக் கேட்டதும் என்னை அருகில் அழைத்து முதுகலையில் சேர்ந்து படிப்பது தொடர்பான ஆலோசனைகள் வழங்கி ஆர்வத்தைத் தூண்டியதுடன் துறைத்தலைவரிடம் அழைத்துச் சென்று என்னைப் பற்றியும் என் குடும்ப நிலையையும் எடுத்துரைத்து முதுகலையில் சேர்வதற்கு வழிகாட்டியாக இருந்தார். பின்னர் சென்னையில் வரலாற்று ஆய்வறிஞர் ஆ.இரா. வேங்கடாசலபதியிடம் ஆய்வு உதவியாள ராகவும் காலச்சுவடு இதழில் உதவியாசிரியராகவும் பணியாற்றினேன். பின்பு பல்கலைக்கழக மானியக் குழுவின் நிதியுதவி பெற்றுத் திண்டுக்கல் காந்திகிராம கிராமியப் பல்கலைக்கழகத்தில் முனைவர் பட்ட

ஆய்வை மேற்கொண்டுள்ளேன். எல்லாவற்றின் பின்னணியிலும் ஐயா இருக்கிறார்.

முதுகலை பயின்றபோது ஐயாவின் வீட்டுக்கு வந்து அவர் எழுதியவற்றைப் படியெடுத்துக் கொடுப்பதை வழக்கமாகக் கொண்டிருந்தேன். அப்போதுதான் எனக்கு ஏற்படும் ஐயங்களைப் போக்கி ஒரு படைப்பை அணுகுவது எப்படி, புரிந்து கொண்டு படிப்பது எப்படி என்று அருகிலிருந்து சொல்லிக் கொடுத்தார். மேலும் மெய்ப்புப் பார்ப்பது எப்படி, சந்திப் பிழை, தொடர்ப் பிழை, எழுத்துப் பிழை எவை என்பன குறித்தெல்லாம் விரிவாக உரிய சான்றுகளுடன் விளக்கினார். பின்னாளில் நஞ்சுண்டன் தொடங்கி நடத்திய செம்மை அமைப்பிலும் *காலச்சுவடு* வழியாகவும் நான் செறிவு பெற்றேன். சில நாட்களிலேயே பொ. வேல்சாமியிடம் அழைத்துச் சென்று அறிமுகப்படுத்தியதோடு அவரிடம் உதவியாளராகச் சேர்த்துவிட்டு 'உங்கள் கட்டுரைகளைப் படியெடுத்துக் கொடுக்க இவரைப் பயன்படுத்திக் கொள்ளுங்கள்' என்றார். அவரும் என்னை அங்கீகரித்துக்கொண்டார். ஐயாவிடம் கற்றுக்கொண்ட பயிற்சியைப் பயன்படுத்துவதற்கான களமாக அப்பணியைத் தொடர்ந்தேன். பொ.வேல்சாமி சொல்லச் சொல்லக் கட்டுரையை எழுதவேண்டும். பின்பு தனித்தாள்களில் கட்டுரையைப் படியெடுக்க வேண்டும். நான் படியெடுக்கும் பிரதியை ஐயாவிடம் படிக்கக் கொடுத்து பொ.வேல்சாமி கருத்துக் கேட்பார். அப்போது அப்பிரதியில் நேர்ந்துள்ள பிழைகளைச் சுட்டிக்காட்டி அடுத்தமுறை நிகழாதவாறு ஐயா ஆலோசனைகள் வழங்குவார்.

பொ.வே.யின் கட்டுரைகள் அடங்கிய தொகுப்பு 'பொற்காலங் களும் இருண்ட காலங்களும்' என்னும் தலைப்பில் காலச்சுவடு வெளியீடாக வர இருந்தது. அந்நூலுக்கான பொருளடைவு தயாரிக்கும் பணியை நான் ஐயாவின் மேற்பார்வையில் மேற்கொண்டேன். ஒரு மாத காலமாக முயன்றும் சரியாக வரவில்லை. இதற்கு முன்பு ஐயா பதிப்பித்துத் தொகுத்த 'உ.வே.சா. பன்முக ஆளுமையின் பேருருவம்' நூலுக்கான பொருளடைவுத் தயாரிப்புப் பணியில் பெ. முத்துசாமி, கங்காதரன் ஆகியோர் இருந்தனர். அவ்வப்போது நானும் அவர்களுக்கு உதவினேன். அவர்களிடம் கற்றுக்கொண்ட அனுபவம் கைகொடுத்தாலும் சொற்களைத் தேர்ந்தெடுப்பதிலும் முக்கியத்துவம் வாய்ந்தவை எவை என்பதிலும் பெருங்குழப்பத்தோடு இருந்தேன். என் நிலையைத் தெரிந்துகொண்ட ஐயா நான் எழுதிக்கொண்டிருந்த துண்டுத்தாள்களை வாங்கிப் பார்த்துச் சொற்களைத் தேர்வு செய்து ஒழுங்குபடுத்துவது, பக்க எண்களைக் குறிப்பது,

சேர்க்க வேண்டியவை, தவிர்க்கவேண்டியவை, நூல், ஆசிரியர் பெயர்கள் என அனைத்தையும் தனித்தனியாகச் சொல்லிக் கொடுத்தார். வகுப்பில் கற்றுக்கொண்டதைவிட அவரிடம் கற்றுக் கொண்டதுதான் எனக்கான அடையாளத்தைக் கோடிட்டுக் காட்டியது.

அன்று முதல் எந்தவொரு நூலைப் புரட்டினாலும் பதிப்பு ஆண்டு, முன்னுரை, பொருளடைவு முதலானவற்றைப் பார்த்த பிறகே நூலினுள் செல்வேன். ஐயாவிடம் கற்றுக்கொண்டதில் குறிப்பிட்டுச் சொல்லவேண்டியது பழமை வாய்ந்த, கிடைத்தற் அரிய பழைய நூல்களைத் தேடிச் சேகரிக்கும் பழக்கம். 2003இல் தொடங்கி 2015 வரையிலான எனது நூல் தேடலில் நான்காயிரத்துக்கும் மேற்பட்ட நூல்களைச் சேகரித்து வைத்திருப்பதற்குக் காரணம் ஐயாதான். நாமக்கல் தொடங்கிச் சென்னை வரையிலும் புத்தகத் தேடல் இருந்தது. இது இன்றளவும் தொடர்கிறது.

முதுகலை இரண்டாமாண்டு பயின்றுகொண்டிருந்தபோது முத்துசாமி, நான், கங்காதரன் ஆகிய மூவரும் கல்லூரி விரிவுரை யாளர் தகுதித்தேர்வில் வெற்றிபெற வேண்டி ஐயாவின் வீட்டில் பயிற்சி வகுப்பு ஒரு மாதத்திற்கும் மேல் நடந்தது. எங்களுக்காக மட்டுமே நடத்தினார். மாலை ஆறுமணிக்குத் தொடங்கும் வகுப்பில் பேராசிரியர் நல்லதம்பி ஆங்கிலத் தாள் நடத்துவதற்காக ஆத்தூரிலிருந்து தினமும் வந்துசெல்வார். வகுப்பெடுத்தும் பயிற்சி கொடுத்தும் எங்களை வழிநடத்திக் கொண்டிருந்தார். இரண்டு, மூன்றாம் தாள்களுக்கான பொறுப்பை ஐயா ஏற்றுக் கொண்டிருந்தார். பாடம் நடத்தியதுடன் தேர்வெழுதவும் வைத்தார். மாதிரித் தேர்வில் ஐயா எதிர்பார்த்த அளவுக்கு நாங்கள் மதிப்பெண் எடுத்திருந்தாலும் அவ்வாண்டு நடைபெற்ற தகுதித் தேர்வில் மூவரும் தேர்ச்சி பெறவில்லை. நாங்களும் அவரைச் சந்தித்து இது குறித்து எதுவும் தெரிவிக்கவில்லை. இருப்பினும் எங்களைச் சந்தித்தபோது தேர்வு குறித்துக் கேட்ட தில்லை. அத்துடன் தகுதித் தேர்வுக்கும் எங்களுக்குமான தொடர்பு அறுபட்டது.

ஆண்டுக்கு இருமுறை நடக்கின்ற தேர்வாக இருந்தும் மேற்கொண்டு முயன்று எழுதும் எண்ணத்தைக் கைவிட்டோம். அதற்குத் தகுந்தாற்போல் ‘முனைவர் பட்டம் பெற்றிருந்தால் போதும்; தகுதித் தேர்வு கட்டாயமில்லை’ எனத் தமிழக அரசும் அரசாணை வெளியிட்டிருந்தது. இச்செய்தியைக் கேட்டதும் நானும் முத்துசாமியும் மகிழ்ச்சியில் திளைத்தோம். ஓராண்டுக்குப் பிறகு மீண்டும் தகுதித் தேர்வு கட்டாயம் என அரசு தெரிவிக்க

நாங்கள் அதிர்ச்சி அடைந்தோம். இடைப்பட்ட காலத்தில் அரசின் விதிமுறைகளுக்கு ஏற்பத் தேர்வு எழுதுவதும் எழுதாமல் இருந்துவிடுவதும் உண்டு. ஆறு ஆண்டுகள் போராட்டத்துக்குப் பின் 2010 ஜூனில் முத்துசாமி தேர்ச்சி பெற்றுவிட, நான் டிசம்பர் மாதத் தேர்வுக்காக விண்ணப்பித்திருந்தேன். எந்தவொரு திட்டமிடுதலும் தயாரிப்புகளும் இன்றித் தேர்வு எழுதிவிட்டு என்னுடைய பணியில் வழக்கம்போல் ஈடுபட்டிருந்தேன். தகுதித் தேர்வு முடிவுகள் வெளியானபோது காலச்சுவடு அலுவலக மாடியில் நானும் முத்துசாமியும் அன்றைய நிகழ்வுகள் குறித்து விவாதித்துக்கொண்டிருந்தோம். குமரேசனும் அவருடைய நண்பரும் தேர்வு முடிவுகளைப் பக்கத்து அறையில் பார்த்துக் கொண்டிருந்தனர். குமரேசன் எங்கள் இருவரையும் அழைத்துச் சென்று 'பாலண்ணா உங்க நெம்பர் இருக்குற மாதிரி தெரியுது. உங்க நெம்பரச் சொல்லுங்கண்ணா' என்றார். நானும் என் நுழைவுச்சீட்டைக் கண்டெடுத்துத் தேர்வு எண்ணைச் சரிபார்த்துத் தேர்ச்சி பெற்றிருந்ததை அறிந்து எல்லையற்ற மகிழ்ச்சியடைந்தோம்.

இத்தகவலை ஐயாவிடம் உடனே தெரிவிப்பதற்காக இரவு 11 மணிக்கு அலைபேசியில் அழைத்தோம். 'ஐயா, வணக்கம்' என்றவுடன் 'என்ன பாலு இந்நேரத்துல கூப்பிட்டிருக்கீங்க, ஏதாவது முக்கியமான விசயமா' என்று கேட்டார். 'ஆமாங்கய்யா, நானு ஜேஆர்எப் பாஸ் பண்ணிட்டேன்' எனச் சொன்னதுதான் தாமதம், பெருத்த சிரிப்பை வெளிப்படுத்தி மகிழ்ச்சியையும் வாழ்த்துக்களையும் கூறினார். அத்துடன் 'எழில், நம்ம பாலு ஜேஆர்எப் பாஸ் பண்ணிட்டாராம்மா' என்று அம்மாவிடமும் சொல்லிப் பகிர்ந்துகொண்டார். அந்தத் தருணத்தில் மிகப் பெரிய வெற்றியாளனாக என்னை உணர்ந்தேன். தகுதித்தேர்வு வெற்றியைச் சரியான திசையில் பயன்படுத்திப் பல்கலைக்கழக மானியக் குழுவின் நிதிநல்கை பெற்று முனைவர் பட்ட ஆய்வைத் தொடரவும் பொருளாதார நெருக்கடி இன்றி இருப்பதற்கும் காரணமாக இருந்துவருபவர் ஐயாதான். நவீன இலக்கியம் மீது எனக்கிருந்த முனைப்பை அறிந்து *காலச்சுவடு* இதழில் உதவியாசிரியர் பணி பெற்றுக் கொடுத்து அதன் வாயிலாக நிறைய நூல்களைப் பயில்வதற்கும் தகுதித் தேர்வில் கேட்கப்பட்டிருந்த இக்கால இலக்கியம் தொடர்பான கட்டுரை வினாக்களுக்குத் தயாரிப்பின்றி அனுபவத்தின் வழி பெற்ற கருத்துக்களை எழுதித் தேர்ச்சி பெற்றதற்கும் ஐயாவின் தூண்டுதலும் ஆழ்ந்து படிக்கின்ற செயலும்தான் அடிப்படையாக இருந்தன.

ஐயா என் மீதும் என் செயல்பாடுகள் மீதும் வைத்திருந்த மதிப்பீடுகள் எனச் சிலவற்றைச் சொல்லலாம். அதில் என்னைப்

பார்க்கும்போதெல்லாம் 'நீங்க மூடியான டைப் பாலு', 'பாலுவுக்கு அப்சர்வேசன் கம்மி, ஆனா நல்லாப் படிப்பாரு', 'நீங்க எங்க போனாலும் செட் ஆயிடுவீங்க, உங்க இயல்பு அப்படி', 'மற்றவங்ககிட்டயும் கலகலப்பா மனம் விட்டுப் பேசுங்க, அப்பத்தான் நாலு விசயங்களக் கத்துக்க முடியும்' என்பன போன்றவை என்னிடம் தனியாகவும் நண்பர்களுடன் இருந்த போதும் சொன்னவை.

ஒருமுறை பேராசிரியர் ஆ.இரா. வேங்கடாசலபதி *காலச்சுவடு* அலுவலகத்திற்கு வந்திருந்தார். அப்போது ஐயாவும் உடனிருந்தார். நானும் இதழ்க் கட்டுரைக்கான மெய்ப்புத் திருத்தத்தில் இருந்தேன். அவர் மேற்பார்த்த கட்டுரை ஒன்றின் இலக்கணம் தொடர்பான நூற்பாவில் ஏற்பட்ட ஐயத்தைக் களைவதற்காக என்னை ஆ.இரா.வேங்கடாசலபதி அழைத்துத் 'தொல்காப்பியம் உங்ககிட்ட இருந்தா அதுல 'வில்லேருழவர்' என்ற சொல் இடம்பெறக் கூடிய நூற்பாவைக் கண்டுபிடிச்சுச் சொல்லுங்க' என்றார். நானும் பதற்றத்தில் என்ன செய்வதென்று தெரியாமல் புத்தகத்தின் தொடக்கப் பகுதியிலிருந்து நூற்பா வாரியாகப் பக்கம் பக்கமாகப் புரட்டிக்கொண்டிருந்தேன். அரைமணி நேரத்துக்கும் மேலாயிற்று. பொறுமையிழந்த ஆ.இரா.வே. 'பாலு' என்று கூப்பிட்டார். நானும் புத்தகத்துடன் சென்றேன். என் கையிலிருந்த புத்தகத்தை வாங்கியவர் இரண்டு மணித்துளிகளில் பொருளடைவுப் பகுதியில் பார்த்து எந்த நூற்பா என்பதைக் குறிப்பிட்டுச் சொன்னதுடன் 'பாலு நீங்க ஐயாவோட மாணவருங்கிறத நீங்களே கெடுத்துடுவீங்க போல, இந்நேரம் டக்குனு சொல்லியிருக்க வேண்டாமா' என்றதும் அவரருகில் இருந்த ஐயா சத்தமில்லாமல் சிரிப்பைப் பதிலாகத் தந்தார். இத்தனைக்கும் நாமக்கல்லில் இருந்தபோது பொ. வேல்சாமியின் 'பொற்காலங்களும் இருண்ட காலங்களும்' நூலின் பொருளடைவு முழுவதும் நான்தான் தயாரித்தேன். ஆ.இரா.வே. கேட்ட அந்த வேளையில் கூனிக் குறுகி நின்றதும் ஐயாவின் மௌனமும் என்னைப் பெரிதளவில் பாதித்தன. மேலும் கற்றுக் கொள்ளவும் தூண்டின.

பாடத்திட்டத் தயாரிப்பு தொடர்பான பணிக்காக ஐயாவும் பழ. அதியமானும் மயிலாப்பூரில் உணவு விடுதி ஒன்றில் தங்கியிருந்தனர். நானும் முத்துசாமியும் ஐயாவைப் பார்ப்பதற்காக அலுவலகப் பணியை முடித்துவிட்டுச் சென்றோம். எங்களைப் பார்த்ததும் நலம் விசாரித்துவிட்டு உரையாடிக்கொண்டிருந்தனர். என்ன நினைத்தாரோ அங்கு மேசைமீது இருந்த கவிதை நூல் ஒன்றை எடுத்த பழ. அதியமான் என்னைப் பார்த்துச் சமர்ப்பணம் பகுதியில் இடம்பெற்றிருந்த 'நித்ய ஸ்ரீ மகாதேவன் என்னும்

பெயரில் இருக்கும் பிழையக் காட்டுங்க. பாலுவோட திறமைய இதுலதான் பாக்கணும்' என்றார். நானும் திரும்பத் திரும்பப் படித்துப் பார்த்தும் 'தப்பு இல்லீங்கய்யா, சரியாத்தான் இருக்கு' என்று கூறியும் அவர் விடவில்லை. இறுதியில் 'இப்படி இருந்தா எப்படி பாலு, ஐயாவோட மாணவர் கண்ணும் கருத்துமா இருக்க வேண்டாமா? இதுல 'நித்யஸ்ரீ மகாதேவன்னு சேந்து இருக்கணும்' என்றதும் எளிமையான செய்தி என்றாலும் கவனமாகப் பார்க்கணும் என்பதை ஐயாவின் கருத்துக்களாலும் பழ. அதியமானின் உரைக் குறிப்புகளாலும் உணர்ந்துகொண்டேன்.

நான் கூச்சச் சுபாவம் உள்ளவன். அவரைப் பார்க்கும் போதெல்லாம் இறுக்கமான மனநிலையில் பதற்றத்துடன்தான் பேசுவேன். நண்பர்களுடன் இயல்பாகப் பேசுவதுண்டு. இது என்னுடைய இயல்பு. ஐயாவுடைய எழுத்துக்களில் சிலவற்றைத் தவிர அனைத்தையும் வாசித்திருக்கிறேன். ஆனால் படைப்பு குறித்தோ விமர்சித்தோ எதுவும் கலந்துரையாடியதில்லை. அது குறித்து அவரும் கேட்கமாட்டார். என்னைப் பொ.வேல்சாமியிடம் அழைத்துச் சென்றபோது என்ன நினைத்தாரோ தெரியவில்லை. 'பாலு உங்கப்பாவ கூளமாதாரி நாவலப் படிக்கச் சொல்லுங்க, அவரால படிக்க முடியலீன்னா நீங்க படிச்சுக் காட்டுங்க' என்று கூறினார். அவர் சொன்னபடியே என் அப்பாவுக்குப் பாதி நாவலைத்தான் படித்துக் காட்டியுள்ளேன். இன்னும் நாவலை முழுமையாக முடிக்கவில்லை. ஆனால் குடும்பத்தினர் அனைவரும் ஐயா குறித்தும் அவரது நூல்கள் குறித்தும் இன்றளவும் கேட்டுக்கொண்டுதான் இருக்கின்றனர்.

வியல் நிறைஞர் பட்ட வகுப்பில் தொடங்கிய 'மது ... ன்' குறித்த என் ஆய்வுத் தேடல் பத்தாண்டுகளுக்கும் மேல ... னைவர் பட்டம்வரை தொடர்வதற்கு ஆசானாகவும் உற்ற ... ட்டியாகவும் திகழ்பவர். கூத்துக்கலையிலும் ஈடுபடச் செய ... ஐயாதான்.

மன தையும் எளிதில் ஈர்த்துச்
ரென எதையும் தாங்கி நின்று
வெற்றி என்னும் வளத்தை வாகாய்ப்
பெற்ற பால சுப்பிர மணியே

இது என் திருமணத்திற்கான மணவாழ்த்தில் ஐயா எழுதியிருந்த அடிகள். வெற்றியை நோக்கிப் பயணித்துக் கொண்டிருக்கிறேன். ஐயா எதிர்பார்த்த மாதிரியே விரைவில் நானும் இலக்கை அடைவேன் என்னும் நம்பிக்கையுடன்.

31

'ஐயா புராடக்ட்'
த. பாலன்

இளங்கலைப் பட்டம் தொலைதூரக் கல்வியில் பயின்றபோது விசைத்தறி ஓட்டிக்கொண்டிருந்தேன். சிறுகதைகள், நாவல்கள் வாசிக்கத் தொடங்கி இருந்தேன். அப்போது வாசித்த நூல்களில் ஒன்றுதான் 'பீக்கதைகள்.' ஏதோ ஓர் ஆர்வக்கோளாறில் அந்த நூலை நூலகத்தில் இருந்து எடுத்துச் சென்றேன். சிறுகதைகள் பெரும்பாலும் தலைப்பைப் பார்த்துத் தேர்ந்தெடுத்து வாசிப்பது வழக்கம். பீக்கதைகளையும் அவ்வாறுதான் முதலில் வாசிக்க ஆரம்பித்தேன். முதல்கதை பிளாஸ்டிக் டம்ளர் பற்றியான கதை. அக்கதையில் வரும் மலம் அள்ளும் தொழிலாளி எவ்வாறு அள்ளுகிறான் என்பது பற்றி விவரணையாக எழுதியிருப்பார். அதை வாசிக்க வாசிக்க அருவருப்பாக இருந்தது. தொடர்ச்சியாக அத்தொகுப்பில் உள்ள கதைகளை வாசித்து முடிக்கும்போது அருவருப்பு இல்லை. ஐயாவின் எழுத்து பற்றியான பிரமிப்புதான் தோன்றியது.

சகநண்பர்களான கலைச்செல்வனும் ரமேஷ் குமாரும் நாமக்கல் அறிஞர் அண்ணா அரசு கல்லூரியில் இளங்கலை பயின்று வந்திருந்தனர். அவ்விரு நண்பர்களும் ஐயா அப்படிப் பழகுவார், இப்படிப் பேசுவார், நடந்துகொள்வார் என்று விதந்து விதந்து பேசுவார்கள். அவர்களின் பேச்சு அம்மனிதர் மீது எனக்குள் இருந்த பிரமிப்பை மேலும் அதிகரித்தது. சிலமாதங்கள் கழித்துக் 'கூளமாதாரி' நாவலைப் பல்கலைக்கழக நூலகத்தில் பார்த்தேன். அந்நூலை எடுத்து அட்டையை முன்னும் பின்னும் பார்த்தேன்.

பின்னட்டையில் அவருடைய படம் இடம்பெற்றிருந்தது. எனக்குள் இருந்த கற்பனைத் தோற்றத்துடன் முற்றிலும் பொருந்தியது. காரணம் நண்பர்களின் விவரிப்புகள் அப்படி.

முதலாம் ஆண்டு முடிந்து இரண்டாம் ஆண்டில் கலையுடன் அறையில் தங்கினேன். 'ஐயா தேர்வுத்தாள் திருத்தும் பணிக்காகப் பல்கலைக்கழகம் வந்திருக்கிறார். நான் போய் பார்த்துவிட்டு வருகிறேன்' என்று மதிய உணவு நேரம் கலை சென்றான். நானும் வருகிறேன் என்று அவனுடன் சென்றேன். எதிரில் சகஆசிரியரான துரை அவர்களுடன் ஐயா வந்துகொண்டிருந்தார். கலையைக் கண்டவுடன் 'வாப்பா' என்று சொல்லிவிட்டு நடந்தார். நானும் அவனும் பின்தொடர்ந்து சென்றோம். புல்வெளியில் அவர்கள் அமர்ந்தனர். நான் நின்றுகொண்டிருந்தேன். 'உட்காருங்க' என்றார். பின்னர் அவர்களுடன் சமமாக அமர்ந்தேன். நான் தயங்கியதற்குக் காரணம் மணிக்கணக்கில் ஆசிரியரின் இருக்கை முன் நின்றிருந்தாலும் 'உட்காரு' என்று சொல்லாமல் நிற்கவைத்தே பேசும் இடத்தில் பயின்றதால்தான். முனைவர் பட்ட ஆய்வாளர்களையும்கூட அங்குள்ள சிலர் உட்காரச் சொல்லாமல் நிற்கவைத்துப் பேசும் வழக்கம் உள்ள இடம் அது. அப்படி இருக்கும்போது அதே சம பணியில் உள்ள ஒருவர் புல்தரையில் அமர்ந்து என்னையும் அமரச் சொன்னது ஆச்சரியமாக இருந்தது.

தேர்வுத்தாள் திருத்தும் பணிக்காலங்களில் நாமக்கல்லில் இருந்து வந்து செல்வதில் ஏற்படும் பயண அலைச்சலைத் தவிர்ப்பதற்காக அவ்வப்போது ஓரிரு நாட்கள் நானும் கலையும் தங்கிய அறையில் ஐயாவும் தங்கினார். நான் அச்சமயங்களில் அதிகப்பிரசங்கித்தனமாகச் சில கேள்விகள் கேட்டிருக்கிறேன். நடந்துகொண்டிருக்கிறேன். ஆனால் அவர் கோபப்பட்டதில்லை. முதுகலை முடித்துவிட்டு மேற்கொண்டு வருமானமின்றிப் படிக்கும் சூழல் எனக்கு இல்லை. அதை ஐயாவிடம் சொன்னேன். காலச்சுவடு பதிப்பகத்தில் வேலை இருப்பதாகச் சொல்லி 'போறியாப்பா' என்றார். நான் உடனடியாகச் 'சரி' என்று சொல்லி நாகர்கோவில் காலச்சுவடு அலுவலகத்தில் சேர்ந்தேன். பணியில் சேர்ந்தபின் ஒரிரு வாரங்கள் அவராக அலைபேசியில் அழைத்துப் பணியைப் பற்றி விசாரித்துவிட்டுப் பணி தொடர்பான நெறிப்படுத்தல்களையும் செய்தார்.

காலச்சுவடோடு தொடர்புடைய நெய்தல்கிருஷ்ணன் பல நிகழ்வுகளில் என்னை எழுத்தாளர்களிடம் அல்லது நண்பர்களிடம் 'இவர் ஐயா புராடக்ட்' என்றே அறிமுகப்படுத்துவார். எனக்கு அவர் அவ்வாறு கூறுவது மிகவும் மகிழ்ச்சியாக இருக்கும். ஒரு சமயம் சு.ரா. இளம் படைப்பாளிகள் விருது வழங்கும் விழாவிற்குச் சிறப்பு அழைப்பாளராகத் தமிழவன் வந்திருந்தார்.

அவரிடம் மறைந்த புதுக்கவிதை ஆய்வாளர், எழுத்தாளர் ராஜமார்த்தாண்டன் அவர்கள் ஐயாவின் பெயரைச் சொல்லி அவருடைய மாணவர் என்றும் *'காலச்சுவடுல* புரூப்ரீடராக வேலை பார்க்கறாரு' என்றும் அறிமுகப்படுத்தினார். அவ்வாறு அறிமுகப்படுத்தப்படும் இடங்களில் எல்லாம் மிகவும் பெருமிதத்தோடு இருந்திருக்கிறேன். அவருக்கான அங்கீகாரம் எனக்கு ஓர் அடையாளத்தைக் கொடுக்கிறது. இதை எப்போதும் கிடைத்தற்கரிய விசயமாகவே பார்க்கிறேன்.

காலச்சுவடில் இருந்து வந்த பிறகு பி.எட். படிக்கச் சொல்லிப் பலசமயம் வலியுறுத்தினார். நான் பொருளாதாரச் சூழலைக் காரணம் காட்டித் தவிர்த்து வந்திருக்கிறேன். ஆனால் இப்போது சிறிது வருத்தமாக இருக்கிறது, அவரது பேச்சைக் கேட்டிருக்கலாமே என்று. மாணவர்களின் பொருளாதார நிலையை உணர்ந்தவராக, உதவுபவராகவே எப்போதும் இருந்துவருகிறார். பெரும்பாலான பேராசிரியர்கள் தங்களது மாணவர்கள் எந்தச் சூழலிலும் நல்ல ஆய்வாளராக மட்டுமே வர வேண்டும் என்று கருதுகின்றனர். ஆனால் ஐயா அப்படி இல்லை. 'வாழ்க்கைக்கு ஒரு பிடிப்பை ஏற்படுத்திக்கொண்டு பின் இலக்கியச் செயல்பாடுகளில் ஈடுபடலாம்' என்பதுதான் அவருடைய அறிவுரையாக இருந்து வருகிறது. நான் அவரிடம் 2008இல் ஆய்வியல் நிறைஞர் பட்ட மாணவராகச் சேர்ந்தபோது ஆய்வுப் பார்வையோ அது பற்றியான அறிவோ சிறிதுகூட இல்லை. ஜுன் 2010இல் ஆய்வேடு முடிப்பதற்குள் பல சமயங்களில் அவருடைய கண்டிப்புக்கும் கோபமான வார்த்தைகளுக்கும் ஆளானேன். ஆய்வு சரியாகச் செய்யவில்லை என்பதற்காக அல்ல. ஆய்வே செய்யவில்லை என்பதற்காக. ஒருவழியாக ஒன்றரை ஆண்டுகள் ஆய்வேடு முடிப்பதற்கு எடுத்துக்கொண்டேன்.

நியூசெஞ்சுரியில் வேலைக்குச் சேர்ந்து பணியாற்றிக் கொண்டிருந்தேன். அப்போது *உங்கள் நூலகம்* இதழில் தோழர் காமராசுவின் தூண்டுதலால் நூல் அறிமுகம் எழுதினேன். அக்கட்டுரையைப் படித்துவிட்டு 'நல்லா எழுதிருக்கிங்க பாலன். நல்லா எழுத வருது. தொடர்ந்து எழுத முயற்சி பண்ணுங்க' என்றார். எனக்கு மிகப் பெரிய கிரீடம் கொடுத்தது போல் ஒரு பெருமிதம் இருந்தது. ஏனெனில் நான் ஆய்வேடு சரியாகப் பண்ணவில்லை என்ற மனக்குறை இருந்தது. அதை ஐயாவின் வார்த்தைகளில் ஆய்வேட்டில் கையொப்பம் பெறும்போது உணர முடிந்தது. ஆனால் அவரே இப்போது 'நல்லா எழுதியிருக்கிங்க' என்று பாராட்டுகிறார் என்றால் அது அவருடைய திட்டலிலும் கோபத்திலும் பெற்றது.

32

முன்னோடும் பிள்ளை

இரா. பிரபாகர்

கேட்கும் திறனில் குறைபாடு உடையவர் களுக்கு ஆங்கிலத்தாள் எழுதுவதிலிருந்து விலக்கு உண்டு என்கின்ற விசயம் தெரிந்திருந்தாலும் எனக்குச் 'சரியாகக் கேட்காது' என்று நான் பள்ளியில் சொல்லியிருக்க வாய்ப்பில்லை. ஆங்கிலத் தாளால் ஒன்பதாம் வகுப்பில் இரண்டு கரணமிட்டுப் பதினொன்றில் அறிவியல் பிரிவு வேண்டாம், கலைப்பிரிவு என்றால் பாடம் நடத்துவது கேட்காவிட்டாலும் புத்தகத்தில் படித்துக் கொள்ளலாம் என்று படித்திருந்தேன். கேட்காத போது உடனிருப்பவர்களிடம் கேட்டு முடித்திருந் தாலும் மேல்படிப்பில் அதுமாதிரி முடியுமா என்ற விக்குறியுடன் கல்லூரிக்கு விண்ணப்பித்தேன்.

வெளிப்படையாக யாருக்கும் தெரியாத றை நாமாகத் தெரியப்படுத்தக் கூடாது பதில் நானும் என் குடும்பத்தாரும் வெகு சரிக்கையாக இருந்தோம். இதற்காக யாருடனும் கலகலப்பாகப் பேசுவதுகூடக் கிடையாது. ஒதுங்கியே இருந்தேன். இதனால் என் அண்ணன் வாக்கில் 'எதற்கும் ஆகாத பாடம்' தமிழ் இலக்கியம் எடுத்திருந்தேன். 'ஏதோ காலேஜ் போறான்' என்பதாக இருந்தது. இரண்டாமாண்டு முடித்து மூன்றாமாண்டு சென்றபோது புதிய பேராசிரியர் ஒருவர் வருவதாக எங்கள் பேராசிரியர் சு. துரை சொல்லியிருந்தார். நல்ல எழுத்தாளர் என்றும் அவரது நூல் தமிழக அரசு பரிசு பெற்றிருக்கிறது

என்றும் குறிப்பிட்டார். உடனிருப்பவர்கள் புதிய பேராசிரியரின் வரவை எதிர்நோக்கியிருந்தனர். ஆனால் அது என்னுள் எவ்வித மாற்றத்தையும் ஏற்படுத்தவில்லை. பேராசிரியர்கள் வருவதும் போவதும் இயல்புதானே என்றிருந்தேன். வகுப்பு முடிந்தால் போதும், வீட்டிற்குச் செல்வதிலேயே என் எண்ணமிருந்தது. முடிந்த வரை எனக்குக் காது கேட்காது என்பதைக் கண்டுபிடித்துவிடக் கூடாது என்பதில் கவனமாக இருந்தேன்.

மூன்றாமாண்டு ஒருமாதம் முடிந்த நிலையில் சு. துரை சொல்லியிருந்த ஐயா எங்கள் கல்லூரிக்கு வந்திருந்தார். வந்த அன்று எங்களுக்கு அவர் வகுப்பில்லை. மறுநாள் இரண்டாவது மணிநேரம் வகுப்பிற்கு வந்தார். ஒவ்வொருவரும் தங்களிடம் இருக்கின்ற தாளை எடுத்து 'எங்கள் ஊர்' என்னும் தலைப்பில் கட்டுரை எழுதச் சொன்னார். வகுப்பில் தேர்வே எழுதியிராத எங்களுக்குக் கட்டுரை எழுதச் சொன்னதும் புதுமையாக இருந்தது. நான் வகுப்பறை அமைதியாக இருப்பதற்கான வழி என்று நினைத்தேன். குறிபேட்டில் கிழித்து எழுதினோம். பலர் கொடுத்தனர். சிலர் கொடுக்கவில்லை. மறுநாள் ஐயாவின் வகுப்பு எங்களுக்கு இல்லை. துறையின் பக்கம் போனவர்களைக் கூப்பிட்டு இரண்டொருவர் பெயரைச் சொல்லி வரச் சொல்லியிருந்தார் ஐயா. "எதுக்கோ தெரியலையே, வம்பாப் போச்சி" என்று நானும் இன்னொரு நண்பனும் போயிருந்தோம். அங்கேயும் அவனை முன்னால் விட்டு நான் பின்னால் மறைந்துகொண்டேன். ஐயா அவனது பெயரைக் கேட்டு நேற்று எழுதிய கட்டுரைத் தாளை எடுத்துக் கொடுத்தார். எனக்குக் 'கருக்'கென்றது. ரொம்ப மோசமாக இருக்கும் போல. நண்பன் என்னைவிடப் பிழையில்லாமல் நன்கு எழுதக்கூடியவன். நானோ பிழையோடு எழுதுபவன். அங்கிருந்து அகன்றுவிட எத்தனித்தபோது 'உங்க பேரு என்ன' என்றார். அவர் கேட்டதுகூட எனக்குக் கவனத்தில் வரவில்லை. இவனுக்கு இவ்வளவு சிவப்பு மை பயன்படுத்தியிருந்தால் நமக்கு? நண்பனே என்னுடைய பெயரைச் சொன்னான். வரிசைப்படுத்தி வைத்திருப்பார் போல. இரண்டொரு தாளை எடுத்ததும் என்னுடைய தாள் வந்தது.

இருவருடைய தாள்களையும் எடுத்து வைத்துக்கொண்டு அவனிடம் குடும்பத்தைப் பற்றி விசாரித்தார். நான் அப்படியே ஓடிவிடலாம் என்று நோட்டமிட்டுக் கொண்டிருந்தேன். என்னவோ சொல்லி அவனுடைய தாளை அவன் வாங்கிக் கொண்டு துறையை விட்டு வெளியே வந்துவிட்டான். அவன் வந்ததால் ஏதாவது கேட்டால் காதில் விழவில்லை என்றால் என்ன செய்வது என்ற பயமும் கூடச் சேர்ந்துகொண்டது. 'எங்க படிச்சீங்க, அப்பா அம்மா என்ன செய்யறாங்க' என்பது

போன்ற கேள்விகளைக் கேட்டுக்கொண்டே மூன்றரைப் பக்கம் எழுதியிருந்த கட்டுரையைத் திருப்பிப் பார்த்தார். என் கவனம் அதில் திருத்தப்பட்டிருந்த ஒற்றுப் பிழையிலேயே இருந்தது. என்ன சொல்லுவாரோ, காலையிலேயே அவனவன் படத்துக்குக் கூப்பிட்டானுங்களே, போயிருந்தாக்கூடப் பரவாயில்லையே என ஓடாத ஓட்டமெல்லாம் மனதில் ஓடியது. 'டிகிரி முடிச்சிட்டு என்ன செய்யப் போறீங்க?' என்றார் ஐயா. அதுவரைக்கும் அப்படியொரு கேள்வியை நானே கேட்டுக்கொண்டது கிடையாது. எந்த நோக்கமும் என்னிடமில்லை. எதுவும் சொல்லாமல் கொஞ்ச நேரமிருந்தேன்.

கட்டுரையில் எழுதியிருந்த கோயிலைப் பற்றிக் கேட்டார். 'இப்படியிருக்கே நீங்க போயிருக்கிங்களா?' என்றார். 'யாரும் போறதில்லை' என்றேன். இன்னும் ஏதேதோ கேட்டார். பதில் சொல்லச் சொல்ல ஆசுவாசமாயிற்று. 'மேல படிக்கிற யோசனையிருக்கா?' என்றார் மறுபடியும். 'அரியர் இருக்குங்கையா' என்றேன். என்ன தாள் என்றபோது 'இரண்டு இங்கிலீசும் அப்படியே இருங்குங்கையா, இங்கீலிசே வராதுங்கையா' என்றேன். 'அது ஒன்னும் பிரச்சனையில்லப்பா, முடிச்சிரலாம். மேல படிங்க, நல்லா எழுதியிருக்கிங்க. தொடர்ந்து படிச்சா நல்லா வரலாம். எழுதுற நோக்கம் இருக்கு. நெறையப் படிங்க' எனறு கூறி எழுதிய தாளைக் கொடுத்தார். பிழைகளைப் பற்றி ஏதும் சொல்லாததைவிட ஒரு பேராசிரியரிடம் இவ்வளவு நெருக்கமாகப் பேசியிருக்கிறோம், அவர் பாராட்டியிருக்கிறார் என்ற எண்ணமே பெருமகிழ்ச்சியாக இருந்தது. அதுவரை நான் எந்த ஆசிரியரிடமும் பேசியதே கிடையாது. என்னுள் ஏற்பட்ட அந்தப் புத்துணர்வில் துறைக்கு வெளியில் காத்திருந்த நண்பனைக்கூடப் பார்க்காது வகுப்பறைக்குத் துள்ளிக் குதித்து ஓடியிருந்தேன். அவன் 'என்ன சொன்னார், என்ன சொன்னார்?' என்ற கேட்டுக்கொண்டே பின்னால் ஓடி வந்தபோதுதான் சுயநினைவுக்கு வந்தேன்.

ஆசிரியர்கள் யாரும் எந்தக் கேள்வியும் கேட்டு அது நமக்குக் கேட்காமல் போனால் என்ன செய்வது என்று யாருடைய மறைவிலாவது மறைந்து உட்கார்ந்துகொண்டிருந்த நான் அன்றுமுதல் முதல் வரிசைக்கு வந்து உட்கார்ந்துகொண்டேன். என்னுள் புத்துணர்வு ஏற்பட்டது. வேறு பேராசிரியர்களிடம் பேசுகின்றேனோ இல்லையோ ஐயாவிடம் வெகு இயல்பாகப் பேசத் தொடங்கியிருந்தேன். 'படிக்கப் புத்தகங்கள் வேண்டுமானால் கேளுங்கள்' என்று சொல்லியிருந்தார். நான் போய்க் கேட்டபோது 'திருச்செங்கோடு' என்னும் சிறுகதைத் தொகுப்பைத் தந்தார். அன்றே படித்து முடித்துவிட்டுத் திருப்பித் தந்துவிட்டேன். சில

புத்தகங்கள் வாங்கிப் படித்தேன். எப்போதுமே புத்தகங்களைத் திருப்பிக் கொடுக்கும்போது அப்புத்தகத்தைப் பற்றிக் கேட்பார். அப்படித்தான் 'திருச்செங்கோடு' தொகுப்பைத் தந்தபோது கேட்டார். அதிலுள்ள கதைகள் கவர்ந்தன என்றபோது காரணம் கேட்டார். என் வாழ்வில் நடந்த சம்பவம் போன்று இருந்தது என்றேன். தொடர்ந்து அவருடைய புத்தகங்களைக் கொடுத்தார். அப்போது வாசிப்புப் பழக்கம் தொற்றத் தொடங்கியிருந்தது.

மூன்றாமாண்டின் இறுதிப் பருவத்தில் ஆய்வுமேடை என்னும் ஒரு அரங்க அமைப்பு தொடங்கலாம் என்று சொல்லி அதற்காக மாணவர்கள் அனைவரும் ஏதாவது ஒரு படைப்பு எழுதி வரவேண்டும் என்றார். சிலர் எழுதித் தந்தனர். நானும் முதலில் ஒரு கவிதை எழுதிக் காட்டினேன். கவிதைக்கான கூறு பிடிபடவில்லை என்றார். நீங்கள் எப்போதும் கதைகளையே விரும்பிப் படிப்பீர்களா? என்றார். அது மாதிரி ஏதாவது முயற்சி செய்து பாருங்கள் என்றார். நானும் கதை எழுதும் யோசனையில் தான் இருந்தேன். சனி, ஞாயிறு முயன்று நாட்டுப்புறக் கதையின் வடிவமாய் அதன் தழுவலாய்ப் பேச்சு மொழியிலேயே ஒரு கதை எழுதிக் கொடுத்தேன். 'நல்லாயிருக்கு. இதையே அரங்கத்தில் படியுங்கள்' என்றார். நானும் ராஜேசும் கதை படித்தோம். மாணவிகள் சிலர் கவிதை படித்தனர். பேரா. சு. துரை கட்டுரை படித்தார். இவ்வாறாக அந்த ஆண்டு முழுக்க ஆறு அரங்கம் நடைபெற்றது. ஐந்து அரங்கத்தில் ஐந்து சிறுகதை படித்திருந்தேன். ஆறாவது அரங்கத்தின்போது வேறு சில நண்பர்களும் கதை தந்திருந்தனர். நானும் தந்தேன். கதை நன்றாக வந்திருக்கிறது. ஆனால் இன்னும் இரண்டு கதை இருக்கிறது. அதைப் படித்து நேரமிருந்தால் வாசிக்கலாம் என்று சொன்னார். அந்த அரங்கில் மட்டும் நான் வாசிக்கவில்லை.

ஆய்வு மேடையின் நிறைவு விழா நடத்தத் திட்டமிட்டிருந்தனர். அந்த ஆண்டில் இவ்விழாவிற்கு முன் நடந்த இலக்கிய மன்ற விழாவில் கல்லூரி முதல்வர் கோவிந்தராஜ் இம்மாதிரியான விழாக்களை மாணவர்களே தலைமையேற்று நடத்தவேண்டும், மாணவர்கள் தலைமைப் பொறுப்புக்கு வரவேண்டும் எனச் சொல்லியிருந்தார். அதை அப்படியே இந்நிறைவு விழாவில் ஐயா செயல்படுத்தத் துறைத்தலைவரிடம் கூறினார். யாரைத் தலைமையேற்கச் செய்வது என்று துறைத்தலைவர் கேட்க ஐயா என் பெயரைச் சொல்லியுள்ளார். கதை எழுதியதன் மூலம் துறையிலிருந்த அனைவருக்கும் என் பெயர் தெரிந்திருந்தது. அதனால் நான் தலைமை என்பது முடிவாகி நண்பர் யுவராஜிடம் சொல்லி அனுப்பினார். விழா அன்று காலையில் பேருந்து நிலையத்தில் யுவராஜ் என்னைத் தேடியதாக நண்பர்கள்

சொன்னார்கள். யாருக்கும் என்ன விசயம் என்று தெரியவில்லை. யுவராஜ் வரும் பத்தாம் எண் பேருந்திற்குக் காத்திருந்து என்ன என்று விசாரித்தபோது ‘ஐயா உன்னைத் தேடினார். இன்னைக்கு நேரமாக வரச் சொல்லியிருந்தார்’ என்றார். எனக்கு ஆசுவாசமாக இருந்தது. நிறைவு விழாவில் அந்தக் கதையைப் படிக்கச் சொல்லவாக இருக்கும் என்று நினைத்திருந்தேன்.

துறையினுள் நுழையும்போதே ஒரு வகைச் சிரிப்புடனே வரவேற்றார். எனக்கு வியர்க்கத் தொடங்கியிருந்தது. ‘என்ன தலைமையேற்பவர்கள் எப்போதுமே சிறப்பு விருந்தினருடன்தான் வருவாங்க போல’ என்றார். பின்னாலிருந்த யுவராஜ் ‘நீதாண்டா, நீதாண்டா’ என்றான். எனக்கு மயக்கம் வந்துவிடும் நிலை ஏற்பட்டது. இந்தப் படுபாவிக்கு நேற்றே ஐயா சொல்லியிருக்கிறார், பேருந்து நிலையத்தில் சொல்லியிருந்தாலும்கூட அப்படியே வீட்டுக்குப் போயிருக்கலாமே, ஒன்றுமே சொல்லாமல் ஐயாமுன் கொண்டு வந்து விட்டுவிட்டானே என்று கோபம் கோபமாக வந்தது. என்ன செய்வது என்று தெரியாமல் திகைப்புற்று இருந்தேன். துரை ஐயா அப்போதுதான் உள்ளே நுழைந்தார். அவரும் தன் பங்கிற்குத் ‘தலைவர் வந்தாச்சா’ என்றார். நான் யுவராஜைக் கண்டபடி திட்டினேன்.

அவன் சிரித்தே வெறுப்பேற்றினான். அத்துடன் ஐயாவிடம் சொல்லப் போவதாகப் பயமுறுத்தினான். ஒருகட்டத்தில் ஐயாவிடமே போய்ச் சரணடைந்தேன். ‘ஐயா வேற யாரையாவது போடுங்கையா’ என்றேன். ‘எல்லா ஏற்பாடும் செய்தாயிற்று, சிறப்பு விருந்தினர் புலவர் செ. ராசுவும் வந்துவிட்டார். இப்பப் போயி எங்க [illegible]ந்தரது. ஒன்னுமில்ல, நம்ம துறை மட்டும்தான். ஆய்வு மேடை[illegible]லத்தான். நாங்க எல்லாம் இருக்கின்றோம். நான்தான் முன்[illegible] ஒன்னும் பயப்படாதிங்க. இது ஒரு அனுபவமா நினை[illegible] என்றார். தொடங்கும் நேரமாகிவிட்டதால் ஐயா பரப[illegible] இருந்தார். வேறு வழியே இல்லாமல் எந்தவொரு முன்[illegible]பாடும் செய்துகொள்ளாமல் தலைமையேற்கச் சென்[illegible]. துறையிலிருக்கும் பேராசிரியர்கள் முன்வரிசையில் அம[illegible]ருக்க மேடைக்குப் போகவே தயக்கமாக இருந்தது. எப்[illegible]யோ நிகழ்ச்சி முடிந்தது. பிறகு மாணவர்கள் தலைவர், தலைவர் எனக் கிண்டலடிக்கத் தொடங்கியிருந்தனர். அதுமுதல் அது ஒரு பெருமையாகவும் இருந்தது.

இளங்கலையில் கதை எழுதியதன் தொடர்ச்சியாக முதுகலையிலும் கதை எழுதும் வாய்ப்பு அமைந்தது. பல்கலைக்கழகத்தில் முதுகலை சேர்ந்திருந்தேன். புதுமைப்பித்தன் பிறந்தநாள் சார்பாகக் கல்லூரி மாணவர்களுக்கான சிறுகதைப் போட்டி ஒன்றைத் தமிழ்

இலக்கியக் கழகம் (தமிழர் கண்ணோட்டம் இதழ்) நடத்தியது. அதில் என்னுடைய 'ஒறவு' என்ற சிறுகதை முதல் பரிசு பெற்றது. ஐயாவை அலைபேசியில் அழைத்துச் சொன்னேன். வாழ்த்துச் சொன்னதோடு பெருமகிழ்ச்சியுடன் அக்கதையைக் கொண்டு வரச் சொன்னார். அந்த வார விடுமுறையில் அக்கதையை ஐயாவிடம் கொண்டு போய்க் கொடுத்தேன். படித்துப் பார்த்துவிட்டு நன்றாக வந்திருப்பதாகவும் *அம்ருதா* என்ற இதழ் புதிதாக வர இருப்பதாகவும் அதற்கு இக்கதையைக் கொடுக்கலாம் என்றும் வைத்துக்கொண்டார். என்னுடைய கதை அச்சில் வரப்போகிறது என்று நினைக்கும்போதே எனக்கு இனம்புரியாத புத்துணர்வு ஏற்பட்டது. அன்றே இன்னோர் கதை எழுதத் திட்டமிட்டுப் 'பேரு சொல்ற நிலம்' என்னும் கதையை எழுதி முடித்தேன்.

பின்வந்த வார விடுமுறையில் அதையும் ஐயாவிடம் காட்டித் திருத்தம் செய்திருந்தேன். அக்கதையை மு. ஹரிகிருஷ்ணனிடம் கொடுக்கச் சொல்லியிருந்தார் ஐயா. அதுதான் முதலில் *கணையாழியில்* நான் மருத்துவமனையிலிருந்த காலத்தில் வெளிவந்தது. சிறுகதை எழுதுபவர் என்னும் பின்னணியே சிறுநீரக மாற்று அறுவை சிகிச்சை செய்து உயிர்பிழைக்க ஏதுவான பெருந்தொகை கிடைக்க வழி செய்தது. அதற்கான ஏற்பாட்டையும் ஐயாவே செய்து தந்திருந்தார். இக்காலகட்டத்தில் வடக்குவாசல் இதழ் 'ஒறவு' கதையை வெளியிட்டு எனக்கு ஏற்பட்டுள்ள சிறுநீரக மாற்று அறுவை சிகிச்சையின் பிரச்சினையைக் குறிப்பிட்டிருந்தனர். அதன்மூலம் இருபதாயிரம் அளவிற்கு உதவி கிடைக்கப்பெற்றேன்.

பலருடைய முயற்சியால் உயிர் பிழைத்திருக்கக் கூடிய நான், இளங்கலையில் தலைமையேற்று விழா நடத்திய பிறகான நாட்களில் காது கேளாமையால் ஒதுங்கியிருந்த தன்மை விலகத் தொடங்கியது. முதுகலையில் பேரா. பெ.மாதையன் குறிப்பிட்டுச் சொல்லக்கூடிய அளவிற்கு முன்னோடும் பிள்ளையாக மாறியிருந்தேன். எங்கும் தனியாகப் போகாத நான் படிப்படியாக வளர்ந்து எதுவானாலும் நாமே பார்த்துக் கொள்ளலாம் என்ற அளவிற்கு வளர்ந்திருந்தேன். தயக்கம் ஏற்படும் காலங்களில் எல்லாம் தலைமையேற்று நடத்திய நிகழ்வு நினைவுக்கு வரும். அட அன்னக்கி நடத்தியாச்சி, இப்ப முடியாதா? என எண்ணுவேன். 2007இல் என் சவம் இன்று வரும், நாளை வரும் என்று ஊரார் காத்திருந்த நிலை மாறி இன்று திருமணம் முடித்து ஒரு குழந்தையுடன் அரசு கல்லூரியில் உதவிப் பேராசிரியர் அளவிற்கு வளர்ந்திருக்கிறேன் என்றால் இது 2001இல் நாமக்கல் அறிஞர் அண்ணா அரசு கலைக் கல்லூரிக்கு ஐயா வருகை

தந்ததனால்தான் நிகழ்ந்திருக்கிறது. ஐயா வராமலிருந்தால் என்ற கேள்வியை எழுப்பிப் பார்த்தால் உங்களுக்குத் தெரிந்திருக்கக் கூடிய இந்தச் சிறுகதைப் படைப்பாளன் பிரபாகர் என்பவன் இருந்திருப்பானா? உதவிப் பேராசிரியராகவும் முனைவராகவும் குடும்பஸ்தனாகவும் உயர்ந்திருப்பானா? அதைவிட உயிர் பிழைத்திருப்பானா?

ஒவ்வொரு செயலிலும் ஐயா கொடுத்த ஊக்கமே அடுத்த கட்டத்திற்கு வளர உதவியிருக்கிறது. தொடர்ந்து ஐயாவுடன் கொண்டுள்ள தொடர்புதான் நான் இயங்குவதற்கு உந்துசக்தியாக இருக்கிறது. எப்போதும் மாணவர்கள் அவரைச் சூழ்ந்திருப்பார்கள். ஒவ்வொருவருக்கும் அவரவர் ஆர்வத்தைப் பொருத்து ஏதாவது வேலை கொடுப்பார். தட்டச்சுப் பணி, பிழை திருத்தும் பணி, செம்மைப் பணி, பதிப்புப் பணி, படியெடுத்தல் பணி என்று இருக்கும். அதன் மூலம் பலரும் ஐயாவிற்கு உதவவும் தாங்கள் கற்றுக்கொள்ளும் வாய்ப்பைப் பெறவும் செய்தனர். ஆனால் என் உடல்நலத்தின் பொருட்டு ஐயா எனக்கு எந்த வேலையும் கொடுத்ததில்லை. இது என்னுள் நாம் எந்த விதத்திலும் ஐயாவுக்கு உதவ முடியவில்லையே என்னும் பெரும் ஏக்கத்தை ஏற்படுத்தியிருக்கிறது. இன்னும் சொல்ல எத்தனையோ.

○

33

கடந்துவந்த நாட்கள்
செ. மகாலிங்கம்

நான் பன்னிரண்டாம் வகுப்பில் படித்துக் கொண்டிருந்தபோதே கல்லூரியின் நினைவுகள் எனக்குள் அவ்வப்போது வந்து போவதுண்டு. பள்ளி இறுதித்தேர்வில் தேர்ச்சியும் பெற்றேன். குடும்பச் சூழ்நிலையைப் புரிந்துகொண்ட நான், என் அப்பா விடம் 'அப்பா நானு படிக்கணும். உங்களால முடிந்தத மட்டும் செய்யுங்க' என்றேன். அப்பாவிற்கு முடிந்தளவு கஷ்டத்தைத் தரக்கூடாது என்பதில் கவனமாக இருந்தேன். என்னுடைய தந்தையும் என் படிப்பிற்கு உறுதுணையாக இருந்தார். எங்கள் ஊரில் பெரும்பாலானவர்கள் 'கட்டிடப் பெயிண்டிங்' தொழிலுக்குப் போவார்கள். அவர்களுடன் நானும் வேலைக்குச் செல்வேன். கல்லூரியில் சேர்வதற்காக அரசு கல்லூரியில் மட்டும் விண்ணப்பித்திருந்தேன். அப்போது எந்தப் பாடத்தைத் தேர்ந்தெடுப்பது என்பதில் மிகுந்த சிரமம் ஏற்பட்டது. அது குறித்த சிந்தனையும் எனக்குக் கிடையாது.

நாமக்கல், அறிஞர் அண்ணா அரசு கல்லூரி யில் சேர்வதற்கான சேர்க்கைக் கடிதம் கிடைத்த தும் மகிழ்ச்சியுற்றேன். அது தமிழ்த்துறையில் சேர்வதற்கான கடிதம். நான் மேல்நிலை வகுப்பில் சிறப்புத்தமிழ் படித்ததனால் இந்த வாய்ப்புக் கிடைத்தது என்பதைப் பின்னர் தெரிந்துகொண்டேன். அதனால் கிடைத்ததில் சேர்ந்துகொண்டேன். கல்லூரியும் தொடங்கி, சில வகுப்புகள் நடந்துகொண்டிருந்தன. ஆங்கிலப்

பேராசிரியர் ஒருவரின் அறிமுகம் கிடைத்தது. அவர் ஒருமுறை 'தம்பி, நீங்க என்ன படிக்கிறீங்க' என்று கேட்டார். 'சார், நான் தமிழிலக்கியம் முதலாமாண்டு படிக்கிறேன்' என்றேன். உன்னுடைய மொத்த மதிப்பெண் என்னவென்று விசாரிக்க அதற்குப் பதில் சொல்லியதும் ஆங்கிலத்தில் எத்தனை மதிப்பெண் என்றார். நான் ஆங்கிலத்தில் 121 மதிப்பெண் என்று கூறினேன். உடனே 'நீ ஆங்கிலம் படிக்கிறியா' என்று கேட்டார். 'சார் நான் விண்ணப்பம் போடவில்லையே' என்றேன். 'பரவாயில்லை, நான் பார்த்துக்கொள்கிறேன். நீ படிப்பதாக இருந்தால் என்னை வந்து பார்' என்று சொல்லிவிட்டுச் சென்றார்.

எங்கள் ஊரில் ஒருவர் 'நீ எந்தப் பாடத்தில் சேர்ந்திருக்கிறாய்' என்று கேட்க, நான் தமிழ் இலக்கியத்தில் சேர்ந்திருப்பதைச் சொன்னதும் 'தமிழா' என ஏளனமாகக் கேட்டுவிட்டுச் சென்றார். இத்தனைக்கும் என்னிடம் கேட்டவர் பத்தாம் வகுப்புத்தான் படித்திருந்தார். அவர் கூறியதைக் கேட்டு எனக்கு மனசு நெருடலாகவே இருந்தது. நாம் ஆங்கிலப்பாடத்தில் சேர்ந்து படித்தால்தான் என்ன என்றுகூட நினைத்ததுண்டு. அப்போது ஆங்கிலம் படித்த மாணவர்கள் சிலரைச் சந்தித்து ஆலோசனை கேட்டேன். அதற்கு அம்மாணவர்கள் நம் கல்லூரியில் இரண்டு மூன்று ஆண்டுகளாகவே ஆங்கிலத்தில் யாருமே தேர்ச்சி பெற்றது கிடையாது என்று சொன்னவுடன் ஆங்கிலம் கடினமானது, அதில் தேர்ச்சி பெறவே முடியாது என்ற மனநிலைக்கு வந்து விட்டேன். 'உனக்குத் தமிழ்தான், இதிலிருந்து மாறாதே' என எனக்குள் பலமுறை சொல்லிக்கொண்டேன். அதன் பிறகு அந்த ஆங்கிலப் பேராசிரியரை நான் பார்க்கப் போகவேயில்லை. ...ன் கல்லூரியில் சேர்ந்ததும் முதல் வேலையாக விடுதியில் ...்வதற்கு விண்ணப்பித்திருந்தேன். தங்குவதற்கு இடமும் ...டத்தது. ஆறாம் வகுப்பு முதல் ஆய்வியல் நிறைஞர் வரை ...சு விடுதிதான் எனக்குப் பெரும் உதவியாக இருந்தது.

முதலாமாண்டு வகுப்புகளில் கௌரவ விரிவுரையாளர்கள் ...ான் பெரும்பாலும் பாடம் நடத்தினார்கள். அவர்களிடம் இயல்பாகப் பேசுவதும் கிண்டல் அடிப்பதும் என்னுடைய வழக்கம். நான் விடுதியில் தங்கியிருந்ததால் எனக்கு மற்ற துறைகளில் பயிலும் நண்பர்கள் அதிகளவில் பழக்கமாயினர். அவர்களுடன் சேர்ந்து கல்லூரிக்கு வெளியில்தான் அதிகமாகச் சுற்றிக்கொண்டு இருப்பேன். இப்படியிருக்க முதலாமாண்டு முதல்பருவத் தேர்வு எழுதியிருந்தேன். அதில் இரண்டு தாள்கள் நிலுவை இருந்தன. இனிமேல் நன்றாகப் படிக்கணும் என்று எண்ணி அவ்வப்போது வகுப்புக்குச் செல்வேன்.

இளங்கலை முதலாமாண்டு பயின்றுகொண்டிருந்தபோது ஆத்தூரிலிருந்து நாமக்கல் கல்லூரிக்கு இடமாறுதலில் ஐயா வந்தார். பொதுவாகவே நாள்தோறும் வகுப்புக்கு முறையாகச் செல்வதேயில்லை. அதுவும் அவருடைய வகுப்பைச் சட்டை செய்யவும் மாட்டேன். அதையும் மீறி ஒருசில வகுப்புகளில் அமர்ந்திருந்தாலும் வகுப்பு நடத்தவும் விடாமல் நண்பர்களிடம் வகுப்பறையில் பேசிச் சிரிப்பது உள்ளிட்ட தொந்தரவு செய்யும் செயல்களில்தான் ஈடுபடுவேன். அவரும் பொறுத்துப் பொறுத்துப் பார்த்தார். எத்தனை நாள்கள் மனதில் நினைத்துக்கொண்டு இருந்தாரோ தெரியவில்லை. ஒருநாள் வகுப்பில் பாடம் நடத்திக் கொண்டிருந்தபோது எப்போதும் போலவே பாடத்தைக் கவனிக்காமல் நண்பர்களிடம் அரட்டை அடித்துக்கொண்டு இருந்தேன். என்னைக் கவனித்துக்கொண்டு இருந்தவர் திடீரென்று 'ஏய்! எந்திரிப்பா' என்றார். நானும் எழுந்து கெத்தாக நின்றேன்.

எடுத்த எடுப்பிலேயே 'உன் பேரு என்ன' என்றார். சொன்னேன். 'ஓ... மகா...லிங்கமா? அதுக்கு உனக்கு அர்த்தம் தெரியுமா?' என்று கேட்டார். பேசாமல் நின்றேன். 'உம் பேருக்குக்கூட அர்த்தம் தெரீல. சொல்லட்டுமா? விளக்கம் சொன்னா, இத்தன பேருக்கு முன்னாடி நீ அவமானப்பட்டுப் போயிருவ' என்று கோபமாகச் சொன்னார். நானும் சக மாணவர்கள் மத்தியில் நிற்க வைத்து இப்படிக் கேட்டு விட்டாரே என நினைத்து அவமானத்தில் தலைகுனிந்து நின்றேன். அதற்குப் பின் என்னை உட்காரச் சொல்லிவிட்டு வழக்கம்போல் பாடம் நடத்திச் சென்றுவிட்டார். அவர் என் பேருக்கான விளக்கம் கேட்டதிலிருந்து வேறு எதிலும் என் சிந்தனை செல்லவில்லை. அதற்கான விளக்கம் என்னவாக இருக்கும் என்பதைத் தெரிந்துகொள்ள ஆர்வமாக இருந்தேன்.

பேருக்கான விளக்கம் கேட்க அவரின் அறைக்குச் சென்றேன். என்னைப் பார்த்ததும் 'என்னப்பா' என்றார். நான் தயங்கியபடி 'ஐயா வகுப்புல என் பேருக்கான விளக்கம் கேட்டீங்க. எனக்குத் தெரியல, என்னங்கய்யா அர்த்தம்' என்றேன். ஐயாவும் சிரித்துக்கொண்டே 'அது சிவன் பேருதாம்பா. ஆனாப் பாரு, ஆதிக்க சாதிக்காரங்க பெரும்பாலும் இந்தப் பேரயெல்லாம் வெக்க மாட்டாங்க' என்று சொல்லிவிட்டு மேற்கொண்டும் அதற்கான விளக்கத்தைக் கூறினார். அதைக் கேட்டு நானும் என்னை அறியாமல் சிரித்துவிட்டேன். அன்று முதல் அவருடைய வகுப்பில் எவ்விதத் தொந்தரவும் தந்ததேயில்லை. என்மீது வகுப்பில் அவர் காட்டிய கோபம் சிறிதுமின்றிப் பின்னர் நண்பர்களிடம் பழகுவதுபோல் எளிமையாகப் பேசியது அவர்மீது ஈர்ப்புக்கொள்ளச் செய்தது.

ஐயா எங்களின் வகுப்பறைக்கு வந்து கவிதை, கட்டுரை, சிறுகதை போன்றவற்றில் கலந்துகொள்பவர்கள் தங்களின் பெயரை என்னிடம் பதிவு செய்யவும் என்றார். எங்களுடைய வகுப்பில் அதிகமாக யாரும் பெயர் கொடுக்கவில்லை. இருந்தாலும் தன்னம்பிக்கை கொடுத்தார். நீங்கள் எழுதுவது தவறாக இருந்தாலும் பரவாயில்லை, இது பயிற்சிதான். உங்களுக்கு என்ன தெரியுமோ அதை எழுதுங்கள், தலைப்பை நீங்களே முடிவுசெய்துகொள்ளலாம் என்று வாய்ப்பளித்தார். அதன்படி நானும் பெயர் பதிவுசெய்து கவிதை ஒன்றை வகுப்பறையில் நடைபெற்ற படைப்பரங்கில் வாசித்தேன். என் கவிதையைக் கேட்ட பிறகு பரவாயில்லை, நீங்கள் தொடர்ந்து முயற்சி செய்யுங்கள் என்று ஊக்கப்படுத்தினார்.

வழக்கம்போல் விடுமுறை நாட்களில் பெயிண்டிங் வேலைக்கு நண்பர்களுடன் திருச்செங்கோட்டிற்கு அருகிலுள்ள கூட்டப் பள்ளிக்குச் சென்றிருந்தேன். அதுதான் ஐயாவின் சொந்த ஊர். அந்தத் தெரு வழியே நடந்து வந்த ஐயா என்னைப் பார்த்ததும் ‘என்னப்பா இந்தப் பக்கம்’ என்றார். நான் சற்றுத் தயக்கத்துடன் வேலைக்குத்தான் ஐயா என்றேன். என்ன வேல என்று கேட்கப் பெயிண்டிங் வேலை என்றேன். எங்க வேல செய்யறீங்க என்றதற்கு நான் வேலை செய்யும் வீட்டைக் காட்டினேன். சரிப்பா நான் சாயங்காலமா வரேன் என்று சொல்லிவிட்டுச் சென்றார். நான் வீட்டினுள் வேலை செய்துகொண்டு இருந்தேன். சொன்னது போலவே ஐயாவும் வந்துவிட்டார். வெளிப்பகுதியில் வேலை செய்துகொண்டிருந்த மற்றொருவரிடம் ‘இங்க மகாலிங்கம் இருந்தாக் கொஞ்சம் கூப்பிடுங்க’ என்று சொல்ல அவரும் என்னைக் கூப்பிட்டார். நானும் வெளியில் சென்று பார்த்தேன். அப்போது என்னைப் பார்த்ததும் உங்க வேல எப்ப முடியுமுன்னு கேட்டுக் ‘கிளம்பும்போது எங்க வீட்டுக்கு வந்துட்டுப் போப்பா’ என்றதுடன் வீட்டிற்கு வருவதற்கான வழியையும் கூறிச் சென்றார்.

நானும் எதற்கு வரச் சொன்னார் என்று தெரியவில்லையே எனக் குழம்பியவாறு பலவற்றையும் யோசித்தேன். இருந்தாலும் எது கேட்டாலும் பரவாயில்லை என நினைத்துக்கொண்டு அவரது வீட்டிற்குச் சென்றேன். என்னைக் கண்டதும் முகமலர்ச்சியுடன் ‘வாப்பா’ என்று உள்ளே கூப்பிட்டு அவரது அம்மாவிடமும் மனைவியிடமும் அறிமுகப்படுத்தி உபசரித்த அந்தத் தருணம் இன்றளவும் மறக்கமுடியாத ஒன்றாக இருந்துவருகிறது. அவர்மீது வைத்திருந்த மரியாதை மேலும் அதிகமானது. ஆசிரியர் மாணவர் என்ற உறவைத் தாண்டிய மனிதராக ஐயாவை நான் உணர்ந்தேன். இதைக் குறிப்பிடுவதற்குக் காரணம் அவர் வீட்டில் சந்தித்தபோது என்னுடைய குடும்பம் பற்றியும் பொருளாதார

நிலையைப் பற்றியும் விசாரித்து 'இப்படியெல்லாம் கஷ்டப்பட்டு வேல செய்யுற. அந்த வேலைக்கு ஒரு அர்த்தம் இருக்கணும். படிச்சிக்கிட்டே வேலை செய்யுறது நல்லதுதான். படிப்பிலும் நீங்க கவனத்தைச் செலுத்தணும்' என்று சொல்லி என்னை உணரச் செய்தவர்தான் ஐயா.

மூன்றாமாண்டு படித்தபோது வகுப்பறையில் சக மாணவர்கள் மத்தியில் பேராசிரியர் ஒருவர் என்னை வைத்துக் கிண்டல் செய்ய அந்தப் பேச்சு என்னை அவமானப்படுத்துவதைப் போல உணர்ந்தேன். நானும் அந்தப் பேராசிரியரின் மனம் நோகும்படி எதிர்த்துப் பேசிவிட்டேன். உடனே என்னை வகுப்பை விட்டு வெளியேறச் சொன்னார் அவர். நான் போகமாட்டேன் என்று பிடிவாதமாக இருந்தேன். உடனே அவர் வகுப்பு முடிவதற்கு முன்பே வெளியே சென்று துறைத்தலைவரிடம் முறையிட்டார். துறைத்தலைவரும் ஒரு மாணவரை அனுப்பித் தமது அறைக்கு வருமாறு என்னை அழைத்தார். நானும் சென்றேன். துறைத் தலைவர் கடுமையாகக் கோபத்தை வெளிப்படுத்தினார். 'என்ன மகாலிங்கம் நீயெல்லாம் நல்ல மாணவன்னு நெனச்சேன், ஆனா நீ இப்படி நடந்துகிட்டது சரியில்ல, நீ இப்படி நடப்பயின்னு நினைக்கல, உடனே அவர்கிட்ட மன்னிப்புக் கேளுங்க' என்று அவரை வைத்துக்கொண்டே சொன்னார். நான் விடாப்பிடியாக மன்னிப்புக் கேட்கக் கூடாது என்று துணிவுடன் நின்று கொண்டிருந்தேன்.

சூழலைப் புரிந்துகொண்ட பேராசிரியர் துறைத்தலைவரிடம் சொல்லிவிட்டுத் தமது இருக்கைக்குச் சென்றுவிட்டார். மீண்டும் துறைத்தலைவர் 'உனக்கு டி.சி.தான் தரணும்' என்று என்னிடம் கடுமையாகப் பேசினார். 'அவர்கிட்டப் போய் இப்பவே பேசுங்க' என்று அறிவுறுத்தினார். இத்தகவல் ஐயாவுக்கு எட்டியது. என்னைத் தனியாக அழைத்தவர் இது குறித்து விசாரித்தார். 'என்ன இருந்தாலும் ஆசிரியரிடம் நீங்க அப்படிப் பேசியிருக்கக் கூடாது' என்று சொல்லி என்னை நெறிப்படுத்தினார். ஐயா சொன்ன பிறகுதான் என்னுடைய பிடிவாதத்தை விட்டுப் பேராசிரியரிடம் சென்று 'நான் உங்களிடம் பேசியது தவறுதான்' என்று மன்னிப்புக் கேட்டேன். அவரும் உடனே 'சரிப்பா, நானும் உன்னை அவமானப்படுத்த அப்படிப் பேசுல, ஆனா நான் சொன்ன சொல்லுக்கு மதிப்புத் தரலியே என்ற கோபம்தான்' என்றார். அன்று நான் ஐயாவின் பேச்சைக் கேட்காமல் இருந்திருந்தால் பிறகு அந்தப் பேராசிரியரின் நல்லதொரு நட்பு கிடைக்காமலேயே போயிருக்கும்.

இளங்கலை முடித்துத் திருச்சி ஜமால் முகமது கல்லூரியில் சேர்ந்து முதுகலை, ஆய்வியல் நிறைஞர் பட்டங்கள் முடித்து நாமக்கல்லிலுள்ள சுயநிதிக் கல்லூரி ஒன்றில் விரிவுரையாளராகப் பணியில் சேர்ந்த பிறகே ஐயாவைத் தொடர்புகொண்டேன். இடையில் நான்கு ஆண்டுகள் அவரிடம் தொடர்பு இல்லாமல் இருந்தாலும் நான் கல்லூரியில் சேர்ந்த தகவலை ஐயாவிடம் தெரிவித்தபோது எப்போதும் போல முகமலர்ச்சியுடன் பேசினார். முன் தயாரிப்புகளுடன் மாணவர்களுக்குப் பாடம் நடத்துவது எப்படி, தன்னைத் தயார்ப்படுத்திக் கொள்வது எப்படி என்பன உள்ளிட்ட கருத்துக்களைக் கூறினார்.

அதுபோலப் பல்கலைக்கழக மானியக்குழு நடத்திய தகுதித்தேர்வில் தேர்ச்சி பெற்றபோதும் அவரைத் தொடர்பு கொண்டேன். அப்போதும் முன்பு போலவே உரையாடினார். முனைவர் பட்ட ஆய்வு தொடர்பாகவும் ஆய்வுத்தலைப்பு குறித்தும் அவரிடம் ஆலோசனை கேட்டபோது, உங்களுக்கு எதில் விருப்பமோ அதில் ஆழ்ந்த ஈடுபாட்டுடன் செயல்படுங்கள் எனக் கூறி பல்வேறு தகவல்களை விளக்கியது பயனுள்ளதாக இருந்தது. ஐயாவுடன் நெருங்கிப் பழகும் வாய்ப்பு இருந்தும் அவரைச் சரியாகப் பயன்படுத்திக்கொள்ளவில்லையே என்ற ஏக்கம் எனக்கு இன்றும் உண்டு. நான் அவரை விட்டு விலகி யிருந்தாலும் என்னையும் இன்றுவரை நெறிப்படுத்திக் கொண்டு இருப்பவர் ஐயாதான்.

◯

34

தங்கப் பதக்கம்
ரெ. மகேந்திரன்

இந்த இருபது பக்கங்களை எழுதுவதற்குள் நான் பட்ட பாடு? பிரபாகர் அண்ணனிடம் கேட்டேன். அவர் 'நீ எழுதுறதுதான் தீஸிஸ்' என்கிறாரே தவிர இப்படி எழுது, அப்படி எழுது என்று சொல்லவில்லை. அதோடு நிற்கவில்லை. 'நானும் அப்படித்தான் எழுதினன்' என்றார். நானும் 'அப்படியா?' என்று ஆச்சரியப்பட்டுப் போனேன். ஆனாலும் ஒரு பக்கம் எழுதுவதற்குள் மண்டையை எத்தனைமுறை சுவரில் முட்டிக்கொள்வது? எத்தனை தாளைக் கிழிப்பது? 'அட சீ... நாசமாப் போன இந்த எம்.பிலைப் போட்டுத் தொலைக்காம இருந்திருக்கலாம்' என்கிற கட்டம் வந்தது. இருந்தாலும் தாக்குப் பிடித்துப் பிரபாகர் சொன்னதை அப்படியே நம்பிப் பத்துப் புத்தகத்தை எடுத்துப் பக்கத்திற்கு நான்கு நான்கு வரியாகப் பார்த்துப் பார்த்து எழுதியிருந்தேன்.

உசாராகத்தான் எழுதினேன். ஐயா கண்டு பிடித்துவிடக் கூடாதே. கண்டுபிடித்தால் போச்சு. எதுவும் சொல்லமாட்டார். ஒரே ஒரு கேள்வி. 'நீங்களா மகேந்திரன் இப்படிப் பண்றீங்க?' அவ்வளவுதான், அன்றைய பொழுதும் வேறு பேச்சே அவரிடம் இருந்து வராது. அவரின் முகத்தையே பார்த்துக்கொண்டிருந்தாலும் சரி, வாயைப் பார்த்துக்கொண்டிருந்தாலும் சரி. வேறு வார்த்தைக்கு இடம் ஏது. பிறகு என்ன? அவர் முகத்தில் எப்படி விழிப்பது? இருந்தாலும் துணிந்துதான் எழுதினேன். துறையில் நிறைய

ஆசிரியர்கள் இருக்கும்போதோ பரபரப்பான சூழ்நிலையிலோ கொண்டுபோய்க் கொடுத்தால் வாங்கி எத்தனை பக்கம் எழுதியிருக்கிறான் என்று பார்த்துச் 'சரி... சரி... டைப்பிங்குக் கொடுத்துடு' என்று சொல்லிவிடுவார். டைப்பிங்குக் கொடு என்றாலே நான் பாதிக் கடலைத் தாண்டியதாக அர்த்தம். பரபரப்பான சூழ்நிலை கிடைக்கும் என்ற நம்பிக்கையில் எழுதிக் கல்லூரிக்குக் கொண்டு போனேன்.

தமிழ்த்துறையின் அறைக் கதவருகில் நின்றேன். எத்தனை ஆசிரியர்கள் இருக்கிறார்கள்? ஐயா என்ன செய்கிறார்? இந்தத் தருணம் சரியானதா? இல்லை, வேறு சமயத்தை நோக்கியிருக்கலாமா? இவை எல்லாவற்றையும் எட்டிப் பார்க்கும் நேரத்தில் கணித்துவிட வேண்டும். அவ்வளவு நுட்பமாகச் செயல்பட வேண்டிய தருணம் அது. இதில் முக்கியமானது, நான் எட்டிப் பார்த்தேன் என்பதை அவர் கண்டுபிடித்துவிடக் கூடாது. மெல்ல எட்டிப் பார்த்துத் தலையை நறுக்கென்று மறைத்துக்கொண்டேன். அந்தக் கொஞ்ச நேரத்தில் என் மனதில் பதிந்த காட்சி இன்னமும் அப்படியே இருக்கிறது. அவர் செய்தித்தாளைப் படித்தது, அதுவும் காலை ஆட்டிக்கொண்டு படித்தது, அவர் எந்தத் திசையை நோக்கியிருந்தார், இருக்கைக்கு முன் உள்ள மர மேசை என அத்தனையும் இப்போதும் எனக்கு அத்துப்படி. ஐயாவைத் தவிர வேறு யாரும் இல்லை. அவர் தன் இருக்கையில் அமர்ந்து செய்தித்தாளைப் பார்த்துக்கொண்டிருந்தார். தலையை மறைத்துக்கொண்ட நான் என்னையும் என் உடலையும் சுவரோடு சுவராய் ஒட்டி நின்றேன். கொஞ்சம்கூடச் சுவரை விட்டு விலகியிருக்கவில்லை. காவலர் பணிக்கு உடல் உயரத்தை ...கும்போது எப்படி நிற்க வேண்டுமோ அப்படி. கொஞ்சம் ...னாலும் தலையில் கொட்டு விழும். என் கண்கள் ஒரு ...ச் சுழட்டின. 'யப்பா... நல்லவேளைடா சாமி. அவரசப் ... போயிருந்தம். அம்புட்டுத்தான். நாறி நாத்தமெடுத்துப் ...ருக்கும். தப்பிச்சமடா சாமி' என்று நினைத்து மெல்ல நினைத்தேன்.

அதற்குள் ஒரு பேராசிரியர் வந்துவிட்டார். வந்தவர் என்ன ஏது என்று விசாரித்துப் பின் துறைக்குள் போயிருந்தால் பரவாயில்லை. அவர் பேசிக்கொண்டே உள்ளே போய்விட்டார். போனவரிடம் ஐயா 'யார்' என்று கேட்க, போனவர் 'மகேந்திரன்' என்று சொல்லக் காரியம் நன்றாகக் கைகூடிப் போய்விட்டது. விதி யாரை விட்டது? இதைத்தான் 'விதி வலியது' என்பார்களோ? ஐயா என்னை அழைத்தார். நான் அடக்கமாய்ப் போனேன். 'ஏன் வெளிய நிக்கிறீங்க. வரவேண்டியதானே' என்றார். நான் என்ன சொல்ல? நினைத்த கதையைச் சொல்வதா? நடந்த கதையைச்

எங்கள் ஐயா

சொல்வதா? 'இல்லங்கய்யா, நீங்க பிரியா இருக்கீங்களா, இல்லயான்னு தெரிஞ்சிக்கிட்டு வரலானுதாங்கயா' என்றேன். சரி ... சரி ... என்று கூறிவிட்டு எழுதி வந்ததைக் கேட்டார்.

நான் நம்பியிருந்த பரபரப்பான சூழ்நிலையும் இல்லை, பேராசிரியர்களும் இல்லை. போச்சு போ. இன்னைக்குக் கதை கந்தல்தான். ஐயா கொஞ்சம்கூடப் பரபரப்பாக இருப்பதாய்த் தெரியவில்லை. இவர்தான் அப்படி என்றால் ஆசிரியர்கள் ஒருவர்கூடக் காணவில்லையே. எல்லாம் என் நேரம். சும்மா எனக்கு எழுதத் தெரியவில்லை என்று சொல்லியிருந்தாலாவது 'சொல்லித் தரேன் வா' என்று சொல்லியிப்பாரோ என்னவோ. வேலியில் போகும் ஓணானை எடுத்து என் வேட்டிக்குள் நானே விட்ட கதையாகிவிட்டது. எப்படியாவது துணிச்சலை வரவைத்துக்கொள்ள வேண்டும். யோசித்தேன். துணிச்சல் என்பது என்ன? உள்ளே இருக்கும் பயத்தை வெளிக்காட்டாமல் இருப்பதுதானே. இது கைவந்த கலையாயிற்றே. வந்தது வரட்டும், போவது போகட்டும் என்று சிரித்துக்கொண்டே எழுதியதைக் கொடுத்தேன். அவரும் சிரித்தார். நான் சிரித்த நோக்கம் வேறு. அவர் சிரித்தது எதற்கோ?

தாளில் பக்கக் கோடுகள் போட்டுக் கையெழுத்தைக் கொஞ்சம் முட்டை முட்டையாக எழுதியிருந்தேன். என் கையெழுத்து அவருக்குப் பிடித்திருந்தது. கல்லூரியில் இளங்கலை படிக்கும்போது 'கையெழுத்து நல்லாயிருக்கே' என்று எனக்குச் சில எழுத்து வேலைகளையெல்லாம் கொடுத்திருக்கிறார். கதை, கட்டுரை என ஏதேதோ எழுதக் கொடுத்திருக்கிறார். தலைப்புகளுக்கு அடிக்கோடிட்டுப் பார்ப்பதற்கு அழகாய் வடிவமைத்துத்தான் எழுதியிருந்தேன். வாங்கிப் பார்த்த அவர் 'கையெழுத்து நல்லா இருக்கு' என்று வாசிக்கத் தொடங்கினார். ஒரே ஒரு பத்தியைத்தான் வாசித்துப் பார்த்தார். என் லட்சணம் அவருக்குப் புரிந்திருக்கும் என்று நினைக்கிறேன். 'என்ன எழுதி யிருக்கிற' என்று சொல்லி வாசித்த பத்தியை மீண்டும் வாசித்துப் பார்த்தார். அவ்வளவு நேரம் நின்றிருந்த என்னை உட்காரச் சொன்னார். அந்தச் சமயத்தில் உட்காரச் சொன்னாலே ஏதோ விவகாரம் உள்ளதென்று அர்த்தம்.

ஒரு நாற்காலியைப் பக்கத்தில் இழுத்துப்போட்டு அதன் நுனியில் அமர்ந்தேன். அமர்ந்து அவருடன் நானும் அந்தப் பத்தியை வாசிப்பது போலத் தலையைத் தூக்கிப் பார்த்தேன். அவர் 'நீங்கதானே எழுதுனீங்க' என்றார். 'ஆமாம்' என்றேன். அவ்வளவுதான் தாமதம். அந்தப் பத்தியின் முதல் வார்த்தையைச் சொல்லி அதற்குப் பொருள் என்ன என்றார்.

வார்த்தை என்னவென்று நினைவில் இல்லை. நான் எழுதியது என்னவென்றுகூட இப்போது நினைவில் இல்லை. அவர் கேட்டது சாதாரண வார்த்தையாகத்தான் இருக்கும் என்று நினைக்கிறேன். எதற்குக் கேட்கிறார்? என்னைச் சோதிக்கக் கேட்கிறாரா அவர் தெரிந்துகொள்ளக் கேட்கிறாரா என்று எனக்குக் குழப்பம். எப்படியாயினும் அவருக்குத் தெரியாமல் இருக்க வாய்ப்பே இல்லை. ஏனெனில் இலக்கிய வரலாறு புத்தகத்திலிருந்து காப்பியடித்த வார்த்தைதான். அது அவருக்குத் தெரியாமலா இருக்கும். அப்படியானால் என்னைச் சோதிக்கவே கேட்கிறார் எனில் நான் என்ன சொல்வது? புத்தகத்தில் எழுதியிருந்தது, நானும் எழுதினேன். இதற்கெல்லாம் பொருள் கேட்டால் நான் எங்கே போய் முட்டிக்கொள்வது? இருந்தாலும் கேட்ட கேள்விக்குப் பதில் சொல்லவில்லையெனில் என் தலையில் நானே கொட்டிக்கொண்டது போல் ஆகுமே. ஏதோ பதில் சொன்னேன். சொன்ன பதிலிலிருந்து இன்னொரு கேள்வி கேட்டார். சரியாப் போச்சு போ. ஒரு கேள்விக்குப் பதில் சொல்லவே எவ்வளவு நடிக்க வேண்டியிருக்கிறது. இதில் இன்னொன்றா? சும்மாவே உட்கார்ந்திருந்தேன். திரும்பவும் கேட்டார். திரும்பவும் நான் சும்மாவே இருந்தேன். 'நான் கேட்டது உங்க காதுல விழலையா?' என்றார். பேசினால் அதிலிருந்து இன்னொன்று கேட்பாரோ என்று சிரித்தேன். அவர் சிரிக்கவில்லை.

அடுத்த கேள்வி கேட்பதற்குள் மூன்று நான்கு பேராசிரியர்கள் அறைக்குள் நுழைந்தார்கள். 'ஸ் ... அப்பாடா. இனிக் கேள்வி கேட்கமாட்டார்' என்று வந்த பேராசிரியர்களுக்குக் கோடி கும்பிடு மனதுக்குள் போட்டேன். பெருமூச்சுவிட நேரம் போல. கொஞ்சம் ஆசுவாசம் அடைந்தேன். விட்டாரா? இல்லையே. நாற்காலியில் நன்றாக உட்கார்ந்து தொடர்ந்தார். சில கேள்விக்குப் பதில் சொல்லிப் பார்த்தேன். அதோடு விடுவதாய்த் தெரியவில்லை. எதற்கு வம்பு? அடுத்து வந்த கேள்விக்கு மௌனமாய் இருந்தேன். அவர் பதிலை எதிர்பார்க்காமலே கேள்வியைக் கேட்டுக்கொண்டிருந்தார். நான் இதுதான் சமயம் என்று மௌனமாகவே இருந்துவிட்டேன். அப்போதும் விடவில்லை. என்னோடு அவர் கால் கட்டைவிரலில் மாட்டிக்கொண்டு விட்டது. இத்தனை கேள்வியிலும் மிரட்டலும் இல்லை, அதிகாரமும் இல்லை. சிரித்துக்கொண்டேதான் கேட்டார். ஆனால் எனக்கல்லவா மானம் போகிறது. நாலு பேர் இருக்கும் இடத்தில் ஒரு கேள்விக்குக்கூடச் சரியாகப் பதில் சொல்ல முடியாததை விடுங்கள், வாயே திறக்க முடியவில்லையே. ஒரு பதில்கூடத் தெரியவில்லையே என்று நொந்துகொண்டேன்.

ஒரு கட்டத்தில் உட்கார்ந்திருந்த நான் எழுந்து நின்றேன். அவர் 'ஏன், உட்காருங்க' என்றார். நான் உட்காராமல் இப்படிச் சொன்னேன்:

'ஐயா, நீங்க கேக்குற கேள்விக்கு எனக்குப் பதில் தெரியல. தெரியாது. இந்தப் பத்தில மட்டும் இல்ல. இந்த இயலே இப்படித்தான் இருக்கு. நாலஞ்சு இலக்கிய வரலாறு புத்தகத்தப் பாத்துத்தான் எழுதிட்டு வந்தேன். ஒத்துக்கிறன். என்னை மன்னிச்சுருங்க. நான் மாத்தி எழுதிட்டு அடுத்த வாரம் வரேன். அதுவும் சரியில்லன்னா என்ன கேள்வி வேணும்னாலும் கேளுங்க.'

இப்படிச் சொல்லி அவரிடமிருந்து நான் எழுதிய அந்தப் பக்கங்களை அனுமதியின்றி எடுத்துக்கொண்டேன். சிரித்தார். நான் அமர்ந்துகொண்டேன். அவர் ஆரம்பித்தார்:

'நல்லா எழுதுவீங்கன்னு பாத்தேன். இப்பிடி எழுதியிருக்கீங்க. ஆய்வுங்கறது காப்பி அடிக்கிறதில்ல. கிடைக்கிற தரவுகள்ல இருந்து முடிவுக்கு வரது. தரவுகள் கிடைச்சாலே முக்கால்வாசி தீஸிஸ் முடிஞ்சிடும். இதுக்குப் போய் இப்படித் தடுமாறீங்க. முதல்ல தரவுகளத் திரட்டுங்க. அதுவே போதும். உங்களுக்குப் புரியணும்னு இத்தன கேள்வி கேட்டன். சரி, எழுதிட்டுச் சொல்லுங்க.'

தலை குனிந்து துறை அறையை விட்டு வெளியே வந்து விட்டேன். அடுத்த வாரம் வருகிறேன் என்று சொன்னதோடு சரி. இரண்டு மாதம்வரை அவர் இருக்கும் பக்கம் தலைகூட வைத்துப் படுக்கவில்லை. என்மீது அவர் வைத்திருந்த நம்பிக்கையை நான் வீணடித்துவிட்டதான குற்ற உணர்வு. கிடைத்திருக்கும் வாய்ப்பைச் சரியாகப் பயன்படுத்த வேண்டும் என்ற முனைப்பும் கூட. தரவுகளைத் திரட்டுங்கள் என்று சொன்ன அந்த வார்த்தை என் மனதில் பதிந்துபோனது. இதுகூடத் தெரியாமல்தான் அந்த இயலை எழுதினேன். ஆய்வியல் நெறிமுறைகள் என்ற நூலில் ஆய்வு தொடர்பான பல தகவல்கள் இருக்கின்றன. ஆனாலும் ஆய்வுக்கு அவை ஒட்டாமல்தான் எனக்குக் காட்சியளித்தன. தியரி வேறு, புராஜெக்ட் வேறு என்றே என் மனதில் பதிந்துவிட்டது. தியரிகளுக்குக் கொடுக்கப்படும் கவனம் புராஜெக்ட்க்குக் கொடுப்பதில்லை என்றே தோன்றுகிறது.

தரவுகளைத் தேடினேன். கிடைக்கவில்லை. அவரிடம் போய் நின்றேன். 'எங்கெல்லாம் தேடினீங்க' என்று கேட்டார். நாமக்கல் மாவட்ட மைய நூலகம், உள்ளூர் நூலகம், பக்கத்து ஊர் நூலகம் எனச் சில நூலகங்களைச் சொன்னேன். 'அங்கெல்லாம் போனா

ஒன்னும் கிடைக்காது. அங்கிருக்கிறதெல்லாம் ஆய்வுக்கான புத்தகங்கள் கிடையாது. சென்னை ரோஜா முத்தையா நூலகம், தஞ்சை சரஸ்வதி மஹால் நூலகம்ன்னு போங்க. அப்பத்தான் கிடைக்கும்' என்றார். சென்னை ரோஜா முத்தையா நூலகத்திற்குச் செல்வதாக அவரிடம் சொன்னேன். அந்நூலகத்தில் எனக்குத் தேவையான உதவிகளை ஏற்பாடு செய்து கொடுத்தார். அங்கிருந்து பல தரவுகளைச் சேகரித்தேன். அவரே தன்னிடம் உள்ள நூல்களைக் கொடுத்துப் பல உதவிகளைச் செய்தார். ஆய்வேடும் சமர்ப்பித்தேன். தேர்வு முடிவுகளும் வந்தன. பின்னொரு நாளில் பல்கலைக்கழகத்திலிருந்து எனக்கொரு கடிதம் வந்தது. அந்தக் கடிதம் நான் பல்கலைக்கழக அளவில் முதலிடம் பிடித்த தகவலைத் தாங்கியிருந்தது. அவரிடம் சொன்னேன். மகிழ்ந்தார்.

தங்கப் பதக்கம் வாங்கிவிட்டேன் என்ற பெருமைக்காக நான் இதைச் சொல்லவில்லை. அது எனக்கானதல்ல என்றுதான் சொல்வேன். ஏனெனில் ஒன்பதாம் வகுப்பு வரை என் ரேங்க் கார்டில் அடிக்கோடு இடப்படாமல் ஒருமுறையும் இருந்ததில்லை. அந்த அட்டையில் என் அப்பாவிடம் கையெழுத்து வாங்க நான் பட்ட பெருங்கஷ்டம் இருக்கிறதே, அதைச் சொல்லி மாளாது. பல வகையான நுணுக்கங்களைக் கையாள வேண்டியிருந்தது. என் அண்ணன் பள்ளியில் முதல் மாணவன். நானோ ஓரிரு பாடத்தில் மட்டும் தேர்ச்சி. இந்தக் கதையை எங்கு போய்ச் சொல்ல. 'நல்லா விளங்குற மாடு ஒன்னு, ஒன்னுக்கும் லாயக்கில்லா எருமை மாடு ஒன்னு.' இரகசிய வார்த்தைகள் பல எங்கள் ஊரினர் சொல்வர்.

அதோடு நின்றதா? பன்னிரண்டாம் வகுப்பில் நான் தேர்ச்சி [illegible]யவில்லை. கல்லூரியில் இளங்கலையில் மூன்றாண்டு [illegible]ல் இரண்டு ஆங்கிலத் தாள்கள் நிலுவையில் இருந்தன. [illegible]ன்றரை ஆண்டுகள் கழித்துத்தான் தேர்ச்சி பெற்றேன். [illegible]ில்லா எருமை மாட்டுக்குப் போய்த் தங்கப் பதக்கம் [illegible]பது சரியா? அதனால் அந்தப் பதக்கம் எனக்கானதல்ல [illegible]சால்கிறேன். அவரின் சரியான வழிகாட்டுதலுக்கானது. [illegible]குக் கொடுப்பதற்குப் பதிலாக எனக்குக் கொடுத்து வி[illegible]ார்கள்.

35

எல்லாமும் ஆனாய்
இரா. மணிகண்டன்

1997இல் கல்லூரி வாழ்க்கையில் நான் முதன் முதலில் கால் வைத்த தருணம். இன்றைய நவீன மாணவர்களைப் போன்று நகரம் பற்றிய புரிதலோ தொழில்நுட்பம் சார்ந்த பயிற்சியோ கல்லூரி தொடர்பான அறிதலோ துளியும் இல்லாத நிலை. எப்படியேனும் கல்லூரி சேர்ந்துவிட வேண்டும் என்னும் தீவிரத்தில் திருச்சி பெரியார் கல்லூரிக்கும் ஆத்தூர் அரசு கல்லூரிக்கும் விண்ணப்பித்திருந்தேன். என் பன்னிரண்டாம் வகுப்புப் பாடப் பிரிவு சார்ந்து பி.காம். வகுப்பிற்கும் என் தனி விருப்பம் சார்ந்து பி.ஏ. தமிழ் வகுப்பிற்கும் விண்ணப்பித்திருந்தேன். திருச்சி அழைப்பை ஏனோ மனம் நிராகரித்துவிட்டது. ஓரிரு வாரங்கள் கழித்து ஆத்தூரிலிருந்து அழைப்பு வந்தது. சென்றோம். அப்போது முதல்வர் பொறுப்பிலிருந்த பேராசிரியர் என்னை பி.காம். வகுப்பில் சேரச் சொல்லித் தன்னால் இயன்ற எல்லா அறிவுரை களையும் வழங்கினார். அவர் வணிகவியல் துறையைச் சேர்ந்தவர் என்பதைப் பின்னாளில் அறிந்துகொண்டேன். 'தமிழ்தான் சேர்வேன்' எனப் பிடிவாதமாய்ச் சேர்ந்துகொண்டேன். அப்போது என்னுடன் இருந்த தமிழ்ப் பேராசிரியர் வ. கிருஷ்ணன் அவர்கள் என் மன உறுதியைத் தட்டிக் கொடுத்துப் பாராட்டினார்.

சற்று கால இடைவெளிக்குப் பிறகு கல்லூரி திறந்தது. மிகுந்த பயம், படபடப்பு, தடுமாற்றம் என என் கல்லூரிப் பிரவேசம் தொடங்கியது.

எல்லாம் மூன்றே நாட்கள்தான். என் உறவுக்காரச் சகோதரர் ஒருவர் ஏற்படுத்தியிருந்த மனச் சலனங்களால் தொடர்ந்து கல்லூரிக்குள் நுழைய என் கால்கள் மறுத்துவிட்டன. இரண்டு மூன்று மாத கால இடைவெளிக்குப் பின் வகுப்பிற்குள் நுழைந்தேன். புது மாணவருக்கான எல்லா விசாரிப்புகளும் நிகழ்ந்தன. எல்லோரிடமும் ஓரிரு புத்தகங்கள், நோட்டுக்கள் இருந்தன. என்னிடம் எதுவும் இல்லை. 'இன்னைக்குப் புதுசா வந்த ஸ்டூடண்ட் யாருப்பா' என்றபடியே உள்ளே வந்தார் மாணவர் ஒருவர். எழுந்து நின்றேன். 'சாரு உங்கிட்ட இதக் குடுக்கச் சொன்னாரு' எனக் கூறிப் புத்தகம் ஒன்றைக் கொடுத்துவிட்டுச் சென்றார். வாங்கிப் பார்த்தேன். அது எனக்குத் தமிழ் சார்ந்து மிகுந்த ஆர்வத்தைத் தூண்டியிருந்த யாப்பிலக்கணம் தொடர்பான 'யாப்பருங்கலக் காரிகை' என்னும் புத்தகம். விலை பார்த்தேன். முப்பது ரூபாய் என்றிருந்தது. இவ்வளவு தொகை வேண்டு மென்றால் குறைந்தபட்சம் ஒரு வாரத்திற்கு முன்பாவது வீட்டில் சொல்லிவைக்க வேண்டும்.

புத்தகம் கொடுத்ததற்கு நன்றி தெரிவிப்பதற்காகவும் தற்போது என்னிடம் பணம் இல்லை என்று கூறிச் சற்று கால இடைவெளி கோருவதற்காகவும் ஆசிரியர் அறைக்குள் நுழைந்தேன். நான்கைந்து ஆசிரியர்கள் இருந்தார்கள். நான் நேராகக் கிருஷ்ணன் சாரிடம்தான் சென்றேன். பார்த்தார். 'சார் . . . புத்தகம் . . .' என்று நான் முடிக்கும் முன்பே 'நான் கொடுக்கலப்பா . . . அவரு . . .' என்று வேறொருவரைக் கைகாட்டி னார். முகமறியா எனக்குப் புத்தகம் கொடுத்தது வேறொரு ஆசிரியரா என்று ஆச்சரியம் மேலிட மெதுவாக அவரிடம் நகர்ந்தேன். அதுவரை கீழே குனிந்து எதையோ மிகக் கவனமாக க்கொண்டிருந்த அவர் மெதுவாகச் சற்று நிமிர்ந்து னப் பார்த்தார். மிகச் சதாரணமான ஒரு கதர் சட்டை, சீவிய தலை, அலைஅலையாய் நெளிந்த தலைமுடி, பரந்த நெற்றி, மிகமிக உள்ளீடு கொண்ட மிகக் கூரிய வை. கல்லூரி ஆசிரியர் என்பதற்கான சிறு பகட்டுமின்றி வர் இருந்தார். ஐயா என்னும் மிகப்பெரும் ஆளுமையின் அதீதப் பாய்ச்சல் என்னுள் இரண்டறக் கலந்தது அத்தருணத்தில், அந்த முதல் பார்வையில்தான். அவரது பார்வையில் இருக்கும் வசீகரக் கூர்மையை எதிர்நோக்கும் வலிமையை இப்போதுகூட நான் பெற்றிருக்கவில்லை.

'ஐயா, புத்தகம் கொடுத்ததற்கு ரொம்ப நன்றி . . . பணம் . . .'

'அதெல்லாம் ஒன்னும் வேணாம் . . . நல்லாப் படி . . . போதும் . . .'

என்றபடி தன் இடக்கை நீட்டி, மெதுவாக என் தோளில் தட்டிவிட்டு, எதுவும் நடக்காதது போல் மீண்டும் தன் பணியில் கவனம் கொண்டார். நிற்பதா போவதா என்றுகூடத் தெரியாமல் உடல் முழுவதும் சில்லிட்டுப் போனவனாய் ஆசிரியர் அறையிலிருந்து வெளியேறினேன். புத்தகங்கள் பெறுவது என் பள்ளிக் கூட வாழ்க்கையிலும் நடந்திருக்கிறது. அவையெல்லாம் போட்டிக்கான பரிசுகள். சிறுசிறு கதைப் புத்தகங்கள், திருக்குறள் போன்றன. இலக்கணம் சார்ந்த ஆர்வம் துளியளவு என்னுள் தோன்றியிருப்பினும் அது சார்ந்த எந்தவொரு புத்தகமும் என்னிடம் இருந்ததில்லை. இப்படிப்பட்ட சூழலில் ஐயா கொடுத்த அந்தப் புத்தகம் உண்மையில் எனக்கான பெரும் புதையல்தான். இலக்கணம் மீதான என் ஆர்வம் மேலும் வலுப்பட அதுவே பெரிதாக இருந்தது.

முதலாமாண்டில் ஐயா எங்களுக்கு எடுத்தது இலக்கணம் மட்டும்தான். அதிலும் எனக்குப் பிடித்தமான யாப்பிலக்கணம். பள்ளிக்கூடத்திலிருந்து மிகச் சாதாரணமாய்க் கல்லூரிக்குள் நுழையும் பல மாணவர்களுக்கு வகுப்புகளைக் 'கட்' அடிக்கும் தைரியம் மட்டும் குறுகிய காலத்திற்குள் வந்துவிடுகிறது. எனது வகுப்பிலும் இப்படிப்பட்ட மாணவர்கள் சிலர் இருந்தனர். வேறு எந்த வகுப்பிற்கும் மட்டம் போடும் அவர்கள் ஐயாவின் வகுப்பிற்கு மட்டும் தவறாமல் ஆஜராவது எனக்கு வியப்பாக இருக்கும். இத்தனைக்கும் திட்டுவதோ மிரட்டுவதோ பயமுறுத்துவதோ வெறுப்பதோ ஐயாவிடம் ஒருநாளும் இருந்ததில்லை. அவரிடம் இருந்த ஒரே ஆயுதம் தீர்க்கமான பார்வையும் மௌனமும்தான். இன்றளவிலும் அவரைத் தனித்துவப்படுத்தும் கருவிகளாகவே அவற்றைப் பார்க்கிறேன்.

ஐயா அவருக்கான வகுப்புகளுக்கு மிகச் சரியாக வந்து விடுவார். அன்றைய பாடத்திற்கான முன் தயாரிப்புகள் ஏதுமின்றி ஒருநாளும் அவர் வந்ததில்லை. இதுபோன்ற வகுப்பு சார்ந்த அவர் செயல்பாடுகள் அவர்மீது எல்லோருக்கும் அளப்பரிய மதிப்பை உருவாக்கி இருந்தன. இலக்கணம் நடத்துவதில் ஐயாவிற்கெனத் தனித்துவமான திறன்கள் பலவுண்டு. நூற்பாக்களைச் சுலபமாகப் பொருள் பிரித்து நடத்துவது, நூற்பாக்களைத் தொடர்பு படுத்திக் கூறுவது, மாணவர்களின் மனநிலையும் அறிதிறனும் உணர்ந்து அதற்கு ஏற்ற வகையில் எளிதாகப் புரியவைப்பது எனப் பலவற்றைச் சுட்ட இயலும். இலக்கண நூலில் எனக்கு இருந்த மிகப்பெரிய பயம் நூற்பாக்களுக்கான உதாரணச் செய்யுள்கள்தான். பொதுவாக எந்தவொரு இலக்கணப் புத்தகத்தைப் பார்த்தாலும் அதிலுள்ள நூற்பாக்களுக்கான சான்றுகளாகச் சங்க இலக்கியச் செய்யுள்களோ காப்பியச்

செய்யுள்களோ புராணச் செய்யுள்களோ பிற இலக்கியச் செய்யுள்களோதான் மிக அதிகளவில் இருக்கும். அதிலும் பல பாடல்கள் அளவில் பெரிதாக இருப்பவை. திரைப்பாடல்களை மிகச் சுலபமாக மனதில் நிறுத்தும் என்னால் இவற்றின் அருகில் கூட நெருங்க இயலாத நிலை. மிகக் கடினப்பட்டு மனனம் செய்தாலும் மீண்டும் மீண்டும் மறந்து போகும்.

இத்தகைய என் மனச்சிக்கலை மிக எளிதாகப் பிரித்தெடுத்தார் ஐயா. நூற்பாக்களுக்கு மிகச் சுலபமான திருக்குறள் பகுதிகளையோ நடைமுறை உதாரணங்களையோ மிகச் சாதாரணமாகச் சான்றுகளாக்கிக் காட்டுவார். மிக எளிதான புதுப்புதுச் சான்றுகளைக் கொடுப்பார். எளிமையான, பொருத்தமான சான்றுகளை எங்களையும் தேட வைப்பார். உதாரணச் செய்யுள்கள் மட்டுமின்றிச் சில தருணங்களில் நூற்பாக்களையும் மறந்துபோய் நான் தடுமாறி நின்றபோது 'நூற்பாவ மனப்பாடம் பண்ணி எழுதுறது முக்கியமா இருக்கலாம். ஆனா அதைவிட முக்கியம் நூற்பாவுக்கான பொருளப் புரிஞ்சுக்கறதுதான்டா ...' எனத் தைரியம் கொடுத்து என் தடுமாற்றத்தைச் சரிசெய்தார். இலக்கணம் மீதான என் ஆர்வம் வெளிப்படவும் ஐயாவுடன் நான் சற்று நெருக்கம் கொள்ளவும் ஒரு சந்தர்ப்பம் நேர்ந்தது. வழக்கம்போல் ஐயா ஒருநாள் வகுப்பில் பாடம் நடத்திக்கொண்டிருந்தார். 'செய்யுளியல்' தொடர்பான பகுதி அது. பாக்களின் விளக்கம், வகைகள், தனித்துவம், இனங்கள் என அவர் பேசிக்கொண்டிருந்தபோது அப் பேச்சு செய்யுள், கவிதை, பாட்டு என்ற தலைப்பில் சென்று முடிந்தது. நாங்கள் அமைதியாகக் கவனித்துக்கொண்டிருந்தோம். 'செய்யுள், கவிதை, பாட்டு – இவை மூன்றும் ஒன்றா வேறுவேறயா' என்று கேட்டார். முதலில் எங்களுக்கு எதுவும் புரியவில்லை. இருப்பினும் பெரும்பாலான மாணவர்களின் கருத்து 'ஒன்று' என்பதுதான். வகுப்பறையில் ஐயா கேள்வி கேட்கும்போது மாணவர்களுக்கு எப்போதும் ஒரு பயம் இருக்கும். 'சரி என்றாலும் விளக்கம் சொல்ல வேண்டியிருக்கும், தவறு என்றாலும் விளக்கம் சொல்ல வேண்டியிருக்கும்' அதனால், நமக்கென்ன என்று நடுநிலை வகிக்கும் மாணவர்கள் எப்போதும் உண்டு. ஐயாவோ அங்கங்கே சில மாணவர்களை எழுப்பிக் கேட்டுக்கொண்டிருந்தார்.

வகுப்பின் முதல் பெஞ்சில் அமர்ந்திருந்த எனக்குள் ஒரு பயம். ஐயா பார்வை வகுப்பின் நடுப்பகுதியிலும், பின்பகுதியிலும் சென்று வந்துகொண்டிருந்ததால் முன்பகுதிக்கு வர மாட்டார் என்பது என் கணிப்பு. 'எங்க ... நீ சொல்லுப்பா ...' என்று கைநீட்டி என் கணிப்பை நொறுக்கித் தள்ளினார். எழுந்து நின்றேன். உள்ளுக்குள் உதறல். 'மூனும் ஒன்னா,

இல்லையா…' என்றார். 'இல்லை' என்பதாகத் தலையாட்டினேன். 'அப்புறம் . . .' என்றார். 'இலக்கணப்படி எழுதுறது செய்யுள்' என்றேன். 'ஓஹோ… அப்ப மத்த ரெண்டும்?' எனக் கேள்வியுடன் ஐயா. ஒன்றும் தெரியவில்லை எனக்கு. நின்றுகொண்டிருந்தேன். என்னுள் மிகுந்த படபடப்பு. உட்காரச் சொன்னார். 'இந்தப் பையன் சொன்னது சரிதான்…' என்றார். என்னுள் அப்பாடா என்றிருந்தது. எல்லோரையும் கவனிக்கச் சொல்லிப் பின்வருமாறு அவற்றுக்கு விளக்கம் சொன்னார்.

'செய்யுள் கவிதை பாட்டு – இந்த மூன்றும் பார்க்க ஒன்றாக இருந்தாலும் மூன்றும் வேறு வேறானவை. செய்யுள் – யாப்பிலக்கண விதிகளுக்கு உட்பட்டு எழுதுவது. கவிதை – கற்பனை நயத்துடன் எழுதுவது. பாட்டு – இசைக்கேற்ப எழுதுவது' என்றார். நாங்கள் எல்லோரும் புரிந்தது போலப் பார்த்தோம். இதற்கு மேலும் அவர் கொடுத்த விளக்கம் மிகுந்த சுவாராஸ்யம் உடையது.

'இலக்கணத்திற்கு உட்பட்டு எழுதுறது செய்யுள். செய்யுளுக் குள்ள கவிதை இருக்கலாம், ஆனா எல்லாச் செய்யுளும் கவிதையல்ல. கற்பனை நயத்துடன் எழுதுவது கவிதை. கவிதை பாடுவதற்கு ஏற்றதாக இருக்கலாம், ஆனா எல்லாக் கவிதையும் பாட்டல்ல. இசைக்கேற்ப அதாவது மெட்டுக்கு ஏற்ப எழுதுவது பாட்டு. பாட்டு கவிதையாகவும் இருக்கலாம், ஆனா எல்லாப் பாட்டும் கவிதையல்ல…'

என்று முடித்தாரே பார்க்கலாம். அவ்வளவுதான். அதுவரை ஏதோ தெளிந்தது போல இருந்த நாங்கள் ஒருவரையொருவர் பார்த்துக்கொண்டோம். சிலர் சிரிக்கவும் செய்தனர். அதைக் கண்டு ஐயாவும் சிரிக்க, எல்லோரும் சிரித்துவிட்டோம். இருப்பினும் ஐயா மேற்கண்ட மூன்றிற்கும் உதாரணங்கள் கொடுத்து விளக்கத் தொடங்கினார். மிக எளிதாக அவர் விளக்க முயன்றும் எவருக்கும் அது புரியவில்லை. ஆனால் நான் மிகக் கவனமாக அவரது விளக்கங்களை எழுதிக்கொண்டேன். மனதில் இருத்திக்கொண்டேன். நடத்தி முடித்த பிறகு அவர் கேட்ட போது மிகுந்த நம்பிக்கையுடன் எழுந்து பதில் சொன்னேன். அவர் முகத்தில் சந்தோசம். பாராட்டினார். வகுப்பறையில் மட்டுமன்றி ஆசிரியர்கள் அறைக்கும் என்னை அழைத்துப் பாராட்டிச் சொன்னார். அவர் கொடுத்த அந்த ஊக்கத்தின் காரணமாக அவ்வருடக் கல்லூரி ஆண்டு மலரில் 'செய்யுள், கவிதை, பாட்டு' என்னும் அதே தலைப்பில் ஒரு கட்டுரையும் எழுதினேன். பள்ளிக்கூடத்தில் போட்டிகளுக்காக எழுதிய கட்டுரையைவிட இந்தக் கட்டுரை எனக்கு மனநிறைவையும் மகிழ்வையும் கொடுத்தது.

யாப்பிலக்கணத்தில் குறிப்பாக வெண்பாவில் எனக்கு இருந்த ஈர்ப்பு வெளிப்பட ஐயாவே காரணியாக இருந்தார். வெண்பாப் பயிற்சிக்கென வகுப்பில் அவர் முதன்முதலில் கொடுத்த ‘வெண்பா எழுதிட வா’ என்னும் ஈற்றடி என்னை உந்தித் தள்ளியது. ‘கல்லூரியில் கற்கநீ வா’, ‘குருவின் அடியைத் தொழு’ என்னும் அவர் கொடுத்த அடிகளும் வெண்பா மீதான அதீத ஆர்வத்தையும் தொடர்ந்து வெண்பா எழுதும் முயற்சியையும் என்னுள் உருவாக்கின. வெண்பா தொடர்பான என் வாசிப்பு ஆர்வத்தைத் தூண்டும் வகையில் நீதிநூல்கள், தனிப்பாடல்கள், நளவெண்பா முதலான நூல்களை எனக்கு அறிமுகம் செய்தவரும் ஐயாதான்.

இரண்டாமாண்டு தொடங்கி ஓரிரு வாரம் கடந்ததும் தேர்வு முடிவுகள் வந்தன. ஆங்கிலப் பாடத்தில் நான் தேர்ச்சி பெறவில்லை. என்னால் அழுகையைக் கட்டுப்படுத்த முடிய வில்லை. என் பதின்மூன்று வருடப் படிப்பில் முதல் பெயில். எப்படித் தாங்கிக்கொள்ள முடியும்? என்னைப் பலரும் சமாதானப்படுத்தினார்கள். பெரும் அழுகை. நிற்கவே இல்லை. இவனை நம்மால் ஒன்றும் செய்ய முடியாது என்று கருதிய நண்பர்கள் ஐயாவின் முன்னால் கொண்டுபோய் நிறுத்தினார்கள். என் அழுகைக்கான காரணத்தைக் கேட்ட அவர் வாய்விட்டுச் சிரித்தார். ‘அப்படி எல்லாம் ஒன்னும் இல்லடா’, ‘நான்கூட அரியர் வெச்சுப் பாஸ் பண்ணியிருக்கன்டா’ என்றெல்லாம் சொல்லி என்னைத் தேற்றி அனுப்பி வைத்தார். என் அழுகைக்குக் காரணம் ‘பல்கலைக்கழகத் தேர்வுகளில் ஒரு பாடத்தில் தோல்வி அடைந்துவிட்டாலும் அடுத்த ஆண்டுக்குச் செல்ல முடியாது. முதலாமாண்டிலேயே தங்கிப் படிக்க வேண்டும்’ என்று நான் நினைத்துவிட்டதுதான். பள்ளியைப் போலவே நினைத்திருந்தேன். அப்படியல்ல என்று ஐயா விளக்கிய பிறகே தெரிந்தது. ஆங்கிலத்தில் அரியர் என்னும் அந்தச் சறுக்கல்தான் என் அடுத்த கட்டப் பயணத்தின் வழியாய் அமைந்தது.

அந்தாண்டு அக்டோபர் மாதத்தில் நடைபெறும் சிறப்புத் தேர்வுக்கு விண்ணப்பித்தேன். என் வீட்டில் படிக்கும் சூழல் இல்லாததால் ஐயாவின் அறையில் தங்கிப் படிக்க அனுமதி கேட்டேன். கிடைத்தது. கல்லூரிக்கு அருகிலேயே அறை எடுத்து ஐயா தங்கியிருந்தார். அவருடன் சென்று தங்கினேன். தங்கினேன் என்று சொல்வதைவிடக் குடியேறினேன் என்று சொல்வதே பொருத்தம். அதன்பின் என் சொந்த ஊருக்குச் செல்வதையே பெரும்பாலும் நிறுத்திவிட்டேன். அவருடன் இருப்பதே எனக்கு மிகப் பெரும் அங்கீகாரமாகவும் கர்வமாகவும் இருந்தது. அவரோடு இருந்த காலத்தில்தான் இலக்கியம், இலக்கணம்,

சிற்றிதழ், பெண்ணியம், தலித்தியம், விமர்சனம் எனப் பலவும் எனக்கு அறிமுகமாயின. 'உன் கையெழுத்து எப்பிடிடா இருக்கும்' எனக் கேட்டு முதலில் சிறு பகுதி ஒன்றைப் படியெடுக்கக் கொடுத்தார். என் எழுத்தில், என் புரிதலில் நம்பிக்கை வந்த பிறகு படி எடுப்பதில் என்னை முழுமையாக ஈடுபடுத்தினார். நூல் உருவாக்கம் சார்ந்த பல விஷயங்களை எனக்குக் கற்றுக் கொடுத்திருக்கிறார். படி எடுப்பது மட்டுமன்றிச் சமைத்தல், துவைத்தல் என அவருக்குப் பலவிதமான பணிவிடைகள் செய்யும் பாக்கியம் பெற்றவனாக இருந்தேன். அந்த அன்னியோன்யத்தை இப்போது நினைத்தாலும் உள்ளம் குளிர்கிறது. அவர் அன்போடு என் தோள் மீது கை போட்டபடி நடந்து வந்த நாட்களுக்கு எதுவும் இணையாகாது.

ஐயா மிகச் சிறந்த ஆசிரியராக இருந்தபோதும் அவருக்கு எழுதுவதில்தான் ஆத்மார்த்தமான திருப்தி. எழுதத் தொடங்கிவிட்டால் நேரம் காலம் பார்க்க மாட்டார். சில தருணங்களில் இரவு எட்டு மணிக்குள்ளாகவும் உறக்கத்தில் நுழைந்திருப்பார். அப்போதெல்லாம் எனக்கு ஆச்சரியமாக இருக்கும். சில நேரங்களில் திடீரென நள்ளிரவில் எழுந்து எழுதிக்கொண்டிருப்பார். எழுத்து படுத்தும் பாடு அப்படி. எழுத்தில் கவனம் செலுத்தும் அவரை எதனாலும் திசை திருப்ப இயலாது. அதிலும் அவருக்குப் பிடித்த இசையைக் கேட்டுக்கொண்டே எழுதுவது அவருக்கு மிகவும் பிடித்தமானது. எனக்கும் பாடல்கள் மிகவும் பிடிக்கும். அதிலும் மெலோடிப் பாடல்களில் என் உயிர் ஊன்றி நிற்கும். நான் அவருடன் இருந்த நாட்களில், பல இரவுகளில் என்னைப் பாடச் சொல்லிக் கேட்பார். கேட்பார் என்பதைவிடத் தூங்கிவிடுவார் என்பதுதான் உண்மை. காலையில் 'நான் எத்தன பாட்டுடா கேட்டன்...நீ எத்தன பாடுன?' என்று விசாரிப்பார். சில இரவுகளில் 'எங்க என்னயத் தூங்க வைடா பாக்கலாம்' எனச் சவால் விட்டுத் தோற்றுப் போவார். இரண்டு மூன்று பாடல்களுக்குள்ளாகவே உறக்கப் பயணத்தில் வெகுதூரம் சென்றிருப்பார். அது என் பாட்டின், குரலின் வலிமையா அவரது உறக்கத்தின் வலிமையா என்பது அந்த இயற்கைக்குத்தான் வெளிச்சம்.

சிலருக்கு எல்லா இடங்களிலும் எழுத இயலாது. பிரத்யேகமான அமைவிடம், சூழல் தேவைப்படும். படி எடுப்பது மட்டுமே என் வேலையாக இருந்தாலும் நான் இந்த ரகத்தைச் சேர்ந்தவன்தான். சரியான அமைவிடம் கிடைத்த என் எழுத்திற்கும் அது இல்லாத என் எழுத்திற்கும் நிச்சயம் வேறுபாடு தெரியும். ஆனால் ஐயாவுக்கு அப்படியல்ல. மிகச் சாதாரணமாகக் கட்டிலில் உட்கார்ந்துகொள்வார். எழுதுவதற்கு

ஏற்ப சிறு பெஞ்சையோ தம் மடியையோ பயன்படுத்துவார். முதலில் டைரியில்தான் எழுதுவார். மிக நுணுக்கமான சிறுசிறு எழுத்துக்கள் அவருடையவை. தினமும் ஓரிரு பக்கங்களாவது எழுதவில்லை என்றால் அவரால் அன்று முழுமையாக உறங்க இயலாது. அன்றைய தருணங்களில் அவரது எழுத்தை முதலில் வாசிக்கும் பெருமை பீற்றலுக்கு உரியவன் நான்தான் என்பதை இப்போது நினைத்தாலும் ஒரு கர்வ சிம்மாசனம் மின்னல் கணமேனும் என்னுள் தோன்றி மறையும்.

எங்கள் ஊரிலிருந்து முதன்முதலாகக் கொஞ்சம் தொலைவான பயணம் மேற்கொண்டது ஐயாவின் ஊருக்குத்தான். பேருந்து நிறுத்தத்திற்கு வந்து ஐயா அழைத்துச் சென்றார். கல்லூரி ஆசிரியர் வீடு என்பதற்கான எந்தவொரு தோரணையும் அங்கு இல்லை. சாதாரண ஓட்டு வீடு. அதுவும் தனிமையாகக் காட்டுக்குள் இருந்தது. பெரிய வசதிகள் ஏதுமில்லை. ஒரு தொலைக்காட்சிப் பெட்டிகூட இல்லை. அதன்பின் பலமுறை அவர் வீட்டுக்குச் சென்று தங்கியுள்ளேன். சாதாரணச் சூழலில் இருந்து வந்தாலும் ஓர் உயர்ந்த இடத்தை அடைந்துவிட்டால் ஆடம்பரம், பகட்டு, அலட்டல், புறக்கணிப்பு, மெத்தனம், சாதிய அகங்காரம் எனப் பலவற்றையும் கைக்கொள்பவர்களே மிகுதி. ஐயா ஆதிக்க சாதியில் பிறந்து வந்தவர்தான். ஆனால் இப்படிப்பட்ட எந்த ஒன்றையும் அவரிடம் நான் கண்டதில்லை. தலித் சாதியைச் சேர்ந்த என்னிடம் மறந்தும்கூட அவர் பாரபட்சம் காட்டியதில்லை. மாறாக அவருடன் செல்லும்போது எதிர்ப்படுபவர்கள் பலரும் ‘என்ன ஒம் பையனா?’ என்று கேட்கும் அளவிற்கு அவரது நெருக்கம் அமைந்திருக்கும்.

ஒருமுறை ஐயாவின் வீட்டில் தங்கியிருந்துவிட்டுக் கிளம்பத் தயாராகிக் கொண்டிருந்தேன். ‘எப்படா போற?’ என்றார். ‘காலைய ’கையா’ என்றேன். ‘ஒன்னும் வேணாம். கறி எடுத்தார ாப்பிட்டுட்டு மத்தியானமாப் போ. சரி, என்ன கறி வேணும் ’றார். ஆடு, கோழி, மீன் என்று தொடங்குவதற்குள் ‘மீனுன் ானக்கு ரொம்பப் புடிக்குங்கையா’ என்றேன். உண்மை எங்கள் வீட்டில் மாட்டுக்கறி ஒன்றைத் தவிர வேறெது செய்தது கிடையாது. ஏதாவது விருந்துக்குச் சென்றா ஆடு, கோழியில் சில துண்டுகள் பார்க்கலாம். மீனெல் ம் பெரிதாகச் சாப்பிட்டது கிடையாது. ‘பெரிய புள்ளிகள் தான் மீன் சாப்பிட முடியும் என்று நினைத்திருந்தேன். எப்போதாவது எங்காவது ஓசியில் சாப்பிடக் கிடைத்தால் உண்டு. ஆகவேதான் நாக்கு சட்டென மீனைத் தேர்ந்தது. ‘சரிடா’ என்று வெளியே சென்றவர் மீனுடன் வந்தார். குழந்தைகள் உட்பட ஐந்தாறு பேர்தான் இருந்தோம். இரண்டு கிலோ மீன்

வாங்கி வந்திருந்தார். 'எதுக்குங்க இவ்வளவு?' என்று கேட்ட அக்காவிடம் (ஐயாவின் துணைவியார்) 'அவன்தான் மீனு ரொம்பப் புடிக்கும்னு சொன்னான்ல. செய்யி... நல்லாச் சாப்பிட்டுட்டுப் போகட்டும்' என்றார்.

சமையல் முடிந்ததும் எல்லாவற்றையும் வைத்துவிட்டு நாங்கள் எல்லோரும் சுற்றிலும் உட்கார்ந்துகொண்டோம். குழம்புப் பாத்திரத்தை என் முன்னால் வைத்து 'ஒழுங்காச் சாப்புடு' என்று சொல்லிப் பரிமாறினார். வந்து விழுந்த உடல் பகுதிகளை மிகுந்த ஆவலுடன் உண்டேன். முதல் சுற்று முடிந்தது. மறுசோறு போட்டுக்கொண்டேன். இந்த முறை பெரிய மீன் தலை ஒன்று என் தட்டில் வந்து விழுந்தது. மீன் தலை எனக்குச் சுத்தமாகப் பிடிக்காது. சொன்னால் திட்டுவாரோ என்ற பயத்தில் தொட்டுத் தொட்டுப் பார்த்தபடி மீன் தலையைத் தடவிக்கொண்டிருந்தேன். 'சாப்பிடுடா... தல ரொம்ப நல்லாருக்கும்' என்று பலமுறை சொன்னார். ஆனால் என் மனம் துளியும் ஈடுபாடு கொள்ளவில்லை. என் விருப்பமின்மையை உணர்ந்துகொண்டார். கொஞ்ச நேரம் பார்த்தார். சட்டென்று என் தட்டிலிருந்த தலையை எவ்விதச் சஞ்சலமும் இன்றித் தம் தட்டில் எடுத்து வைத்துச் சாப்பிடத் தொடங்கிவிட்டார். மூன்றாமவன் தட்டில் இருந்து எடுக்கிறோம் என்னும் புறக்கணிப்பு மனோபாவம் இல்லாமல் தன் மகன் தட்டிலிருந்து எடுப்பதைப் போல அத்தனை உரிமையாய் நடந்து கொண்ட அவரின் கபடமற்ற அன்பு இப்போதும் என்னைச் சிலிர்த்திடச் செய்கிறது.

மூன்றாமாண்டுத் தேர்வு முடிந்து விடுமுறையில் ஐயாவின் வீட்டுக்குச் சென்று தங்கியிருந்த தருணம். நான் தங்கிப் படியெடுக்கவென்றே வீட்டுக்குப் பின்பக்கம் இருந்த தனியறை ஒன்றைக் கொடுத்திருந்தார். எனக்கு முழுச் சுதந்திரமும் அதில் உண்டு. நினைக்கும்போது படியெடுக்கலாம், பாடல் கேட்கலாம், பாடிக்கொள்ளலாம், தூங்கலாம். ஐயா எப்போதும் குறுக்கிட்டதில்லை. ஒருசமயம் ஏதோ ஒரு காரணத்திற்காக வீட்டின் முன்பகுதிக்கு வந்தேன். அங்கே ஐயாவும் அவரது அம்மாவும் பேசிக்கொண்டிருந்தார்கள். இடையூறு செய்யக் கூடாது என்றெண்ணித் தயங்கி நின்றேன். பேச்சு என்னைப் பற்றி இருந்தது. அம்மா கேட்டார்,

'ஏண்டா . . . இந்த வருசம் இவன் படிப்பு முடியுதா?'

'ஆமாம்மா.'

'அப்பறம் என்ன பண்ணப் போறான்?'

'மேல படிப்பான்.'

'ஏண்டா அவங்கூட்டுலயே ரொம்பக் கஷ்டமுன்னு சொல்ற. அப்பறம் எதுக்கு அவன் இன்னும் மேல படிச்சுக் கஷ்டப் படணும். ஒனக்குத்தான் திருச்செங்கோட்டுல, ஈரோட்டுல தறிப் பட்டறக்காரங்க நெறையப் பேரத் தெரியுமே. சொல்லிச் சேத்துட்டீன்னா அவனும் நாலு காசு சம்பாரிப்பான். அவங் குடும்பத்துக்கு ஆவும்ல ...' என்று அம்மா சொல்லி முடிப்பதற்குள் ஐயா சட்டெனக் குறுக்கிட்டார்.

'அதெல்லாம் ஒன்னும் வேணாம். அவன் படிச்சு நல்லா வருவான். அவனும் என்னய மாதிரி காலேஜ்ல வாத்தியாராவோணும் ...'

மனம் திறந்து ஐயா கூறிய அந்த வார்த்தைகளால் நான் பெரும் பூரிப்படைந்தேன். என் எதிர்காலம் குறித்த ஐயாவின் ஆசையையும் அவரது வாயாலேயே அறிந்துகொண்டேன். அவை வெறும் வார்த்தைகளாக மட்டும் நின்றுவிடாமல் கல்லூரி ஆசிரியருக்கான கல்விப் பாதையில் கைப்பிடித்து என்னை அழைத்துச் சென்றதோடு முதன்முதலில் அவருடனேயே பணியாற்றும் வாய்ப்பையும் வழங்கி அழகு பார்த்தார் ஐயா.

ஆத்தூரில் பணியாற்றியபோது ஐயாவும் அவர் நண்பர் களான பேராசிரியர்கள் க. காசி மாரியப்பன், மா. வெங்கடேசன் ஆகியோரும் இணைந்து 'வேறுவேறு' என்னும் சிறுபத்திரிகை முயற்சி ஒன்றைச் செய்தார்கள். முதல் இதழ் வெளிவந்ததும் ஆசையோடு வாங்கிப் புரட்டிப் பார்த்தேன். ஆசிரியர் குழுவிற்குக் கீழாகத் 'தொடர்புக்கு: இரா. மணிகண்டன், வேறுவேறு, காந்தி நகர், ஆத்தூர்' என்றிருந்தது. சந்தா வசூல் செய்வது, இதழ் படிகளை அனுப்புவது, படைப்புகளைச் சேகரிப்பது, வாசகர்களுக்குப் பதில் எழுதுவது என ஆர்வத்தோடு பணிகளைச் செய்துவந்தேன். 'வெறும்' மணிகண்டன், 'வேறுவேறு மணிகண்டனாக' வலம் வந்த பொன்னான தருணம் அது. ஆனால் இதழைத் தொடர்ந்து நடத்த இயலவில்லை. அது நின்று போனது எனக்குப் பெரும் வருத்தம்.

ஐயா இயல்பில் மிகுந்த கோபம் கொண்டவர். அவருடன் அன்னியோன்யமாகப் பழகுவோருக்கே அவரது கோபம் தெரியும். 'நான் மிகுந்த கோபம் கொண்டவன்' என்றும் அவரே சொல்வார். அவரது கூற்று முற்றிலும் உண்மை. எப்போது முறைப்பார், எப்போது விரட்டுவார் என்று ஒருபோதும் கணித்துவிட முடியாது. 'நல்லாருக்கீங்களா ...' என்று விசாரிக்கும் முன்பே 'நான் எப்படி இருந்தா உனக்கென்ன, வேலயப் பாரு'

என்று முறித்துவிடுவார். அவரது சிறுகோபமும் என்னைப் பல நாட்களுக்குப் படுத்திவிடும். இயல்பாக இருக்கிறார் என்றெண்ணி நான் ஏதாவது செய்து வாங்கிக் கட்டிக்கொண்டது ஏராளம், ஏராளம். இதுபோன்ற தருணங்களில் அவரைச் சமாதானப் படுத்தவும் அவருடன் மீண்டும் சேரவும் நான் படாத பாடு பட வேண்டியிருக்கும். அவர் இருக்கும் இடத்திற்கு அருகிலோ அவர் அறையின் கதவுக்கருகிலோ கட்டிலுக்கருகிலோ அவரது கால்களுக்கு அருகிலோ பவ்வியமாய்க் காத்திருப்பேன். சில தருணங்களில் அவர் சமாதானமாக மணிக்கணக்கு, நாள் கணக்கு என்றாகிவிடும். என் கண்ணீர் எல்லாம் கரைந்தாலும் அவர் மனம் கரையாது. பெரும் மௌனம்தான். ஐயாவின் இந்தத் தீவிரப் போக்குத்தான்,

கல்லா லடிப்பின் கவலை யுறமாட்டோம்
சொல்லா லடித்தலோ சோர்வுறச் செய்கிறீர்
பல்லிளித்துக் கைகட்டிப் பவ்வியமாய் நின்றாலும்
மல்லுக்கு நிற்கின்றீ ரே.

என்னும் என் வெண்பாவிற்குக் கருவாய் அமைந்தது.

ஐயாவுக்கும் எனக்கும் இடையே எத்தனையோ மன வருத்தங்கள், கருத்து வேறுபாடுகள், கோபதாபங்கள் இருந்த போதும் அவரைப் போல என் மேல் அக்கறை கொண்டவர்கள் வேறு யாரும் இல்லை. எனது ஒவ்வொரு செயலிலும் மிகுந்த கவனம் கொண்டவர் அவர். என்னை அறியாமலே அவரால் மிக நுட்பமாகச் செதுக்கப்பட்டவன் நான். ஐயாவின் தாக்கம் முழுமையாக என்னுள் இறங்கியிருக்கிறது. பேச்சு, பார்வை, சிரிப்பு, கோபம், மௌனம், மாணவருடனான அன்பு . . . என நீள்கிறது பட்டியல். அவ்வளவு ஏன், நான் அமரும் முறையில் கூட அவர் தாக்கம் தெரிகிறது. என்னாலேயே இதை உணர முடிகிறது. 'நீ அநியாயத்துக்கு உங்க ஐயா மாதிரியே மாறிட்டப்பா . . .' என அடிக்கடி சொல்லிச் சிரிப்பாள் என் மனைவி. உண்மைதான். எனக்கு எல்லாமும் அவர்தான். எப்போதும்.

தந்தைநீ தாயும்நீ யான்வணங்கும் தெய்வம்நீ
சிந்தை யிலாதவனை ஏற்றவனே – கந்தையே
யானாலும் கைநீட்டிக் கொள்பவனே எல்லாமு
மானாய் இளமுரு கே.

36

அம்மையப்பன்
பெ. முத்துசாமி

அன்று காலை ஆறு மணிக்கெல்லாம் அய்யக்கவுண்டம்பாளையத்திலிருந்து கிடாவுடன் டேபிள்கள், சேர்கள், சமையல் பொருட்கள், பூஜைப் பொருட்கள் ஆகியவற்றையும் ஏற்றிக்கொண்டு மினி ஆட்டோ கிளம்பிவிட்டது. நாங்களும் ஏறிக் கொண்டோம். ஐயாவின் குடும்பத்தினருடன் நானும் சென்றேன். நான் கிடாவைப் பிடித்துக்கொண்டேன். ஐயாவின் மகளுக்கு ஏற்பட்டிருந்த கண் பிரச்சினை அவரையும் அவருடைய குடும்பத்தையும் மிகுந்த துயரத்தில் ஆழ்த்தியிருந்தது. எதற்கும் கலங்காத ஐயா மகளின் விஷயத்தில் கலங்கியதாக அறிந்தேன். அப்பிரச்சினையின்போது மனம் உடைந்து போயிருந்தார். அவருடைய தந்தை, அண்ணனின் இறப்பு நிகழ்வுகள் கடவுள் நம்பிக்கையை இழக்கச் செய்திருந்தன. அவர் கல்லூரிக் காலத்தில் கடவுள் நம்பிக்கை உடையவராகவே இருந்துள்ளார். அவர் நெற்றியில் திருநீறு உள்ள புகைப்படங்களைப் பார்த்திருக்கிறேன். ஓரளவு மகளின் கண் பிரச்சினை சரியாகி இருந்தது. அதனால் அவருடைய அம்மா வின் வேண்டுதலை நிறைவேற்றும் பொருட்டு நேர்த்திக்கடன் செய்வதற்குச் சென்றுகொண் டிருந்தோம்.

வண்டியில் சென்றுகொண்டிருந்தபோது அவரும் அவருடைய அம்மாவும் பேசிக்கொண்டு வந்தார்கள். யார்யாருக்கு அழைப்புச் சொன்னது,

சொல்லாமல் விட்டவர்கள் என்று அது பற்றிய பேச்சு பயண தூரத்தைக் கடக்க உதவியது. அப்போது அவர் சொன்ன ஒரு பழமொழி என் நினைவில் இன்றும் பசுமரத்தாணி போல் இருக்கிறது. 'பந்தக் காலுக்கெல்லாம் சாமி வந்தா நாம எந்தெந்தக் காலக் கும்பிடறது.'

ஏரிக்கரையின் மேற்குப் புறத்தில் புதிய பொலிவுடன் அமைந்திருந்தது கோயில். வடக்குப் பார்த்த வாயில், சுற்றுச்சுவர் என மிகப் பிரம்மாண்டத் தோற்றம். கோயிலுக்குச் செல்லும் வழியிலேயே அன்னதானக் கூடம் அமைந்திருந்தது. ஐம்பது பேர் அமர்ந்து சாப்பிடும் வசதி கொண்டிருந்தது. அங்கே வண்டி நின்றது. சமையல்காரர்களும் வந்திருந்தனர். கிடா வெட்டுபவர்களும் வந்து மரத்தடியில் காத்து நின்றனர். கிடாவை இறக்கிக்கொண்டு அவர்கள் சென்றுவிட்டார்கள். சமையல் காரர்களுடன் சேர்ந்து நானும் வண்டியிலிருந்த பொருட்களை இறக்கிக்கொண்டிருந்தேன்.

சமையலுக்குத் தேவையான பொருட்களை எடுத்துக் கொடுத்துக்கொண்டு அவர்களுடன் இருந்து கவனித்துக்கொள்ள வேண்டும் என்பது ஐயா எனக்கு வழங்கியிருந்த பொறுப்பு. நானும் இறக்கிய பொருட்களைச் சமையலறைக்கு எடுத்துச் சென்று வைத்துக்கொண்டிருந்தேன். அவர்கள் சமையல் செய்வதற்கு அடுப்பு, தண்ணீர் என எல்லாவற்றையும் தயார் செய்தார்கள். தக்காளி, வெங்காயம் ஆகியவற்றை நறுக்குவது, பூண்டு உரிப்பது, இஞ்சி தொலிப்பது முதலிய வேலைகளும் தொடங்கின. நான் எண்ணெய், மஞ்சள்தூள், சாம்பார் தூள் முதலியவற்றை எடுத்துவைத்தேன். கொஞ்சம் நேரம் கழித்து நாங்களே எடுத்துக்கொள்கிறோம் என்று என்னை அவர்கள் போகச் சொல்லிவிட்டார்கள். நான் கிடா வெட்டும் இடத்திற்குச் சென்றேன். தோல் உரிப்பவர்கள் ஏரிக்கரையில் இருந்த ஒரு மரத்திற்கு அடியில் நின்றிருந்தார்கள். அவர்களுக்கு எதிர்ப்புறம் ஒரு சாமியும் சில சூலங்களும் இருந்தன. அங்கே அம்மா தலையோடு தண்ணீர் ஊற்றிக்கொண்டு ஈரப்புடவையுடன் கிடாவைப் பிடித்துக்கொண்டு சாமி கும்பிட்டபடி நின்றார். நாங்கள் எல்லோரும் சாமி கும்பிட்டபடி நின்றோம். பூசாரி சாமிக்குச் சூடம் ஏற்றிவிட்டு வந்து ஆட்டின் தலையில் பூ வைத்துத் தண்ணீர் தெளித்தார். சிறிது நேரத்தில் ஆடு துலுக்கியது. உடனே ஐயா 'கிடாவை நீ புடிப்பா' என்றார். அம்மாவிட மிருந்து ஆட்டை நான் வாங்கிக்கொண்டேன். கொஞ்ச நேரத்தில் கிடாவின் தலை துண்டிக்கப்பட்டு வேண்டுதல் நிறைவேற்றப் பட்டது.

தோல் உரிப்பவர்கள் உடனே ஆட்டைத் தூக்கிச் சென்று காலைக் கட்டி மரத்தில் தொங்கவிட்டனர். பின்னப்பட்ட தென்னங்கீற்றுகளைக் கீழே போட்டனர். அருகில் ஆட்டின் தோலை உரிப்பதற்கு ஏதுவாக நீர் நிறைந்த பாத்திரம் இருந்தது. கறி போட்டு வைக்க இன்னொரு பாத்திரம் தேவை என்று என்னிடம் கூறினர். உடனே ஓடிச் சென்று சமையலறையில் இருந்த ஒரு பெரிய பாத்திரத்தைக் கொண்டுவந்து கொடுத்தேன். கொஞ்ச நேரத்திற்கெல்லாம் உரித்துவிட்டுக் கறிகளைச் சிறுசிறு துண்டுகளாக்கினர். ஐயா என்னைக் கூப்பிட்டு ஒரு சப்பைக் கறியை மட்டும் அப்படியே வைக்கச் சொன்னார். நான் சமையல் கூடத்திற்கும் ஆட்டின் கறி அரியும் இடத்திற்கும் சென்று வந்து கொண்டிருந்தேன். சுறுசுறுப்பாக வேலைகள் நடந்தன. கறியான பின்பு அவற்றை எடுத்துச் சென்று சமையல்காரர்களிடம் கொடுத்தேன்.

பின்னர் நான் கோயிலைச் சுற்றிப் பார்க்கக் கிளம்பினேன். ஐயாவும் அவர் குடும்பத்தினரும் கோயிலுக்குள் சென்று பூசைக்குரிய வேலைகளைச் செய்துகொண்டிருந்தனர். நான் மட்டும் வெளியே வந்து ஏரிக்கரையில் நின்று வேடிக்கை பார்த்துக்கொண்டிருந்தேன். அங்கே ஒரு பெரியவர் ஆடு மேய்த்துக்கொண்டிருந்தார். அவரிடம் பேச்சுக் கொடுத்தேன். 'இது ஊர்ப் பொதுக்கோயிலா தனிப்பட்ட கோயிலா' என்றேன். அவர் இது தனிப்பட்ட கோயில் என்றார். 'இங்கே யார் வேண்டுமானாலும் வரலாம். ஆனால் புழங்காத சாதிக்காரங்கள் மட்டும் கோயிலுக்குள் செல்ல முடியாது. அப்படிப் போனால் அவர்களைக் கொன்றே போட்டுவிடுவார்கள்' என்றார். அவரிடமிருந்துதான் 'புழங்காத சாதி' என்றொரு சொல்லை முதன்முதலில் கேட்டேன். அவர் சொன்னதைக் கேட்டதும் உள்ளுக்குள் ஒருவித பயம் தொற்றிக்கொண்டது. எனக்குப் பிடித்த விவிலியத் தொடர் 'உன் பேச்சே உன்னைக் காட்டிக் கொடுத்துவிடும்.' என் தோற்றத்தையும் மொழியையும் வைத்துத் தெரிந்துகொண்டுவிட்டாரோ. அதனால்தான் அப்படி என்னிடம் சொன்னாரோ என்றெல்லாம் எண்ணங்கள் விரிந்தன. அவரிடம் ஏண்டா கேட்டோம் என்று ஆகியது.

அதுவரை இல்லாத பயத்தை அவரின் சொற்கள் என்னுள் இறக்கிவிட்டதை உணர்ந்தேன். அந்தச் சூழல் எனக்கு விகார மாய்த் தோன்றிவிட்டது. அந்த இடத்தை விட்டு நகர்ந்தேன். கொஞ்ச நேரத்தில் என்னைத் தேடிக்கொண்டு வந்த ஐயா 'ஏப்பா நீ எங்க போயிட்ட, பூசைக்குத் தயாராயிடிச்சு. நீ போய்ப் படையலுக்குக் கறி வாங்கிக்கிட்டு வாப்பா' என்றார்.

நான் உடனே சமையல் கூடத்திற்குச் சென்று படையலுக்கான கறிச்சோற்றைக் கேட்டவுடன் அவர்கள் கொடுத்தார்கள். அதை வாங்கிக்கொண்டு பூசை நடக்கும் இடத்திற்குச் சென்றேன். அவர்கள் கருவறைக்கு முன் நின்றிருந்தார்கள். ஐயா கறிச்சோற்றை வாங்கிப் பூசாரியிடம் கொடுத்தார். பூசை நடக்கத் தொடங்கியது.

நான் அங்கிருந்து நழுவி வெளியே வந்துவிட்டேன். மீண்டும் ஐயா என்னைத் தேடிக்கொண்டு வந்தார். நான் பதற்றத்துடன் சென்றேன். ஏதோ எடுத்துவரச் சொல்வார் என்று எதிர்பார்த்தேன். ஒவ்வொரு முறையும் தேடிக்கொண்டு வருவது குறித்துத் திட்டுவாரே என்றுகூட நினைத்தேன். நடந்தது என்னவோ நான் நினைத்ததற்கு எதிராக. 'நீ வாப்பா பூச நடக்குது. நீ எங்க அடிக்கடி காணாம போற' என்றார். என்னை அழைத்துக்கொண்டு மீண்டும் பூசை நடக்கும் இடத்திற்குச் சென்றார். அவர்மீது நான் வைத்திருந்திருந்த மதிப்பு மரியாதை எல்லாம் இன்னும் உயரத் தொடங்கியது. அவரின் அழைப்பு வெறும் சொற்களால் ஆனதல்ல, அக்கறையோடு கூடியது என்பதைக் கண்டுகொண்டேன். பூசை நேரத்தில் அங்கு காண வில்லை என்று என்னைத் தேடிவந்து அழைத்துச் சென்றார். அப்போதிருந்த மன மகிழ்ச்சிக்கு அளவே இல்லை.

இதுபோல் பல சந்தர்ப்பங்களில் நான் கண்டுள்ளேன். எப்படி இவருக்கு மட்டும் முடிகிறது என்று வியந்துபோயிருக்கிறேன். வேலைக்கு மட்டும் பயன்படுத்திக்கொண்டு கண்டுகொள்ளாமல் விட்டுவிடுபவர்கள்தான் எண்ணிக்கையில் அதிகம். வேண்டிய இடத்திலும் விடாமல் பார்த்துக்கொள்வது ஒருசிலருக்கு மட்டுமே வாய்க்கிறது. எடுத்து வைக்கப்பட்ட தொடைக் கறி வீட்டுக்குக் கொண்டுவரப்பட்டது. அடுத்தநாள் போகிப்பண்டிகை. நான் ஊருக்குச் செல்கிறேன் ஐயா என்றேன். அவர் விடவில்லை. பொங்கல் பண்டிகையை இதுநாள்வரை நான் அம்மாவோடுதான் கொண்டாடியிருக்கிறேன், அதனால் அம்மா மிகவும் வருத்தப் படுவார் என்றும் சொல்லிப் பார்த்தேன். அவர் விடுவதா யில்லை. 'ஏப்பா வருசாவருசம் உங்க ஊர்லதான் பொங்கல் கொண்டாடுற. இந்த வருசம் எங்களோட கொண்டாடு. அது ஒரு வித்தியாசம்தானே' என்றார். 'அங்க பாரு நேத்துக் கொண்டுவந்த தொடைக்கறி அப்படியே இருக்குது. யார் சாப்பிடுவா. உனக்கும் சேத்துத்தானப்பா நான் எடுத்துவைக்கச் சொன்னேன்' என்றார். 'உன்னோட பங்கச் சாப்பிட்டுட்டு நீ ஊருக்குப் போப்பா. நான் வேண்டாங்கல' என்றார். 'சரிங்கையா நான் இருந்துக்கிறேன்' என்றேன். 'முத்துசாமிக்கு எப்படி வேணுமோ செஞ்சி கொடு. அவர் ஊரில் இல்லையே என்ற வருத்தம் அவருக்கு வரக்கூடாது' என்று

அவர் மனைவியிடம் அன்போடு சொன்னார். அந்தப் பொங்கல் எனக்கு இன்றும் மறக்கமுடியாததாக மாறிவிட்டிருக்கிறது.

இதைப் போன்று முக்கியத்துவம் என்று நான் கருதிய பல நிகழ்வுகள் உண்டு. அவற்றில் ஒன்று. நாமக்கல் கல்லூரித் தமிழ்த்துறைத் தலைவர் முல்லை சண்முகத்தின் மகளுக்குத் திருமணம் நடந்தது. இளங்குமரனார் தமிழ் முறைப்படி திருமணம் நடத்திவைத்தார். எனக்கும் அழைப்பிதழ் கொடுக்கப்பட்டிருந்தது. திருமணத்திற்கு முதல் நாள் மாலை வரவேற்பு. அப்போது ஐயா என்னிடம் கேட்டார் 'ஏப்பா உனக்குப் பத்திரிகை கொடுத்தாங் களா?' 'ஆமாங்கையா' என்றேன். 'நான் போறம்பா. நீயும் வாப்பா. போயிட்டு வர்லாம்' என்றார். அன்று இரவு *அடையாளம்* பதிப்பகம் வெளியிட்டிருந்த 'தமிழ்நடைக் கையேடு' நூலைக் கொடுத்துப் பார்சல் செய்யச் சொன்னார்.

காலை ஏழு மணிக்குத் திருமணத்திற்கு இருவரும் சென்றோம். இளங்குமரனார் தேவாரப் பாடலைச் சொல்லிக் கொண்டிருந்தார். நாங்கள் உள்ளே சென்றோம். மேடையில் கூட்டமாக இருந்தது. 'வாப்பா நாம சாப்பிட்டு வந்துவிடுவோம்' என்றார். சாப்பிட்டுவிட்டு வந்து மேடைக்குச் செல்வதற்கு முன் என்னையும் அழைத்தார். நான் மேடைக்குச் செல்லத் தயங்கினேன். என்னுடைய தயக்கத்தைப் பார்த்து அவர் 'வாப்பா என்னோட. நீயென்ன தனியாவ போற. எங்கூடத்தான வர்ற' என்றார். தயங்கியவாறே நானும் சென்றேன். மேடையின் படி ஏறியதும் முல்லை சண்முகமும் இளங்குமரனாரும் ஐயாவை வரவேற்க முன் வந்து அழைத்துச் சென்றார்கள். மேடையின் ஒரு மூலையில் நின்றுகொண்டேன். அவர் சென்று நூலைக் கொடுப்பதற்கு முன் திரும்பிப் பார்த்து என்னைத் தேடினார். அதைத் [illegible]ந்துகொண்ட முல்லை சண்முகம் போட்டோ எடுப்பவ[illegible]ா நிறுத்தச் சொன்னார். ஐயாவின் இயல்பைப் புரிந்தவ[illegible]. என்னைப் பார்த்து 'இங்க வாப்பா' என்றார். நானும் [illegible]ப் புரிந்துகொண்டு உடனே சென்றேன். நூலின் ஒரு பகுதி[illegible]ன்னைப் பிடிக்கச் சொன்னார். அந்த ஒரு நிமிடம் உண்மை[illegible]ப மெய்ம்மறந்து போனேன். இப்படி எத்தனையோ நிகழ்வுக[illegible] வாயிலாக என்னை முன்னகர்த்தியிருக்கிறார்.

199[illegible]ம் ஆண்டு ஆத்தூர் வடசென்னிமலை அறிஞர் அண்ணா [illegible]ரசு கலைக்கல்லூரியில் இளங்கலைத் தமிழ் இலக்கியம் இரண்டாம் ஆண்டு இரண்டாம் பாடவேளையின்போது அறிமுக மானார். அப்போதிருந்து அவரை நேசித்த தருணங்களும் அவரை மனதுக்குள் எதிர்கொண்ட தருணங்களும் நிறைய உண்டு. என்னுடைய வாழ்நாளில் அவரை அணுவணுவாக

உன்னிப்பாகக் கவனித்ததைப் போல என்னை நானேகூடக் கவனித்திருக்க மாட்டேன். அவர் என்னுடைய ஆதர்சமாக மாறியபின் இன்னும் அவருடைய வாழ்க்கையில் குழந்தைப் பருவத்திலிருந்து படித்துத் திருமணமாகிக் குழந்தை பெற்றதற்குப் பின் அவருடைய பிள்ளைகளிடம் விளையாடியது வரை என்று எத்தனையோ கேட்ட, கண்ட காட்சிகளும் கருத்துக்களும் என் மனத்துள் தேங்கிக் கிடக்கின்றன. கிட்டத்தட்ட இருபதாண்டுகள் அவருடன் உடன் உறைந்துள்ளேன். அவர் என்னுள் ஆழமாக வேர்விட்டுப் பெரும் விருட்சமாக வளர்ந்திருக்கிறார்.

அப்போது எனக்கு வயது இருபதைத் தாண்டியிருந்தது. கடைசி பெஞ்சில் அமர்ந்துகொள்ளும் பழக்கம் பத்தாம் வகுப்பிலிருந்தே இருந்துவந்தது. கல்லூரியிலும் அப்படியே. நான் கடைசி பெஞ்சில் உட்கார்ந்திருந்தேன். இரண்டாம் ஆண்டு படிக்கும்போது அவர் முதலில் வகுப்புக்கு வந்து அறிமுகப்படுத்திக்கொண்டு வகுப்பெடுத்தபோது அவ்வளவாகப் பிடிக்கவில்லை. காரணம் எங்களுக்குத் தெரியாத விஷயங்களை எவ்வித ரசனையுமின்றிச் சொல்வதாகத் தோன்றியது. இளமைப் பருவத்தின் திமிர் என்னிடம் இயல்பாக இருந்தது. அவருடைய ஆளுமைத் திறனைப் பழகிய பிறகே உணர்ந்தேன். எதையும் எளிதாகப் புறக்கணிக்கும் மனோபாவம் என்னுடையது. கொஞ்சம் படிப்பில் ஆர்வமும் கஷ்டமில்லாமல் வளர்த்த பெற்றோர்களும் என்னுடைய திமிருக்குக் காரணம்.

பாடப்பிரிவின் கடைசி ஐந்து நிமிடத்திற்கு முன் வருகைப் பதிவு எடுப்பது இவர் வருவதற்கு முன் அங்கிருந்த நடைமுறை. இவர் மட்டும் வகுப்பறையில் நுழைந்தவுடன் வருகைப் பதிவைக் குறித்துக்கொள்வார். அது இவரைப் பிடிக்காமல் போனதற்கு இரண்டாவது காரணமாக இருக்கலாம். தமிழ் இலக்கியம் படிக்கிறோம் என்பதைத் தவிர வேறெந்தக் கூடுதலான தகவலும் புரிதலும் இல்லாத காலம் அது. அவர் நடத்தும் பகுதியின் பாடப்புத்தகம் அல்லது அதன் நகல் ஆகிய இரண்டில் ஏதாவது ஒன்று கையில் இருக்க வேண்டும் என்று வலியுறுத்துவார். இது மூன்றாவது காரணம். முதல் வகுப்பின் இறுதியில் 'யார் முத்துசாமி' என்று கேட்டார். நான் எழுந்து நின்றேன். 'துறையில் வந்து பாருங்க' என்றார். இன்றுதானே வந்தார். நமது பெயரைச் சொல்லி எழுப்பி வந்து பார் என்னும் அளவிற்கு என்ன செய்தோம் என்று குழம்பிப்போனேன். ஒரு தவறும் செய்யவில்லை. நாம் ஏன் பயப்பட வேண்டும் என்று தயக்கத்தோடு சென்றேன்.

‘நீங்க நல்லாத்தான மார்க் வாங்கியிருக்கீங்க, ஏன் இங்கிலீஸ்ல மட்டும் பெயில் ஆயிருக்கீங்க’ என்று கேட்டார். ‘நான் நன்றாகத் தான் எழுதினேன். ஆனால் ரிசல்ட் வரவில்லை ஐயா’ என்றேன். ‘மீண்டும் முயற்சி செய்யுங்க. பாஸ் பண்ணீரலாம்’ என்றார். எனக்குப் பெரும் சந்தோஷம். அவர் சொன்ன வார்த்தைகள் என்மீது எனக்கு இன்னும் நம்பிக்கையை ஏற்படுத்துவதாக அமைந்தன. வகுப்புக்கு வரும் முதல் நாளிலேயே மாணவர்களின் விவரங்களைத் தெரிந்துகொண்டு வந்து வகுப்பெடுத்த அந்த அதிசயம் என்னை ஆட்கொண்டது. உண்மையிலேயே அது எனக்கு வியப்பூட்டுவதாகவும் அவ்வளவாக வெளியுலகம் தெரியாத அந்த வயதில் என்னுடைய சிந்தனையைத் தூண்டுவதாகவும் அமைந்தது. அதுதான் எங்கள் உறவின் தொடக்கம்.

பி.ஏ. முதல் பிஎச்.டி. வரை அவரிடம் கல்வி பயின்ற மாணவர்களின் பட்டியலில் எனக்கே முதலிடம் என்று கருதுகிறேன். பள்ளிப்பருவத்தில் என்னுடைய பெருங்கனவு டாக்டர் ஆகிவிட வேண்டும் என்பது. அதுதான் என்னுடைய இலட்சியம். அது பகல் கனவாகப் போகும் என்று நான் எதிர் பார்க்கவே இல்லை. வேதியியல் ஆசிரியர் ஒருவர் கல்வியின் மீது எனக்குப் பெரும் வெறுப்பூட்டி மிக எளிதாக என் இலட்சியத்தை அப்புறப்படுத்திவிட்டார். அந்த அளவிற்குப் பலவீனமாக இருந்துள்ளதைப் பின்னாளில் நினைத்து என்னை நானே நொந்துகொண்டேன். பன்னிரண்டாம் வகுப்பில் தோற்று என்ன செய்வது என்று தெரியாமல் தவித்தேன். வழிகாட்டவோ அழைத்துச் செல்லவோ யாரும் எனக்கு இல்லை. படிப்பே வெறுத்துப் போனது. ஓராண்டு கூலி வேலைக்குச் சென்றேன். வேலையின் கஷ்டம் மீண்டும் ஏதாவது படித்தால் பரவாயில்லை என்[illegible] தூரத்தியது. அருகில் இருந்த வடசென்னிமலை அறிஞர் அ[illegible] அரசு கலைக் கல்லூரியில் தமிழ் இலக்கியம் சேர்ந்து ப[illegible]ரு வாய்ப்பு அமைந்தது.

[illegible] படிக்க விருப்பம் இல்லை. ஆனால் வேலையிலிருந்து த[illegible]வ தமிழ் படித்தேன். தமிழ் மீது கொஞ்சம் ஆர்வமூட்டும் ப[illegible]ா.ப. ஆறுமுகம் என்னும் தமிழ்ப் பேராசிரியர் அவர் வ[illegible]கை அனுபவங்களைப் பகிர்ந்துகொண்ட பின்பே தமிழ் ப[illegible]றோம் என்ற தாழ்வுணர்வு நீங்கியது. அதன்பிறகு வந்த ஐ[illegible] எனக்கு எல்லாமாகி நின்றார். நாமக்கல் அரசு கல்லூரியில் புதிதாக எம்.பில்., பிஎச்.டி., வகுப்புகள் தொடங்கியிருந்தார்கள். அப்போது ஐயா என்னை அழைத்துச் சேர்ந்துகொள் என்று சொன்னார். தம்பி சக்திவேலும் நானும் சென்று சேர்ந்து கொண்டோம். கொஞ்ச நாள் கல்லூரியின் பின்புறம் இருந்த

கோழிப் பண்ணை அறைகளில் தங்கிக்கொண்டோம். அவர் திருச்செங்கோட்டிலிருந்து கல்லூரி வந்து சென்றார். அவர் மகளுக்குக் கண்ணில் பிரச்சினை இருந்துள்ளது. அதற்காக அவர் பல்வேறு மருத்துவமனைக்கு அலைந்துகொண்டிருந்திருக்கிறார். அந்த நிலையில் அவர் கடும் மனவேதனை அடைந்திருந்ததாகப் பின்னாளில் அறிந்தபோது அதிர்ச்சியில் உறைந்து போனேன். அத்தகைய சூழலிலும் எங்கள் மீது கவனம் செலுத்திப் பார்த்துக் கொண்டார்.

இரண்டு மாதங்கள்தான் கோழிப் பண்ணை அறையில் தங்கியிருந்திருப்போம். அதற்குள்ளாக அவருக்குத் திருச்சி சாலையில் உள்ள மாருதி நகர் அரசு குடியிருப்பில் வீடு கிடைத்தது. எங்களை அங்கே தங்கிக்கொள்ளச் சொன்னார். நாங்கள் சமைத்துச் சாப்பிடுவதற்குரிய அனைத்துப் பொருள்களையும் வாங்கிக் கொடுத்துச் சமைத்துச் சாப்பிடச் சொன்னார். அவர் அப்போதும் திருச்செங்கோட்டிலிருந்தே கல்லூரிக்கு வந்து சென்றார். நானும் சக்திவேலும் மாருதி நகரிலிருந்து கல்லூரிக்குச் சென்றுவந்தோம். சிறிது நாளில் சக்திவேல் *காலச்சுவடு* பத்திரிகைக்கு வேலைக்குச் சென்றுவிட்டான். அவனைவிட வயதில் பெரியவன் நான். இருவரும் ஒன்றாகப் படிக்கப் போனபோது அவனுக்கு வேலை கிடைத்துவிட்டது, உனக்குக் கிடைக்கவில்லையா? என்று பலரும் என்னைக் கேட்டுள்ளார்கள். அப்படியானால் நீ நன்றாகப் படிக்கக் கூடியவன் இல்லை என்றுதானே அர்த்தம் என்றும் சொன்னார்கள். அதனால்தான் உங்கள் ஆசிரியர் அவனை அனுப்பியுள்ளார் என்று என்னைக் கேலி பேசினார்கள். ஊருக்குள் இருக்கவே பிடிக்கவில்லை. அப்போது நான் ஐயா அவர்களுக்கு ஒரு உருக்கமான கடிதம் எழுதியிருந்தேன். அதில் ஏதேனும் வேலைக்குச் செல்வதற்கு எனக்கும் ஒரு வாய்ப்பளியுங்கள் என்று வேண்டியிருந்தேன். அந்த வேண்டுதல் குரலே என்னை அவரிடம் இன்னும் நெருக்க மாக்கியது. அந்தக் கடிதத்திற்குப் பிறகு என்னை ஊருக்குள் இருக்க வேண்டாம் என்று கூறி நாமக்கல் வந்து அவர் வீட்டில் தங்கிப் படிக்கவும் ஏற்பாடு செய்தார்.

எனக்கு அடிக்கடி உடம்பு சரியில்லாமல் போய்விடும். அதற்காகப் பெங்களூருக்குச் சென்று மருத்துவம் பார்த்துவர ஆயிரம் ரூபாய் கொடுத்து அனுப்பினார். அதன்பின்னர் சேலத்தில் இருந்த ஒரு பிரபல ஹோமியோபதி மருத்துவரிடம் அழைத்துச் சென்று மருத்துவம் பார்த்தார்கள். உடன் எழிலரசி அம்மா அவர்களையும் அனுப்பி வைத்திருந்தார். இப்படியாக அவருடைய குடும்பத்தில் ஒருவனாக என்னைச் சேர்த்துக் கொண்டார்கள். அவருடைய வீட்டில் இருந்துகொண்டு கல்லூரி

விரிவுரையாளர் தேர்வுக்கு என்னைத் தயார்ப்படுத்தினார். நல்லதம்பி ஆசிரியரைப் பிரத்தியேகமாகச் சென்னையிலிருந்து அவர் வீட்டுக்கு வரவழைத்தார். அவரும் சிறப்பாக நடத்தித் தேர்வும் வைத்தார். அப்படிச் சொல்லிக் கொடுத்தும் அந்தத் தேர்வில் நான் தேறவில்லை. அதன் பிறகு அத்தேர்வை எழுதுவதை நான் விட்டுவிட்டேன். அவரும் அத்தேர்வைப் பற்றி என்னிடம் எதுவும் கேட்டதில்லை. நானும் எதுவும் சொன்னதில்லை.

நாமக்கல்லில் தங்குவதற்காகச் சென்றபோது அவர் சொன்ன ஒரு வார்த்தை இன்னும் என் நெஞ்சில் பசுமையாய்ப் பதிந்துள்ளது. என்னுடைய கூச்ச உணர்வை அறிந்துகொண்ட அவர் 'நீங்க இந்த வீட்டை உங்க வீடு மாதிரி நினைத்துக்கொள்ள வேண்டும். அங்க போகக் கூடாது, அதத் தொடக் கூடாது என்ற எண்ணமெல்லாம் இருப்பதாக இருந்தால் நீங்க இங்க தங்க வேண்டாம். அப்படி எதுவும் பார்க்காமல் இருப்பதாக இருந்தால் நீங்கள் இங்கே தங்கலாம்' என்று சொன்னார். உண்மையிலேயே சாதித் தாழ்வுணர்வு என்னுள்ளே அவர் கூறிய எண்ணங்களை விதைத்திருந்தது. அவர் சொற்களால் அதை அப்புறப்படுத்திவிட்டுத்தான் அங்கே தங்கினேன். அதன்பிறகு கடையில் எதாவது வாங்கிவர வேண்டும் என்றால் என்னிடம் பணத்தைக் கொடுக்காமல் அங்கே பணம் உள்ளது எடுத்துக்கொள் என்பார். மீதி ரூபாய் கொண்டு கொடுத்தாலும் வாங்கி எண்ணிப் பார்க்காமல் 'அங்க வைச்சிடுப்பா' என்பார். அவ்வளவு நம்பிக்கை என்மேல்.

அவர் இரவு நேரத்தில் நாவல் எழுதுவார். என்னைத் தூங்கச் சொல்லுவார். ஆனால் நான் படிப்பதைப் போலப் புத்தகம் எடுத்துக்கொண்டு மாடிப்படிகளில் அமர்ந்து கொள்வேன். பன்னிரண்டு மணிக்கு மேல் நான் தூங்கச் சென்றுவிடுவேன். 'நீ போய்ப் படுப்பா. இன்னும் கொஞ்சம் எழுதிவிட்டு வர்ரேன்' என்று கூறுவார். எப்போது வந்து படுப்பார் என்று தெரியாது. பால் வா[illegible] விடியற்காலை ஐந்து மணிக்கு நான் எழும்போது அவர் ஏதாவது இதழ்கள் படித்துக்கொண்டிருப்பார். எனக்கு ஆச்சரியமாக இருக்கும். எப்படி இவரால் முடிகிறது என்று எண்ணிக்கொள்வேன். மெய்ப்புப் பார்ப்பதற்காக அடையாளம் பதிப்பகத்திலிருந்தும் காலச்சுவடு பதிப்பகத்திலிருந்தும் எனக்கு நூல்கள் வாங்கித் தருவார். 'தமிழினி 2000' என்னும் கட்டுரைத் தொகுப்பிற்காக என்னை மதுரை அழைத்துச் சென்றார். அப்போதுதான் சுந்தர ராமசாமியை நேரில் சந்தித்தேன். காலச்சுவடு கண்ணன், தேவிபாரதி, யுவன் சந்திரசேகர், சுகுமாரன், பாவண்ணன், தேவேந்திர பூபதி, முருகேசபாண்டியன்,

கோணங்கி என நவீனத் தமிழ் இலக்கியத்தின் ஆளுமைகளைக் கண்டறிந்தேன்.

பொ. வேல்சாமி எங்களுக்கு நாமக்கல்லிலேயே அறிமுகமாகி யிருந்தார். அவர் வீட்டிற்குத் தினமும் ஒரு மணி நேரம் பேசிக் கொண்டிருக்கச் செல்வார். அப்போது என்னையும் உடன் அழைத்துச் செல்வார். அவர்கள் பல்வேறு இலக்கியங்களைப் பற்றியும் இலக்கிய ஆளுமைகளைப் பற்றியும் விவாதிப்பார்கள். அவை எனக்குப் படிக்காமலே வந்துசேர்ந்தன. அதன் பிறகே நூல்கள் சேகரிக்கத் தொடங்கினேன். இன்றைக்கு ஆயிரத்திற்கும் மேற்பட்ட நூல்களை வைத்துள்ளேன் என்றால் அதற்குக் காரணம் ஐயா அவர்களே. ஒரு நூலகம் அமைக்க வேண்டும் என்று ஆசைப்படும் அளவிற்கு நூல்களைப் பற்றிய புரிதலை ஏற்படுத்தினார். காலச்சுவடு பத்திரிகைக்கு வேலைக்குச் சேர்த்து விட்டார். அங்கு இன்னும் நவீன இலக்கியம் துலக்கம் பெற்றது. அரவிந்தன் அதற்கு ஆதரவுக் கரம் நீட்டினார். *காலச்சுவடு* இதழில் குறிப்புகள், நிகழ்ச்சித் தொகுப்பு, பத்திகள் போன்றவற்றை எழுதும் வாய்ப்பை அரவிந்தன் வழங்கினார். அப்படியாக எழுத ஆரம்பித்தேன். *காலச்சுவடில்* வெளிவந்த பத்தியைப் படித்துவிட்டு நன்றாக எழுதியிருக்கிறாய், உனக்கு எழுத்து நன்றாக வருகிறது, தொடர்ந்து எழுது என்று உற்சாகம் பொங்க அலைபேசியில் அழைத்துப் பாராட்டினார்.

காலச்சுவடில் வேலை பார்க்கும்போதும் செம்மொழித் தமிழாய்வு மத்திய நிறுவனத்தில் வேலை பார்க்கும்போதும் நான் சென்னையில் தங்கியிருந்தேன். அப்போது ஐயா சென்னை வந்தாலே என்னை உடன் அழைத்துக்கொள்வார். அவர் யாரைப் பார்க்கச் சென்றாலும் என்னை உடன் அழைத்துச் செல்வார். எல்லோரிடமும் என்னை அறிமுகப்படுத்தி வைப்பார். அப்படி அறிமுகமானவர்கள் எனக்கு ஏராளம். காலச்சுவடிலும் செம்மொழித் தமிழாய்வு மத்திய நிறுவனத்திலும் வேலை கிடைக்க வாய்ப்பை ஏற்படுத்திக் கொடுத்தார். நான் இரண்டையும் சரியாகப் பயன்படுத்திக்கொள்ளவில்லை என்றுதான் தோன்றுகிறது.

அவர் மட்டுமல்ல அவருடைய அம்மா, துணைவியார் உள்ளிட்ட குடும்ப உறுப்பினர்கள் அனைவருமே என்னிடம் தீராத அன்பு செலுத்தியுள்ளனர். அவர் எனக்கு எத்தனையோ உதவிகளைச் செய்து எனது வாழ்க்கையைச் செழுமைப் படுத்தியுள்ளார். பெண்ணைப் பரிந்துரைத்து அவருடைய தலைமையிலேயே எனக்குத் திருமணமும் நடைபெற்றது. அவரைப் போலவே எனக்கும் இரு குழந்தைகள். முதலில் பெண். இரண்டாவது ஆண். நான் நல்வாழ்க்கை வாழ்கிறேன்.

திருமணமாகிய பிறகு முதல் விருந்தழைப்பும் பிள்ளைக்குப் பெயர் சூட்டு விழாவும் அவர் நாமக்கல் வீட்டில் அவருடைய ஏற்பாட்டில் நிகழ்ந்தது. கார்குழலி என்னும் என்னுடைய பெண் குழந்தைக்குப் பட்டுப்பாவாடை, தளர்கொலுசு, மணி, வளையல் எனச் செய்ய வேண்டியதெல்லாம் செய்தார்.

நான் அப்போது மைசூர் செம்மொழி உயராய்வு மையத்தில் வேலை செய்தேன். குழந்தையை எடுத்துக்கொண்டு செல்லும் நாள் அன்று காலையிலேயே போன் செய்து கிளம்பிவிட்டாயா என்று கேட்டார். அவரது வீடு சென்று சேரும்வரை எங்கு வந்துகொண்டிருக்கிறாய் என்று கேட்டுக்கொண்டே இருந்தார். அவர் வீட்டுக்கு முன் ஆட்டோ நின்றது. ஓடிவந்து குழந்தையை வாங்கிக்கொண்டு சென்றார். இன்றைக்கு நினைத்தாலும் ஆனந்தக் கண்ணீர் பெருகுகிறது. எப்படி அவரால் இப்படிச் செயல்பட முடிகிறது என்று ஆச்சரியம் கொள்வேன். அவர் குடும்பத்தார் எல்லோரும் குழந்தையைக் கொஞ்சினார்கள். ஒரு வாரம் அங்கே வைத்திருந்து அதன்பின்னரே என் வீட்டுக்கு அனுப்பினார்கள். இதுபோன்று என்னுடைய உறவினர்கள்கூடச் செய்தது இல்லை.

○

37

பின்னேர் வரிசை

ஆ. முத்தையன்

சேலத்திலிருந்து பன்னிரண்டே கல் தொலைவில் வசித்துக்கொண்டு பேருந்து நிலையத்தில் உள்ள திருவள்ளுவர் சிலைகூடத் தெரியாமல் மேல்நிலைப் படிப்பை முடித்தவன் நான். அச்சூழலிலிருந்து வெளியே வந்து எனது கல்லூரிப் படிப்பைத் தொடர்ந்தபோது முதல் பிரமிப்பை ஏற்படுத்தியவை ஐயா என்கிற பிரதியும் அவரைப் பற்றிய செய்திகளும்தான். ஐயா என்று சொன்னாலே அறிவுவாதி என்கிற பெருத்த மரியாதையுடன் என்னைப் போன்ற கடை மாணாக்கர்களுக்குப் பயமும் தொற்றிக்கொள்ளும்.

சிறுவயது முதலே ஆசிரியர்களிடம் நெருங்கிப் பழகும் வாய்ப்பினை ஏற்படுத்திக்கொள்ளாதவன் நான். அவர்களாக நம்மை அழைப்பார்கள் என்ற எண்ணம்கூட அதற்குக் காரணமாக இருந்திருக்கலாம். 2007ஆம் ஆண்டில் இளங்கலை முடித்த பிறகு இன்றுவரை பல பேராசிரியர்களையும் பல பல்கலைக்கழகங்களையும் கடந்துவிட்டேன். முனைவர் பட்டமும் பெற்றுவிட்டேன். மாணவர்களுடன் அளவளாவும் வாழ்க்கைக்குரிய இத்தருணத்தில் அவரைப் பற்றிய அசைவுகள் மேலும் பிரமிப்பை உண்டாக்கவே செய்கின்றன. காலம் பல கடந்து தொலைவிலிருந்தாலும் மனதில் தொடர்பு கொண்டிருக்கும்படியான உறவில் நீடிப்பவர் அவர். எளிமையான தோற்றத்துடன் முதல் வகுப்பிற்கு வந்த அவரிடம் அறிமுகத்திற்காகக் கூறிய எங்கள்

பெயரை மறவாமல் அடுத்தடுத்துச் சொல்லி அழைக்கும்படியான அவரது திறன்தான் முதல் ஈர்ப்புக்குக் காரணமாக இருக்கலாம்.

நாங்கள் சேர்ந்த முதல் வருடத்திலேயே 'கூளமாதாரி' என்ற அவருடைய நூலின் ஆங்கில மொழிபெயர்ப்பு ஆசிய பசிபிக் கடலோர நாடுகளில் வெளியான சிறந்த ஐந்து படைப்புகளுள் ஒன்றாகத் தேர்ந்தெடுக்கப்பட்ட செய்தி எங்களைச் சூழ்ந்து கொண்டபோது அவர் மீதான மரியாதை மட்டுமல்ல, அதனால் உண்டாகிய அறிவுப் பயமும் அதிகரித்தது. இருப்பினும் தான் ஒரு எழுத்தாளர் என்கிற எந்த இறுமாப்பும் இல்லாதவராய், ஒரு ஆசிரியர் இன்னொரு ஆசிரியரைப் பற்றிக் குறைசொல்லித் திரியும் சூழலில் யாரைப் பற்றியும் எந்தவிதக் குறைகளையும் அடுக்காதவராய், மாணவர்கள் மத்தியில் இயல்பாக உலவி வந்தார். முதலாமாண்டில் நன்னூல் இலக்கண வகுப்புகளை எடுத்தார். அதற்கான சான்றுகளை நவீனத்துடன் ஒப்பிட்டுக் கூறுவார். எம்முடைய அறிவை விரிவுபடுத்த எடுத்துக்காட்டுவதுடன் ஒப்பீட்டுப் பார்வை அதிகரிக்கவும் ஏராளமான சான்றுகளை மாணவர்களிடம் வெளிப்படுத்தினார். பிறகு யாப்பு இலக்கணத்திற்கான பல்வேறு உதாரணங்களை நாட்டுப்புற பாடல்களைக் கொண்டும் சிலநேரம் திரைப்பாடல்களைக் கொண்டும் விளக்கினார். சங்க இலக்கியப் பாடல்களுக்கு அர்த்தப் பாகுபாடுகளை விளக்குவதற்காகப் பல்வேறு உரையாசிரியர்களை மல்லுக்கு இழுத்து விவாதிக்கும் வல்லமை அவரிடம் இருந்தது. சான்றிற்கழைக்கும் ஆசிரியர்கள் பெயர்களையும் சரளமாக எடுத்துரைத்தார். தமிழ் மாணவர்களின் திறனை வளர்க்கும் பொருட்டுச் சங்க இலக்கியப் பாடல்களை மனனம் செய்வதற்கும் கற்றுத் தந்தார். பல்வேறு வேலைப் பளுவிற்கு மத்தியில் காலம் தவ[illegible] வந்து வகுப்பெடுத்த நேர்மையாளர்.

[illegible]வர் நலன் காக்கும் பொருட்டு அவர்களுடைய திற[illegible] வெளிக்கொணரும் வகையில் பேச்சு, கட்டுரை, நட[illegible]ளயாட்டு என்று பல்வேறு வகையிலும் ஊக்கப்படுத்தி அவ[illegible] நெறிப்படுத்தும் பண்புடையவர். மாணவன் ஒருவன் கவி[illegible]திக்கொண்டு சென்று அவரிடம் கருத்துக் கேட்டால் உட[illegible] அதன் மீதான கருத்தைக் கூறி அதைச் செம்மைப் படு[illegible]தில் கவனம் செலுத்துவார். தம்முடைய அறிவு பிறருக்குப் பயன்பெற வேண்டுமென்பதில் கவனமாக இருந்த அவர், கல்லூரியில் மாலை நேர வகுப்புகளை ஒதுக்கிவிட்டு அனைத்து ஆண்டு மாணவர்களையும் ஒருங்கிணைத்து வாரந்தோறும் கருத்தரங்குகளை ஏற்பாடு செய்தார். நாளடைவில் கல்லூரி அளவில் மட்டுமல்லாது வாரம் ஒருமுறையெனத் தம்முடைய வீட்டிலும் 'கழனி' என்னும் பெயரிட்டுத் தொடரச் செய்தார்.

மாணவர்களின் படைப்புகளை அக்கூட்டத்தில் அனைவருடனும் சேர்ந்தும் விவாதிக்கலானார். அக்கூட்டமே பிறகு ‘கூடு’ என்ற இலக்கிய அமைப்பாக உருவெடுத்தது.

கல்லூரியில் நடக்கும் கூட்டத்தில் முன்னாள் மாணவர்களை அழைத்து வந்து அவர்களைச் சிறப்பிக்கும் வகையில் மேடையில் பேச வைப்பதும் அதன் வாயிலாக மாணவர்களுக்கான எதிர்கால வாய்ப்புகளை எடுத்துரைக்கச் செய்வதும் கற்கும் ஆர்வத்தையும் நம்பிக்கையையும் கொடுப்பதும் அவருடைய செயல்பாடுகளாக இருந்தன. அதன்மூலம் மாணவர்கள் இளங்கலை முடித்த பின்பு என்ன செய்யவேண்டும், எங்கு படிக்க வேண்டும் என்கிற வழி கூறும் வழிகாட்டி மரமாகவும் மாணவர்கள் மத்தியில் நிலவும் மேடை பயத்தைப் போக்கும் நிவாரணியாகவும் செயல்பட்டார். ஒருமுறை அவர் வகுப்பெடுக்கும் முறை பற்றி வகுப்பில் கூறியது நினைவுக்கு வருகிறது. தான் நடத்தும் பாடம் மாணவர்களுக்குப் புரிகிறதா என்று சுய பரிசோதனை செய்துகொள்வார். மாணவர்கள் கவனிக்கிறார்களா, அவர்களுக்குப் புரிகிறதா என்பதைத் தெரிந்துகொண்ட பிறகுதான் வகுப்பெடுப்பேன் என்றார். அதற்காக எங்கள் வகுப்பு மாணவர் ஒருவரின் பெயரைக் கூறி ‘நான் வகுப்பெடுக்கும்போது அவர் கவனிக்கிறாரா அவருக்குப் புரிகிறதா என்பதைப் பார்ப்பேன். அப்பொழுது அவர் கவனிக்கவில்லை, கவனம் சிதறடிக்கப்பட்டிருக்கிறது என்பதை உணர்ந்தால் ஒருமுறை அவரின் பெயர் சொல்லி அழைப்பேன். அவரது கவனம் உடனே திரும்பி விடும். பிறகு மீண்டும் வகுப்பெடுப்பேன்’ என்று கூறினார். அப்படி எத்தனை முறை என்னைக் கவனித்திருப்பாரோ என்று எண்ணிப் பயம் உருவாகியது. அதேசமயம் எடுத்துக்காட்டிற்குக்கூட என்னுடைய பெயரைச் சொல்லவில்லையே என்ற ஏக்கமும் தோன்றியது.

அநேகமாக ஏனையோர் வகுப்புகளைப் புறக்கணிக்கும் நண்பர்கள்கூட ஐயாவின் வகுப்புகளைப் புறக்கணித்ததில்லை. பெரும்பாலும் அவரது வகுப்புகள் விவாதங்களைக் கிளப்பிவிடும். அவர் கூறிச் சென்ற கருத்தை மாணவர்கள் காரசாரமாக விவாதித்துக் கொண்டிருப்பார்கள். இதே பாணியைக் குப்பம், திராவிடப் பல்கலைக்கழகத்தில் முதுகலை பயிலும்போது எஸ். கார்லோஸ் (தமிழவன்) அவர்களிடமும் புதுவைப் பல்கலைக் கழகத்தில் ஆய்வியல் நிறைஞர் பட்டம் பயிலும்போது அரங்க. நலங்கிள்ளியிடமும் காண முடிந்தது. அதன் விளைவு எனக்கும் என்னோடு பயின்ற நண்பர்களுக்கும் தேடல் உருவாகி வாசிப்புப் பழக்கமும் ஆய்வுச் சிந்தனைகளும் மேம்பட்டன. முதுகலை மாணவர்களுக்குப் பாடம் எடுக்கும் வாய்ப்பு எனக்குக் கிட்டிய போது அவர்களையும் இணைத்துக்கொள்கிற முறையைப்

பயன்படுத்தியதால் பெரும் பலன் ஈட்டியதையும் என்னால் உணர முடிந்தது.

வகுப்பெடுப்பதோடு மட்டும் நில்லாமல் கல்லூரிக்கு வெளியில் மாணவர்களோடு பழகுவதிலும் ஐயா சிறப்புக் கவனம் செலுத்துவார். என்னுடன் படித்த சக நண்பர்களோடு சேர்ந்து சுற்றுலா சென்ற செய்திகளெல்லாம் எனது செவிக்கெட்டும்போது பொறாமையாகவும் ஆசையாகவும் இருந்ததென்னவோ உண்மை. அதற்காக என்னுடைய வறுமையையும் நொந்துகொண்டதும் ஒருபுறம். ஆனால் அவர் நம் நண்பர்களோடு பயணித்தார் என்பது கேட்டு எம்முடைய ஆசிரியர் என்ற இறுமாப்பும் அந்தக் கூட்டத்தில் நான் இல்லையே என்ற ஏக்கமும் தேங்கி நிற்கவே செய்தது. அதோடு மட்டுமில்லாது தம்முடைய மாணவர்களின் திருமணங்களில் பங்கெடுத்து முன்னின்று நடத்தினார், தம்முடைய மாணவர்களுக்கு இதழ்களில் வேலைவாய்ப்பினை ஏற்படுத்தித் தந்திருக்கிறார் என்ற செய்திகளெல்லாம் அவர் மாணவர்கள்மீது கொண்டிருந்த அன்பினை வெளிக்காட்டும் விதமாக அமைந்திருந்தன.

மாணவர்களும் அவர்மீது பற்றுதலோடு இருந்தனர். அவ்வாறு இருந்ததற்குக் காரணங்களும் இருந்தன. சில சமயம் கடிந்து கொண்டாலும் மாணவர்களோடு மாணவராக அவ்வப்போது எள்ளி நகையாடும் பேச்சு அவருடன் எளிமையாகப் பேசிப் பழகும் வாய்ப்பினை ஏற்படுத்தித் தந்திருந்தது. ஒருசமயம் அவர் விபத்தில் சிக்கி அடிபட்டு சிகிச்சைக்காக மருத்துவமனையில் சேர்த்திருந்தபோது அவரைப் பார்ப்பதற்காகச் சென்றிருந்த எங்களிடம் அத்தருணத்திலும் அவருக்கேயுரிய புன்னகையுடன் எள்ளல் நகைப் பேச்சால் அச்சூழலை மாற்றினார். அச்சமயம் அவரைக் காண்பதற்காக மருத்துவமனையிலும் பின் அவர் வீட்டிலும் கூடிய மாணவர் கூட்டத்தைக் கண்டு மாணவர்கள் மத்தியில் அவருக்கிருந்த செல்வாக்கைப் பலரும் அறிந்தனர்.

அவரிடமிருந்து கற்றுக்கொண்ட முக்கியமான பாடம் ஒன்றுண்டு. 'இதனைச் செய்' என்று வலிந்து எதையும் அவர் பணித்தது கிடையாது. எதிர்நிலையில் இருப்பவர்களின் போக்கிலேயே சென்று எடுத்துரைக்க வேண்டும் என்கிற பாணியைத்தான் அவர் கடைபிடிப்பார். இவை ஒருபுறமிருப்பினும் தனக்கான மாணவர்களை அவரே தேர்ந்தெடுத்துக் கொள்கிறாரோ என்ற குறுகுறுப்பு ஒருமுறை தோன்றியதையும் கூறாமல் இருக்க முடிய வில்லை. தான் எழுதுவதைப் படியெடுக்கும் பகுதி நேரப் பணிக்கு ஒருவர் தேவை என்று கூறி அதற்காக என்னிடமும் கேட்டார். ஆனால் இறுதியில் நான் தங்கியிருக்கும் விடுதி தூரம் என்பதால்

அருகில் இருந்த நண்பரை அழைத்துக்கொண்டார். அவருடன் சேர்ந்தியங்கும் வாய்ப்பு அப்பொழுதே கிடைத்திருந்தால் பெரிய அளவில் இல்லையென்றாலும் சிறிதளவாவது ஒரு வாசிப்பை நிகழ்த்தியிருக்க முடியும் என்ற நினைப்பு அவ்வப்போது வருவதுண்டு.

எண்பதுகள் வரைக்கும் ஒவ்வொரு பேராசிரியரும் தனக்குப் பின்னால் தன்னுடைய துறை வாரிசுகளை உருவாக்கிச் சென்றிருக்கிறார்கள். அதனால் அன்று 'அவர் என்னுடைய மாணவர்' என்றும் 'அவர் எம்முடைய பேராசிரியர்' என்றும் மார்தட்டிக் கொள்ளும் சூழலைக் காண முடிந்தது. இன்று இதுபோன்று மாணவர்களை உருவாக்கும் பேராசிரியர்கள் மிகவும் சொற்பமாக விரல்விட்டு எண்ணும் அளவிலேயே உள்ளனர் என்பது மிகவும் வருத்தத்திற்குரியதாகும். அந்தவகையில் ஆசிரியர் மாணவர் உறவு நட்புடன் இருக்கவேண்டும் என்பதற்கு ஐயாவே என் முன்னால் நிற்கும் உதாரணம். ஐயாவிடம் ஆத்தூரில் பயின்ற மாணவர்கள் இருவர் அப்பொழுது நாமக்கல்லில் கௌரவ விரிவுரையாளர்களாகச் சேர்ந்தனர். அவர்களும் மாணவர்களோடு நல்ல நெருக்கத்தைப் பேணினர். முன்னோர் எப்படியோ அப்படியே பின்னோரும் செல்லும். பின்னோர் வரிசை மிக நீண்டது.

○

38

ஆசிரியர் எவ்வாறு ஜெயிக்கிறார்?

ராணிதிலக்

அலைகள் இன்னும் நீலமாகத்தான் ஓய்வில்லாமல் ஆர்ப்பரிக்கின்றன. அதன் எதிரில் பரந்து விரிந்த மணற்பரப்பின் எதிரே நின்றிருக்கும் கல்தூண்கள் தாங்கிய செங்கட்டிடத்தில்தான் ஐயா அவர்களைச் சந்தித்தேன், ஓர் ஆசிரியராக.

சின்னஞ்சிறிய பட்டணத்திலிருந்து பெரிய பட்டணத்தில் உள்ள கல்லூரியில் வாசிக்கச் சென்ற ஒரு மாணவனாக மட்டும் நான் இல்லை. அப்போது எனது இளங்கலைத் தமிழ் உபாத்யாயரான திரு. செல்லையா அவர்கள் எனக்குள் ஒரு சுடரை ஏற்றி இருந்தார். அந்தச் சுடர் அவ்வப்போது கவிதைகளை எழுதிக்கொண்டிருந்தது. ஒரு கவிஞனாக என் பயணத்தைத் தொடங்கிய நான் படிக்கும் ஒரு மாணவனாக என்னைக் கருதிக் கொண்டிருக்கவில்லை. சென்னைப் பல்கலைக் கழகத் தமிழ் மொழித்துறையில் ஒரு மாணவன் என்பதைவிட, அங்கிருக்கும் புத்தகத்திற்கான வாசகனாக நான் அமைந்திருந்ததே என் பாக்கியம். இந்தப் பாக்கியத்தை எள்ளளவும் அழியாமல் பார்த்துக்கொண்ட பேராசான்களில் ஒருவராகத்தான் ஐயா இருந்தார். சின்னஞ்சிறிய மனதில் அவ்வப்போது எழுதி வைத்திருந்த கவிதைகளை எனக்குள் வாசித்துக்கொண்டிருந்த காலம் அது. அந்தக் காலத்தில் என் இருட்டான அறையில் வெறும் பாடத்திட்டத்தினை 'நடத்தும்'

ஓர் ஆசானாக அவர் வந்திருந்தார். அவருடைய தோற்றம் அப்போதும் ஏழ்மைக்குரியதே. அதுவே அவர்மீது எனக்கு லஜ்ஜை ஏற்பட்டது.

மற்ற பேராசான்கள் ஒரு பாடத்திட்டத்தினை நடத்துவது மட்டுமல்லாது அதன் பின்னணிகளைக் கூறுபவராக இருந்தார்கள். அதாவது ஒரு பாடத்தின் கலைக்களஞ்சிய மாக இருந்தார்கள். இது எல்லாத் தமிழ் மாணவர்களுக்கும் நிகழாதது. ஏனெனில் சங்க இலக்கியம், தொல்காப்பியம் (இ. சுந்தரமூர்த்தி) மொழியியல் (ந. தெய்வசுந்தரம்) நவீன இலக்கியம் (ஐயா என்கிற ஆராய்ச்சியாளர்) அகராதியியல், பொருள் இலக்கணம், மொழிபெயர்ப்பியல் (வ. ஜெயதேவன்) என அமைந்த பாடத்தினை மட்டும் அவர்கள் நடத்துபவர்களாக இல்லை. தொல்காப்பியம் என்றாலும் மொழியியல் என்றாலும் நவீன இலக்கியம் என்றாலும் வெளி மாணவர்கள் எங்களை எந்தக் கேள்வியும் கேட்காத அளவிற்கு மிகச் சிறந்த அளவில் அறிவையும் தெளிவையும் ஊட்டினார்கள். அடிப்படையைச் சரியாக அமைத்தார்கள். சரியில்லாத அடிப்படையைச் சரிப்படுத்தினார்கள். மிக எளிமையான மனிதர்களாக, மிக ஆழ்ந்த கல்விப்புலம் உள்ளவர்களாக, எங்களைச் சிந்திக்க வைப்பவர்களாக இருந்தார்கள். மாணவனுக்குச் சரியான கல்வி என்பது ஆசிரியர் மாணவனுக்குத் தரும் பேச்சுச் சுதந்திரம் மட்டுமே என்பதை அவர்கள் அறிந்திருந்தார்கள் போலும்.

பாடத்தைத் தொடங்குவதற்கு முன்பாக ஓர் அன்பான பார்வை ஐயா அவர்களிடமிருந்து வெளிப்படும். அப்போது அவருடைய நிழல்முற்றம், திருச்செங்கோடு சிறுகதைத் தொகுப்பு ஆகியவை வந்த காலம். அவர்மீதும் அவர் எழுத்தின்மீதும் ஒருவித ஈர்ப்பு வரக் காரணம் என் தாத்தாவைப்போல் அவரும் சினிமாக் கொட்டகையில் பணிபுரிந்திருக்கிறார். நானும் சினிமாக் கொட்டகையில் வருடத்திற்கு ஒரு மாதமாவது பால்ய வயதில் வாழ்ந்திருக்கிறேன் என்பதால் அந்த நினைவோடு அவர் கதைகள் என்னுள் தங்கிவிட்டன. நவீன இலக்கியம் குறித்த அவருடைய உரைகள் இன்னும் பசுமையாக இருந்தன. நவீன இலக்கியத்தில் அவருடைய பார்வை சமுதாயத்திற்கு என்றிருந்த போதிலும் நான் அதற்கு எதிரான கலை கலைக்காகவே என்றிருந்தேன். ஆனால் அவர் அதைப் பற்றிய எதிர் கருத்துகளைச் சொல்லாமலே இருந்தார். கற்பனையில் நூல் பற்றி ஏறிக்கொண்டிருந்த காலம் அது. அது விரைவில் அறுந்துவிடும் என்று சொல்லாமல் சொல்லியவர். தீவிர உணர்வும் பதற்றமான மனநிலையும் கொண்டிருந்த அந்தக் காலத்தில் எனக்கு மிகச் சாந்தமான

சூழ்நிலையை வகுப்பில் ஏற்படுத்தியவராக அவர் விளங்கினார். அந்த மௌனம் அதிக எழுத்தை, வாசிப்பை நாடுவதாயிற்று.

ஓர் ஆசிரியரின் கடமை என்ன என்ற ஒரு கேள்வியைக் கேட்கும்பட்சத்தில், பொதுமனம் சொல்லும் பதில் பாடம் நடத்துவது என்பது மட்டும்தான். ஆனால் இந்த இலக்கணத்துடன் அவர் கற்பித்தது, நாம் எதிர்கொள்ள இருக்கும் சிக்கலான வாழ்வை, அதை எதிர்கொண்டு நமக்காக ஏற்படுத்திக்கொள்ள வேண்டிய ஒரு வேலையை . . . இதற்கிடையில் எப்பொழுதும் நமக்குள் வாழும் ஒரு படைப்பாளியைச் சாகடிக்காமல் வாழவைப்பது. இந்த இடத்தில் ஓர் விஷயம். சென்னைப் பல்கலைக்கழக மொழித்துறையில் ஒரு சிற்றிதழை எடுத்துவர முயன்றபோது அதற்கு அச்சாரம் இட்டவராக இருந்தவர் அவர். இரண்டு இதழ்களைக் கொண்டு வந்தேன். அதில் எங்கள் துறைக்கு அருகில் இருந்த மலையாளம், கன்னடம், சமஸ்கிருதம், தெலுங்கு நண்பர்கள் மொழிபெயர்த்துத் தந்த கவிதைகளைத் தொகுத்து வெளியிட்டமைக்கு அவருடைய பங்கு முக்கியமானது. இலக்கியம் தவிர்த்துப் படிப்பிலும் சோடை போகவில்லை. வகுப்பில் முதல் மாணவனாக வரவும் அவர் உதவினார். அவருடைய அறை எப்போதும் மாணவர்களுக்கானதாக, படைப்பாளிகளுக்குரியதாக இருந்தே வந்தது. அதில் ஓர் அடி என் தலைக்குக் கிடைத்தது.

ஆரம்ப காலம் கடந்து சில மாதங்களில் அவர்மீது பிணக்கு வந்தது. மாந்திரீக யதார்த்தம் ஒன்றே (பாழாய்ப் போன ஒன்று என்று இன்று தோன்றுகிறது) வாழ்வை ஜீவிக்க வைக்கும் என்ற கனாக்காலத்தில் நான் இருக்க, அவர் நிதர்சனமிக்க வாழ்வின் எழுத்து மீது பிடிகொண்டிருந்தார். அந்தப் பிடி என் குருட் [illegible] ரசனைகளுக்கு எதிராக இருந்ததால் என் பேச்சை நிறுத் [illegible] ண்டேன். வெறும் ஆசிரியராகப் பார்த்தேன். ஆனால் அவ [illegible] ல் இல்லை. அசோகமித்திரனை, மா.அரங்கநாதனை வா [illegible] வத்தார். எனக்கு இலக்கியத்தை அறிமுகம் செய்து வை [illegible] வருக்குத் தெரியாமல் அசோகமித்திரனைக் காண வை [illegible] எனக்கு இலக்கியத்தைக் காட்டிய கே.என். சிவ ரா [illegible] யும் என்னையும் தெரிந்தே மா. அரங்கநாதனிடம் மு [illegible] புத்தகக் கடையில், வீட்டில் சந்திக்க வைத்தார்.

ஓர் ஆசிரியர், ஒரு படைப்பாளி என்கிற எல்லைக்கோட்டை அவர் வைத்திருந்தார். தன் சொந்த லாபத்திற்காக அவர் மாணவர்களையோ என்னையோ பயன்படுத்தியதாக இன்று வரை தெரியவில்லை. அவர் எங்கள்மீது எப்போதும் ஒருவிதப் பதற்றத்துடன் இருந்ததே நினைவு. அந்தப் பதற்றத்தின் காரணம்

எங்கள் கால்கள் எப்போது லௌகீக வாழ்வில் பொருந்திப் போவது என்பதுதான். இப்போதைக்கு எனக்கும் என் நண்பர்களுக்கும் அந்தச் சான்றோர்களின் ஆசி நிலைநின்று விட்டது. இப்போது லௌகீகத்தில் ஒரு வேலை என்கிற பிடிமானத்தில் வாழ்கிறோம். அதற்குக் காரணம் அவரும் எங்களுக்குப் போதித்த பேராசான்களின் ஆசிதான் போலும்.

தொடக்கத்தில் அவருடைய எழுத்தின் சாயல் என்னிடம் மறைமுகமாக இருந்தது போலும். நிகழ் உறவு என்னும் அவருடைய தொகுதியின் வடிவமும் எழுத்தும் அப்போது நான் எழுதிக்கொண்டிருந்த கவிதைகளில் படிந்திருந்தன. அவரும் நானும் ஆற்காடு அருகில் உள்ள மேலக்குப்பம் மலைக்கோட்டைக்குச் சென்றிருந்தோம். அக்கோட்டை மேல் ஏறி, அதன் சுவர்களில் சிறுபிள்ளையாக அவர் ஓடிக்கொண்டிருந்தார். அதன் பிறகு அதை அவர் கவிதையாக எழுதியிருந்தார். நானும் என் அனுபவத்தை வைத்துக் கவிதை எழுதினேன். அவருடைய எழுத்து யதார்த்தம் எனில் என்னுடையது மாய எதார்த்தம். அங்கிருந்துதான் பிணக்குத் தோன்றிற்று போலும். ஆனால் இந்தப் பிணக்கைக் கடந்து பார்க்கும்போது எனக்குள் எழுதுவதற்கான உத்வேகத்தை அவர் மறைமுகமாகத் தந்துகொண்டிருந்தார் என்று தெரிகிறது.

ஓர் ஆசிரியர் எவ்வாறு ஜெயிக்கிறார் என்ற கேள்வி எழும் போது, இந்தச் சமூகத்தின் கேடுகளுக்கு எதிராகப் போராடும் மனோபாவத்தைக் கொண்ட போராளியாக, படைப்பாளியாக ஒரு மாணவனை உருவாக்குபவர்தான் ஜெயிப்பவராகிறார். கற்பித்தல் என்பது பாடத்தினை அல்ல ... வாழ்க்கைப்பாடத்தை என்பதை அவர் புரிய வைத்ததில் ஜெயித்திருக்கிறார். இன்றைய அளவிலும் அவர், ஒரு மாணவனுக்குத் தந்திருக்கும் கருத்துச் சுதந்திரத்திற்கும், நாங்கள் ஆசிரியராக மாறி, ஒரு மாணவனுக்கு அளித்துக்கொண்டிருக்கும் கருத்துச் சுதந்திரத்திற்கும் அவருடைய செயல்பாடு ஒன்றுதான் காரணம். அங்கிருந்துதான் அவர் ஜெயிக்கிறார்.

○

39

இப்படி ஒரு குடும்பம்

வீ. ராஜீவ்காந்தி

ஒற்றையடிப் பாதை. ஓயாமல் குயில் கூவிக் கொண்டிருக்கும். கள்ளிச் செடிகளில் பால் வடியும். அதனூடாகக் காந்தள் கொடிகள் பிணைந்திருக்கும். ஒன்றிரண்டு காந்தள் மலர்கள் கண் சிமிட்டும். கருங்கற்கள் நிறைந்த பொட்டல் நிலங்கள் அவை. அவற்றில் கற்கள் தவிர வேறொன்றும் விளைவதில்லை. பிரம்மாண்டமான புளியமரம். அதுதான் அந்தக் கிராமத்தின் நிழற்குடை. எண்ணற்ற மனிதர்களை வெயிலிலிருந்து காத்தது அந்தப் புளியமரம்தான். பன்னிரண்டாம் வகுப்புப் படித்துவிட்டுக் கல்லூரிக்கு விண்ணப்பித்துக் காத்துக்கொண்டிருந்த அந்த வனாந்தரத்தில் துணையாக இருந்தது அந்த ஒற்றைப் புளியமரம்தான். அந்த வருடம் எந்தக் கல்லூரியிலும் இடம் கிடைக்காமல் கல்லூரிக் கனவு கலைந்துவிட்டது.

மாதம் ஒரு பணியென எந்தப் பணியிலும் கவனத்தைச் செலுத்த முடியாமல் வறுமையின் பிடியில் சிக்குண்டு அலைந்துகொண்டிருந்தேன். கன்னடத்தில் கல்லுடைத்தது முதல் ஒசூரில் துணி கத்தரித்தது வரை அத்தனை பணிகளையும் செய்து முடித்தாகிவிட்டது. உறவினர்கள் வீட்டில் தங்கி வேலை பார்த்து, அவர்களுக்காகச் சண்டையிட்டுக் கட்டப் பஞ்சாயத்து மூலம் மானம் இழந்து ஊருக்கு வந்தால், அம்மாவின் கண்களில் பெருக்கெடுக்கும் நீரைத் துடைக்க முடியாமல் துவண்டு விழுகிறேன். அனாந்தர வனத்தில் கல்லுடைக்கும் அப்பாவுடன்

சம்மட்டி தூக்கித் தோளில் போட்டுக்கொண்டு செல்கையில் அப்பாவின் முகம் கோணலானது. மாலையில் அப்பா உளிகளுக்கு முனை தட்டும்போது துருத்தி ஊதுவது எனது பணி. கரியை உலையில் போட்டு நெருப்புத் துண்டங்களையும் அதில் சேர்த்துத் துருத்தியை ஊதும்போது கணகணவென்ற அதன் ஜொலிப்பு. கோவைப்பழமாய்ச் சிவந்து கிடக்கும் உளியை அப்பா எடுப்பார். அப்போது உலையிலிருந்து பறக்கும் பொறிகள் கைகளில் பட்டு எரிக்கும். அந்தத் தீப்பிழம்புகள் போல எனது கல்லூரிக் கனவும் கனன்று கொண்டிருந்தது.

அடுத்த வருடம் அம்மாவின் தோடும் ஒற்றை மூக்குத்தியும் அடகுக் கடையில் கண்ணீர் விட்டபடி பிரிந்து செல்ல, நான் சந்தோசமாய்க் கல்லூரியில் சேர்ந்தேன். ஒரு செய்தித் தாளைக்கூடக் கண்டறியாத, யாரும் பத்துக்கு மேல் படிக்காத ஒரு வனாந்திரத்திலிருந்து சென்ற நான் கல்லூரி குறித்த பிம்பங்கள் கலைந்த நிலையில் மீண்டுமொரு புதிய வனாந்தரத்தில் நுழைந்தேன். அந்த வனாந்தரத்தில் தார்ச் சாலை இருந்தது. அடுக்குமாடிக் கட்டிடங்கள் இருந்தன. நிறைய என் வயதொத்தவர்களும் மனிதர்களும் கண்களுக்குத் தென்பட்டனர். இளங்கலை முதலாமாண்டில் இலக்கியம் குறித்த விளக்கம், விவாதம் என வகுப்பு சென்றுகொண்டிருந்தது. பெரும்பான்மை மதியத்திற்குமேல் வகுப்பு இன்மையால் மூத்த மாணவர்களின் வன்பகடித் தொல்லையால் பல நாட்கள் அறையில் முடங்கி இருக்க வேண்டி இருந்தது.

அப்போது வகுப்பில் சில மாணவர்கள் ஐயா வகுப்புக்கு வந்தால் நன்றாக இருக்குமாம் என்று கூறிக்கொண்டனர். மிக எளிமையாகத் தாடியுடன் கதர் ஆடை அணிந்து கையில் பழைய புத்தகம் ஒன்றை எடுத்துக்கொண்டு ஒருநாள் வகுப்பில் நுழைந்தார். சங்க இலக்கியம் தொடங்கி நவீன இலக்கியம் வரை அவர் பேசிய அந்தப் பேச்சு, பாடம் நடத்துவதில் உள்ள தெளிவு, ஆய்வு நோக்கு முதலியன பின்னாளில் என்னைப் புதுவைப் பல்கலைக்கழகம் வரை கொண்டு செல்லும் என்று நிச்சயம் எனக்கு அப்போது தெரியாது. வகுப்பறையில் மாணவன் ஆசிரியர் என்ற உறவுநிலை மட்டும்தான். அதை விடுத்து எந்த மாற்றமும் நிகழ்ந்துவிடுவதில்லை. ஒரு பருந்துப் பார்வையை அல்லது விசாலமான இந்த உலகில் நமக்கென்று ஓர் அடையாளத்தைப் பெற வேண்டுமெனில் அது வகுப்பறை கடந்த சூழலாகத்தான் இருக்கும். அந்தவகையில் எனக்குத் தனிப்பட்ட முறையில் அவரிடத்தில் 29–09–2005 அன்று பகுதி நேர வேலை கிடைத்தது. உணவும் மாதம் 1500 ரூபாய் பணமுமாக அந்த வேலை இருந்தது.

சிறுகதைகள், கவிதைகள், கட்டுரைகள் என அவர் எழுதிய வற்றைப் படியெடுத்துக் கொடுக்க வேண்டும். அந்த வேலை எனக்கு மிகவும் பிடித்திருந்தது. சாதியப் பாகுபாடு இன்றி எல்லாத் தரப்பு மாணவர்களும் ஐயாவின் வீட்டிற்கு வருவார்கள். வீட்டில் எந்தப் பதற்றமும் இல்லாமல் நம் சாதியின் இழிவு பற்றிய கவலை சிறிதும் இன்றிச் சரிசமமாக அமர்ந்து உண்ணலாம். அங்கே பரிமாறுபவர்களும் அதிகாரம் செய்பவர்களும் இல்லை. கவிழ்த்து வைக்கப்பட்ட தட்டுகளை நாமே எடுத்து நமக்குத் தேவையானதைப் போட்டு உண்ணலாம். எழுதும் நேரம் போக மீதியுள்ள நேரத்தில் இலக்கியம் குறித்தும், பொதுவாகவும் பேச்சுகள் நீண்டு உதாரணப் பாடல்களில் மனம் கரையும். இறுதியில் பல புத்தகங்களின் பட்டியல் எனக்குத் தரப்படும். அவற்றில் குறிப்பாக ஏறுவெயில், நிழல்முற்றம், கூகை, அம்மன் நெசவு, எட்டுக் கதைகள், கீதாரி, ஆறுகாட்டுத்துறை, உறுமீன்கள் அற்ற நதி, பாப்லோ நெருதா கவிதைகள், நீர் மிதக்கும் கண்கள், மிதக்கும் மகரந்தம், என் சரித்திரம், மீனாட்சி சுந்தரம் பிள்ளை சரித்திரம், சங்க இலக்கியம், கம்பராமாயணம், புதுமைப்பித்தன், சு.ரா. கவிதைகள், அயோத்திதாசப் பண்டிதரின் சிந்தனைகள் எனப் பல நூல்களை படித்தேன். நான் படித்தேன் என்று சொன்னால் அவற்றை ஆவலோடு கேட்டுக் கருத்துகளைக் கூறச் சொல்வார். நானும் தெரிந்தவரை அவற்றின் மீது சில விவாதங்களை முன்வைப்பேன்.

சங்க இலக்கியம், நவீன இலக்கியம், இலக்கணம் என எந்தப் பாடமாக இருந்தாலும் அவற்றில் தனித்தன்மை வாய்ந்தவ ராக இருந்தார். சங்க இலக்கியத்தில் குறுந்தொகை முதல் 10 பாடல்கள் பாடமாக இருந்தன. சொற்பொருள் விளக்கம், துறை விளக்கம், பாடலின் தனித்தன்மை, ஒரு பாடலை வெவ்வேறு பரிமாணங்களில் எவ்வாறு பொருள் கொள்வது, இலக்கணக் குறிப்பு எனப் பகுதிபகுதியாகப் பிரித்துப் பாடல்களை நடத்துவார். அவர் நடத்தியதன் பயன் பாடமாக இருந்த பத்துப் பாடல்களும் மனப்பாடம். இன்றுவரை அந்தப் பத்து பாடல்கள் நினைவில் பசுமையாக உள்ளன. யாப்புப் பாடம் நடத்தும்போது அவரின் புலமையைக் கண்டு வியந்தது உண்டு. பழைய உதாரணப் பாடல்களோடு திரைப் பாடல்களையும் உதாரணம் காட்டி நடத்துவார்.

கடவுள் குறித்த மதிப்பீட்டை ஐயாவிடம் நான் கண்டதில்லை. ஆனால் கடவுளை அவர் வெறுக்கவில்லை. போலித்தனமான மூடநம்பிக்கைகளின் மீது ஐயாவிற்கு வெறுப்பு இருந்தது. எதையும் அறிவுப்பூர்வமாகக் காரண காரியத்தோடு செய்ய

வேண்டும் என்பதில் உறுதி கொண்டவர். போலித்தனமான அடையாளங்களையும் வெளிப்பாடுகளையும் நிராகரித்தார். அதே சமயம் ஜீவகாருண்யத்தின் மீதும் வள்ளலாரின் அருட்பா மீதும் பற்று உடையவராக இருந்தார். அவர் புதிதாகக் கட்டிய வீட்டில் குடி புகுவதற்கு முந்தைய நாள் இரவில் சமரச சன்மார்க்க சபையைச் சேர்ந்த இருவரை அழைத்து வந்து போற்றித் திருஅகவலை இரவு முழுவதும் ஓதச் செய்தார்.

எந்தவொரு நிகழ்வாக இருந்தாலும் புதுமையையும் மாற்றத்தையும் விரும்புவார். அதே சமயம் யார்மீதும் தன்னுடைய கருத்தைத் திணிப்பதோ அதிகாரத்தைச் செலுத்துவதோ இல்லை. அவருக்குச் சரி என்பதை நேர்மையான வழியில் செய்தார். மருத்துவத்திலும் ஒரு தெளிவான புரிதலைப் பெற்றிருந்தார். மாற்று மருத்துவமான ஹோமியோபதி மீது அதீத நம்பிக்கை. ஐயாவின் நம்பிக்கை மீது கொண்ட பற்றினால் நானும் ஹோமியோபதி மருத்துவத்தை மேற்கொள்ள வேண்டும் என்ற எண்ணம் இருந்தது. பிற்காலத்தில் திண்டுக்கல்லிலும் புதுவையிலும் மைசூரிலும் படிக்கும் காலங்களில் ஏற்பட்ட தீராத சளி இருமலிலிருந்து குணமாக ஹோமியோபதி மருத்துவமே எனக்குப் பெரும் பலனைத் தந்தது. நிரந்தரமாகச் சளி இருமல் குணமாகியது.

சுற்றுச்சூழலிலும் ஆர்வம் கொண்டிருந்தார். வீட்டைச் சுற்றிலும் முருங்கை மரம், பாகற்காய் கொடி, பப்பாளி மரம், பூச்செடிகள், நாட்டு மருத்துவச் செடிகள் எனப் பசுமைத் தோட்டம் இருந்தது. பறவைகளுக்கு மாடியில் மண் குடுவைகளில் தண்ணீர் ஊற்றிவைப்பது, சிட்டுக் குருவிகளுக்குத் தானியம் வைப்பது போன்ற பணிகளில் குழந்தையாக மாறிவிடுவார். அப்போது எனக்கும் அத்தகைய பணிகள் மீது ஆர்வம் உண்டாகியது. பிற்காலத்தில் சுற்றுச்சூழல் குறித்த புத்தகம் அறிமுகமானது. தியடோர் பாஸ்கரனின் கட்டுரைகள் மீது எனக்கு ஆர்வம் உண்டாகியது. ஓர் இலக்கிய மாணவனுக்கு ஆங்கில மொழி தெரியாமல் போனாலும் தன் சமூகம் குறித்த ஒட்டு மொத்தமான அறிவும் அனைத்துத் துறை குறித்த புரிதலும் பெற்று இருக்க வேண்டும் என்பதை அவரிடம் இருந்து கற்றுக்கொண்டேன். பின்னர் மானிடவியல் குறித்த பக்தவத்சலபாரதி நூல்கள், சமூகம் குறித்துக் காரல் மார்க்ஸ் ஏங்கெல்ஸ் நூல்கள், உளவியல் குறித்து நலங்கிள்ளி தி.கு. இரவிச்சந்திரன் நூல்கள், திறனாய்வியல் குறித்த கார்த்திகேசு சிவதம்பி நூல்கள் என எல்லா நூல்களையும் படிப்பதற்கு அவர் உந்துசக்தியாக இருந்தார்.

பெண்ணியம் குறித்தான தவறான எண்ணங்கள் என்னுள் இருந்தன. கிராமப்புறத்தைச் சேர்ந்தவன் என்பதால் பெண்ணுக்கான சில கட்டுப்பாடுகள் இருக்க வேண்டும் என்ற

எண்ணம் எனக்குள் மேலோங்கி இருந்தது. நானும் எனது சில நண்பர்களும் பெண்ணியத்திற்கு எதிராக 'ஆணியம்' என்ற அமைப்பைத் தனியாகத் தொடங்க வேண்டும் என்று சில காலம் விவாதித்து வந்தோம். அப்போதுதான் ஒருநாள் சுகிர்தராணியின் 'இரவுமிருகம்' என்ற கவிதை நூலை வாசித்துக் கொண்டிருக்கும்போது 'என்னப்பா என்ன படிக்கிற' என்று கேட்டார். சுகிர்தராணியின் 'இரவுமிருகம்' படிக்கிறேன் என்றேன். இதில் உள்ள கவிதைகள் மிக மோசமாக உள்ளது என்றேன். 'மோசமான கவிதை, மோசமில்லாத கவிதை என்ற மனநிலையை முதலில் விட்டுவிடு. கவிதை பற்றிய உனது கருத்தென்ன' என்று சிரித்தவாறு கேட்டார். ஆனால் அதில் அவருக்குக் கோபமும் இருந்தது. 'பாலியல் குறித்து மிகக் கேவலமாக உள்ளது' என்றேன். 'இதனால்தான் பெண்களை எழுதவிடக் கூடாது என்கிறார்கள் போல' என்றேன். 'ஏன் ஆண்கள் அவ்வாறு எழுதவில்லையா? பெண்களை மிகக் கேவலமாக ஆண்டாண்டு காலமாக வருணித்து இழிவாக அல்லது அடிமைத்தனத்தில் வைத்துப் போற்றாமல் அவர்களால் எழுதப்பட்டுள்ளதா' என்று கேட்டார். தொடர்ந்த உரையாடலால் அதுவரையில் பொதுப்புத்தி சார்ந்து என்னுள் இருந்த புரிதல் கேள்விக்கு உள்ளாயிற்று. அதன் பிறகுதான் பெண் ஆணுக்கான கற்பிதங்களில் உள்ள கட்டுப்பாடுகளையும் அடிமைத்தனத்தையும் என்னால் உணர முடிந்தது.

சாதியம் பற்றிக் குறிப்பாகத் தலித்துகளைக் குறித்துச் சமூகத்தால் கற்பிக்கப்பட்ட வரையறைக்குள்தான் நானும் இருந்துள்ளேன். எனது தந்தை மது அருந்திவிட்டால் சமத்துவம் குறித்துப் பேசுவார். ஆனால் சாதி குறித்து ஐயாவிடம் இயல்பாகவே சமத்துவம் இருந்தது. இளங்கலை வந்தபின்தான் சாதி குறித்த வன்முறைகள் எனக்குப் புலப்பட்டன. சோ.தர்மனின் ... நாவல், பாமாவின் கருக்கு போன்றவற்றைப் படிக்கச் ... அமைந்தது. ஐயாவின் வீட்டில் அனைத்துத் தரப்பட்ட ... யச் சேர்ந்தவர்களும் எவ்விதத் தயக்கமுமின்றிச் சென்று ... தையும் சமமாக அமர்ந்து உண்பதையும் பார்த்து அதிசயித்து ... ருக்கிறேன். இதை நானும் கடைப்பிடிக்க வேண்டுமென்று வெவ்வேறு சாதிகளைச் சேர்ந்த என் நண்பர்கள் சிலரைப் புதுக்கோட்டையிலிருந்து அழைத்து வந்து வீட்டில் விருந்து கொடுத்தேன். அம்மா எவ்வளவோ முறை கேட்டும் எனது நண்பர்களின் சாதி குறித்துச் சொல்லவில்லை. அவர்களை அனுப்பி வைத்தபின் சொன்னேன். அவர் ஏதோ சொல்ல வருவதற்குள் அங்கிருந்து வெகுதொலைவில் சென்றிருந்தேன்.

வட்டார நாவல் இலக்கியத்தைப் பொருத்தவரையில் எனக்கு முதலில் அறிமுகமான நாவல்கள் ஆர். சண்முகசுந்தரத்தின்

நாகம்மாள், அறுவடை ஆகியவை. இரண்டு நாவல்களையும் என்னிடம் கொடுத்து ஒரு பொங்கல் நாளில் படிக்கச் சொன்னார். அந்த நாவலின் கதைக்களமும் பாத்திரங்களும் பெரும் பாதிப்பை ஏற்படுத்தின. பின்னர் அவர் எழுதிய கூளமாதாரி, நிழல்முற்றம், ஏறுவெயில் போன்ற நாவல்களைப் படித்தேன். ஆளண்டாப் பட்சி என்ற நாவல் என்னை மிகவும் கவர்ந்தது. அதில் ஒரு பகுதி: "பணத்தை எண்ணி முடித்தபோது முத்து கதறி அழுது விட்டான். 'ஏம்மா என்னய இப்பிடிச் சோதிக்கற? தூக்கி எறிஞ்சிட்டயின்னு நெனக்கிறப்பத் தூக்கிக் குடுக்கறியே' என்று மாரில் அடித்துக்கொண்டான்" (ப. 118). குடும்ப உறவுகளின் வன்மை மென்மைகளை இயல்பாகப் பதிவு செய்யும் தன்மையில் இந்நாவல் அமைந்துள்ளது. ஒரு தாயின் பரிதவிப்பை இந்த நாவலில் இரண்டு வரிகளில் சொல்லியிருப்பதைப் பிரமிக்கத்தக்க ஒன்றாக நான் உணர்ந்தேன்.

'ஆளண்டாப் பட்சி'யை அவர் எழுதும் காலங்களில் உடனிருந்த நிகழ்வு நான் பிறந்ததற்கான அர்த்தத்தை எனக்குணர்த்திய தருணம். ஐயா முழுநீள ஏட்டில் எழுதுவார். எழுதி விட்டு அவர் படுக்கச் சென்றபின் அதை நான் வாசிப்பேன். முதல் வாசகன் என்ற பெருமை எனக்குக் கிடைக்க வேண்டும் என்பதில் தீவிரமாக இருந்தேன். அடுத்த நாள் அவரிடம் நாவலில் சில பகுதிகள் எனக்குப் பிடித்திருந்தது என்றேன். நீ எப்போது படித்தாய் என்றார். உங்களுக்குத் தெரியாமல் இரவு படித்தேன் என்றேன். 'ஏம்பா படிக்கனும்னு சொன்னா, நானே தரப் போறேன். நீ இரவு முழுக்கக் கண்விழித்துப் படிக்கணுமா?' என்றார்.

கிராம மாணவர்களின் நிலையை நன்கு உணர்ந்தவர். எப்போதெல்லாம் படிப்பதற்கான பணம் தேவையோ அப்போது முன்வந்து உதவுவார். பலர் அவரிடம் பணம் பெற்றுப் படித்து வந்துள்ளனர். நானும் அவரிடம் பணம் வாங்கியுள்ளேன். திருப்பித் தரும்போது 'நீ வேலைக்குப் போன பின்பு கொடுத்தாப் போதும்பா' என்பார். 'கூடு' என்ற இலக்கிய அமைப்பு நான் படியெடுக்கச் சென்ற சிறிது காலத்தில் தொடங்கப்பட்டது. அதன் தொடக்க காலத்தில் ஆறிலிருந்து பத்து நபர்கள் கூடுவர். இலக்கியம் குறித்து விவாதிப்பது, கட்டுரை வாசிப்பது எனக் கூடு இலக்கிய அமைப்பு உருவாக்கப்பட்டது. அப்போது ஐயா கவிதை வாசிப்பார். எனது மூத்தவர்கள் சிலர் நூல் விமர்சனம் செய்தனர். நானும் இதைப் போன்று ஏதாவது புத்தகத்தை விமர்சனம் செய்ய வேண்டும் அல்லது படித்ததைக் கலந்துரையாட வேண்டும் என்ற எனது விருப்பத்தைத் தெரிவித்தேன். ஐயாவிடம் விருப்பத்தைச்

சொன்னதும் இரண்டு கவிதைப் புத்தகங்களைத் தந்து படித்து வரச் சொன்னார். சிறிது காலத்தில் ‘கூடு’ பெரும் இலக்கிய அமைப்பாக உருவெடுத்தது. ‘கூடு’ கூட்டம் குறித்த குறுஞ் செய்தி அனைவருக்கும் அனுப்பப்பட்டது. நான் திண்டுக்கல்லில் முதுகலை படித்துக்கொண்டிருந்தபோது கூடு கூட்டத்தில் கலந்துகொள்ள முடியாமைக்கு மிகுந்த கவலையுற்றேன். இந்தக் கவலையைப் போக்கப் புதுவையில் படித்தபோது ‘திண்ணை’ என்ற இலக்கியக் கூட்டத்தையும் மைசூரில் படித்தபோது ‘கற்பி’ என்ற இலக்கியக் கூட்டத்தையும் எனது நண்பர்களுடன் ஒன்று சேர்ந்து தொடர்ந்து நடத்தி வந்தோம்.

கூடு எழுத்தாளர்களையும் கவிஞர்களையும் எனக்கு அறிமுகம் கிடைக்கச் செய்தது. பொ. வேல்சாமி, ஆனந்த், காசி மாரியப்பன், பாலமுருகன் போன்றவர்களின் அறிமுகம் எனக்குக் கிடைத்தது. மாதம் ஒருமுறை கூடு கூட்டம் என்றாலும் தினமும் மாலை நேரங்களில் பொ. வேல்சாமியின் ஆய்வுக் கருத்துகளைக் கேட்டு வந்தோம். அவரிடம் பேசும்போது வரலாறு குறித்த அபத்தங்கள், பதிப்பில் ஏற்பட்டுள்ள குறைபாடுகள், பதிப்பு வேறுபாடு, உரையில் உள்ள சிக்கல்கள் எனப் பலவற்றையும் விவாதிப்பார். ஒருமுறை திருக்குறள் பதிப்பில் ஏற்பட்டுள்ள உரை வேறுபாடுகள் குறித்து ஒரு குறளுக்குப் பத்து உரைகளைக் கூறி அவை எவ்வாறு வேறுபடுகின்றன என்பதை விளக்கினார். அவரது வாசிப்பு முறையையும் சிந்தனை முறையையும் பார்த்துப் பிரமித்துப் போனேன். அப்போது ஐயாவிடம் கேட்டேன் ‘இவரு என்ன வேலைங்க ஐயா செய்யறாரு? இவ்வளவு சிறப்பா இலக்கியம் குறித்துப் பேசறாரே’ என்றேன். ‘அவரு சாதாரண ஆளு இல்லப்பா’ என்று அவரைக் குறித்து எனக்கு உயர்வாகக் கூறினார். ஓர் ஆசிரியர் மற்றோர் ஆசிரியரை உயர்வாகப் பேசுவதைக்கூடத் தவறாக நினைக்கும் சூழலில் புலமை எங்குள்ளதோ அதனைப் பாராட்டும் உயர்ந்த குணம் கொண்டவராக நான் அவரைப் பார்த்தேன்.

‘ஆயிரத்தில் நூறு’ என்றொரு கவிதைத் தொகுப்பிற்காக மாணவர்களின் கவிதைகள் பெறுவதற்காக ஓர் இளைஞர் வந்தார். இனிக்க இனிக்கப் பேசிச் சமூகத்தில் ஏதோ பெரும் மாற்றத்தை உருவாக்கப் போவதாகத் தன்னைக் காட்டிக்கொண்டு ஐயாவிடம் வந்து மாணவர்களின் கவிதைகளைத் தேர்ந்தெடுத்துத் தருமாறு பணிவுடன் கேட்டுக்கொண்டார். ஐயா தனது எழுத்துப் பணியை ஒதுக்கி வைத்துவிட்டு ஒரு வாரமாகக் கவிதைகளைத் தெரிவு செய்து தந்தார். நூல் வெளியீட்டு விழா நடத்தப் போவதாகவும் நிறைய அரசியல் கட்சித் தலைவர்கள்

வரப்போவதாகவும் கூறி ஐயாவையும் கலந்துகொள்ளுமாறு வேண்டிக் கேட்டார். அவரும் வருவதாக ஒப்புக்கொண்டார். நானும் அன்று அவருடன் சென்றேன். பள்ளி ஒன்றில் நூல் வெளியீட்டு நிகழ்வு நடந்தது. தன்னுடைய பணி நடக்கும் வரை அடக்கமாகப் பணிவாக இருந்த அந்த இளைஞர் விழாவில் ஐயாவைக் கண்டுகொள்ளவில்லை. முகம் கொடுத்துப் பேசவும் இல்லை. மேடையில் அவருக்கு நெருக்கமானவர்கள் இருந்தார்கள் என்று நினைக்கிறேன். நானும் ஐயாவும் கூட்டத்தின் கடைசியில் நின்றுகொண்டிருந்தோம்.

விழாவிற்கு வந்த சிறப்பு அழைப்பாளர் அழைப்பிதழைப் பார்த்து உரை நிகழ்த்திக்கொண்டிருந்தார். நான் கோபத்தில் மிதந்துகொண்டு இருந்தேன். அவருடைய மாணவர் என்பதால், எனக்குக் கிடைத்த மரியாதைகளைக் கண்டு கர்வமாகக்கூடச் சில சமயங்களில் இருந்துள்ளேன். ஆனால் அன்று வேதனையோடு நின்றுகொண்டிருந்தேன். 'என்னங்கையா இவன் இப்படிச் செய்யறான்? தன்னை விளம்பரப்படுத்திக் கொள்ளும் பேர்வழி போல இருக்கிறான்' என்று கூறினேன். 'விடுப்பா அவருடைய சுபாவம் அது. வந்த இடத்தில் மரியாதையெல்லாம் எதிர்பார்க்க முடியுமா?' என்று அடக்கத்தோடு கூறினார். 'மனிதர்கள் பலவிதமா இருப்பாங்க. எப்படி எப்படி இருக்கறாங்கன்னு பாரு போதும். நீ இதற்கெல்லாம் கவலைப்பட வேண்டாம்' என்றார். நான் அழாத குறை. அப்போது சிறப்பு அழைப்பாளர் அழைப்பிதழில் ஐயாவின் பெயரைப் பார்த்ததும் அந்த இளைஞரைப் பார்த்து 'அவர் வந்துள்ளாரா?' என்றார். அந்த இளைஞர் 'வந்துள்ளார் அங்கிருக்கிறார்' என்று எங்களைப் பார்த்துக் கைகாட்டினார். அந்தச் சிறப்பு அழைப்பாளர் தனது பேச்சை நிறுத்திவிட்டு நேரடியாக ஐயாவிடம் வந்து அவரை வணங்கி மேடைக்கு அழைத்துச் சென்றார். தனது இருக்கையில் அவரை அமர வைத்தார். அப்போதுதான் என்னுள் இருந்த ஒருவித அழுத்தமும் படபடப்பும் குறைந்தன.

தமிழாசிரியர் குறித்த மதிப்பீடுகள் தமிழ்ச்சூழலில் எவ்வாறு இருக்கின்றன என்பதை எல்லோரும் அறிவார்கள். 'சாந்தமானவர், சிரிக்க வைப்பவர், கதை சொல்லி' எனப் பட்டியல் நீளும். பொழுதுபோக்கிற்காகத் தமிழ் வகுப்பில் அமர்பவர்களும் உண்டு. மொத்தத்தில் தமிழாசிரியர் மற்ற பட்டப்படிப்பு மாணவர் களுக்குக் கேலிக்குரியவர். அதே சமயத்தில் தமிழாசிரியர் மீது மதிப்பு மிக்க மற்ற மாணவர்களும் உண்டு. ஆங்கில இலக்கியம் படிக்கும் மாணவர்கள் ஐயாவிடம் அன்பு கலந்த பரிவுடன் எப்போதும் அவரைச் சூழ்ந்துகொள்பவர்களாக இருந்தனர்.

பெரும்பாலான மாணவர்கள் தமிழாசிரியருக்குக் கோபம் வராது, வந்தாலும் ஒன்றும் செய்ய மாட்டார்கள் என்ற பிம்பம் கொண்டவர்கள். எனது வகுப்பு நண்பர் அறிவழகன் ஒருமுறை ‘ஆடி பதினெட்டுக்குக் கொல்லிமலைக்குப் போகலாமா ஐயா’ என்று தயக்கத்தோடு கேட்டான். ‘அதுக்கென்ன அறிவழகன், உனது நண்பர்களையும் அழைத்துக்கொள். நாம் போகலாம்’ என்றார். கொல்லிமலையில் அறப்பளீஸ்வர் கோயில் பிரசித்தி பெற்றது. கோயிலில் அன்று திருவிழா. சாமியை வழிபட எல்லோரும் நீண்ட வரிசையில் காத்திருந்தனர். நான் கோயிலைச் சுற்றி வந்தேன். எனது நண்பர்கள் கிளை விரிந்த அந்த வரிசையில் சாமியின் முகம் பார்க்க நின்றிருந்தனர். நான் கோயிலைச் சுற்றி வந்து கும்பிட்டுவிட்டு நேராக உணவு வழங்கும் இடத்திற்குச் சென்றுவிட்டேன். அப்போது எல்லோரும் சிரித்தார்கள். நான் தயக்கத்தோடு நின்றேன். ‘யாருக்கு எது வேண்டுமோ அதைத் தானே தேடிப் போவார்கள். நீ சாப்பிடுப்பா’ என்றார். பல நாட்கள் அறையில் வெறும் புளியைக் கரைத்துச் சோற்றோடு பிசைந்து உண்ணும் எனக்குச் சுவையான உணவு ஐயா வீட்டில் கிடைத்தது. அதற்குப் பின் அறப்பளீஸ்வரர் கோயிலில் கிடைத்தது. சாப்பிட்டுவிட்டு மறுபடியும் அடுத்த வரிசையில் நின்று உணவு வாங்கினேன். ஐயா தூரத்தில் சிரித்துக்கொண்டிருந்தார்.

உணவை முடித்துக்கொண்டு குளிக்கச் சென்றோம். இந்த மலைதான் நீங்கள் சங்க இலக்கியத்தில் படித்த வல்வில் ஓரியுடையது என்றார். வல்வில் ஓரி குறித்த உரையாடலைத் தொடர்ந்தவாறே அருவியை அடைந்தோம். அண்ணாந்து பார்த்தால் முத்துக்கள் சிதறி விழுவது போல் தண்ணீர்த்துளிகள் தெறித்து விழுந்தன. ரம்யமான அந்த இடத்தில் அருவி மட்டும் சிரித்துக்கொண்டிருந்தது. ஐயா அண்ணாந்து பார்த்தவாறே ‘தாத்தாவின் கோவணம் போல் நீண்டு தொங்குகிறது’ என்று கூறிக்கொண்டு குளிங்கப்பா என்றார். நான் ‘சோப்பு ஷாம்பு வேண்டுமா ஐயா’ என்றேன். ‘எதுக்குப்பா. இந்தத் தண்ணி மூலிகைத் தண்ணிப்பா. அப்படியே குளி. அதக் கெடுத்திடாதப்பா’ என்றார்.

மாலையில் எல்லோரும் இருப்பிடத்திற்குச் செல்ல ஒரு லாரியில் ஏறினோம். நாங்கள் செல்ல வேண்டிய இடத்திற்குப் பேருந்து வசதி இல்லை. அறிவழகனின் சித்தப்பா வீட்டில் தங்கியிருந்தோம். வீரகனூர் என்னும் உள்ளடங்கிய மலைக் கிராமம் அது. லாரியில் பெரும்கூட்டம். நிற்பதற்கு இடமில்லை. இருந்தபோதிலும் அதில் ஏறிக்கொண்டோம். வேறு வழியுமில்லை. லாரியில் எவ்வளவு ஆட்களை நிரப்ப முடியுமோ அதற்கு

மேலும் ஆட்களை நிரப்பினார் லாரி டிரைவர். அன்று நாங்கள் ஆடுகளாக மாறி இருந்தோம். லாரி பெரும்புகையைத் தள்ளியவாறு புறப்பட்டது. இதற்கிடையில் போகும் வழி நெடுகிலும் ஆட்களை ஏற்றுகிறார். 'செம்மேடு' என்னும் ஊர் வருவதற்குச் சற்றுமுன் 'வண்டியை நிறுத்துடா' என்று ஒரு சத்தம். அது ஐயாவுடையதுதான். நாங்கள் திகைத்துப் போனோம். வண்டி நின்றது. 'நீ பணம் சாம்பாதிப்பதற்காகக் குழந்தை குட்டிகளைப் பலி கொடுக்கப் பாக்குறியா' என்றார். டிரைவர் சிறிதும் வருத்தப்படாமல் 'யோ . . . உன்னால வண்டியில வர முடியலென்னா இறங்கிக்க' என்றார். 'பணம் சம்பாதிக்கலாம் என்பதற்காக மனித உயிரைப் பணயம் வைக்காத. இவ்வளவு கூட்டம் இருக்கு. உனக்குப் பத்தாதா' என்று பெருங்கோபத்தோடு ஆவேசமாகப் பேசினார் ஐயா. இருவருக்கும் வாக்குவாதம் ஏற்பட்டது. இறுதியில் ஐயா எங்களைப் பார்த்து 'எல்லோரும் இறங்குங்கப்பா' என்றார். ஏனெனில் நாங்கள் முதன்முதலில் ஐயா கோபப்பட்டுப் பேசியதை அன்றுதான் பார்த்தோம். மௌனம் எங்களைச் சூழ்ந்திருந்தது. கொல்லியருவி மனத்திரையில் பாய்ந்தோடிக் கொண்டிருந்தது. சாலை ஓர மரங்களில் பறவைகளின் சத்தம் எங்களைப் பின்தொடர்ந்து வந்துகொண்டிருந்தது. ஐயா வேகமாக நடந்துகொண்டிருந்தார்.

ஞாயிற்றுக்கிழமைகளில் ஐயாவுடன் நானும் உழவர் சந்தைக்குக் காலையிலே செல்வதுண்டு. அவர் பெரும்பாலும் ஹைபிரட் காய் வகைகளை வாங்கமாட்டார். நாட்டுக் கத்தரிக்காய், நாட்டு வெங்காயம், புடலங்காய், பீர்க்கங்காய், பாகற்காய் என நாட்டுக் காய்கறிகளையே வாங்குவார். ஹைபிரட் கத்தரிக்காய் பார்க்க ஆசையாக இருக்கும். 'ஐயா அந்தக் கத்தரிக்காய் இப்பத்தான் தோட்டத்திலிருந்து பறிச்சது போல் அழகா இருக்கு' என்று கூறினால் 'நாட்டுக்காய்ப் போல நல்லா இருக்காதுப்பா. இயற்கை உரம் போட்ட காயும் கறியும்தான் உடம்புக்கு நல்லது' என்பார். ஒருமுறை வீட்டிலுள்ள முருங்கை மரத்தில் காய்களைப் பறிக்கச் சொன்னார். நான் ஒரு முருங்கைக்காயைக் காட்டி 'இதைப் பிடுங்கவா' என்றேன். 'என்னப்பா சொன்ன' என்றார். 'நா இந்த முருங்கைக்காயைப் பிடுங்கவா?' என்றேன். அப்போது ஐயா 'நிலத்திலிருப்பதைத்தான் பிடுங்க முடியும்பா. மரத்திலிருக்கிறதைப் பறிக்கிறதுனு சொல்லணும்' என்றார். பிடுங்குதலுக்கும் பறித்தலுக்கும் உள்ள வேறுபாடு அப்போதுதான் எனக்குத் தெரிந்தது. எங்கள் மாவட்டத்தில் அல்லது எங்கள் பகுதியில் பறித்தல், பிடுங்கல் இரண்டிற்கும் பிடுங்குதல் மட்டும்தான் வழங்குகிறது என்பதைப் பின்புதான் உணர்ந்தேன்.

அதே போன்று கறிவேப்பிலையைப் பறித்து வரச் சொன்னால் நான் கிளையை ஒடித்து வந்துவிடுவேன். 'இவ்வாறு ஒடித்தால் செடி காய்ந்துவிடும், ரக்குகளை மட்டும் பிடித்து இனுங்க வேண்டும்' என்று கூறுவார். அவர் எல்லாவற்றிலிருந்தும் ஏதேனும் ஒன்றை கற்றுக் கொடுப்பவராகவே இருந்தார்.

எல்லாவற்றையும் தன் கற்பித்தலுக்குப் பயன்படுத்திக் கொள்ளும் சூட்சுமம் கைவரப் பெற்றவர் அவர். குழந்தைகளின் கல்வி குறித்து ஐயா கவலைப்பட்டு நான் பார்த்ததில்லை. இளம்பரிதியும் இளம்பிறையும் இயல்பாகவே நன்கு படிப்பவர் களாக இருந்தனர். என்றாலும் இளம்பரிதி டி.வி. தொடர்களில் கொஞ்சம் நாட்டம் கொண்டவராக இருந்தார். அப்போது தொலைக்காட்சியில் பிரபலமாக ஓடிக்கொண்டிருந்த 'ஜெட்டக்ஸ்' என்ற அலைவரிசையைப் பார்ப்பார். அதனால் வீட்டுப்பாடம் செய்வது அல்லது படிப்பது பாதிக்கும். அவற்றை ஐயா அவருக்கு நினைவுபடுத்துவார். 'இருப்பாக் கொஞ்ச நேரம் பார்த்துவிட்டு வர்றேன்' என்பார். 'சரிப்பா நீ கொஞ்ச நேரம் பாரு. அப்புறம் வீட்டுப்பாடம் செஞ்சாப் போதும்' என்பார். மதிப்பெண் குறித்தோ ஆங்கிலத்தில் பேச வேண்டும் என்பது குறித்தோ அவர் குழந்தைகளின் சுதந்திரத்தில் தலையிட்டதில்லை. குழந்தைகளின் விருப்பத்தை மட்டுமே கேட்டறிந்து நிறைவேற்றினார்.

அவர்கள் 'பாரதி' என்னும் அரசு உதவி பெறும் பள்ளிக் கூடத்தில் தமிழ் வழியில் பயின்றனர். நாமக்கல்லில் மதிப்பெண் அதிகமாகப் பெற்றுக் கொடுக்கும் பள்ளிகள் எத்தனையோ வீட்டுக்கு அருகில் இருந்தும் அவற்றில் அவர்களைச் சேர்க்க வில்லை. காரணம் கேட்டால் 'மாணவர்கள் மதிப்பெண் போடும் கோழிகள் இல்லப்பா' என்பார். இளம்பரிதி பதினோராம் வகுப்பு சேரும்போது முன்பு படித்த பள்ளியில் நான் படிக்க மாட்டேன் என்று கூறிவிட்டார். சரி, எந்தப் பள்ளியில் படிக்க வேண்டும் என்று ஆசைப்படுகிறாய் சொல் என்றார். அவர் ஏதோ ஒரு தனியார் பள்ளியின் பெயரைச் சொல்ல ஐயா அதில் தமிழ் வழியில் சேர்த்துவிட்டார். ஐயாவின் நண்பர்கள் 'இவர் தனியார் பள்ளிகளைக் கோழிப் பண்ணைகள் என்றல்லவா விமரிசனம் செய்தார். இவரே இப்போது தனியார் பள்ளியில் பரிதியைச் சேர்த்திருக்கிறாரே' என்று பேசிக்கொண்டனர். இதற்கு ஐயா தெளிவான ஒரு பதிலைக் கூறினார். 'அது படிக்கும் மாணவரின் சுதந்திரம். பரிதி அந்தப் பள்ளியில் படிக்க வேண்டும் என்று ஆசைப்பட்டார். அதனால் சேர்த்தேன். இதில் தவறென்ன உள்ளது. பரிதியின் ஆசையை நிறைவேற்றித் தருவது எனது கடமை' என்று கூறினார்.

கோழிப் பண்ணையாக இருந்து அறைகளாகத் தடுக்கப்பட்ட கட்டிடத்தில் சிறு அறையில் நான்கு பேருடன் தங்கியிருந்த நான் விடுதியில் இடம் கிடைக்கவே விடுதிக்கு வந்துவிட்டேன். வந்த சிறிது காலத்தில் ஐயாவிற்கு விபத்து ஏற்பட்டுவிட்டது. இந்த விடயம் எனக்குத் தெரியாது. ஆங்கிலத் துறையைச் சேர்ந்த நண்பர் இராமன் வந்து எனக்குக் கூறினார். அது ஐயாவாக இருக்க வாய்ப்பில்லை என்றேன். ஏனெனில் அவரும் நானும் பேசிவிட்டு வந்து சில நிமிடங்கள்கூட இருக்காது. அதுவு மில்லாமல் அவர் வண்டியை விரட்டி ஓட்டுபவரும் அல்ல. எந்தச் சூழலிலும் நிதானத்தை இழப்பவர் அல்ல என்று கூறினேன். 'இல்ல ஐயாவிற்குத்தான் விபத்து ஏற்பட்டது' என்று உறுதியாகக் கூறினார். அவருக்கு விபத்து ஏற்பட்ட இடம் எங்கள் விடுதிக்குச் சற்று தொலைவில்தான். அங்கு கோழிப்பண்ணைக் கழிவுகள் கொட்டிக் கிடக்கும். அவற்றைச் சாப்பிட ஏராளமான நாய்கள் வருவதுண்டு. நாய் ஒன்று குறுக்காக வந்ததால்தான் ஐயா கீழே விழுந்திருக்கிறார்.

அவரைப் பார்க்கப் பேருந்தில் சென்றுகொண்டிருந்தபோது பல்வேறு எண்ணங்கள் ஓடிக்கொண்டிருந்தன. என் அப்பாவிற்கு இதுபோல் நடந்திருந்தால்கூட அந்த அளவிற்குத் துன்பம் என்னை ஆட்கொள்ளுமா என்பதை என்னால் சொல்ல முடிய வில்லை. எதுவும் ஆகி இருக்கக்கூடாது, அவர் நன்றாக இருக்க வேண்டும், அவர் நல்லாத்தான் இருப்பார் என என்னை நானே சமாதானப்படுத்திக் கொண்டு அவர் வீட்டிற்குச் சென்றேன். அங்கு அவர் இல்லை. பின்பு மாருதி மருத்துவமனைக்குச் சென்றேன். அங்கு அவர் கையில் கட்டுப் போடப்பட்டு இருந்தது. என்னைப் பார்த்ததும் வாப்பா என்றார். என் கண்ணில் நீர் எப்போது விழுமோ தெரியாது. ஆனால் நான் அவர் கையை மட்டும் பார்த்துக்கொண்டு இருந்தேன். 'ஒன்னுமில்லப்பா இப்போது வீட்டிற்குப் போயிடலாம்' என்றார். நான் எப்போதும் பார்க்கும் அதே நிலையில்தான் அவர் இருந்தார். எந்தக் கலக்கமும் வருத்தமும் அவரிடம் தென்படவில்லை. வந்தவர்களிடம் அவர் 'நான் உங்களை எல்லாம் தொந்தரவு செய்யும்படி ஆயிற்றே' என்றார்.

ஐயாவிற்கு விபத்து ஏற்பட்டிருந்தபோது அவர் வீட்டிலேயே தங்கினேன். அவரைப் பார்ப்பதற்கு ஏராளமானோர் வந்தனர். எல்லோரிடமும் எனக்கு ஒன்றும் இல்லை என்று கூறி அனுப்பி வைத்தார். அவரின் கை சரியாகும் வரை என்னை வீட்டிலேயே தங்க வைத்தார். அங்கு நான் தங்கி இருந்தேனே தவிர அவர் சார்ந்த பணி அல்லது உதவிக்கு எப்போதும்

அவர் என்னைத் தொந்தரவு செய்யவில்லை. ரூ.50,000 பணம் கொண்ட மேஜையறை ஒன்றைத் திறந்து வைத்தார். வீட்டிற்குத் தேவையான செலவை இதை வைத்துப் பாருப்பா என்றார். மருத்துவமனைச் செலவு, வீட்டுச் செலவு என ஒரே வாரத்தில் அப்பணம் தீர்ந்து போனது. அடுத்த நாள் சலவைக்குப் பணம் தர வேண்டி எடுத்துவரச் சொன்னார். நான் தயங்கி நின்றேன். பணம் இல்லிங்கய்யா என்றேன். சரிப்பா எனச் சிரித்துக்கொண்டு அவர் வேறொரு இடத்தில் இருந்து எடுத்துக் கொடுத்தார். சலவைக்காரர் போனதும் நான் கேட்டேன். 'ஐயா 50,000 பணம் முழுவதையும் நான்தான் எடுத்து வீட்டுச் செலவு, மருத்துவமனைச் செலவு பார்த்தேன். அதற்கு என்னிடம் எந்தக் கணக்கும் கேட்கவில்லை. ஏன் நான் பணம் எடுத்துக் கொண்டிருந்தால் என்ன செய்வீர்கள்' என்றேன். 'அவ்வாறு எடுப்பவர்கள் எனது மாணவர்களாக இருக்க முடியாதுப்பா. நீங்க என்னோட மாணவர்ப்பா' என்றார்.

ஐயாவுடன் நான் இருந்த காலத்தில் அவரை மிகத் தீவிரமாகப் பின்பற்றத் தொடங்கினேன். கவிதை, சிறுகதை எழுதுவது, நாவல் எழுத முயற்சி செய்வது எனச் செயல்பட்டுக் கொண்டிருந்தேன். ஆனால் எவற்றிலும் வெற்றி பெற்றதில்லை என்றாலும் ஐயாவின் வாழ்க்கை முறையை ஓரளவிற்கு என்னால் பின்பற்ற முடிகிறது. பெண்கள் குறித்த எனது எண்ணங்கள் பிற்போக்குத்தனமாக இருந்தன. 'ராஜீவ் ஒரு ஆணாதிக்கவாதிப்பா' என்று நண்பர்களிடம் சொல்லுவார். அதற்கான அர்த்தம் எனக்கு அப்போது விளங்கவில்லை என்றாலும் பிற்காலத்தில் விளங்கியது. ஐயா வீட்டில் அவரது துணைவியாரைச் சக தோழியாகத்தான் எப்போதும் நடத்துவார். வீட்டில் சமைப்பது முதல் துணி துவைப்பது வரை இருவரும் பெரும்பாலும் சேர்ந்தே செய்வார்கள். அதேபோன்று குழந்தைகளைப் பள்ளிக்கு அனுப்புவது என அனைத்துப் பணிகளையும் சேர்ந்துதான் செய்வார்கள்.

இதைப் பார்த்து நான் அவரை வியப்போடு பார்த்த தருணங்கள் ஏராளம். ஒரு பக்கம் கல்லூரிப் பாடங்களுக்கான தயாரிப்பு, மறுபக்கம் எழுத்துப் பணி, குடும்பப் பணி, நண்பர்களுடன் இலக்கியம் குறித்துக் கலந்துரையாடல் என எல்லாவற்றையும் எவ்விதப் படபடப்புமின்றி மிக இயல்பாகச் செய்து முடிப்பார். சில நாட்களில் ஐயாவே எல்லோருக்கும் சமைப்பார். ஐயா சமைப்பதில் எனக்குப் பிடித்தமான ஒன்று பச்சப்பருப்புக் குழம்பு. மற்றொன்று கொங்குநாட்டு உணவு என்று அவர் சொல்லும் அரிசி, பருப்பு, மிளகாய், உப்பு எல்லாம்

போட்டுச் செய்யும் 'அரிசியும் பருப்பும் சோறு.' சுடச்சுடச் சோற்றோடு மிதமான நெய் கலந்து உண்டால் அடடா ... என்று வட்டிலைக் கைவிரல்கள் இறுதிவரை வருடும். அந்தச் சுவையை என்னவென்று சொல்வது? தட்டைத் தண்ணீர் இன்றிச் சுத்தமாக்கிய கைவிரல்கள் வாயில் ஓய்வு கொள்ளும்.

எழுத்தை ஜீவிதமாகவும் ஆசிரியப் பணியை ஜீவனாகவும் கொண்ட ஐயா குடும்பத்தையும் நேசிப்பவர். தனது குடும்ப நலனில் மிகுந்த அக்கறையும் கொண்டிருந்தார். அக்கா எழிலரசி அவ்வப்போது ஐயாவைப் 'பெ.மு.' என்று அழைப்பார். இவரது பதில் எப்போதும் எழில் என்று முடியும். சில நேரங்களில் அக்கா எழிலரசி இலக்கியப் பாடல்கள் சிலவற்றைப் பாடுவார். பாடிக் கொண்டிருக்கும்போதே திடீரென நிறுத்துவார். அப்போது விட்ட இடத்திலிருந்து ஐயா பாடத் தொடங்குவார். ஐயாவின் குரல்வளம் நன்றாக இருக்காது என்றாலும் பாடலில் பிழை இருக்காது. அவரின் நினைவாற்றல் அசாதாரணமானது. அதைப் பலமுறை நான் கண்டு வியந்ததுண்டு.

ஐயாவின் குடும்பத்தைப் பற்றி இன்னும் சொல்லிக்கொண்டே இருக்கலாம். பெருக்கெடுத்த அன்பில் திளைத்த சாதாரணமான ஒரு மாணவன் என்ற வகையில் இலக்கியமும் வற்றாத அன்பும் இரண்டறக் கலந்த குடும்பம் என்பேன். அக்கா எழிலரசி இயல்பாகப் பேசக் கூடியவர். ஐயாவின் முற்போக்குக் கருத்துக் களை மறுதலிப்பவராகவோ வீண் வாதம் செய்பவராகவோ ஒருபோதும் நான் பார்த்ததில்லை. அதே சமயத்தில் அவரது சுதந்திரத்தையும் விட்டுக் கொடுப்பவர் அல்ல. அதற்கான அவசியமும் இருக்காது. வீட்டிற்கு வரும் ஆய்வாளர்களையும் மாணவர்களையும் உள்ளன்போடு வரவேற்பார். ஒரு தாயின் கனிவான அன்பும் ஈரமும் அவரிடம் இருந்ததைப் பல நேரங்களில் கண்டிருக்கிறேன். 29-09-2005 அன்று அவரை நான் அக்கா என்று அழைத்தேன். ஆனால் நாட்கள் செல்லச் செல்ல மிக இயல்பாக 'அம்மா' என்று அழைக்கலானேன். அக்கா என்று அழைத்துக்கொண்டிருந்த நான் எப்போது அவர்களை அம்மா என்று அழைத்தேன் என எனக்குத் தெரியவில்லை.

தாயுள்ளத்தின் அன்பின் வெளிப்பாடு ஒவ்வொரு கணமும் இந்தக் குடும்பத்தில் நான் பிறக்கவில்லையே என்று ஏக்கமுறச் செய்யும். அதனால் என்ன, இப்போது அவர்களிடம் தானே இருக்கிறோம் என்று மனம் நிம்மதிப் பெருமூச்சு விடும். அம்மா என்னைப் பற்றி ஐயாவிடம் அவ்வப்போது புகார் செய்வதுண்டு. 'ராஜீவ் சரியாச் சாப்பிடுறதில்ல. வெச்ச சோறு அப்படியே இருக்கு' என்பார். 'ஏம்பா சாப்பிடுப்பா. கூச்சப்படாத' என்று

ஐயா சொல்வார். அம்மாவின் இந்த அன்பு எனது அண்ணன் மகளுக்கு எழிலரசி எனப் பெயரிட வைத்தது. அண்ணன் மகளையும் அம்மா என்றுதான் அழைத்து வருகிறேன்.

உலகில் இப்படி ஒரு குடும்பம் இருக்குமா என்று எனக்குத் தெரியாது. அவர் குடும்பத்தில் ஒருவனாகவே இருந்திருக்கிறேன். என்னை ஒரு சிறுசொல்கூட மனம் நோகும்படி மறைமுகமாகவோ நேரடியாகவோ கூறியதில்லை. ஐயாவின் அம்மாவும் என்னை அன்பாகவே கவனிப்பார். ஆயா என்றுதான் அழைப்பேன். எனக்கு ஒரே ஒரு வருத்தம்தான். நீங்காத வடு போல. ஆயாவின் இறப்பிற்கு எனக்குத் தகவல் வரவில்லை. சில மாதங்களுக்குப் பிறகுதான் எனக்குத் தெரிய வந்தது. ஏதோ ஒரு உறவின் கொடி அல்லது மரத்தின் ஒரு கிளை முறிந்துவிட்டதாக அடிமனதில் தொற்றிக்கொண்ட படபடப்பு சில நாட்கள் நீங்கவே இல்லை.

○

40

கேட்டதைச் செய்தேன்
இரா. வெங்கடாசலம்

2003 ஆம் ஆண்டு மே மாதம் சேலம் பெரியார் பல்கலைக்கழகத்தில் விடைத்தாள் மதிப்பீட்டுப் பணிக்குச் சென்றிருந்தபோது என்னுடன் வந்திருந்த நண்பர், ஐயா அவர்களை எனக்கு அறிமுகம் செய்துவைத்தார். பேசிக்கொண்டே அவரது தோற்றத்தைப் பார்த்தேன். அலங்காரம் எதுவுமில்லை. பேச்சிலும் உடையிலும் மிகவும் எளிமையைக் காண முடிந்தது. அரசுப் பணியில் உள்ள பேராசிரியருக்கான எந்த ஒரு அடையாளமும் அவரிடம் இல்லை. தோளில் ஜோல்னா பையை மாட்டியிருந்தார். முகத்தில் லேசான குறுந்தாடி வளர்த்திருந்தார். கதர்ச் சட்டை. காலில் கதர் பவனில் எடுத்த சாதாரண தோல் செருப்பு. என்னுடனிருந்த பேராசிரியர்களில் பெரும்பாலனவர்கள் மிடுக்காக உடையணிந்து காலில் ஷூவைப் போட்டிருந்தனர். ஆனால் இவரிடம் மேற்சொன்ன எந்த பந்தாவும் இல்லை. எதைப் பற்றியும் அலட்டிக்கொள்ளாமல் சாதாரணமாக என்னுடன் பேசிக்கொண்டிருந்தார். அந்த முதல் சந்திப்பிலேயே இருவரும் பல நாட்கள் பழகியவர்கள் போலானோம்.

மீண்டும் அடுத்த ஆறுமாதம் கழித்து அதே பல்கலைக்கழகத் தேர்வுத்தாள் திருத்தும் கூடத்தில் சந்தித்தோம். இருவரும் நலம் விசாரித்துக் கொண்டோம். பிறது என்னிடம் 'பிஎச்.டி. முடித்து

விட்டீர்களா?' என்றார். 'இல்லை' என்றேன். ஏன் என்றார். 'இல்ல சார் நான் மாநிலக் கல்லூரியில் படிக்கும்போது எனக்கு எம்.ஏ., வகுப்பில் திட்டக் கட்டுரைக்கு நெறியாளராக இருந்த பேராசிரியர் சுதந்திரமுத்து ஐயாவிடம்தான் செய்ய வேண்டும் என எண்ணியிருந்தேன். ஆனால் அது நடக்காமல் போய் விட்டது. எங்கள் பகுதியிலும் யாரும் சரியான நெறியாளர் அமையவில்லை' என்று என்னுடைய நிறைவேறாத ஆசையை வெளிப்படையாகச் சொல்லிவிட்டேன். அவர் 'நானும் சென்னைப் பல்கலைக்கழகத்தில் படித்தவன்தான். சுதந்திரமுத்து சாரும் ரொம்ப நல்லாத் தெரியும். எனக்கு நண்பர்தான்' என்று சொன்னார். நானும் யோசிக்காமல் 'அப்படின்னா நான் உங்ககிட்டியே பிஎச்.டி. சேர்ந்துக்கிறேன் சார்' என்றதும் 'சரி' என்றார். 'ஆனால் சில கண்டிசன் இருக்கு' என்றார். 'என்ன சொல்றீங்க சார்' எனத் திருப்பிக் கேட்டபோது சொன்னார். 'நான் காசு வாங்கிக்கிட்டு தீசிஸ் எழுதித் தரமாட்டேன், நீங்களா, சொந்தமா எழுத வேண்டும். அப்புறம் என்னை அடிக்கடி தொல்லை பண்ணக் கூடாது' என்றார். 'சரிங்க சார். நானும் இப்படியான நெறியாளர்தான் வேண்டும் என நினைத்திருந்தேன். நான் நினைத்தது போலவே நீங்க சொல்லிட்டீங்க' என்று சொன்னதும் அவருக்கு என் பதில் பிடித்திருந்தது. அவரிடம் ஆய்வாளராகச் சேர்ந்தேன்.

அடுத்தடுத்த சந்திப்புகளில் எங்களது பேச்சும் விவாதமும் ஆய்வுத் தலைப்புக்குள் நுழைந்துவிட்டன. இறுதியில் ஆய்வுத் தலைப்பாகத் 'தலித் கவிதைகள்: வாழ்வும் அரசியலும்' என்று உறுதி செய்யப்பட்டது. அதற்கான நூல்களைத் திரட்டுவதற் காக எ[illegible] செல்லலாம், யாரைச் சந்திக்கலாம் என்ற திட்டத்[illegible]குத்துக் கொடுத்தார். சென்னையில் புத்தகக் கண்கா[illegible]ும் புதுச்சேரி சீனு தமிழ்மணியின் கடையிலும் வாங்க[illegible]னத் தீர்மானித்தோம். அது போலவே செய்தேன். அவரே[illegible]ன்னைப் புத்தகக் கண்காட்சிக்குச் சென்றபோது ஆ. இரா[illegible]கடாசலபதி, *காலச்சுவடு* கண்ணன், சுகிர்தராணி முதலி[illegible]ரச் சந்திக்கும் வாய்ப்புக் கிட்டியது. அதே போலப் புதுச்[illegible]ல் கே.ஏ.குணசேகரன், நாமக்கல்லில் இலக்கிய விமர்ச[illegible]பா. வேல்சாமி ஆகியோரைச் சந்தித்துப் பேசவும் ஆய்வு[illegible]ன செய்திகளைத் திரட்டவும் முடிந்தது.

அடுத்து ஆறு மாத கால இடைவெளியில் மீண்டும் தேர்வுத் தாள் மதிப்பீட்டுப் பணிக்கு வந்தபோது 'வெங்கடாசலம், இன்னிக்குச் சாயங்காலம் என்னுடைய வீட்டிற்குப் போகலாம் வாங்க' என்றழைத்தார். அது போலவே என்னுடன் இருந்த அவரது

மற்ற இரண்டு நண்பர்களையும் அழைத்துக்கொண்டார். அந்த இருவரும் படிக்கும் காலத்திலும் வேலை செய்யும் இடத்திலும் அவருக்கு நண்பர்களாக இருந்தவர்கள் என்பதால், அவர்கள் அனைவரும் சகஜமாகப் பேசிக்கொள்வார்கள். அவர்களோடு நானும் நாமக்கல்லுக்குச் சென்றேன். அப்போது அரசு அலுவலர் குடியிருப்பு ஒன்றின் இரண்டாம் மாடியில் வசித்து வந்தார். அன்றிரவு அவரது வீட்டில் தேங்காய் சேர்க்காத கோழிக்கறிக் குழம்பும் சப்பாத்தியும் செய்து விருந்து கொடுத்தார். உணவு நன்றாக இருந்தது. அச்சமயத்தில் அவருடைய அம்மாவும் வசித்து வந்தார். 'கோழிக்கறிக் குழம்பு அம்மா வச்சது. எப்படி இருக்கு வெங்கடாசலம்' என்றார். 'இது புதுவகை ருசியாக இருக்கிறது. எங்க ஊர்ப்பக்கம் இப்படிச் செய்ய மாட்டார்கள். நன்றாக இருந்தது' என்றேன். அவர் முகத்தில் மகிழ்ச்சி தெரிந்தது. அதன் பிறகு அவரது மனைவி, குழந்தைகளிடம் பேசிக்கொண்டிருந்துவிட்டு அவரது வீட்டிலேயே நாங்கள் மூவரும் தங்கிவிட்டோம். மறுநாள் அனைவரும் காலையிலேயே கிளம்பிச் சேலம் வந்துவிட்டோம்.

என்னுடன் வந்த நண்பர்களிடம் விசாரித்தேன். 'உங்க நண்பருடைய உண்மையான சுபாவம் எப்படி' என்றேன். அவர்கள் சொன்னார்கள் 'இவர் வேளாளர் சமூகத்தைச் சார்ந்தவர். ஆனால் சாதி வித்தியாசம் பார்க்காமல் தலித் நண்பர்களுடன் பழகக்கூடியவர், பேசக்கூடியவர், வெளிப்படையாகப் பேசும் சுபாவம் கொண்டவர், எங்களுக்கு நல்ல நண்பர்' என நல்லவிதத் தகவல்களைச் சொன்னார்கள். அப்படிச் சொன்ன இருவரும் தலித்துகள். அன்று அவரது வீட்டிற்குச் சென்றிருந்த நாங்கள் மூவருமே தலித்துகள்தான். தற்போது முற்போக்கான சிந்தனை வளர்ந்த காலம், காலம் மாறிவிட்டது, முன்பு போல் சாதி மத வேறுபாடுகள் இல்லை என்று படித்த வர்க்கம் கூறிக்கொண்டாலும் தலித் அல்லாத நண்பர்கள் தலித்துகளோடு பழகும்போது 'ஊரும் உறவும் சாதியும் சனமும்' ஏதாவது சொல்லிவிடுவார்களோ என்ற அச்சமும் கூச்சமும் அவர்களை நெருடச் செய்யும். அதனால் பழக்கவழக்கங்களையெல்லாம் வெளியிலேயே மூட்டை கட்டி வைத்துவிடுவார்கள். கூடுமான வரையில் வீட்டிற்குள் அழைத்துச் செல்ல மாட்டார்கள். இவர்கள் தலித்துகளின் வீட்டிற்குச் செல்ல நேர்ந்தாலும் அங்கு சாப்பிட மாட்டார்கள். ஏதாவது சாக்குப் போக்குச் சொல்லித் தட்டிக் கழித்துவிடுவார்கள். ஆனால் இவர் அப்படியல்ல. சொல்லிலும் செயலிலும் வித்தியாசமான சிந்தனையும் பழக்கமும் உடையவர் என்பதை அன்று முதன் முதலாக நேரடியாகக் கண்கூடாகப் பார்த்தேன். அதனால் அவரை மிகவும் பிடித்துப்போனது.

332 கேட்டதைச் செய்தேன்

அதற்குப் பின் வந்த காலங்களில் பெரியார் பல்கலைக்கழகம், குப்பம் திராவிடப் பல்கலைக்கழகங்களில் நடைபெற்ற தேசியக் கருத்தரங்குகளுக்கு அழைத்துச் சென்றார். நண்பர்களுடன் ஒன்றாகத் தங்கினோம். அப்பொழுது அவரைப் பற்றி நிறையத் தெரிந்துகொள்ளும் வாய்ப்புக் கிட்டியது. அதன்பின் ஆய்வாளர்கள் சந்திப்பு ஒன்றை ஏற்படுத்தி, அவருடைய வீட்டில் ஒவ்வொரு மாதமும் இரண்டாவது ஞாயிற்றுக்கிழமை மாலை வேளையில், இலக்கிய ஆர்வலர்களையும் இலக்கியவாதிகளையும் அழைத்து வந்து பேசச் செய்தார். அச்சந்திப்புக்குக் 'கூடு' எனப் பெயரிட்டார். சிறப்பாக நடந்து வந்தது. நானும் சில மாதங்கள் கலந்துகொண்டேன். அதில் சில கட்டுரைகள், புத்தக விமர்சனங்கள் என என்னால் முடிந்த அளவுக்குக் கொடுத்தேன். அதேபோல் கல்லூரியிலும் இரண்டு கட்டுரைகளை வாசித்தேன். என்னுடைய கட்டுரை 'கூடு' புத்தகத்தில் இடம் பெற்றுள்ளது. இதனால் ஆய்வுக் கட்டுரைகளை எப்படி எழுதுவது என்ற பயிற்சியைக் கற்றுக்கொண்டேன். ஆய்வு எப்படி இருக்க வேண்டும், என்னென்ன தவறுகள் செய்யக் கூடாது என்பவற்றையும் தெரிந்துகொண்டேன்.

முதுகலையில் திட்டக் கட்டுரை எழுதிய பின்பு எம்.பில். படிப்பை இடையிலேயே நிறுத்திவிட்ட காரணத்தால் எனக்கு ஆய்வுக் கட்டுரை எழுதுவது சற்று சிரமமாகத்தான் இருந்தது. அந்தச் சிரமத்தைக் 'கூடு ஆய்வுச் சந்திப்பு' போக்கி வைத்தது. ஆய்வுகள் பலவகை. அதில் 'கவிதைகள்' பற்றி ஆய்வு செய்வது என்பது என்னைப் பொருத்தவரை கடினமானதே. அதை நான் தலித் ச[illegible]கள் குறித்து ஆய்வு செய்தபோது முழுமையாக உணர்ந்[illegible] மற்ற நெறியாளர்களுக்கும் இவருக்கும் உள்ள வேறுபா[illegible]தான். தன்னிடம் படிக்கும் மாணவர்கள் நன்றாகப் படிக்க[illegible]ும், ஆய்வு மேற்கொள்ள வேண்டும் என்ற நல்ல எண்ண[illegible]னக்குத் தெரிந்த எழுத்தாளர்கள், ஆய்வாளர்கள், பிரபல [illegible]பாளர்கள், பத்திரிகை ஆசிரியர்கள், விமர்சகர்கள் என வ[illegible]யான ஆளுமைகளை அழைத்து வந்து அவர்களைத் தனது ம[illegible]ர்களுடன் கலந்துரையாடச் செய்து, அனுபவங் களைப் [illegible]ந்துகொள்ளச் செய்து, ஊக்கப்படுத்தி, மாணவர் களை [illegible], தூண்டிவிட்ட பெருமை உடையவர் இவராகவே இருப்பார்.

இது வெறும் புகழ்ச்சியல்ல. இதுவரை அவரை நான் புகழ்ந்தது இல்லை. அந்த அவசியமும் எனக்கு ஏற்பட்டது இல்லை. நான் சுயமரியாதையையும் தன்மானத்தையும் ஒருபோதும் யாருக்காகவும் விட்டுக் கொடுத்தது இல்லை. என்னைச் சுயமாக

ஆய்வு செய்ய அனுமதித்தார். என் கருத்துக்கு மதிப்பளித்தார். எதுவாக இருப்பினும் நான் வெளிப்படையாகப் பேசக் கூடியவன். அவரால் எனக்கு எந்த நெருடலும் ஏற்படவில்லை. அவராக என்னை வரச் சொன்னால் மட்டுமே நாமக்கல்லுக்குச் செல்வேன். அடிக்கடி அவரைத் தொந்தரவும் செய்ததில்லை. ஒருசமயம் அவர் வரச் சொன்னபோது என்னால் போக முடியவில்லை. அண்ணாமலைப் பல்கலைக்கழக விடைத்தாள் திருத்தும் பணிக்காகச் சிதம்பரம் சென்றுவிட்டேன். அப்போது மற்ற நண்பர்களிடத்தில் என்மேல் வருத்தப்பட்டிருக்கிறார். நேரில் சென்று உண்மையைச் சொன்னபோது சந்தோசமாகச் சிரித்துக்கொண்டும் பேசிக்கொண்டும் இருந்தார். இதைப் பார்த்த நண்பர்கள் 'நீங்கள் இல்லாதபோது கோபித்துக்கொண்டார். உங்களை நேரில் கண்டதும் இப்படி மாறிவிட்டாரே' என்றனர். 'உண்மையைச் சொன்னேன். தெரிந்த பிறகு கோபம் கலைந்து போனது' என்றேன்.

என்னை நிறையப் புத்தகங்களை வாங்கிப் படிக்கத் தூண்டினார். சிற்றிதழ்கள் அதிகம். 'கூடு' சந்திப்பிற்கு என்னால் நிறைய முறை போக முடியாமல் போனது. அதற்குத் தூரமும் ஒரு காரணம். கூட்டம் முடிய இரவு ஒன்பது பத்து மணி வரை ஆகும். பிறகு நாமக்கல்லிலிருந்து கிருஷ்ணகிரிக்கு வந்துசேர இரவு இரண்டு மணி ஆகிவிடும். அடுத்த நாள் வேலைக்குப் போக வேண்டிய அவசியம். ஞாயிற்றுக்கிழமைகளில் பேருந்தில் இடம் கிடைப்பது கடினம். இத்தகைய தருணங்களில் நிறையச் சிரமம். கூடு கூட்டத்திற்குச் செல்லாத நாட்களில் நான் மிகவும் வருத்தப்பட்டிருக்கிறேன். ஏனெனில் அப்படி ஒரு நல்ல வாய்ப்பை நழுவவிட்டதற்காக.

தற்போதைய காலகட்ட ஆய்வுச் சூழலில் நிறைய விசயங்கள் நெருடல்களாக மாறிப் போகின்றன. ஆய்வாளருக்கும் நெறியாளருக்குமான உறவு பல நேரங்களில் மனக்கசப்பில் முடிந்திருக்கின்றன. கண்கூடாக இவற்றை நான் கண்டிருக்கிறேன். அப்படியான ஒரு சில தருணங்களில் நானே, அப்பிரச்சினைகளைச் சம்பந்தப்பட்ட ஆய்வாளர்கள் கேட்டுக்கொண்டதின் பேரில் இருபக்கமும் பேசிச் சமரசம் செய்து வைத்த அனுபவமும் எனக்கு உண்டு. ஆய்வாளரிடத்தில் நன்கொடையாகப் பணம், நகை, பரிசுப் பொருட்கள் கேட்பது, சொந்த வேலைகளைச் செய்யச் சொல்வது, சில செலவுகளை அவர்கள் தலையில் நேக்காகக் கட்டிவிடுவது எனச் செயல்படும் போக்கே பெரும்பாலான நெறியாளர்களிடம் காணப்படுகிறது. இதில்

கேட்டதைச் செய்தேன்

பெண் ஆய்வாளர்கள் நிலை வெளியே சொல்ல முடியாத அவலம். என்னுடைய நெறியாளர் பொருள் எதையும் என்னிடம் கேட்கவில்லை. மாறாக என்னை அதிகமாகப் புத்தகங்கள் வாங்கும்படி கேட்டுக்கொண்டார். புத்தகம் வாங்குதல், வாசித்தல் ஆகியவற்றைப் பழக்கமாக்கிக்கொள்ளத் தூண்டினார். தற்போது என்னுடைய வீட்டில் ஒரு சிறிய நூலகம் வைக்கும் அளவுக்குக் கிட்டதட்ட ஒரு லட்சம் ரூபாய்க்கு மேல் புத்தகங்களை வாங்கிக் குவித்திருக்கிறேன். அவர் கேட்டதைச் செய்திருக்கிறேன் என்பதில் எனக்குப் பெருமை. அவருக்குத் திருப்தி.

41

நானும் என் ஆசிரியரும்
இரா. வெங்கடேசன்

மதியிலும் மதிப்பெண்ணிலும் அவ்வளவு பிரகாசமில்லாத ஒரு மாணவனாக ஆத்தூர் அறிஞர் அண்ணா அரசு கலைக் கல்லூரியில் சேர்ந்தவன் நான். அதற்கு முன்னர் என்னைப் பொருத்தவரையில் ஆசிரியர்கள் என்பவர்கள் மதிப்பெண்ணை நோக்கியே மாணவர்களைச் செலுத்துபவர்கள், கண்டிப்பானவர்கள் என்னும் எண்ணமே கொண்டிருந்தேன். பாடம் கற்பித்தலோடு ஒரு ஆசிரியரின் பணி முடிந்துவிடும் என்ற திடநம்பிக்கையில் இருந்தவன் நான். ஆனால் ஆசிரியர்கள் அப்படியல்ல, மாணவர்களின் உள்ளார்ந்த திறனைக் கண்டறிந்து அவர்களை மேம்பட வைக்கும் ஓர் உன்னதப் பணியை மேற் கொண்டிருப்பவர்கள் என்பதை எனது கல்லூரியில் ஐயா அவர்களைச் சந்தித்ததில் இருந்துதான் உணர்ந்துகொண்டேன்.

நான் பொருளாதார நிலையில் மிகவும் பின்தங்கிய குடும்பத்தில் இருந்தவன் என்கிற காரணத்தால் கல்லூரி நேரம் போக மாலை ஆறு மணி முதல் இரவு ஒன்பது மணிவரை பகுதி நேரமாக எஸ்.டி.டி. பூத்களில் வேலை செய்து வந்தேன். ஒருநாள் எனது நண்பன் முருகேசன் வாயிலாக எனக்கு ஒரு வாய்ப்புக் கிட்டியது. அப்போது துறைத் தலைவராக இருந்த ஐயா அவர்களிடம் அவர் எழுதியதைப் படியெடுக்கும் வேலை உள்ளதாகவும் அதில் என்னைச் சேர்ந்துகொள்ளும்படியும் அவன்

கூறினான். நான் ஐயாவைச் சந்தித்து இது குறித்துக் கேட்டவுடன் என்னைச் சேர்த்துக்கொண்டார். ஒரு கல்லூரி மாணவனுக்கு ஏற்ற வேலையாக அதனைக் கருதிக்கொண்டேன். மாதம் ஐந்நூறு ரூபாய் என்று மற்ற இடங்களில் ஊதியம் பெற்று வந்த எனக்கு மாதம் எழுநூறு ரூபாயும் அதற்கு மேலேயும் அவர் வழங்கியதுண்டு. அதை ஊதியம் என்று சொல்வதற்கில்லை. எனது கல்விக்காக அவர் வழங்கிய நன்கொடை என்றே சொல்ல வேண்டும்.

அவரது அறைக்குப் படியெடுக்க முதன்முதலில் சென்றவுடன் ஆச்சரியத்தில் ஆழ்ந்தேன். ஓர் அறையில் உள்ள அலமாரிகள் முழுதும் புத்தகங்கள். நான் அவரிடம் வெளிப்படையாகவே கேட்டேன். 'ஐயா, இது எல்லாத்தையும் படிப்பீங்களா?' அவர் சிரித்துக்கொண்டே 'பின்னே, அலங்காரத்திற்காகவா வாங்கி வைத்துள்ளேன்?' எனக் கேட்டார். தமிழ் முதல் தாள், இரண்டாம் தாள் என இரண்டு புத்தகங்கள் வைத்து நம்மை இம்சிக்கிறார்களே என்று முனகிய மாணவனுக்கு அறை நிறையப் புத்தகங்கள் மலைப்பைத் தருவது வியப்பில்லைதான். கல்லூரி விட்டு வந்த பின்னர் சிறிது நேரம் ஓய்வெடுப்பார். அறையில் அவருடன் தங்கியிருந்த பிற ஆசிரியர்களுடன் பேசிக்கொண்டிருப்பார். இரவு உணவுகளை அனைவரும் சேர்ந்து தயாரிப்பர். எனக்கென அன்று எழுதப்பட வேண்டிய கையெழுத்துப் பிரதியை எடுத்து வைத்திருப்பார். அவர் எப்போது படிக்கிறார், எப்போது எழுதுகிறார் என்னும் வியப்பு என்னுள் எப்போதும் இருந்துகொண்டே இருக்கும்.

எழுத்துக்களில் தான் சொல்ல வந்ததை அத்தனை தெளிவாக எழுதியிருப்பார். தாளில் நான் எழுதவேண்டிய முறை[illegible]க்கக்கோடுகள் இல்லாமலே நேர்பட எழுதும் முறை[illegible]ளின் இடப்பக்கத்தில் எழுத்துக்கள் நெருக்கமாக இரு[illegible]டாது, ஒரு சொல்லை உடைக்கக் கூடாது, தாளின் மே[illegible]த்திலும் கீழ்ப்பக்கத்திலும் விட வேண்டிய இடைவெளி ஆ[illegible] குறித்து விளக்கிக் கூறியிருக்கிறார். மேலும் அச்சுக்குச் செ[illegible] வேண்டியவற்றைத் தாளின் ஒருபக்கத்தில் மட்டுமே எழுத வேண்டும் என்றெல்லாம் தெளிவாக விளக்கினார். புத்தக விமர்சனங்கள், கட்டுரைகள், கதைகள் என அவரது படைப்புகளின் முதல் வாசிப்பாளனாக நான் இருந்ததை நினைத்துப் பல நேரங்களில் பெருமை கொண்டதுண்டு. அவரது வட்டாரச் சொற்கள், புதிய இலக்கியச் சொற்கள் ஆகியன குறித்து ஏகப்பட்ட விளக்கங்களைக் கேட்டதுண்டு. அவரது அறையே பல நேரங்களில் வகுப்பறையானது. உலகமயமாக்கல், தலித், பூர்ஷ்வா போன்ற புதிய சொற்கள் எனக்கு அறிமுகமாயின.

ஒருமுறை வகுப்பில் இதழியல் தொடர்பாகப் பேசும்போது மாணவர்கள் அனைவரும் ஒன்றிணைந்து தனியிதழ் ஒன்றினை வெளியிடலாம் என்ற கருத்தினை முன்வைத்தார். 'கட்டுரை, கதை, கவிதை என யார் யாருக்கு என்னென்ன எழுதத் தெரியுமோ அவற்றை எழுதி ஒன்றாகத் திரட்டி அச்சேற்றி இதழாக வெளியிடலாமே' என்றார். பின்னர் நாங்கள் அனைவரும் ஒன்றிணைந்து ஒரு குழுவினை உருவாக்கினோம். படைப்புகளைத் திரட்டுதலில் மான்விழி, ஜெயப்பிரியா ஆகியோரும் சரிபார்த்தலில் நானும் சிவக்குமாரும் அச்சேற்றுதலில் செல்வமும் பொருளாதாரத்தைத் திரட்டுதலில் கோ. வெங்கடேசனும் என நான்கு வகையான வேலைகளை மாணவர்களாகிய நாங்களே பிரித்துக்கொண்டோம். நான் எனது பங்கிற்கு 'ஐயோ!' என்னும் சிறுகதையை எழுதிக் கொடுத்தேன். மேலும் கல்லூரி ஆசிரியர்களைப் பேட்டி எடுத்தோம். நான் ஐயாவைப் பேட்டி எடுத்தேன். அப்பேட்டியும் இதழில் பிரசுரமானது. மாணவர்களின் பெருமுயற்சியும் ஐயாவின் ஊக்கமூட்டுதலும் இணைந்து அந்த இதழ் வெளியானது. அதன்பெயர் 'தூவல்.' வினாவிடை மட்டுமே எழுதப் பழகியிருந்த எங்களைப் படைப்பாற்றல் நோக்கி மடை திருப்பியவர் ஐயா.

மேலும் அவரிடம் பெண்கள் குறித்த மதிப்பும் மரியாதையும் மிகுந்திருந்ததைக் கண்டு நாங்கள் வியந்ததுண்டு. கல்லூரி மாணவர்களுக்கான தேர்தல் அறிவிப்பு வெளியானதைத் தொடர்ந்து அதில் எப்படிப் போட்டியிட வேண்டும் என்பது குறித்த தகவல்களை அவரிடம் கேட்டுக்கொண்டிருந்தோம். அப்போது 'ஆண்கள் மட்டுமே தேர்தலில் போட்டியிடுகின்றனர். ஏன் பெண்கள் போட்டியிடுவதில்லை?' என்றொரு கேள்வியை முன்வைத்தார். 'பெண்களிடம் சிறந்த தலைமைப் பண்புகள் உள்ளன. அவர்களுக்கு வாய்ப்புகள் வழங்கப்பட வேண்டும்' என்றார். அதன் பின்னர் எங்களின் சக தோழியான 'மான்விழி' என்பவர் கல்லூரி மாணவச் செயலர் பதவிக்கு வேட்புமனு தாக்கல் செய்தார். அதற்கு எங்கள் வகுப்பு மாணவர்கள் அனைவரும் முழு ஒத்துழைப்பு தந்தோம். பெண்களை மதிக்கும் மனப்பான்மையை விவரித்துப் பேசிக்கொண்டிருப்பதைவிடச் செயற்பாடுகளாக மாற்றிய அவரின் மாணாக்கர்கள் நாங்கள்.

ஒவ்வொரு மாணவனின் தனித்திறன் மேம்பட வேண்டும் என்கிற கருத்தில் திடமாக இருந்தவர் ஐயா. அவர் துறைத்தலைவராக இருந்த காலகட்டத்தில் கவிதை, சிறுகதை, நாடகம், ஓரங்க நாடகம், பேச்சுப்போட்டி உள்ளிட்ட போட்டிகள் சிறப்பாக நடைபெற்றன. மாணவர்களுடன் சகஜமாகக்கூடப் பேசுவதற்குக் கூச்சப்படுபவன் நான். ஒருநாள் எங்கள் நண்பர்கள்

அனைவரும் ஐயாவிடம் பேசிக்கொண்டிருந்தபோது போட்டிகள் பற்றிய பேச்சும் நடுவில் வந்தது. அப்போது 'மூன்றாமாண்டு, இரண்டாமாண்டு மூத்த மாணவர்களெல்லாம் போட்டியில் பங்கேற்கும்போது, எங்களுக்கு எப்படி ஐயா பரிசு கிடைக்கும்? தவிர அவர்களின் அனுபவங்களே அவர்களுக்கு வெற்றியைக் கொடுக்கும். எங்களுக்கு ஒன்றும் கிட்டாதே' என்றேன். அதற்கு அவர் 'போட்டியில் உங்களுடைய திறமையைப் பற்றித்தான் நீங்கள் நினைக்க வேண்டுமே தவிர அவரின் திறமை அப்படிப்பட்டது, இவரின் திறமை இப்படிப்பட்டது என்றெல்லாம் யோசிக்கக் கூடாது. அவர்கள் முதற்பரிசு பெற்றால் நீங்கள் ஆறுதல் பரிசாவது பெறலாமே. முதலில் உங்கள் திறமைமீது நீங்கள் நம்பிக்கை வைத்துப் பயிற்சி எடுங்கள்' என்றார். எங்கள் அனைவருக்கும் அவரது வார்த்தை மிகுந்த நம்பிக்கை அளித்தது. அதன் பின்னர் நடைபெற்ற போட்டிகளில் முதலாமாண்டு மாணவர்களில் நான் உட்படப் பலர் வெற்றி பெற்றோம்.

இவ்வாறு எங்களை நாங்கள் அடையாளம் கண்டு கொண்டிருந்த அந்தச் சமயத்தில்தான் எங்களுக்குப் பேரிடியாக ஒரு செய்தி வந்தது. ஐயா பணியிட மாறுதல் பெற்று நாமக்கல் கல்லூரிக்குச் செல்ல உள்ளார் என்பதே அது. அவரது விடைநல்கு நிகழ்ச்சியில் நிறைய மாணவர்கள் தங்களின் நன்றியை வெளிப்படுத்தியதோடு அவரால் மாணவர்கள் பெற்ற வளர்ச்சி குறித்தும் அவரது பிரிவைக் குறித்தும் கண்ணீருடன் பரிமாறிக்கொண்டனர். கடைசிச் சில நிமிடங்கள் அந்த இடம் முழுவதும் பலத்த மௌனம் நிலவியது. அது எல்லோருடைய மனதிலும் இருந்த கனத்தால் நிகழ்ந்த ஒன்று. பகுதி நேரப் படி[illegible]ப்பாளராக இருந்த எனக்கு வேலை குறித்து ஏதும் கவலை ஏற்படவில்லை. மாறாக அவரைப் பிரிவதே அதிகக் கவலையாக இருந்தது.

[illegible]தூரிலிருந்து நாமக்கல்லுக்குச் செல்லும்போது [illegible]ன் என்னையும் அழைத்துச் சென்றார். திருச்செங்கோடு [illegible]க்கவுண்டம்பாளையத்தில் உள்ள அவரது வீட்டிற்கு முதன்முறையாகச் சென்றேன். அங்கேயும் மிகப் பெரிய வியப்பு என்னைத் தொற்றிக்கொண்டது. வீடு முழுதும் புத்தகங்கள் ஆக்கிரமித்திருந்தன. சுவர்கள் ஆங்காங்கேதான் புலப்பட்டன என்றே சொல்லலாம். நீள்வாக்கில் புத்தகம் அடுக்கினால் இடம் போதவில்லை என்று அவற்றைக் கிடைமட்டத்தில் அடுக்கி வைத்திருந்தார். இம்முறை நான் முன்னர் எழுப்பிய அந்தக் கேள்வியை எழுப்பவில்லை. ஏனெனில் அவர் என்னையும் ஒரு வாசகனாக மாற்றியிருந்தார்.

'தினமும் நூறு பக்கம் படிங்க, அதைப் பற்றிப் பத்துப் பக்கம் எழுதிப் பாருங்க, இயல்பாகவே நீங்கள் நல்ல வாசிப்பாளராக மாறிடுவீங்க' என்று எப்போதோ அவர் சொன்னது எனக்கு அப்போது பழக்கமாகியிருந்தது. ஒரு நூலகத்தில்கூட அவ்வளவு புத்தகங்கள் இருந்திருக்குமா என்று தெரியவில்லை. 'இத்தனையையும் வாசித்துக்கொண்டே இருந்தால் வெளிமனிதர்களின் பழக்க வழக்கங்களும் இல்லாமலே போயிருந்திருக்குமே' என்று கேட்டேன். அதற்கு அவர் 'நான் ஒன்பதாம் வகுப்பு படிக்கத் தொடங்கிய காலகட்டத்தில் இருந்தே புத்தகங்களைச் சேகரிக்கத் தொடங்கிவிட்டேன்' என்றார். மாதாமாதம் என்னை விடுமுறை தினங்களில் திருச்செங்கோட்டிற்கு வரவழைத்துச் சில பக்கங்களைப் படி எடுக்கச் சொல்வார். அவர் எனக்கு முன்னர் கொடுத்த அதே தொகையைக் கல்லூரியில் மூன்றாமாண்டு முடிக்கும் வரையில் வழங்கி வந்தார். தான் பணிபுரிந்த கல்லூரியை விட்டு, அடுத்த கல்லூரியில் இணைந்த பின்னர் எந்தத் தொடர்பையும் பெரிதாக வைத்துக்கொள்ள எவரும் விரும்ப மாட்டார். ஆனால் ஒரு ஏழை மாணவனின் பொருளாதாரத் தேவை, அவனது கல்விச்சூழல் குறித்த உணர்வோடு மாதாமாதம் நினைவில் வைத்து அழைப்பதும் உதவுவதும் மாணவநேயம் மிக்க ஒருவரால்தான் முடியும்.

வினா விடைகளைப் படி, தேர்வு எழுது, ஏன் மதிப்பெண் குறைந்தது, அடிவாங்கு, முட்டி போடு, இதைப் பத்துமுறை எழுதி வா என்று கல்வியை எட்டிக்காயில் சமைத்துத் திணித்தவர்கள் மத்தியில் வளர்ச்சிக்கான ஒரு கருவியாகவே கல்வியைக் கொள்ள வேண்டும் என்பதையும் கல்வியின் ஊழியம் படைப்பாற்றலுக்கே என்பதையும் செயல்பாட்டில் காட்டியவர் ஐயா. நான் தமிழ் படிப்பதற்கும், தமிழாசிரியராய்ப் பணியாற்றி வருவதற்கும் முக்கியக் கருத்தாவாக விளங்கியவர் ஐயா. 'உங்களுக்கான அரிசியில் உங்கள் பெயர் எழுதப்பட்டிருக்கும்' என்றொரு வாசகம் உண்டு. எனக்கான அரிசியில் மட்டும் வேறுபெயர் எழுதப்பட்டிருப்பதாகவே உணர்கிறேன். ஆம். அது ஐயாவின் பெயர்.

○

42

நற்றாமரைக் கயம்

அ. ஜெயக்குமார்

29–08–2013 அன்று காலை பதினோரு மணிக்கு மூன்றாமாண்டு தமிழ் இலக்கிய மாணவர்களுக்கு வகுப்பு எடுத்துக்கொண்டிருந்தேன். அலைபேசியை அமைதியில் வைத்திருந்தேன். எதேச்சையாக எடுத்துப் பார்த்தபோது ஐயாவின் தவறிய அழைப்பு ஒன்று இருந்தது. ஏதேனும் தகவல் என்றால் மாலை நேரங்களில் பேசுவதுதான் அவர் வழக்கம். இந்த நேரத்தில் அழைத்திருப்பதால் ஏதேனும் அவசரச் செய்தியாக இருக்கலாம் என்று எண்ணினேன். வகுப்பு முடிந்ததும் ஐயாவை அலைபேசியில் அழைத்தேன். 'இளம் அறிஞர் ஆயிட்டீங்க. வாழ்த்துக்கள்' என்றார். செம்மொழித் தமிழாய்வு மத்திய நிறுவனம் வழங்கும் இளம் அறிஞர் விருதுத் தேர்வுப் பட்டியலில் என் பெயரும் இருப்பதை அவர் சொல்லியே அறிந்தேன். அதன்பின் பலரின் வாழ்த்துக்களை நான் பெற்றாலும் ஐயாவுடையதே முதல் வாழ்த்து.

சில நாட்கள் கழித்து இந்திய அரசின் உயர் கல்வித்துறைச் செயலரின் கடிதமும் வந்தது. அக்டோபர் 9 அன்று டெல்லி, குடியரசுத் தலைவர் மாளிகையில் விருது வழங்கும் விழா. செம்மொழி நிறுவனத்தில் இருந்தும் விருது விழாவைப் பற்றியும் மற்ற விவரங்களைப் பற்றியும் கடிதங்கள் வந்தன. விருது பெறுபவருடன் ஒருவர் விழாவில் கலந்துகொள்ளலாம் என்றும் கூடுதலாக யாரேனும் வருவதென்றால் அவருடைய செலவுகளை

விருதாளர் ஏற்றுக்கொள்ள வேண்டும் என்றும் விதிமுறைகள் இருந்தன. விருது விழாவுக்கு என் ஆசிரியர்கள் மூவரை அழைத்துச் செல்ல வேண்டும் என்று விரும்பினேன். எனது முனைவர் பட்ட நெறியாளரான திருச்சிராப்பள்ளி தேசியக் கல்லூரிப் பேராசிரியர் இரா. சபாபதி அவர்கள் ஒருவர். இளங்கலை பயின்றபோது ஆத்தூர் கல்லூரியில் எனக்குத் தமிழார்வத்தை ஊட்டிக் கல்லூரிப் பணிக்கு வழிகாட்டிய ஆசிரியர்களான ஐயா, வ. கிருஷ்ணன் ஆகியோர் மற்ற இருவர். நெறியாளருக்கு அலைபேசியில் அழைப்பு விடுத்தேன். அவர் மகிழ்ந்தார். பிறகு உறுதி கூறுவதாகத் தெரிவித்தார். அடுத்து ஐயாவிடம் தெரிவித்தேன்.

அந்த உரையாடல் பின்வருமாறு: 'வணக்கம் சார். ஜெயக் குமார் பேசுகிறேன்.' 'இளம் அறிஞரே வணக்கம். எப்படி இருக்கீங்க?' விவரம் சொல்லி என்னுடன் வர வேண்டும் என அழைப்பு விடுத்தேன். அவர் உடனே 'சரி, வருகிறேன்' என்று ஒப்புக்கொண்டார். 'நான் கூப்பிட்டதையும் உடனே ஏத்துக்கிட்டீங்க. ரொம்ப மகிழ்ச்சி சார்' என்றேன். 'அறிஞர் அழைக்கும்போது மறுக்க முடியுமா?' என்றார். 'இது போன்ற விழாக்களில் மனைவியையோ பெற்றோரையோ அழைத்துச் செல்லவே விரும்புவர். நீங்கள் ஆசிரியர்களை அழைத்துச் செல்ல விரும்புகிறீர்கள். அதனால் உடனே சரி என்று சொன்னேன் அறிஞரே' என்று விளக்கமும் கொடுத்தார். ஐயாவின் மூலமாகவே கிருஷ்ணன் அவர்களிடமும் பேசி ஒப்புக்கொள்ளச் செய்தோம். 'அறிஞரைச் சமாளிக்க எனக்கு ஒரு தொணை இருந்தாத்தான் நல்லது' என்றார் ஐயா. பணிச்சூழல் காரணமாகச் சபாபதி அவர்களால் டெல்லி வர இயலவில்லை.

மூவரும் பயணம் பற்றிய செய்திகளை ஆவலுடன் விவாதித்தோம். ஐயா எப்போதுமே பயணத்தில் எளிமையானவர். சில அவசியமான பொருட்கள், ஆடைகள் மட்டும் எடுத்துக் கொண்டார். கொஞ்சம் அழகாகத் தெரியப் பிரயத்தனப்படுபவன் நான். ஆகவே கூடுதல் சுமை எனது. என்னை வழியனுப்ப வந்த என் அண்ணாவிடமும் மாமாவிடமும் ஐயா சிறிது நேரம் பேசினார். 'என்னப்பா? அறிஞர வழியனுப்ப வந்தாங்களா?' என்று கேட்டார். 'இல்ல சார். பெரும் பேராசிரியராகிய உங்களைப் பாக்கணும்னுதான் வந்தாங்க' என்றதும் சிரித்தார். 'அறிஞரோட ஆசிரியர்னா சும்மாவா, சந்தேகமென்ன, பெரும் பேராசிரியர்தான். எதாச்சும் பஸ் ஏற்பாடு பண்ணிப் பேனரோட ஒரு கூட்டத்தயே கூட்டியாந்திருந்தா அருமையா இருக்குமே' என்றார்.

ஐயாவின் மாணவர்கள் பலரும் அவர் எதைச் சொன்னாலும் அதை உடனேயே ஏற்று நடப்பவர்கள். அவர் முன்னிலையில் மிகவும் அமைதி காப்பார்கள். இந்த விஷயத்தில் என் வகுப்பு நண்பர்கள் அப்படியே எதிரானவர்கள். அவர் ஆத்தூர் கல்லூரிக்கு வந்து முதன்முதலாகப் பணியில் சேர்ந்தபோது (1996) நாங்கள் முதலாமாண்டு மாணவர்கள். அவருக்கு மிகவும் பிடித்த வகுப்பு எங்களுடையது. வகுப்பு எடுக்கும்போது அவரிடம் நாங்கள் நிறையக் கேள்விகள் கேட்போம். ஒரு கேள்விக்குப் பதில் அளித்தால் அந்தப் பதிலிலிருந்து வேறு கேள்விகள் கேட்போம். ஐயா எங்களுக்குக் கம்பராமாயணத்தில் இருந்து 'தாடகை வதைப் படலம்' நடத்தினார். விசுவாமித்திரர் வரலாற்றில் வரும் பசு காமதேனுவின் வழித்தோன்றல் என்றார். காமதேனு பசு சொர்க்கத்தில் இருந்து கேட்பவற்றைக் கொடுக்கும். அதைப் போலச் சொர்க்கத்தில் வேறு ஏதேனும் உண்டா ஐயா என்றேன். கற்பகத்தரு உள்ளது என்றார். சொர்க்கத்திற்கு இணையானது இலங்கை என்பதால் இலங்கையிலும் காமதேனு, கற்பகத்தரு போன்றவை உண்டா என்றேன். இலங்கையில் அதைப் போல இல்லை என்றார். உடனே இன்றைய இலங்கையைப் பற்றியும் விடுதலைப் போராட்டம் பற்றியும் வினா எழுப்ப ஐயா அதை விரிவாக விளக்க வகுப்பு முடிந்தது. அடுத்த நாள் வகுப்பிலும் அவர் தாடகை வதைப் படலத்தைத் தொடங்கினார். நான், அம்பேத்கார், தர்மலிங்கம் மூவரும் ஆசிரியர்களைக் கேள்வி கேட்பதில் வல்லவர்கள். மாற்றி மாற்றிக் கேள்வி கேட்டுப் பாடத்தைத் திசை திருப்புவோம். ஐயாவும் சில நாட்கள் பொறுத்துப் பார்த்தார். பிறகு கோபத்துடன் பாடம் தொடர்பான வினாக்கள் மட்டுமே கேட்க வேண்டும் என்று கூறிச் சில நாட்களில் அப்படலத்தை நடத்தி முடித்தார். அவரிடம் மிகுந்த ...ம எடுத்துக்கொண்டவர்கள் நாங்கள்.

...த்து நிமிடங்கள் தாமதமாகத் தொடர்வண்டி வந்தது. இரண்டு பைகள் கொண்டு வந்திருந்தேன். அவரிடம் ஒரே ...என்னப்பா எல்லாம் அலங்காரப் பொருட்களா' என்றார். ...களை மாதிரி அழகா இருக்கிறவங்க அலங்காரத்தைப் பற்றிக் ...லைப்பட வேண்டியதில்லை. நான் அப்படி இருக்க முடியுமா ...ர்?' என்றேன். 'அறிஞருக்கு அழகு அலங்காரம்' என்று சொல்லிச் சிரித்தார். வண்டியில் ஏறிக் கோவையில் இருந்து அதில் வந்த வ. கிருஷ்ணன் அவர்களின் பக்கத்தில் அமர்ந்தார். நான் இரண்டு இருக்கைகள் தள்ளி அமர்ந்தேன். வழி நெடுக இருவரும் பேசிக்கொண்டே வந்தனர். இருவரும் சேர்ந்தால் மூன்றாவது ஆளைக் கண்டுகொள்ளாமல் பேசியபடியே இருப்பார்கள்.

இரவு பத்து மணிக்குச் சென்னை சென்று சேர்ந்தோம். இரவு உணவை முடித்து அங்கு அறையில் தங்கினோம்.

காலையில் எழுந்து தயாரானோம். பத்து மணிக்கு விமானத்தில் ஏறினோம். எனக்கு ஒரே சிலிர்ப்பு. நாங்கள் மூன்று பேரும் ஒன்றாக அமர்ந்தோம். 'நான் ஜன்னலோரம்' என்றார் ஐயா. 'நான்தான்' என்று அடம்பிடித்து அமர்ந்தேன். 'சரி, அறிஞருக்கு விட்டிருவோம்' என்று விட்டுக் கொடுத்தார். எங்கள் இருவரையும் பார்த்துச் சிரித்துவிட்டு அமைதியானார் போட்டிக்கே வராத கிருஷ்ணன் அவர்கள். விமானம் புறப்பட்டது. எனக்குக் குதூகலம். மற்ற விருதாளர்களும் செம்மொழி அலுவலர்களும் என விமானம் முழுக்க நாங்கள்தான். மற்ற விருதாளர்கள் அனைவரும் தங்கள் குடும்ப உறுப்பினர்களோடும் உறவினர்களோடும் வந்திருந்தனர். ஆசிரியர்களுடன் வந்திருந்த என்னை அவர்கள் வியப்புடன் பார்த்தனர். 'எங்களைக் கூட்டிக்கிட்டு வந்ததுக்கான காரணம் இப்பத்தான புரியுது. எல்லாரும் உங்களப் பத்தியே பேசணும்னு திட்டம் போட்டு அறிஞர் செஞ்சிருக்காரு' என்றார் ஐயா. 'எப்படியோ அறிஞரோட புகழ் வளர நாம உதவறோம்' என்றார் கிருஷ்ணன். இருவரும் இரட்டைப் புலவர்கள் போல. எப்போதும் ஒருவர் தொடங்குவார், இன்னொருவர் தொடர்ந்து முடிப்பார். 'உங்க மாணவருக்கு உங்களால புகழ் கெடைக்குதுன்னு சந்தோசப்படுங்க, பொறாமப்படாதீங்க' என்று விடாமல் நானும் பேசினேன்.

அப்பயணத்தின்போது எனக்குக் குறுந்தொகையில் 250 பாடல்கள் மனனமாகத் தெரியும். விமானத்தில் டெல்லி செல்லும் போது மனனம் செய்யவென 283ஆம் பாடலையும் சென்னை திரும்பும்போது மனனம் செய்யவென 292ஆம் பாடலையும் ஒரு டைரியில் எழுதிக் கொண்டு வந்திருந்தேன். திட்டப்படி 283ஆம் பாடலை மனனம் செய்தேன். இருவரும் சிரித்தனர். 'விமானத்துல குறுந்தொகையை மனனம் செய்த நபர் நீங்களாகத்தான் இருக்கும்' என்றனர். 'அறிஞர் ஆகாயத்துலகூடப் படிப்பார்' என்றார் கிருஷ்ணன். 'அறிஞர் ஆதாயத்துக்காகவும் படிப்பார்' என்றார் ஐயா. என்ன கேலி செய்தாலும் முயற்சியில் சற்றும் மனம் தளராமல் அப்பாடலை மனனம் செய்தேன். கிருஷ்ணன் அவர்களிடம் அப்பாடலைச் சொல்லிக் காண்பித்தேன். 'விமானத்தில் பறக்கும்போதும் தாண்டவக்கோனே, குறுந்தொகையைப் படிக்க வேணும் தாண்டவக்கோனே' என்று அவர்களைப் பார்த்து நான் சிரித்தேன். 'கேட்போரெல்லாம் பாவம்தானே தாண்டவக்கோனே, குறுந்தொகைய மூடிவச்சிரு தாண்டவக்கோனே' என்று ஐயா பதில் பாட்டுப் பாடினார்.

என்ன சொல்லியும் நான் விடவில்லை. டைரியில் பாடல் களை எழுதி வைத்து மனனம் செய்வது என் வழக்கம். அந்த டைரியில் நான் 250 பாடல்களையும் எழுதி வைத்திருந்தேன். அப்பாடல்களைக் கேட்கும்படி இருவரிடமும் கூறினேன். "ஏப்பா ஜாலியாப் போகலாணு பார்த்தா இதெல்லாம் வேறயா. எனக்குத் தூக்கம் வருது" என்று தூங்குவது போலப் பாவனை செய்தார் ஐயா. "சார்! அதெல்லாம் முடியாது. நீங்க எந்த எண்ணைச் சொன்னாலும் அந்தப் பாடலைச் சொல்வேன். அதை மட்டும் சரி பாருங்க" என்றேன். "கிருஷ்ணன் நீங்க கேளுங்க" என்றார். "சார்! போகும்போது கிருஷ்ணன் சார். வரும்போது நீங்க கேட்கணும். சரியா?" என்றேன். 'சரி' என்றார். இருவருமே எனக்கு ஆசிரியர்களாக இருந்தாலும் நாங்கள் மூவரும் நண்பர்களாகவே நடந்துகொண்டோம். நான் அவர்களிடம் 1996 முதல் 1999 வரை பயின்றேன். விருது வாங்கச் சென்றது 2013. பதின்மூன்று ஆண்டுகளுக்குப் பிறகு இருவரும் என்னுடன் மூன்று நாட்கள் எனக்காக வந்திருந்தது எனக்குச் சொல்லவொண்ணா மகிழ்வைத் தந்தது. இருவருக்கும் என்னைக் கேலி செய்வதில் அப்படியொரு ஒற்றுமை. நானும் அவர்களுக்குச் சளைக்காமல் பதில் பேசினேன்.

ஐயா எப்போதுமே சிக்கனமாக இருப்பார். நாங்கள் கல்லூரியில் படிக்கும்போது மாலையில் ஒன்றரைக் கிலோ மீட்டர் தூரம் அவருடன் நடந்து வந்து பேருந்து ஏறுவோம். வழியில் உள்ள கடைகளில் மிக எளிய தின்பண்டங்களைக் (கடலைமிட்டாய், பொரி, முறுக்கு, வடை) கேட்டால்கூட வாங்கித் தர மாட்டார். நானும் நண்பர்களும் விடாமல் பல முறை முயற்சி செய்வோம். என்றைக்காவது ஒருநாள்தான் அவர் மனம் இளகும். நாங்கள் ஐயாவிடம்,

> ஈ என இரத்தல் இழிந்தன்று
> ஈயேன் என்றல் அதனினும் இழிந்தன்று"

பலமுறை கூறுவோம். ஐயாவும்,

கொள் எனக் கொடுத்தல் உயர்ந்தன்று
கொள்ளேன் என்றல் அதனினும் உயர்ந்தன்று

என்று கூறுவார். 'நீங்க சரியான கஞ்சன்' என்று என்னைக் கூறுவார். 'உங்ககிட்ட இருக்கக்கூடிய படிப்பு, திறமை போன்ற வற்றை என்னால் பின்பற்ற முடியவில்லை. உங்களப் பாத்து இந்த ஒரு விஷயத்தையாவது பின்பற்றுகிறேன் சார். நான் கஞ்சன் என்றால் நீங்கள் கஞ்சமலைச் சித்தர்' என்பேன். இந்நிகழ்ச்சியை நினைவுபடுத்தினேன். இருவரும் சிரித்தனர்.

டெல்லியைச் சென்றடைந்தோம். அங்குள்ள மிகப் பெரிய ஹோட்டல்களில் ஒன்றான ஜான்பத் ஹோட்டலில் தங்கினோம். அன்று மாலையில் விருந்திற்கு ஏற்பாடு செய்திருந்தனர். என்னுடன் ஆசிரியர்கள் வந்திருந்த நிகழ்வு பல விருதாளர்களை ஆச்சரியத்தில் மூழ்கடித்ததோடு நாங்கள் மூவரும் நண்பர்களைப் போலச் சிரித்துப் பேசி மகிழ்ச்சியாக இருந்தது அவர்களுக்குப் பெரும் வியப்பை ஏற்படுத்தியதாம். ‘எங்களுக்கெல்லாம் இப்படி ஆசிரியர் கெடைக்கலையே’ என்று அவர்களில் சிலர் கூறினர். ‘ஆசிரியரும் மாணவரும் இவ்வளவு நெருக்கமான நண்பர்களைப் போல இருப்பது பெரிய விஷயம்’ என்றார் இன்னொருவர். ‘அறிஞர்களோட விருந்து சாப்பிடற பாக்கியம் நமக்குக் கெடச்சிருக்குது பாருங்க’ என்றார் கிருஷ்ணன். ‘ஆனா ஒரு அரிஞ்சரையே சமாளிக்க முடியலையே கிருஷ்ணன். இத்தன அரிஞ்சர்கள ஒன்னாப் பாக்கும்போது மூச்சு முட்டுதே’ என்றார் ஐயா.

பஃபே முறை விருந்து அது. நாங்கள் பார்த்தேயிராத விதவிதமான உணவு வகைகள் வைக்கப்பட்டிருந்தன. ஒருவகைப் பாயசமும் இருந்தது. எனக்கு எப்போதும் பாயசம் மிகவும் பிடிக்கும். மூத்த தமிழறிஞர் ஒருவரின் பேரன்கள் பாயசம் ஊற்றி ஊற்றிக் குடித்தனர். அப்போது ஐயா “தமிழ் படிச்சா மூன்று தலைமுறைகள் சாப்பிடலாம்கிறது உண்மதான் பாருங்க” என்றார். நாங்கள் சிரித்தோம். நானும் ஐந்தாறு முறை பாயசம் வாங்கிச் சாப்பிட்டேன். பாயசம் தீர்ந்துவிட்டது. ‘இவருக்கு மூன்று தலைமுறை வேண்டாம். ஒரே ஒரு தலைமுறை போதும். எல்லாத்தையும் இவரே தின்னு தீத்துருவாரு’ என்றாரே பார்க்கலாம். சிரித்துச் சிரித்து மீண்டும் வந்த பாயசத்தை என்னால் சாப்பிட முடியவில்லை. அன்றைய விருந்து இவ்வாறாக நிறைவுற்றது.

அடுத்த நாள் காலை எட்டு மணிக்கு விருதாளர்கள் குடியரசுத் தலைவர் மாளிகைக்குச் செல்லத் தயாராக இருக்கும்படியும் விருந்தினர்கள் ஒன்பது மணிக்குத் தயாராக இருக்கும்படியும் தகவல் வந்தது. நாங்கள் மூவரும் அறையில் தங்கினோம். பேச்சு சுவாரசியத்தில் அவ்வளவு சீக்கிரம் உறங்கவில்லை. அடுத்த நாள் காலையில் எழுந்து சரியான நேரத்திற்குப் புறப்பட ஆயத்த மானேன். நான் கிளம்பும்போது இவர்கள் தூங்குவதா என்று இருவரையும் எழுப்பிவிட்டேன். ‘அடடா நீ கிளம்பறத நாங்க பாக்கணுமா’ என்று இருவரும் சண்டைக்கு வந்தனர். நான் குளித்து முடித்து விழாவுக்கான ஆடை அணியாமல் சாதாரண ஆடை அணிந்து உணவுக்கூடம் சென்று உண்டு வந்தேன்.

விழாவிற்காகப் பட்டு வேட்டி, சட்டை அணிந்தேன். அந்த ஐந்து நட்சத்திர விடுதியில் இருந்த அழகழகான இடங்களில் எல்லாம் நின்று என்னைப் புகைப்படம் எடுக்கச் சொன்னேன். கிருஷ்ணன் அவர்கள் என்னை விதவிதமாகப் புகைப்படம் எடுத்தார். என் விதவிதமான போஸ்களைப் பார்த்துக்கொண்டிருந்த ஐயா ‘உங்க கூடவே ஒரு போட்டோகிராபர் வேணும்னுதான கிருஷ்ணனக் கூட்டிக்கிட்டு வந்தீங்க. உடுமலப்பேட்டையில இருந்து டெல்லிக்கு போட்டோகிராபர் கூட்டிக்கிட்டு வந்த ஆளும் நீங்களாத்தான் இருப்பீங்க’ என்று சிரித்தார். தொழில்முறை போட்டோகிராபர் போலச் செயல்பட்டுக் கிருஷ்ணன் அவர்களும் என்னைப் பல படங்கள் பிடித்தார்.

விருதாளர்களுக்கு ஒத்திகை நிகழ்வு இருப்பதால் நான் முன்னர் கிளம்பினேன். ‘நாங்கள் இருவரும் இந்தியா கேட் பார்த்துவிட்டு வந்துவிடுகிறோம்’ என்று கூறிச் சென்றனர். விருதாளர்கள் குடியரசுத் தலைவர் மாளிகைக்குச் சென்றோம். மிகச் சிலரே வேட்டியில் வந்திருந்தனர். நான் மட்டுமே பட்டாடை உடுத்தியிருந்தேன். குடியரசுத் தலைவர் மாளிகையில் தமிழர்கள் பலர் பணியாற்றுகின்றனர். அவர்களில் சிலர் ‘பச்சைத் தமிழன் நீங்கள்’ என்று என்னுடைய ஆடைக்காகப் பாராட்டினர். மிகவும் பெருமையாக இருந்தது. ஒத்திகை நிகழ்வு முடிந்தது. பதினொரு மணிக்கு விழா. விருதாளர்கள் ஒருபுறம் அமர வைக்கப்பட்டோம். விருந்தினர்கள் வர ஆரம்பித்தனர். மற்ற விருதாளர்களின் விருந்தினர்கள் வந்துவிட்டனர். இவர்கள் இருவரையும் காணவில்லை. ஏன் இன்னும் வரவில்லை, அழைப்பிதழை எடுத்து வரவில்லையா, வாகன நெரிசலில் மாட்டிக்கொண்டனரா என்று எனக்குப் பதற்றம். சிறிது நேரம் நான் இன்னொரு அறைக்கு ஆடைகளைச் சரி செய்யச் சென்றிருந்தேன். பட்டாடையைக் கவனமாக அணிய வேண்டுமல்லவா? விருது பெறச் செல்லும்போது குடியரசுத் தலைவருக்கு முன்னால் வேட்டி நழுவிவிட்டால் என்னாவது? அந்தச் சமயத்தில் இருவரும் வந்துவிட்டனர் போலும். நான் அமர வேண்டிய [illegible]த்தை விட்டுச் சற்றுத் தள்ளி வந்து விருந்தினர் வரும் வழ[illegible]ய நோக்கிக்கொண்டிருந்தேன். என் பார்வை விருந்தின[illegible] அமர்ந்திருந்த இருக்கைகள் பக்கம் போனபோது இருவரும் [illegible]னைப் பார்த்துச் சிரித்துக்கொண்டே “இங்கே இருக்கிறோ[illegible] என்று சைகை செய்தனர். என் பதற்றத்தைக் கண்டு அதுவரை ரசித்துக் கொண்டிருந்திருக்கிறார்கள்.

என் அன்புக் கட்டளைக்கிணங்க இருவரும் வேட்டியிலேயே வந்திருந்தனர். சாதாரண வெள்ளை வேட்டிதான். நானோ பட்டு.

'கதாநாயகந்தாம்பா பளிச்சினு கட்டணும். நாங்கெல்லாம் குரூப் டேன்ஸ்ல கடைசி வரிச' என்று பின்னர் கூறினர். குடியரசுத் தலைவர் சரியாகப் பதினொரு மணிக்கு வருகை புரிந்தார். மரபுப்படி விழா நடந்துகொண்டிருந்தது. விருதுகள் பெற விருதாளர்கள் ஒவ்வொருவராக அழைக்கப்பட்டோம். நான் விருது பெற எழுந்து வரும்போது இருவரையும் பார்த்துப் புன்னகை புரிந்தேன். மற்ற விருதாளர்கள் விருதைப் பெறும் ஆவலில் யாரும் நடந்து வரும்போது புன்னகை புரியவில்லை. நான் மட்டுமே இவ்வாறு புன்னகை புரிந்தேன். வீடியோவில் அது பதிவாகி உள்ளது. என் ஆசிரியர்கள் வருகையால் நேர்ந்த அரிய சந்தர்ப்பமாக அந்தப் புன்னகையைக் கருதுகிறேன்.

விழா முடிந்ததும் குடியரசுத் தலைவருடன் குழுப் புகைப்படமும் எடுத்துக்கொண்டோம். பின்பு அங்கேயே சிற்றுண்டி அருந்தும் போதுதான் அவர்களைப் பார்க்க முடிந்தது. 'உங்க ரெண்டு பேரையும் காணலைன்னு பதறிப் போயிட்டேன். ஏன் சார் இவ்வளவு நேரம்?' என்றேன். 'நாங்க சரியா வந்துட்டோம்ப்பா' என்றார் கிருஷ்ணன். ஐயா, 'நீங்க விருது வாங்கும்போது கைத்தட்ட ஆளில்லாத போயிரும்னுதான எங்கள எதிர்பாத்தீங்க. நாங்க கடம தவறாத ஆளுங்கப்பா. எதுக்காக வந்தமோ அதச் சரியாச் செஞ்சிட்டம். ஜோராக் கைத்தட்டுனமே, உங்க காதுக்குக் கேட்டுதா இல்லியா' என்றார். குடியரசுத் தலைவர் மாளிகையின் இறுக்கம், கட்டுப்பாடு ஆகியவற்றுக்கு இடையிலும் நாங்கள் சிரித்து மகிழ்ந்தோம்.

மீண்டும் விடுதிக்குத் திரும்பினோம். பெரிய சட்டமிடப்பட்ட விருதுச் சான்றிதழை ஐயாவிடம் கொடுத்தேன். அவர் அதைக் கொண்டு வந்தார். அறைக்கு வந்து மீண்டும் புகைப்படங்கள். மதிய உணவுக்குச் செல்ல ஆயத்தமானோம். என்னுடைய விருது சோபாவில் கிடந்தது. 'உங்களுக்குக் கொஞ்சமாவது பொறுப்பு இருக்கா? விருதை இப்படிப் போட்டிருக்கீங்க' என்றேன் பொய்க்கோபத்துடன். அவ்வளவுதான் அதிலிருந்து எப்போது பார்த்தாலும் விருதைக் கையில் எடுத்துக்கொண்டு 'ஏப்பா எனக்குப் பொறுப்பு இருக்குதா இல்லியான்னு பாத்துக்க' என்பார். அது மட்டுமல்ல. 'போட்டோ புடிக்க ஒருத்தரு, விருதப் பத்திரமாத் தூக்கிக்க ஒருத்தரு. நல்லாத் திட்டம் போட்டு எங்களக் கூட்டிக்கிட்டு வந்திருக்கறப்பா. இது புரியாத நாங்களும் வந்துட்டம். அதோட ஆசிரியர்களக் கூட்டிக்கிட்டு வந்திருக்கறாருன்னு புகழும் வேற. பெரிய தந்திரசாலிப்பா நீ' என்று சொல்லியபடியே வந்தார் விருதுச் சான்றிதழைத் தூக்கிக்கொண்டு.

அன்று மதியம் உணவருந்திக் கடைக்குச் சென்று சில ஆடைகளை வாங்கினோம். அன்று மாலை டெல்லி தமிழ்ச் சங்கத்தில் விருதாளர்களுக்குப் பாராட்டு விழா. அவ்விழாவை நிறைவு செய்துவிட்டு மீண்டும் விடுதிக்குத் திரும்பினோம். இளம் அறிஞர்கள் பதின்மர் விருது பெற்றிருந்தோம். இரவு ஒன்பது மணிக்கு வரவேற்பறையில் அனைவரும் ஒன்றுகூடினோம். ஒவ்வொருவரும் தங்களைப் பற்றிய அறிமுகத்துடன் தொடங்கிப் பல திட்டங்கள் போட்டோம். அறைக்கு வந்ததும் ஐயா கேட்டார். 'அரிஞ்சர் கூட்டத்துல என்னப்பா முடிவெடுத்தீங்க?' 'என்னங்க சார் இப்படிச் சொல்றீங்க' என்றேன். 'சரிப்பா சரிப்பா கோவிச்சுக்காத. தமிழ் வாத்தியாருங்களுக்குக் கொஞ்சம் உச்சரிப்புப் பிரச்சின இருக்கறது இயல்புதான. சரி, அறிஞ்சர் கூட்டத்துல என்னப்பா முடிவெடுத்தீங்க' என்று மீண்டும் ஐயா கேட்டார். கேட்ட தொனியும் அதில் இருந்த எள்ளலும் அப்பப்பா . . . அதை நேரில் பார்த்து அனுபவித்தால்தான் தெரியும். இவ்வாறாகப் புதன்கிழமை முடிந்தது.

கோபம், மகிழ்வு, பொறுமை எனப் பலவித உணர்வுகளை ஐயா மாணவர்களிடம் காட்டியுள்ளார். அவருள்ளிருந்த குதூகலிக்கும் குழந்தை உள்ளத்தை அந்தப் பயணத்தில் கண்டு கொண்டேன். அது வேறு யாருக்கும் கிடைக்காத வாய்ப்பு. மூன்று நாட்கள் எந்தவிதமான இடையூறும் இல்லாமல் மகிழ்வுடன் இருந்தோம். விமானத்தில் ஏறியதும் ஜன்னலோர இருக்கைக்கு மீண்டும் ஆசைப்பட்ட ஐயாவுக்கு அந்த இருக்கையை விட்டுக் கொடுத்தேன். 'அறிஞருக்கு அருகில் அமர்ந்த ஆசிரியர்கள்' என ஏதோ மேலும் கேலி செய்துகொண்டிருந்தனர். அதைக் கண்டுகொள்ளாமல் நான் குறுந்தொகை 292ஆவது பாடலை மனனம் செய்தேன். ஐயாவின் முறையாதலால் வேறு வழியில் லாமல் புலம்பிக்கொண்டு அவர் பாடல் எண்களைக் கூற நான் பாடல்களைக் கூறினேன். உண்மையான மகிழ்வுடன் இருவரும் என்னைப் பாராட்டினர்.

குறுந்தொகையில் உள்ள 400 பாடல்களையும் நான் மனனம் செய்த பின்னர் வேறொரு சந்தர்ப்பத்தில் ஐயா எனக்காக ஒரு வெண்பா பாடினார். அரசர்களுக்காகக் கவி பாடியோர் ஆயிரம். பரிசிலுக்காகக் கவி பாடியோர் பல்லாயிரம். அரசியல் தலைவரைப் பாடுவோர் பலர். தங்கள் தலைவனைப் பாடுவோர் பலர். மாணவர்களின் உழைப்பைச் சுரண்டும் இவ்வுலகில் மாணவனைப் பாடிய மகத்தான மனிதர் இம்மண்ணில் உண்டா? உண்டெனில் அது ஐயாதான். அந்த வெண்பா:

காசில் கருத்தர் கணக்கு மனத்தரிம்
மாசில் ஜெயக்குமார் மாண்புகேள் – தேசு
குறுந்தொகைச் செல்வராகிக் கொட்டுவ தென்னே
பெருவாழ்வு வாழ்கவே பெற்று.

ஐயா ஒரு நற்றாமரைக் குளம். அக்குளத்தில் நீரற்றதும் செல்லும் பறவை போல நாங்கள் இருக்க மாட்டோம். கொட்டிக் கிழங்கு, நெய்தல் கிழங்கு போல என்றும் ஒட்டியே இருப்போம். அக்குளத்தில் நீர் அருந்தலாம். குளிக்கலாம். நீச்சலடிக்கலாம். நீர்ப் பூக்களைப் பறிக்கலாம். மீன்களைப் பிடிக்கலாம். அது அவரவரின் திறமையைப் பொறுத்தது. ஆனால் அக்குளம் அனைவருக்கும் பலன் தரும்.

கட்டுரையாளர்கள்

அம்பேத்கார், அய்., *(1974)* தமிழ் இலக்கியத்தில் எம்.ஏ., எம்.பில்., பட்டம் பெற்றுள்ளார். ‘இடைவெளி’ என்னும் கவிதைத் தொகுப்பு வெளிவந்துள்ளது. அரசு கலைக் கல்லூரியில் உதவிப் பேராசிரியர் பணி.

அர்ச்சுனன், த., *(1987)* தமிழ் இலக்கியத்தில் எம்.ஏ., பி.எட்., பட்டம் பெற்றவர். அரசு மேல்நிலைப் பள்ளியில் முதுநிலைத் தமிழாசிரியர் பணி.

அருள், பொ., *(1983)* தமிழ் இலக்கியத்தில் எம்.ஏ., பி.எட்., எம்.எட்., பட்டம் பெற்றுள்ளார். கல்வியியல் துறையில் தமிழ் உதவிப் பேராசிரியர் பணி.

அருள்முருகன், நா., *(1972)* தமிழ் இலக்கியத்தில் முனைவர் பட்டம் பெற்றுள்ளார். மாவட்ட முதன்மைக் கல்வி அலுவலராகப் பணியாற்றுகின்றார். கவிதை எழுதுவதிலும் இலக்கணத்திலும் ஆர்வம் உடையவர். ‘மாற்றுப் பாதையில் செல்லவும்’, ‘நதிக்கரையில் தொலைந்த மணல்’ ஆகிய கவிதை நூல்கள் குறிப்பிடத்தக்கவை. ‘சமயத் தத்துவப் போரில் நீலகேசி’ என்னும் ஆய்வு நூல் முக்கியமானது.

இரஞ்சன், ந., *(1984)* தமிழ் இலக்கியத்தில் முனைவர் பட்டம் பெற்றவர். தனியார் கல்லூரி ஒன்றில் தமிழ் உதவிப் பேராசிரியர் பணி. ‘நிஜ நாடக இயக்கம்’, ‘மணல் மகுடி’ உள்ளிட்ட நவீன நாடகக் குழுக்களில் முக்கியமான நடிகராக விளங்கிவருபவர். இலக்கணத்திலும் ஆர்வம் கொண்டவர்.

இராமன், மா., *(1984)* ஆங்கில இலக்கியத்தில் எம்.ஏ., பி.எட்., எம்.பில்., முடித்துள்ளார். வட்டார வளமைய ஆசிரியர் பயிற்றுநராகப் பணியாற்றுகிறார்.

இராஜேஸ்கண்ணன், பி., *(1977)* தமிழ் இலக்கியத்தில் எம்.ஏ., எம்.பில்., எம்.எட்., பட்டம் பெற்றவர். அரசு பள்ளியில் முதுநிலைத் தமிழாசிரியர் பணி. கல்வியியலில் ஆர்வம் உடையவர்.

இலட்சுமன், த., *(1988)* தமிழ் இலக்கியத்தில் எம்.ஏ., பி.எட்., எம்.பில்., முடித்துத் தற்போது புதுவைப் பல்கலைக்கழகத்தில் முனைவர் பட்ட ஆய்வை மேற்கொண்டு வருகிறார்.

உமா மகேஸ்வரி, வெ., *(1979)* தமிழில் எம்.ஏ., பட்டம் பெற்றவர். வட்டாட்சியர் அலுவலகத்தில் இளநிலை உதவியாளர் பணி.

எழிலரசி, பி., *(1968)* தமிழில் முனைவர் பட்டம் பெற்றுள்ளார். அரசு கலைக் கல்லூரியில் தமிழ் உதவிப் பேராசிரியர் பணி. 'மிதக்கும் மகரந்தம்' என்னும் கவிதைத் தொகுப்பு வெளியாகி யுள்ளது. 'தமிழ் நாவல்களில் பெண் சித்திரிப்பு', 'இனவரைவியல் நோக்கில் குயவர் குடும்பம்' ஆகியவை இவரது ஆய்வு நூல்கள்.

கலைச்செல்வன், து., *(1985)* தமிழ் இலக்கியத்தில் எம்.ஏ., பி.எட்., எம்.பில்., பட்டம் பெற்றவர். தனியார் கல்லூரியில் தமிழ் உதவிப் பேராசிரியர் பணி.

கவிதா, ந., *(1984)* தமிழ் இலக்கியத்தில் முனைவர் பட்டம் பெற்றவர். தனியார் கல்லூரியில் உதவிப் பேராசிரியர் பணி. 'தோழி.காம்' இணைய இதழின் பொறுப்பாசிரியராகப் பணியாற்றி யுள்ளார். காலச்சுவடு இதழ்க் குழுவிலும் பங்காற்றியுள்ளார்.

காமராசன், க., *(1983)* சென்னை, மாநிலக் கல்லூரியில் முனைவர் பட்ட ஆய்வாளர். நியூ செஞ்சுரி புத்தக நிறுவனத்தில் பணியாற்றியுள்ளார். மார்க்சியத் திறனாய்விலும் மொழிபெயர்ப்பி லும் ஆர்வம் உள்ளவர்.

குணசேகரன், பெ., *(1983)* தமிழ் இலக்கியத்தில் எம்.ஏ., பி.எட்., எம்.பில். பட்டம் பெற்றவர். அரசு மேல்நிலைப் பள்ளி முதுநிலைத் தமிழாசிரியர் பணி. சிறுகதை எழுதுவதில் ஆர்வம் உடையவர். உழுநிலம் என்னும் இதழின் ஆசிரியர் குழு உறுப்பினர்.

குமரேசன், ப., *(1986)* தமிழ் இலக்கியத்தில் எம்.ஏ., பி.எட்., எம்.பில்., பட்டம் பெற்றவர். அரசு மேல்நிலைப் பள்ளியில் முதுநிலைத் தமிழாசிரியர் பணி.

கைலாஷ், க., *(1986)* தமிழ் இலக்கியத்தில் எம்.ஏ., பி.எட்., எம்.பில்., பட்டம் பெற்றவர். அரசு மேல்நிலைப் பள்ளியில் முதுநிலைத் தமிழாசிரியர் பணி.

கோபி, செ., *(1983)* தமிழில் எம்.ஏ., எம்.பில்., பி.எட்., பட்டம் பெற்றுள்ளார். அரசு மேல்நிலைப் பள்ளியில் முதுநிலைத் தமிழாசிரியர் பணி.

சக்திவேல், இரா., *(1979)* தமிழ் இலக்கியத்தில் எம்.ஏ., எம்.பில்., பி.எட்., பட்டம் பெற்றுள்ளார். தனியார் பள்ளியில் ஆசிரியர் பணி. *காலச்சுவடு* இதழ்க் குழுவில் பங்காற்றியுள்ளார். 'செம்மை' குழுவிலும் இடம்பெற்றுள்ளார்.

சந்திரன், சி., *(1973)* தமிழ் இலக்கியத்தில் முனைவர் பட்டம் பெற்றுள்ளார். அரசு மேல்நிலைப் பள்ளியில் முதுநிலைத் தமிழாசிரியர் பணி. ஆய்வுக் கட்டுரைகள் பல எழுதியுள்ளார். நாட்டுப்புறவியல் துறையில் ஆர்வம் உள்ளவர்.

சாவித்ரி, த., *(1984)* தமிழ் இலக்கியத்தில் எம்.ஏ., பி.எட்., எம்.பில்., பட்டம் பெற்றவர். அரசு மேல்நிலைப் பள்ளியில் முதுநிலைத் தமிழாசிரியராகப் பணியாற்றுகிறார்.

சிவக்குமார், கை., *(1982)* தமிழ் இலக்கியத்தில் முனைவர் பட்டம் பெற்றுள்ளார். தனியார் கல்லூரியில் உதவிப் பேராசிரிய ராகப் பணியாற்றுகிறார். நாட்டுப்புறவியல் துறையில் குறிப்பாகப் 'புழங்குபொருள் பண்பாடு' குறித்த ஆய்வில் ஈடுபாடு மிக்கவர்.

சின்னதுரை, ஆ., *(1978)* தமிழ் இலக்கியத்தில் எம்.ஏ., எம்.பில்., பி.எட்., பட்டம் பெற்றுள்ளார். அரசுப் பள்ளி ஒன்றில் தமிழாசிரியராகப் பணியாற்றுகிறார். நாட்டுப்புறவியலிலும் தலித்திய ஆய்விலும் ஈடுபாடு உள்ளவர்.

சீனிவாசன், கு., *(1972)* தமிழ் இலக்கியத்தில் முனைவர் பட்டம் பெற்றவர். அரசு கலைக் கல்லூரியில் உதவிப் பேராசிரியர் பணி.

[illegible]ரேஷ், பெ., *(1984)* தமிழ் இலக்கியத்தில் எம்.ஏ., பி.எட்., ப[illegible] பெற்றவர். அரசுப் பள்ளியில் தமிழாசிரியர் பணி. செ[illegible]யன் என்னும் புனைபெயரில் சிறுகதைகள் எழுதி யு[illegible]வை *உழுநிலம், உயிர் எழுத்து* ஆகிய இதழ்களில் வெ[illegible]ுள்ளன.

[illegible]்குமார், நா.பொ., *(1977)* தமிழில் முனைவர் பட்டம் பெற்ற[illegible] அரசு கலைக் கல்லூரியில் கௌரவப் பேராசிரியர் பணி. '[illegible]ர் தேவாரம்', 'வள்ளலார் கண்ட பெருமைகள்', 'தேவார[illegible]ில் மூவர்கள்' என்பவை இவரின் ஆய்வு நூல்கள்.

தர்மலிங்கம், வை., *(1978)* தமிழ் இலக்கியத்தில் முனைவர் பட்டம் பெற்றுள்ளார். சுயநிதிக் கல்லூரிகளில் தமிழ்ப்

பேராசிரியராகப் பணியாற்றிய இவர் தற்போது பத்திரப் பதிவுத்துறையில் இளநிலை உதவியாளராகப் பணி செய்கிறார். நவீன இலக்கியத்திலும் விமர்சனத்திலும் ஆர்வம் கொண்டவர். ஆய்வுக் கட்டுரைகள் சிலவற்றை எழுதியுள்ளார்.

நடராஜன், மு., *(1974)* தமிழில் முனைவர் பட்டம் பெற்றுள்ளார். அரசு கலைக் கல்லூரியில் உதவிப் பேராசிரியர் பணி. நாட்டுப்புறவியல் துறையில் ஈடுபாடு உள்ளவர். 'நாமக்கல் மாவட்ட நாட்டுப்புறக் கதைகள்' என்னும் நூலை வெளியிட்டுள்ளார்.

நல்லுசாமி, ப., *(1974)* தமிழில் முனைவர் பட்டம் பெற்றுள்ளார். அரசு கல்லூரியில் உதவிப் பேராசிரியராகப் பணியாற்றுகிறார். சொல்லாய்வில் ஈடுபாடு உள்ளவர். ஆய்வுக் கட்டுரைகள் சிலவற்றை எழுதியுள்ளார்.

பலராமன், சு., *(1985)* தமிழ் இலக்கியத்தில் எம்.ஏ., பி.எட்., டி.கோப்., முடித்துள்ளார். மதுரை மாவட்டம் ஆவின் மையத்தின் தொலைபேசி இயக்குநராகப் பணியாற்றுகிறார்.

பாலசுப்பிரமணியன், பெ., *(1981)* காந்திகிராம கிராமியப் பல்கலைக்கழகத்தில் முனைவர் பட்ட ஆய்வாளர். *காலச்சுவடு* இதழின் உதவியாசிரியராகப் பணியாற்றியுள்ளார். கூத்துக்கலையிலும் நவீன இலக்கியத்திலும் ஆர்வம் கொண்டவர்.

பாலன், த., *(1986)* தமிழ் இலக்கியத்தில் எம்.ஏ., எம்.பில்., பட்டம் பெற்றவர். பள்ளிக் கல்வித்துறையில் உதவியாளராகப் பணியாற்றுகிறார். *உழுநிலம்* சிற்றிதழின் ஆசிரியர் குழுவில் ஒருவராகவும் இருப்பவர்.

பிரபாகர், இரா., *(1980)* தமிழ் இலக்கியத்தில் முனைவர் பட்டம் பெற்றுள்ளார். அரசு கல்லூரியில் உதவிப் பேராசிரியராகப் பணி. தீரன் என்னும் புனைபெயரில் சிறுகதைகள் எழுதியுள்ளார். *உயிர் எழுத்து* இதழில் பல கதைகள் வெளியாகியுள்ளன. *உழுநிலம்* இதழ் ஆசிரியர் குழுவில் பங்காற்றியுள்ளார்.

மகாலிங்கம், செ., *(1983)* தமிழ் இலக்கியத்தில் எம்.ஏ., பி.எட்., பட்டம் பெற்றுள்ளார். காந்திகிராம கிராமியப் பல்கலைக் கழகத்தில் முனைவர் பட்ட ஆய்வாளர்.

மகேந்திரன், ரெ., *(1982)* தமிழில் எம்.ஏ., பி.எட்., எம்.பில்., பட்டங்கள் பெற்றவர். அரசு மேல்நிலைப் பள்ளியில் முதுநிலைத் தமிழாசிரியர் பணி. நண்பர்களோடு சேர்ந்து *உழுநிலம்* என்னும்

இதழை நடத்துவதோடு சிறுகதை, கட்டுரைகள் எழுதுவதில் சில முயற்சிகளும் செய்து வருகிறார். ஓவியம் வரைவதிலும் மண் சிற்பங்கள் செய்வதிலும் ஈடுபாடு உள்ளவர்.

மணிகண்டன், இரா., *(1980)* தமிழ் இலக்கியத்தில் எம்.ஏ., எம்.பில்., பி.எட்., பட்டங்கள் பெற்றவர். *காலச்சுவடு* இலக்கிய இதழ், *உலகத்தமிழ்.காம்* இணைய இதழ் ஆகியவற்றில் உதவி ஆசிரியராகப் பணியாற்றிய அனுபவம் கொண்டவர். பள்ளிக் கல்வித்துறையில் இளநிலை உதவியாளராகப் பணியாற்றி வருகிறார்.

முத்துசாமி, பெ., *(1975)* தமிழ் இலக்கியத்தில் முனைவர் பட்டம் பெற்றுள்ளார். *காலச்சுவடு* ஆசிரியர் குழுவில் சில காலம் பணியாற்றியுள்ளார். செம்மொழித் தமிழாய்வு மத்திய நிறுவனத்தில் இளநிலை ஆய்வாளராக இருந்துள்ளார். தற்போது நெடுஞ்சாலைத் துறையில் இளநிலை உதவியாளராகப் பணியாற்று கின்றார். 'தீட்டு' என்னும் பெயரில் வலைப்பூ ஒன்றை நடத்தி வருகிறார். கட்டுரைகள் எழுதுவதிலும் பதிப்பு தொடர்பான ஆய்வுகளிலும் ஆர்வம் உடையவர்.

முத்தையன், ஆ., *(1985)* தமிழ் இலக்கியத்தில் முனைவர் பட்டம் பெற்றவர். *சிற்றேடு* இதழ் உருவாக்கத்தில் பங்களிப்பவர்.

ராஜ்திலக் (தாமோதரன், இரா., 1972) தமிழ் இலக்கியத்தில் எம்.ஏ., பி.எட்., எம்.பில்., முடித்துள்ளார். அரசு மேல்நிலைப் பள்ளியில் தமிழாசிரியராகப் பணியாற்றுகிறார். நவீன கவிதை, விமர்சனம் ஆகியவற்றில் ஈடுபாடு கொண்டவர். இவரது கவிதைத் தொகுப்புகள்: 'நாகதிசை' *(2004)*, 'காகத்தின் சொற்கள்' *(2006)*, 'விதி என்பது இலைதான்' *(2009)*, 'நான் ஆத்மாநாம் பேசுகிறேன்' *(2012)*. கட்டுரைத் தொகுப்பு: 'சப்தரேகை' *(2014)*

ராஜீவ்காந்தி, வீ., *(1986)* தமிழ் இலக்கியத்தில் எம்.ஏ., பி.எட்., எம்.பில்., முடித்துத் தற்போது புதுவைப் பல்கலைக்கழகத்தில் முனைவர் பட்ட ஆய்வை மேற்கொண்டு வருகிறார்.

வெங்கடாசலம், இரா., *(1969)*, தமிழில் முனைவர் பட்டம் பெற்றுள்ளார். அரசு கலைக் கல்லூரியில் உதவிப் பேராசிரிய ராகப் பணியாற்றுகின்றார். தலித் இலக்கிய ஆய்வில் ஈடுபாடு கொண்டவர். ஆய்வுக் கட்டுரைகள் பலவற்றை எழுதியுள்ளார்.

வெங்கடேசன், இரா., *(1983)* தமிழில் எம்.ஏ., பி.எட்., பட்டம் பெற்றவர். தனியார் பள்ளியில் தமிழாசிரியர் பணி.

ஜெயக்குமார், அ., *(1976)* தமிழ் இலக்கியத்தில் முனைவர் பட்டம் பெற்றவர். தனியார் கல்லூரியில் உதவிப் பேராசிரியராகப் பணியாற்றுகிறார். செம்மொழித் தமிழாய்வு நிறுவனத்தில் முனைவர் பட்ட மேலாய்வாளராகப் பணியாற்றியவர். குடியரசுத் தலைவரிடம் இளம் அறிஞர் விருது பெற்றவர். சங்க இலக்கிய ஆய்வில் ஈடுபாடு உடையவர். இவருடைய நூல்கள்: 'அகநானூற்றில் பாலை நிலம்', 'அகநானூற்றில் பெண்கள்', 'ஆற்றுப்படை நூல்களில் நாட்டு வளம்'.

○

பெருமாள்முருகன் என்ற பெ. முருகன்

நாமக்கல் மாவட்டம், திருச்செங்கோடு வட்டம், கூட்டப்பள்ளி கிராமத்தில் *15–10–1966* அன்று பிறந்தார். பெற்றோர் பெருமாள், பெருமாயி ஆகியோர். உடன்பிறந்த தமையன் ராமசாமி. பெற்றோரும் தமையனும் இப்போது இல்லை. பழனி முருகனுக்கு வேண்டுதல் வைத்துப் பிறந்த காரணத்தால் 'முருகன்' என இவருக்குப் பெற்றோர் பெயரிட்டனர்.

தொடக்கக் கல்வியைத் திருச்செங்கோடு இராஜாக்கவுண்டம்பாளையம் நகராட்சித் தொடக்கப் பள்ளியில் கற்றார். பின் மேல்நிலைக் கல்விவரை திருச்செங்கோடு அரசு ஆண்கள் மேல்நிலைப் பள்ளியில் பயின்றார். ஈரோடு சிக்கய்ய நாயக்கர் கல்லூரியில் இளங்கலைத் தமிழிலக்கியமும் கோயம்புத்தூர் பூ.சா.கோ. கலை அறிவியல் கல்லூரி யில் முதுகலைத் தமிழிலக்கியமும் பயின்றார். சென்னைப் பல்கலைக்கழகத் தமிழ் மொழித் துறை இல் எம்.பில். பட்டம் பெற்ற இவர் அதே துறையில் தமிழ் வட்டார நாவலின் முன்னோடி எழுத்தாளர் ஆர். சண்முகசுந்தரம் குறித்து ஆய்வு செய்து முனைவர் பட்டம் பெற்றார். பல்கலைக்கழக நிதிநல்கைக் குழுவின் உதவித்தொகை பெற்றுத் தம் ஆய்வை நிகழ்த்தினார். அப்போது ஏறத்தாழ எட்டு ஆண்டுகள் முதுகலைத் தமிழிலக்கிய மாணவர்களுக்குக் கற்பிக்கும் பயிற்சி பெற்றார்.

ஆசிரியர் தேர்வு வாரியம் நடத்திய அரசு கல்லூரி ஆசிரியருக்கான தேர்வில் தேர்ச்சிபெற்று 1996 ஆகஸ்டு மாதம் கல்லூரி விரிவுரையாளர் பணியில் சேர்ந்தார். ஆத்தூர், அறிஞர் அண்ணா அரசு கலைக்கல்லூரியில் இவர் பணி தொடங்கியது. அக்கல்லூரியில் ஐந்து ஆண்டுகள் பணியாற்றினார். அதில் மூன்று ஆண்டுகள் தமிழ்த்துறைத் தலைவராக இருந்தார். 2001 அக்டோபர் முதல் 2015 பிப்ரவரிவரை நாமக்கல், அறிஞர் அண்ணா அரசு கலைக்கல்லூரியில் பணிபுரிந்தார். அப்போது கல்லூரி நூலகர் பொறுப்பில் இருந்ததுடன் செஞ்சிலுவைச் சங்கத் திட்ட ஒருங்கிணைப்பாளராகவும் இருந்தார். தற்போது சென்னை மாநிலக் கல்லூரியில் தமிழ் இணைப் பேராசிரியராகப் பணியாற்றிவருகிறார்.

இவரின் துணைவியார் பி. எழிலரசி அவர்களும் அரசு கலைக் கல்லூரியில் உதவிப் பேராசிரியராகப் பணியாற்றுகிறார். இவர்களுக்கு இளம்பிறை என்ற மகளும் இளம்பரிதி என்ற மகனும் உள்ளனர்.

தந்தையின் பெயரைத் தம் பெயரோடு இணைத்து 'பெருமாள் முருகன்' என்னும் பெயரில் கவிதை, சிறுகதை, நாவல், கட்டுரை ஆகியவற்றை எழுதியுள்ளார். கவிதைக்கென இளமுருகு என்னும் புனைபெயரைச் சில காலம் கொண்டிருந்தார். காலச்சுவடு இதழின் ஆசிரியர் குழுவில் ஒருவராக இருந்த இவர் மனஓசை, குதிரைவீரன் பயணம் ஆகிய இதழ்களின் ஆசிரியர் குழுவிலும் பங்கு பெற்றுள்ளார். கல்வி சார்ந்த இவரின் கட்டுரைகள் மிகுந்த கவனம் பெற்றவை. இவருடைய நான்கு நாவல்கள் ஆங்கிலத்தில் மொழிபெயர்க்கப்பட்டுள்ளன. 'நிழல் முற்றம்' நாவல் போலிஷ் மொழியில் வெளியாகியுள்ளது. அகராதியியல், பதிப்பியல் ஆகிய துறைகளில் இவரது பணி குறிப்பிடத்தக்கது.

இவரின் நாவல்கள் ஒன்பது. அவை: 'ஏறுவெயில்' (1991), 'நிழல்முற்றம்' (1993), 'கூளமாதாரி' (2000), 'கங்கணம்' (2007), 'மாதொருபாகன்' (2010), 'ஆளண்டாப்பட்சி' (2012), 'பூக்குழி' (2013), 'ஆலவாயன்' (2014), 'அர்த்தநாரி' (2014). சிறுகதை நூல்கள் நான்கு. அவை: 'திருச்செங்கோடு' (1994), 'நீர் விளையாட்டு' (2000), 'பீக்கதைகள்' (2006), 'வேப்பெண்ணெய்க் கலயம்' (2012).

கவிதைத் தொகுப்புகள் நான்கு. அவை: 'நிகழ் உறவு' (1991), 'கோமுகி நதிக்கரைக் கூழாங்கல்' (2000), 'நீர் மிதக்கும் கண்கள்' (2005), 'வெள்ளிசனிபுதன் ஞாயிறுவியாழன்செவ்வாய்' (2012). கொங்கு வட்டாரச் சொல்லகராதியை 2000ஆம் ஆண்டு வெளியிட்டார். இதற்குத் தமிழ்நாடு அரசின் சிறந்த நூலுக்கான பரிசு கிடைத்தது.

'ஆர். சண்முகசுந்தரத்தின் படைப்பாளுமை' (2000), 'துயரமும் துயர நிமித்தமும்' (2004), 'கரித்தாள் தெரியவில்லையா தம்பி' (2007), 'பதிப்புகள் மறுபதிப்புகள்' (2011), 'கெட்ட வார்த்தை பேசுவோம்' (2011), 'வான்குருவியின் கூடு' (2012), 'நிழல்முற்றத்து நினைவுகள்' (2012), 'சகாயம் செய்த சகாயம்' (2014) ஆகிய கட்டுரை நூல்களையும் எழுதியுள்ளார்.

'கொங்குநாடு' (தி.அ. முத்துசாமிக் கோனார்), 'பறவைகளும் வேடந்தாங்கலும்' (மா. கிருஷ்ணன்), 'நாமக்கல் தெய்வங்கள்', 'சாதியும் நானும்' (அனுபவக் கட்டுரைகளின் தொகுப்பு), 'கு.ப.ரா. சிறுகதைகள்' (முழுத் தொகுப்பு) ஆகிய நூல்களைப் பதிப்பித்துள்ளார். 'பிரம்மாண்டமும் ஒச்சமும்', 'உடைந்த மனோரதங்கள்', 'சித்தன் போக்கு' (பிரபஞ்சன்), 'கொங்குச் சிறுகதைகள்', 'தலித் பற்றிய கொங்குச் சிறுகதைகள்', 'உ.வே.சா. பன்முக ஆளுமையின் பேருருவம்', 'தீட்டுத்துணி' (அறிஞர் அண்ணா) ஆகிய நூல்களுக்குத் தொகுப்பாசிரியராகவும் செயல் பட்டுள்ளார்.